ஓர் அடிமைச் சிறுமியின் வாழ்க்கை நிகழ்வுகள்

ஓர் அடிமைச் சிறுமியின் வாழ்க்கை நிகழ்வுகள்

மொழிபெயர்ப்பாளர்கள்

கமலா கிருஷ்ணமூர்த்தி (பி. 1950)

அரசு கலைக் கல்லூரிகளில் தமிழ்த் துறையில் 33 ஆண்டுகள் பணியாற்றியவர். காலஞ்சென்ற ஈழ எழுத்தாளர் எஸ்.பொ. அவர்களுடன் இணைந்து மகாவம்ச, அனசன் கதைகள் போன்றவற்றோடு இலக்கியத்தில் நோபல் பரிசுபெற்ற வோல் சாயன்காவின் 'ake The Years of Childhood ('பிள்ளைப் பிராயத்திலே') போன்ற ஆப்பிரிக்க இலக்கியங்களை மொழிபெயர்த்த அனுபவம் உள்ளவர். புத்திலக்கிய வாசிப்பில் விருப்பம் உள்ளவர்.

அ. சங்கரசுப்பிரமணியன் (பி. 1947)

அரசு கலைக் கல்லூரிகளில் ஆங்கிலத் துறையில் விரிவுரை யாளராகப் பணியாற்றியவர். இலக்கிய விமர்சனக் கோட்பாடு, கறுப்பு இலக்கியம் இவற்றில் ஈடுபாடு உடையவர்.

மு. சுதந்திரமுத்து (பி. 1946)

35 ஆண்டுகள் அரசு கலைக் கல்லூரிகளில் பணியாற்றி ஓய்வு பெற்றவர். படிமம், தமிழ்ப் புதுக்கவிதைகளில் படிமம், தானாய் எல்லாம் மாறும் என்பது பழைய பொய்யடா, படைப்புக்கலை ஆகிய நூல்களின் ஆசிரியர். மொழிபெயர்ப்பு அனுபவம் உண்டு. இலக்கிய உத்திகள், கோட்பாடுகள், நவீன நாடகம், கவிதை ஆகியவற்றில் ஈடுபாடு உடையவர்.

ஹேரியட் ஜேகப்ஸ்

ஓர் அடிமைச் சிறுமியின் வாழ்க்கை நிகழ்வுகள்

தமிழில்
கமலா கிருஷ்ணமூர்த்தி
அ. சங்கரசுப்பிரமணியன்
மு. சுதந்திரமுத்து

காலச்சுவடு பதிப்பகம்

● அன்பார்ந்த வாசகருக்கு,

வணக்கம்.

காலச்சுவடு நூலை வாங்கியமைக்கு நன்றி.

நூலின் உள்ளடக்கம், உருவாக்கம், அட்டைப்படம் இன்ன பிற அம்சங்கள் பற்றிய உங்கள் கருத்துகளையும் ஆலோசனைகளையும் காலச்சுவடு வரவேற்கிறது. தகவல், எழுத்து, வாக்கியப் பிழைகள் தென்பட்டால் கட்டாயம் தெரிவித்து உதவுங்கள். நூல் தயாரிப்பில் கடும் குறைபாடு இருப்பின் மாற்றுப் பிரதி உங்களுக்குக் கிடைக்கக் காலச்சுவடு ஏற்பாடு செய்யும்.

மின்னஞ்சல்: **publisher@kalachuvadu.com**

காலச்சுவடு நாகர்கோவில் அலுவலகத்திற்குக் கடிதம் அனுப்பலாம்.

தங்கள்
எஸ்.ஆர். சுந்தரம் (கண்ணன்)
பதிப்பாளர் — நிர்வாக இயக்குநர்

INCIDENTS in the LIFE of a SLAVE GIRL

Harriet Jacobs

ஓர் அடிமைச் சிறுமியின் வாழ்க்கை நிகழ்வுகள் ❖ தன் வரலாறு ❖ ஆசிரியர்: ஹேரியட் ஜேகப்ஸ் ❖ தமிழில்: கமலா கிருஷ்ணமூர்த்தி, அ. சங்கர சுப்பிரமணியன், மு. சுதந்திரமுத்து ❖ மொழிபெயர்ப்புரிமை: கமலா கிருஷ்ண மூர்த்தி, அ. சங்கரசுப்பிரமணியன், மு. சுதந்திரமுத்து ❖ முதல் பதிப்பு: டிசம்பர் 2022, இரண்டாம் பதிப்பு: டிசம்பர் 2023 ❖ வெளியீடு: காலச்சுவடு, 669, கே.பி. சாலை, நாகர்கோவில் 629001

oor aTimaic ciRumiyin vaazkkai nikazvukaL ❖ Auto Biography ❖ Author: Harriet Jacobs ❖ Translated by Kamala Krishnamoorthy, A. Sankarasubramanian, M. Sudandiramuthu ❖ Translation © Kamala Krishnamoorthy, A. Sankarasubramanian, M. Sudandiramuthu ❖ Language: Tamil ❖ First Edition: December 2022, Second Edition: December 2023 ❖ Size: Demy 1 x 8 ❖ Paper: 18.6 kg maplitho ❖ Pages: 376

Published by Kalachuvadu, 669, K.P. Road, Nagercoil 629001, India ❖ Phone: 91-4652-278525 ❖e-mail: publications@kalachuvadu.com ❖ Printed at Clicto Print, Jaleel Towers, 42 KB Dasan Road, Teynampet Chennai 600018

ISBN: 978-93-5523-231-1

பொருளடக்கம்

ஹேரியட் ஜேகப்ஸ்	9
அறிமுகவுரை: அடிமை வாழ்வின் சாகசங்கள்	11
அணிந்துரை: சுயசரிதை - கதையாடல்	17
மொழிபெயர்ப்பாளர்கள் முன்னுரை: மனித விடுதலைக்கு உதவும் நூல்	21
உண்மைப் பெயர்கள்	26
கதை நடந்த இடங்கள்	27
முக்கிய நிகழ்வுகள் - ஆண்டு	28
படைப்பாளியின் முன்னுரை	31
பதிப்புரை	35
மறைக்கப்பட்ட ஏழு ஆண்டுகள் பிள்ளைப்பருவம்	37
புது எஜமானனும் எஜமானியும்	43
அடிமைகளின் புத்தாண்டுநாள்	52
தன்னை ஒரு மனிதனாய் உணரத் துணிந்த அடிமை	56
சிறுமியாக எதிர்கொண்ட துன்பங்கள்	73
பொறாமைக்கார எஜமானி	79
காதலன்	89
வட மாகாணங்கள் பற்றிய கற்பிதங்கள்	100
அண்டை அயலிலுள்ள அடிமை உடைமையாளர்கள்	105
அடிமைச்சிறுமி கடந்துவந்த ஆபத்தான பாதை	117
புதிய பந்தம்	126
கலகம் குறித்த அச்சம்	134
தேவாலயமும் அடிமை முறையும்	142
மற்றுமொரு பந்தம்	155

7

தொடர் கொடுமைகள்	161
பண்ணைவீட்டு அவலங்கள்	171
தப்பித்தல்	186
ஆபத்தான மாதங்கள்	192
குழந்தைகள் விற்பனை	203
புதிய ஆபத்து	211
பரண்துளைக்குப் பின்னால் நான்	218
கிறிஸ்துமஸ் கொண்டாட்டங்கள்	224
இன்னமும் சிறையில்	228
காங்கிரஸ் வேட்பாளர்	234
சூழ்ச்சிக்குச் சூழ்ச்சி	238
என் தம்பியின் வாழ்வில் முக்கிய காலம்	246
குழந்தைகளின் புதிய இருப்பிடம்	253
நான்ஸி சித்தி	264
தப்புவதற்கான முன்னேற்பாடுகள்	272
வடக்கு நோக்கிப் பயணம்	286
ஃபிலடெல்ஃபியா வாழ்க்கை	292
தாய் – மகள் சந்திப்பு	300
வேலை கிடைத்தது	306
மீண்டும் பழைய எதிரி	311
நிறைவேற்றுமை	317
மயிரிழையில் தப்பித்தல்	321
இங்கிலாந்துக்குப் பயணம்	329
தெற்கிலிருந்து மீண்டும் அழைப்பு	334
ஒப்புதல் வாக்குமூலம்	338
தப்பியோடிய அடிமைகளுக்கு எதிரான சட்டங்கள்	342
விடுதலை கிடைத்தது	351
பின்னிணைப்பு	363
ஹேரியட் ஜேகப்ஸும் ரகசிய ரயில் பாதையும்	367
அடிக்குறிப்புகள்	368
பார்வை நூற்பட்டியல்	375

ஹேரியட் ஜேகப்ஸ்

ஹேரியட் ஆன் ஜேகப்ஸ் *(Harriet Ann Jacobs)* *1813*இல் ஈடென்டெல்லில் அடிமையாகப் பிறந்தார். இவரது தாய் டெலைலா தந்தை எலிஜா. ஹேரியட்டும் தம்பி ஜானும் அவர்களுடைய பெற்றோர்களால் தாங்கள் அடிமைகள் என்ற எண்ணம் ஏற்படாதவாறு பாதுகாப்பாக வளர்க்கப் பட்டனர். அதனால் ஹேரியட்டின் குழந்தைப் பருவம் மகிழ்ச்சியாகவே கழிந்தது. ஹேரியட்டுக்கு ஆறு வயதாகும்போது அவரது தாய் டிலைலா மறைந்தார். அதன் பின் இச்சிறுமி தன் தாயின் எஜமானியான மார்க்கரெட் ஹார்னி ப்ளோ வீட்டில் வசித்தார். அந்த எஜமானி ஹேரியட்டுக்கு எழுதப் படிக்கக் கற்றுத்தந்தார். மார்க்கரெட் இறந்தவுடன் அவள் எழுதிவைத்திருந்த உயிலின்படி ஹேரியட், ஜேம்ஸ் நார்காம் என்பவரது வீட்டில் அவரது மூன்று வயது மகளுடைய அடிமையாக வசிக்க நேர்ந்தது. அப்போது ஹேரியட்டுக்குப் பன்னிரண்டு வயது. ஜேம்ஸ் நார்காம் இச்சிறுமிக்கு அவளது பதின்பருவம் முழுவதும் பாலியல் அச்சுறுத்தல்கள் கொடுத்துக் கொண்டே இருந்த கொடூரன். ஹேரியட் தனது பதினாறாம் வயதில் தனது அண்டை வீட்டுக்காரரும் பிற்காலத்தில் அமெரிக்கக் காங்கிரஸ் உறுப்பினராக ஆனவருமான சாமுவேல் ட்ரெட்வெல் சாயர் *(Samuel Tredwell Sawyer)* என்பவருடன் காதல்கொண்டு மெட்டில்டா லூயிஸ் *(Matilda Louise)*, ஜோசப் *(Joseph)* என இரண்டு குழந்தைகளைப் பெற்றுக்கொண்டார். சாயர் தனக்குப் பிறந்த இரண்டு குழந்தைகளையும் நார்காமிடமிருந்து பணம் கொடுத்து விடுதலை பெற்றுத் தந்துவிட, ஹேரியட் காற்றோ ஒளியோ புகாத, தவழ மட்டுமே முடிகிற தன் பாட்டி வீட்டுப்

பரணில் ஒளிந்துகொண்டு மறைவு வாழ்க்கை வாழ்ந்தார். பாட்டி வீட்டில் வளரும் தன் குழந்தைகளைப் பரணில் இருந்த சிறு துளை வழியே பார்த்துக்கொண்டும் அத்துளை வழியே வரும் சிறிதளவு வெளிச்சத்தில் படித்துக்கொண்டும் தைத்துக் கொண்டும் ஏழு ஆண்டுகளைக் கழித்தார்.

1842இல் வடஅமெரிக்க மாகாணத்திற்குத் தப்பிச் சென்றார். நார்காம் தனது அடிமையைப் பிடித்துத்தர அனுப்பியவர் களிடமிருந்து தப்பிக்கும் முயற்சியின்போது பாஸ்டனிலும் பின்பு நியூயார்க் நகரத்து ராச்செஸ்டரிலும் தனது தம்பி ஜானுடன் இணைந்து அடிமை முறை ஒழிப்புப் பணியில் ஹேரியட் தன்னை ஈடுபடுத்திக்கொண்டார். அக்காலத்தில் அனைவருக்கும் மிகவும் அறிமுகமாயிருந்த ஆமி போஸ்ட் என்ற அடிமை ஒழிப்புப் போராளி தந்த ஊக்கத்தால் ஹேரியட், தான் ஓர் அடிமையாகப் பாலியல் வன்கொடுமைகளை எதிர்கொண்டதைப் பற்றி எழுதத் தொடங்கினார். முதலில் இவரது எழுத்துக்கள் ஆசிரியர் பெயர் குறிப்பிடப்படாத கடிதங்களாக *நியூயார்க் ட்ரிப்யூனல் (Newyork Tribunal)* என்ற செய்தித்தாளில் வெளியிடப்பட்டன. அதன் பின் ஹேரியட் தனது எழுத்துக்களை 1861இல் ‘ஓர் அடிமைச் சிறுமியின் வாழ்க்கை நிகழ்வுகள்’ *(‘Incidents in the Life of a Slave Girl’)* என்ற நூலாக அமெரிக்க ஐக்கிய நாட்டிலும் ‘ஆழமான குற்றங்கள்’ *(‘The Deeper Wrong’)* என்ற பெயரில் இங்கிலாந்திலும் வெளியிட்டார். தனது அடிமை வாழ்க்கையைப் பற்றி தானே எழுதிய முதல் ஆப்பிரிக்க அமெரிக்கப் பெண் இவரே.

அமெரிக்க உள்நாட்டுப் போர் முடிந்த பின் ஹேரியட்டும் அவரது மகளும் வெர்ஜினியா மாகாணத்தில் உள்ள அலெக்ஸாண்ட்ரியாவில் கறுப்பினத்தவருக்கான இலவசப் பள்ளியை நிறுவினர். ஜார்ஜியா மாகாணத்தில் உள்ள சவான்னா விலும் விடுதலை பெற்ற கறுப்பினத்தவருக்கென்று தங்கும் விடுதியும் பள்ளியும் நிறுவினர். தனது இத்தகைய அனுபவங்களை எல்லாம் அவர் வடஅமெரிக்கச் செய்தித்தாள்களில் எழுதினார். ஏறத்தாழ ஒரு நூற்றாண்டுக் காலம்வரை மறுபதிப்பை காணாத அவரது புத்தகம், அமெரிக்காவில் சிவில் உரிமைப் போராட்டங்கள் தீவிரமடைந்த பிறகு புதிய வாசகர் தளத்தைப் பெற்றது. ஹேரியட் வாஷிங்டனில் 1897ஆம் ஆண்டு மறைந்தார். அவரது உடல் மாசாசூசெட்ஸ் மாகாணத்தில் கேம்ப்ரிட்ஜ் நகரில் உள்ள மௌண்ட் ஆபார்ன் கல்லறைத் தோட்டத்தில் இருந்த அவரது தம்பி ஜானின் கல்லறைக்கு அருகில் புதைக்கப்பட்டது.

அறிமுகவுரை

அடிமை வாழ்வின் சாகசங்கள்

இயற்கை பலப்பல இன்பங்களை வழங்கி யிருக்கிறது. ஆனால் வாழ்க்கையோ ஏராளமான துயரங்களைக் கொண்டிருக்கிறது. இந்த எண்ணம் தான் 'ஓர் அடிமைச் சிறுமியின் வாழ்க்கை நிகழ்வுகள்' என்னும் இந்தத் தன்வரலாற்று நூலை வாசித்து முடித்ததும் என் மனதில் தோன்றியது. எத்தனை எத்தனை துன்பங்கள்! இந்த நூலுக்குள் எங்காவது மகிழ்ச்சியின் வாசனை வீசுகிறதா என்று தேடிப் பார்த்தால் அதற்கும் இயற்கைதான் துணை வருகிறது. தன் குழந்தைகளைக் காணும்போது தாய் கொள்ளும் இயல்பான மகிழ்ச்சி ஒன்று மட்டுமே காணக் கிடைக்கிறது.

'நான் அடிமையாகவே பிறந்தேன்' என்பது இந்நூலின் தொடக்க வாசகம். ஒருவர் எப்படி அடிமையாகப் பிறக்க முடியும்? தாய் அடிமையாக இருந்தால் பிறக்கும் பிள்ளையும் அடிமை. நம் சமூகத்தில் பிறப்பிலேயே சாதி ஒட்டிக்கொண்டு வந்து விடுவது போலத்தான். அடிமையாகப் பிறந்த பெண் அடிமைத் தளையிலிருந்து விடுதலை பெறத் தம் வாழ்நாள் முழுதும் செய்யும் போராட்டமே இந்த நூல். ஆகவே இது அற்புதமான வாழ்க்கையைப் பதிவு செய்திருக்கும் நூலாகிறது. போராட்டமே அற்புதம். அரசியல் கோட்பாடுகளை எல்லாம் கற்றறிந்து செய்த போராட்டமல்ல. இவ்வுலகத்தில் வாழ்வதற்காகச் செய்யும் போராட்டம். ஒவ்வொரு உயிரும் தனக்குக் கிடைத்திருக்கும் உயிர் வாழ்வை வாழ்ந்து தீர்க்க வேண்டும் என்று கொண்டிருக்கும் இயல்புணர்வு காரணமாகச் செய்யும் போராட்டம்.

இந்தத் தன்வரலாற்று நூலில் துயரங்களோடு சாகசங்களும் இணைந்திருக்கின்றன. மனிதரை மனிதர் அடிமைப்படுத்தி மகிழ்ச்சியைத் துய்க்கும் சுயநல அற்பத்தனங்கள் ஒருபுறம். அவற்றை எதிர்கொள்ள ஒளிதல், ஓடுதல், உதவுதல், உழைத்தல், திரிதல், தேடுதல், கண்டடைதல் என்பன எல்லாம் இன்னொரு புறம் நடக்கின்றன. அவைதான் சாகசங்கள். ஒவ்வொரு நாள் வாழ்வும் ஒரு சாகசம்தான். சிறு வீட்டின் இருள் படர்ந்த பரணுக்குள் ஏழாண்டுகள் ஒரு பெண் அடைந்து வாழ்ந்ததே அவற்றில் பெரிய சாகசம். எங்கே சென்றாலும் ஓர் அடிமையை எஜமானக் கண்கள் துரத்திக்கொண்டேயிருக்கின்றன. எப்போதும் அதிகாரத்திற்கும் ஆதிக்கத்திற்கும் ஆயிரமாயிரம் கண்கள். ஓர் அடிமையால் அச்சமின்றி ஒரு கணமேனும் இருக்க முடிய வில்லை. ஓரிடமும் நிம்மதி தருவதில்லை. எல்லாவற்றையும் தன் மனத்திண்மையால் எதிர்கொள்ளும் அடிமை வாழ்வின் சாகசங்களே இந்நூல்.

அடிமை முறை பற்றியும் வாழ்க்கை குறித்தும் பல்வேறு நூல்கள் வந்திருக்கின்றன. 'ஸ்பார்ட்டகஸ்', 'ஓர் அடிமையின் வரலாறு' (பிரடெரிக் டக்ளஸ்) உள்ளிட்ட சில நூல்கள் தமிழில் மொழிபெயர்க்கப்பட்டுள்ளன. எனினும் இந்த நூலுக்குத் தனிச் சிறப்பும் மதிப்பும் இருக்கிறது. அடிமையாக வாழ்ந்த பெண்ணின் கதை இது. அடிமையாக வாழ்ந்த ஆண்களை விடவும் பெருந் துன்பங்களைப் பெண்கள் அனுபவித்துள்ளனர். உழைப்புச் சுரண்டல், உரிமைச் சுரண்டல் இரண்டும் தவிரப் பாலியல் சுரண்டலும் சேர்கிறது. மேலும் குழந்தை வளர்ப்பு பெண்களையே சார்ந்திருக்கிறது. ஒருவகையில் ஆண்களைவிடப் பெண்கள் பலத்துடன் போராடத் தம் குழந்தைகளின் மீதான பிடிப்பு முக்கிய மான காரணமோ என்றும் எண்ணத் தோன்றுகிறது.

பல சந்தர்ப்பங்களில் புனைவை விடவும் உண்மை நம்ப முடியாததாக இருக்கிறது. இந்நூலில் விவரித்திருக்கும் சம்பவங்கள் தொடர்பாக அப்படி ஒரு சந்தேகம் கிளப்பப்பட்டிருக்கிறது. ஓர் அடிமையால் இப்படி எழுத முடியுமா என்பதுதான் சந்தேகம். வாழ்வையே போராட்டமாகக் கொண்ட ஒருவர் இதை எழுத எல்லாச் சாத்தியங்களும் உண்டு என்பதுதான் பதில். இதன் ஆசிரியரான ஹேரியட் ஜேகப்ஸ் தம் பெயரை இந்நூலில் லிண்டா ப்ரென்ட் என மாற்றிக்கொண்டுள்ளார். இதில் வரும் பலருடைய பெயரையும் மாற்றியிருக்கிறார். அவர் எழுதிய காலத்தில் பெயரடையாளத்தைத் தவிர்க்கும் தேவை இருந்திருக்கிறது. மற்றபடி இதிலுள்ளவை அனைத்தும் நடந்தவையே.

இந்த நூல்மீது எழுப்பப்பட்ட சந்தேகத்தை ஆய்வுப் பொருளாகக் கொண்டு யெல்லின் *(Jean Fagan Yellin)* என்பவர் இருபது ஆண்டுகள் ஆய்வு செய்திருக்கிறார். பல்வேறு ஆவணங்கள், ஆதாரங்கள் ஆகியவற்றைக் கண்டறிந்து இந்நூலின் உண்மைத்தன்மையை அவர் நிறுவினார். அவர் *'Harriet Jacobs: A Life'* என்னும் தலைப்பில் விரிவான நூலை எழுதி யுள்ளார். ஜேகப்ஸ் எழுதிய தன்வரலாற்று நூலை விடவும் அது உருவான வரலாறு இருமடங்கு விரிந்திருக்கிறது. யெல்லினின் ஆய்வுக்குப் பிறகு இந்தத் தன்வரலாற்றுக்கு இன்னும் மதிப்பு கூடியிருக்கிறது.

இந்த நூல் வாசிப்போருக்குப் பதற்றத்தையும் கவனத்தையும் எந்த அளவு கூட்டிச் செல்கிறதோ அதற்குச் சற்றும் குறையாமல் இந்நூல் உருவான வரலாறு பற்றிய ஆய்வு நூலும் விளங்குகிறது. அந்நூலும் தமிழில் வர வேண்டும். 'நூல் வரலாறு' என்னும் துறை தமிழில் பெரிய வளர்ச்சி பெறவில்லை. ஆ. இரா. வேங்கடாசலபதி எழுதிய 'கலைக்களஞ்சியத்தின் கதை' நூல் இருக்கிறது. 'நூல் வரலாற்று நூல்கள்' எனச் சொல்லும்படி வேறு எதுவும் நினைவுக்கு வரவில்லை. அந்த வகையில் இந்த நூல் வரலாற்றைப் பற்றி யெல்லின் எழுதியுள்ள ஆய்வு நூலும் தமிழில் வர வேண்டியது முக்கியம் எனக் கருதுகிறேன்.

இந்நூலை மொழிபெயர்த்திருப்பவர்கள் மூவர். கமலா கிருஷ்ணமூர்த்தியும் சுதந்திரமுத்துவும் தமிழ்ப் பேராசிரியர்கள். சங்கரசுப்பிரமணியன் ஆங்கிலப் பேராசிரியர். மூவரையும் 1990களின் தொடக்க ஆண்டுகளிலிருந்து அறிவேன். சக தோழ ராகவும் என் வழிகாட்டியாகவும் இருந்த சுரேஷ் என்கிற சீனிவாசன் அப்போது நந்தனம் அரசு கல்லூரியில் பொருளியல் பேராசிரியராகப் பணியாற்றிக்கொண்டிருந்தார். அவரைச் சந்திக்க அடிக்கடி அக்கல்லூரிக்குச் செல்வேன். அம்பையின் படைப்புகளில் ஆய்வு செய்துகொண்டிருந்த கமலா கிருஷ்ணமூர்த்தி அவர்களைத் தோழர் சுரேஷ் எனக்கு அறிமுகப்படுத்தி வைத்தார். தீவிரமான கருத்துக்களும் மென்மையான உரையாடலும் கொண்டவர் அவர். பின்னாளில் என் மனைவியின் ஆசிரியர் எனவும் அறிந்து மகிழ்ந்தேன். இப்போது எங்கள் உறவினராகவும் ஆகிவிட்டார். ஆசிரியர் சங்கப் பொறுப்புகள் வகித்துப் பல போராட்டங்களில் முன்னின்றவர்.

'தமிழ்நாடு அரசு கல்லூரி ஆசிரியர் கழகம்' 1980களின் இறுதியிலும் 1990களின் தொடக்கத்திலும் கல்லூரி ஆசிரியர்களின் உரிமைகளுக்காகவும் பொது விஷயங்களுக்காகவும் வலுவான

போராட்டங்களை நடத்தியது. சென்னையில் நடந்த போராட்ட நிகழ்வுகளுக்குத் தோழர் சுரேஷுடன் நானும் செல்வது வழக்கம். அப்போது சென்னைப் பல்கலைக்கழகத்தில் ஆராய்ச்சி மாணவனாக இருந்தேன். போராட்டக் களத்தில் தோழர் சுரேஷுக்குப் பேச்சுத்துணையாகச் செல்வதன் மூலம் பலவற்றைக் கற்றுக்கொண்டேன். அங்கேதான் சங்கரசுப்பிரமணியன், சுதந்திரமுத்து ஆகியோரை அறிமுகம் கொள்ளும் வாய்ப்புக் கிடைத்தது.

நானும் கல்லூரி ஆசிரியராகப் பணியேற்ற பிறகு 'அரசு கல்லூரி ஆசிரியர் மன்றம்' என்னும் அமைப்பில் சங்கர சுப்பிரமணியன் அவர்கள் தலைமைத்துவத்தில் இணைந்து நின்றேன். அப்போது அவர் ஆளுமையையும் ஆழ்ந்த இலக்கிய வாசிப்பையும் அறிந்தேன். ஆத்தூர், அறிஞர் அண்ணா அரசு கல்லூரியில் நான் தமிழ்த்துறைத் தலைவராக இருந்தபோது சங்கரசுப்பிரமணியன் அவர்களைத் தமிழ் இலக்கிய மன்ற விழாவிற்குச் சிறப்பு விருந்தினராக அழைத்துப் பேச வைத்தோம். தமிழ்த் துறைக்குச் சிறப்பு விருந்தினராக ஆங்கில ஆசிரியரா என்று எதிர்ப்பு எழுந்தது. அவ்வெதிர்ப்புக்கு ஆசிரியர் சங்கம் சார்ந்த பிரச்சினைகளும் காரணம். 'மொழி வேறு வேறாக இருக்கலாம்; இலக்கியம் என்பது ஒன்றுதான்' என்று பதில் சொன்னோம். அந்நிகழ்வில் அவர் ஆற்றிய உரை இன்னும் என் நினைவில் பதிந்திருக்கிறது.

இலக்கியம் பற்றிய ஆழ்ந்த அறிவும் பார்வையும் கொண்ட அவர் தம் கவனத்தை இலக்கிய விமர்சனத்தில் செலுத்தி யிருந்தால் நல்ல கட்டுரைகளையும் நூல்களையும் எழுதியிருக்க முடியும் என்னும் ஆதங்கம் எனக்குண்டு. எனினும் தொழிற்சங்கப் பொறுப்புகளிலிருந்து அவர் சாதித்தவை ஏராளம். காலச்சுவடு கல்விச் சிறப்பிதழ் ஒன்றுக்கு அவரை நேர்காணல் செய்தேன். மிகச் சில நேர்காணல்களையே எடுத்திருக்கிறேன். அவற்றுள் இந்த நேர்காணல் மிகவும் முக்கியமானது. இன்றுவரை என்மேல் அன்பும் அக்கறையும் காட்டும் அரிய தோழமை அவர்.

பேராசிரியர் சுதந்திரமுத்து அவர்களையும் போராட்டக் களத்தில் அறிமுகம் கொண்டேன். மாநிலக் கல்லூரியில் தமிழ்ப் பேராசிரியராக இருந்த அவர் மிகச் சிறந்த கல்வியாளர். பல பாடத்திட்டங்களுக்கும் பாடநூல்களுக்கும் உயரிய பங்களிப்பை வழங்கியவர். அவர் எழுதிய பாடங்களை இப்போதும் நான் தேடிப் படிப்பதுண்டு. 'படைப்புக் கலை' என்னும் நூல் தமிழ் இலக்கிய மாணவர்களுக்குப் படைப்பிலக்கியம் நடத்துவதற்குத் தகுதி கொண்ட ஒரே நூலாக விளங்குகிறது. தமிழ் இலக்கிய

நெடும்பரப்பில் புலமை மிக்கவர். நவீன இலக்கிய ஆராய்ச்சியாளர். புதுக்கவிதை தொடர்பாக அவர் எழுதியுள்ளவை மிகுந்த கவனம் பெற்றவை.

பேராசிரியர்கள் மூவரும் ஓய்வு பெற்ற பிறகும் தம் நாட்களைப் பயனுள்ள வகையில் இலக்கிய வாசிப்பிலும் இலக்கியம் தொடர்பான உரையாடல்களிலும் கழித்து வருகின்றனர். தொழிற்சங்கத்தில் இணைந்து செயல்பட்டதைப் போலவே இப்போது மொழிபெயர்ப்பிலும் சேர்ந்து பணியாற்றியுள்ளனர். ஒருநூலை மூவர் சேர்ந்து மொழிபெயர்ப்பது சாதாரணமல்ல. கருத்துக்களில் ஒருமை இருக்க வேண்டும். ஒரு விஷயத்தைத் தன்முனைப்பு இன்றி உரையாடும் பேறு வாய்க்க வேண்டும். பிறர் கருத்தைப் பரிசீலிக்கும் பெருமனம் தேவை. அத்தகைய இணக்கம் கூடிவந்து இந்நூலை மூவரும் மொழிபெயர்த்துள்ளனர். இந்த மொழிபெயர்ப்பு முறைப்பாட்டைக் குறித்து அவர்கள் எழுதினால் சுவையான கட்டுரையாக அமையும்.

ஆங்கிலத்தில் இரு நூற்றாண்டுகளாகப் பல பதிப்புகளைக் கண்ட நூல் இது. பல மொழிகளில் மொழிபெயர்க்கப்பட்டுள்ள நூல். இதை மிகுந்த கவனத்துடனும் மொழி உணர்வுடனும் மொழிபெயர்த்துள்ள பேராசிரியர்கள் மூவரையும் பாராட்டி இத்துறைக்கு வரவேற்பதில் மகிழ்கிறேன்.

நாமக்கல்   **பெருமாள்முருகன்**
26.08.2022

அணிந்துரை

சுயசரிதை – கதையாடல்

எப்பொழுதும் யாரேனும் அடிமைப்படுத்தப் பட்டாலும் அல்லது எந்த விதத்திலாவது அவரது சுதந்திரம் பறிக்கப்பட்டாலும் அந்த நபர் ஒரு மனிதராக இருந்தால் என்னைப் பொறுத்தவரையில் அவர் தனது சுதந்திரத்தை மீட்டுக் கொண்டு வருவதற்குத் தேவையான எந்த வழிமுறைகளையும் கையாள்வது நியாயமானது.

– மால்கம் எக்ஸ்.

கி.பி. 1444இல் ஐரோப்பிய அடிமை வணிகம் தொடங்கியதிலிருந்து 400 ஆண்டுகாலக் கறுப்பின அடிமைத்தனத்தின் வரலாறு தொடங்குகிறது. லெரோன் பென்னட் ஜூனியர் கூறியிருப்பதைப்போல ஆப்பிரிக்கா தனது மக்களில் ஏறக்குறைய நான்கு கோடிப் பேரை இந்த அடிமை வணிகத்திலும் காப்பித் தோட்டங்களிலும் கப்பல்களிலும் இழந்துள்ளது. ஜார்ஜியாவில் ஒரு கறுப்பின வாலிபன் தூய்மையான காற்றைச் சுவாசிக்கத் தன் வீட்டை விட்டு வெளியில் வந்தால் பத்து மாதங்களுக்குள் தன் மார்பிலும் முதுகிலும் அடிபட்ட தழும்புகளுடன் காணப் படுவான் என்ற பேச்சு உண்டு.

ரோதே தீவின் கறுப்பினக் கதைசொல்லிகள் இயக்கத்தை நிறுவியவரும் அதன் இயக்குநருமான வலேரி டட்சன் என்ற ஆய்வாளர், 'அடிமை முறை நமது தேசத்தின் மிகப் பெரிய காயமாகும். அது

அசிங்கமானது. நமது மனசாட்சியைக் குத்தக்கூடியது' என்று தம் நூலில் எழுதியிருக்கிறார். கறுப்பின மக்களைச் சிறைபிடிப்பதில் ரோதே தீவில் இருந்த நியூபோர்ட் துறைமுகம் குறிப்பிடத் தக்க பணியாற்றியது என்றும் அங்கிருந்து 900 கப்பல்கள் மூலமாக ஏறக்குறைய ஒரு லட்சம் கறுப்பின மக்கள் மேற்கிந்தியத் தீவுகளுக்கும் வட அமெரிக்காவிற்கும் அடிமைகளாகக் கொண்டு செல்லப்பட்டனர் என்றும் அவர் கூறுகிறார்.

தென்கரோலினாவில் உள்ள சார்லஸ்டன் என்ற ஊரில் பிறந்த ஜோர்டன் லூபர் எனும் கறுப்பின அடிமை தனது இரண்டாவது வயதில் பெற்றோரை இழந்ததாகவும் பின்னர் டெக்ஸாஸிற்குக் குடிபெயர்ந்துவிட்டதாகவும் தனது இறுதிக் காலம் வரையிலும் பெற்றோரைக் குறித்த எந்த நினைவும் தனக்கு இருந்ததில்லை என்றும் கூறியிருக்கிறார். வர்ஜீனியாவில் பிறந்தவரான வில்லியம் ஹெய்னெஸ் என்ற கறுப்பின அடிமை 'நாங்கள் ஆடு, மாடுகளைப் போலச் சந்தைகளில் ஏலம் விடப் படுவதுதான் இந்த அடிமை வாழ்வில் மிகப்பெரிய கேவலம்' என்கிறார்.

'சிறு வயதில் என் தாய் என்னிடமிருந்து பிரிக்கப்பட்டு விற்கப்பட்டாள்; அம்மா இல்லாமல் நான் மிகவும் தனிமையாக உணர்ந்தேன். நான் வேலை செய்யும் இடங்களில் அவளின் ஏக்கத்தில் கதறி அழுதிருக்கிறேன். உன் அம்மா எப்படியும் உன்னைப் பார்க்க வந்துவிடுவார்கள் என்று எல்லோரும் சொன்னார்கள். அதற்குப் பின்னர் நான் இறக்கப்போகும் இந்தத் தருணம்வரை ஒருமுறைகூட என்னால் என் அம்மாவைப் பார்க்க முடியவில்லை' என்று காலின்ஸ் என்னும் கறுப்பின அடிமை மரண வாக்குமூலம் தருகிறார்.

ஒலெளதா இக்யு ஆனோ என்ற கறுப்பினச் சிறுவன் தனது பதினோராம் வயதில் சிறைபிடிக்கப்பட்டுக் கப்பல் மாலுமி ஒருவருக்கு விற்கப்பட்டான். அந்த மாலுமி அச்சிறுவனுக்குக் கல்வி கற்பித்ததோடு இவன் தனது ஓய்வு நேரத்தில் வேறு வேலைகள் செய்து பணம் சம்பாதித்துச் சேமித்துத் தனக்கான விலையை எஜமானனுக்குக் கொடுத்து விடுதலை பெற்றுக் கொள்ளலாம் என்றும் கூறியிருந்தான். அச்சிறுவனும் அதன் படியே சம்பாதித்த பணத்தைச் சேமித்துத் தன்னை முற்றிலுமாக விடுவித்துக்கொண்டான். அவன் தான் சிறைப்பட்டிருந்த நாட்களில் கண்ட அனுபவித்த அடிமை வாழ்வைக் குறித்து நூல் ஒன்றை எழுதி வெளியிட்டான். அது பலரது வரவேற்பைப் பெற்றது.

1845ஆம் ஆண்டில் வெளியிடப்பட்ட 'அமெரிக்க அடிமை ஃப்ரடெரிக் டக்ளஸின் வாழ்க்கை விவரணை' என்ற நூல்

விடுதலை விரும்பும் அனைவரது கவனத்தை ஈர்த்ததோடு, பலரது பாராட்டுக்களையும் பெற்றது. தற்போது உங்கள் கைகளில் தவழும் 'ஓர் அடிமைச் சிறுமியின் வாழ்க்கை நிகழ்வுகள்' என்ற இந்த நூல் ஹேரியட் ஜேகப்ஸ் என்பவர் லிண்டா ப்ரெண்ட் என்ற புனைபெயரில் 1867இல் எழுதி வெளியிட்ட நூலாகும். இந்த நூலில் தான் அடிமையாகவே பிறந்தது முதல் தன் வாழ்வில் நிகழ்ந்த பல கசப்பான சம்பவங்களைப் பதிவுசெய்திருக்கிறார். தான் ஒரு விற்பனைப் பண்டம் என்ற எண்ணமே அவரது ஆழ்மனதில் எப்போதுமே பதிந்திருந்தது.

அடிமை வாழ்வு அசாதாரணமானது. தந்தை இறந்து சடலம் அவரது எஜமானன் வீட்டில் கிடக்கிறது. இறந்து கிடக்கும் தந்தையின் உடலைப் பார்க்க எஜமானனின் வீட்டார் அனுமதி அளிப்பார்கள் என அவள் காத்திருக்கிறாள். ஆனால் அவர்களோ மாலையில் தங்கள் வீட்டில் நடக்கவிருக்கும் ஒரு விருந்திற்காகப் பூக்களைப் பறித்து வரும்படி அவளுக்கு ஆணையிடுகிறார்கள். ஒரு மைல் தூரத்தில் தந்தையின் உடல் கிடத்தப்பட்டிருந்தபோது அவள் பூக்களைச் சேகரித்துக்கொண்டும் மாலைகள் தொடுத்துக் கொண்டும் இருக்கும்படி பணிக்கப்படுகிறாள்.

அச்சிறுமியின் பாட்டியிடம் அந்த வீட்டு எஜமானி முந்நூறு டாலர்கள் கடன்பட்டிருந்தாள். அந்த எஜமானி இறந்த பின்பு அவளது சொத்தை நிருவகிப்பவனிடம் தான் கடனாகக் கொடுத்திருந்த பணத்தைத் திரும்பக் கேட்டபோது 'எஸ்டேட் நஷ்டத்தில் உள்ளது. இந்தச் சமயத்தில் பணத்தைக் கேட்பது சட்ட விரோதம்' என்று கூறிப் பணத்தைத் திருப்பித் தர மறுத்து விட்டான். அடிமைகள் மனிதாபிமானம் இல்லாமல் பலவகைகளில் சுரண்டப்பட்டார்கள்.

அடிமைகளின் குறிப்பாகப் பெண் அடிமைகளின் நிலை இன்னும் மோசமானது. தமக்கென்று குடும்பம் அமைத்துக் கொள்ள இயலாமை, குடும்ப உறவுகளைப் பறிகொடுக்க வேண்டிய நிலைமை, பெற்ற குழந்தைகள் தங்களிடமிருந்து பிரிக்கப்பட்டு எங்கெங்கோ விற்கப்படும்போது செய்வதறியாமல் பரிதவிக்க நேரும் அவலங்கள் என எத்தனையெத்தனையோ கொடுமைகளை அப்பெண்கள் அனுபவிக்க வேண்டியிருந்தது.

அந்த அடிமைச் சிறுமியின் வாழ்வில் நிகழ்ந்து முடிந்த பல்வேறு இக்கட்டான தருணங்கள் நம்மைக் கலக்கமுறச் செய்கின்றன. அவள் அடிமைத்தளையிலிருந்து தப்பிக்க மேற்கொள்ளும் முயற்சிகளின் போதெல்லாம் அந்தப் பெண் தன் எஜமானர்களிடம் பிடிபட்டுவிடுவாளோ என்ற பதற்றம் ஒவ்வொரு நிமிடமும் நமக்கு ஏற்படும். அவள் தப்பித்துக் கப்பலில் பயணம்

செய்யும்போதும் அவளது அடிமை வாழ்வு தனக்கு உதவியாக இருந்த வெள்ளைக்காரக் கப்பல் தலைவர் மீதே சந்தேகம் கொள்ள வைக்கிறது. அடிமை வாழ்வின் ஜடத்தன்மை அச்சிறுமியின் வாழ்க்கையில் ஒவ்வொரு நிமிடமும் அவர் அனுபவித்த துன்பங்களை வாசிக்கும்போது அத்துன்பியல் அனுபவங்கள் நம்மையும் தொற்றிக்கொண்டு நிலைகுலையச் செய்துவிடுகின்றன.

அச்சிறுமியின் வாழ்வின் ஒவ்வொரு நிமிடமும் அதிர்ச்சியும் துரோகமும் அவநம்பிக்கையும் நிறைந்ததாகவே இருந்ததால் தான் ஓர் அடிமை என்ற எண்ணம் எப்போதும் அவள் மனதில் ஏற்பட்டுக்கொண்டே இருந்தது. அதை அவளால் தவிர்க்கவே முடிந்ததில்லை. இன்றும் 'அமெரிக்க அடிமை முறை' என்னும் சரித்திர நூலை மாணவர்களுக்குக் கற்றுத்தர ஆசிரியர்கள் முன்வருவதில்லை. ஆம்! 58% ஆசிரியர்கள் இந்நூல் பாடத் திட்டத்தில் இருந்தபோதும் கற்றுத்தர மறுத்துவிடுகின்றனர்.

இந்நூல் சுயசரிதை நூலாக இருந்தாலும் புதினத் தன்மை வாய்ந்ததாக இருக்கிறது. கதைமாந்தர்களின் உண்மைப் பெயர்கள் மாற்றப்பட்டுப் புனைபெயர்கள் சூட்டப்பட்டுள்ளதால் இச்சுயசரிதை புதினம் என்னும் தளத்திற்கு வந்துவிடுகிறது. தனது வாழ்க்கைக் கதையில் தனது இயற்பெயர் ஓர் அடிமையின் பெயராக இல்லாமல் இருக்க வேண்டுமென்ற அவரது அவாவே இக்கதை ஒரு புதினமாக மாறியதற்குக் காரணம் என நாம் ஊகிக்கலாம். சுயமரியாதையும் மனித மாண்புகளும் தொலைந்துபோன சமுதாயத்தில் சிலுவைகள் உயிர்த்தெழுவதில்லை.

வாசிப்பை உத்வேகப்படுத்தும் நல்ல மொழிபெயர்ப்பு. படிக்கத் துவங்கினால் புத்தகத்தை இடையில் மூட முடியாது. சிறுமியின் வாழ்க்கை நிகழ்வுகளால் கண்கள் குளமானாலும் வீரம் செறிந்த அவரது போராட்டம் படிப்பவர் மனதில் வியப்பை ஏற்படுத்தும். ஓரிரு இடங்களில் கிறிஸ்துவக் கலைச்சொற்களைச் சரியாகக் கையாண்டிருந்தால் இன்னும் சிறப்பாகச் சோபித்திருக்கும். பெண்கள் அனைவரும், விடுதலை விரும்பும் அனைவரும் தவறாமல் படிக்க வேண்டிய நூல் இது.

சென்னை
01.03.2022

பா. சுகந்தி
மாநிலப் பொதுச்செயலாளர்
அனைத்திந்திய ஜனநாயக மாதர் சங்கம் (AIDWA)

மொழிபெயர்ப்பாளர்கள் முன்னுரை

மனித விடுதலைக்கு உதவும் நூல்

ஹேரியட் ஜேகப்ஸ் படைத்த *'Incidents in the Life of a Slave Girl'* என்ற தன்வரலாறு உலகளவில் பெரும் வரவேற்பைப் பெற்ற நூலாகும். ஆனால் முதலில் பெரும் தயக்கத்திற்குப் பின்தான் அவர் 1867இல் இந்நூலை அமெரிக்காவில் வெளியிடச் சம்மதித்தார். இது அன்றைய அடிமை முறையை ஒழிப்பதற்கான அவசரத்தையும் தேவையையும் நியாயத்தையும் எடுத்துரைக்கும் ஆவணமாகவும் இருந்தது. ஏனெனில் இது அடிமைப் பெண்ணான அவரது வாழ்க்கை. புனைவுக்காக எந்தச் செருகலும் இல்லாமல் அவர் அனுபவித்தவற்றை அவர் அறிந்த மொழியில் வெளிப்படுத்திய பதிவு இது.

அனுபவங்களால் நெய்யப்பட்டது என்றாலும் இது தன்வரலாறாகத் தகவல்களை அடுக்கவில்லை. படைப்பாக்கத்திற்குரிய அத்தனை நெளிவுசுளிவுகளோடும் கதையாடல் தன்மையோடும் இலட்சியங்களுக்கான அழுத்தத்தோடும் காலங்களைக் கடந்தும் வலியுறுத்தப்பட வேண்டிய மனித சமத்துவத்திற்கான முன்மொழிவுகளோடும் அமைந்த படைப்பாக இது இருக்கிறது. பெண்ணடிமைத்தனத்தின் அவலங்களைச் சொல்லி நீதி கேட்பதாகவும் இருக்கிறது. இந்நூல் வெளிவந்து 150 ஆண்டுகள் கடந்த பின்னும் இத்தகைய கருத்தாடல்களுக்கான தேவை இன்றும் இருப்பதால் தமிழில் இது மொழிபெயர்க்கப்படுவது தேவையாகிறது.

அமெரிக்காவின் தென்பகுதியில் அடிமைப் பெற்றோருக்குப் பிறந்த ஹேரியட் ஜேகப்ஸ், செயல்கள் நிறைந்த தன் வாழ்வை எழுதுகையில் தன் பெயரை லிண்டா ப்ரென்ட் என்று மாற்றி வைத்துக்கொண்டார். உடன் வாழ்ந்தவர்களுக்கும் வேறு பெயர்கள் வைத்தார். கடும் உழைப்பிற்கு இடையே அவ்வப்போது கிடைத்த சிறிது ஓய்வில் இந்நூலை அவர் எழுதிவந்தார். இதை எழுதி முடிக்க ஏழு ஆண்டுகள் தேவைப்பட்டன. ஆமி போஸ்ட் (வெள்ளை இனத்தவர்) என்ற அடிமை ஒழிப்புப் போராளியின் உதவியோடு முற்போக்குச் சிந்தனையாளர் மரியா சைல்ட் என்பவரால் சிறிய மாற்றங்களோடு இந்நூல் பதிப்பிக்கப்பட்டது.

1813இல் ஈடென்டனில் ஹேரியட் பிறந்தார். இவர் தம்பி ஜான். ஹேரியட் ஆறு வயதுவரை அடிமை என்று உணராத வகையில் வளர்க்கப்பட்டார். அம்மாவின் இறப்பிற்குப் பின் அடிமைத் தனத்தின் கொடுமை இவரை இறுக்கத் தொடங்கியது. இவருடைய எஜமானி இறந்த பின்னர் மூன்று வயது சின்ன எஜமானிக்கு அடிமையாக்கப்பட்டார். அப்போதுதான் முதன்முதலாக அடிமைத் தனத்தின் கோர முகத்தைக் கண்டு அதிர்ந்தார். விழிப்பு நிலையை முழுதாக இழக்கும் வகையில் கட்டமைக்கப்பட்ட அடிமை முறையை, தன்முனைப்பான விடுதலை உணர்வால் ஒவ்வொரு வாய்ப்பிலும் நேரடியாகவும் மறைமுகமாகவும் எதிர்த்தார். உள்ளூர உருகிக்கொண்டிருக்கும் விடுதலை வெப்பத்தைக் குழைத்து மின்னல்வீச்சுகளாகத் தன் வாழ்க்கை நிகழ்வுகளை மனமொழியாக இந்நூலில் முன்வைத்துள்ளார். அழகுணர்வின் ரேகைகளையும் இதத்தின் குறியீடான தன் காதலையும் தன்னடையாளமான பாசவுணர்வையும் ஒருங்கு சேர்த்து இந்நூலைப் படைத்துள்ளார். இந்நூல் கற்பிதம் இல்லை; இது அச்சு அசலான அவரது வாழ்வு.

புதிய எஜமானியின் தந்தை டாக்டர் ஃப்ளின்டின் காம அணுகல்களைப் பலவகைகளில் தவிர்க்கிறார் லிண்டா. வன்மையான எதிர்ப்புணர்வைக் காட்டுகிறார். எதிர்ப்புணர்வின் வடிவமாகவே அவரே தேர்ந்துகொண்ட காதல் அமைகிறது. அடிமைப்படுத்துபவனின் காமத்துக்குப் பலியாவதைத் தவிர்க்கத் தானே தேர்ந்தெடுக்கும் காதல் உயர்வானது என்ற எண்ணத்தால் லிண்டா இதனைத் தேர்வு செய்கிறார். திருமணம் ஆகாமலேயே பிறந்த இரண்டு குழந்தைகளின் விடுதலைக்காகவும் போராடும் நிலையை எதிர்கொள்கிறார். விடுதலைச் சாத்தியங்கள் கைநழுவு கின்றன. வேறு வழியின்றிப் பாட்டியின் வீட்டில் குறுகிய பரணில் ஏழு ஆண்டுகள் ஒளிந்து வாழ்ந்துவிட்டு வட அமெரிக்காவின் வட பகுதிக்குத் தப்பிச் செல்கிறார். யாரும் அறியாவண்ணம்

அப்படிப்பட்ட இடத்தில் மறைந்து வாழ்ந்த அவரது மனத் திடம் வியப்பை அளிக்கிறது.

அதிகாரம் எப்படியெல்லாம் தன்னைத் தக்கவைக்கும்; எதிர்நிலைகளைக் கண்காணிக்கும்; காரணம் இன்றியும் தண்டனை தந்து அச்சுறுத்தலை நிலைநிறுத்தும் என்பதை இந்நூல் அனுபவ வெளிச்சத்தில் காட்டுகிறது. ஆட்களின் மீதான அதிகாரம் அவர்களின் சிந்தனையை ஒடுக்கும் முறையாக ஆவதையும் காட்டுகிறது. அதிகாரத்திலிருந்தும் சிந்தனை ஒடுக்குமுறைகளிலிருந்தும் ஒருசேர விடுதலை அடைவதை இந்த நூல் வலியுறுத்துகிறது. எதிர்காலத்திற்கான சவால்களை எதிர்நோக்கி மாற்றத்திற்கான கூறுகளை இது முன்வைக்கிறது. ஹேரியட்டின் எதிர்ப்புணர்வுத் தர்க்கக் கண்டனம், மெலிதான நகைச்சுவையாக அங்கங்கே வெளிப்பட்டுப் படைப்பை அசைவியக்கம் உள்ளதாக ஆக்குகிறது.

19ஆம் நூற்றாண்டில் தென்அமெரிக்காவில் நிலவிய அடிமைத் தனத்தைக் காட்டும் இக்கதையாடலுக்கு முன்பும் பின்பும் இத்தகைய படைப்பு முயற்சிகள் மேற்கொள்ளப்பட்டன. குறிப்பாகப் பெண் அடிமைகளின் அவல வாழ்வை உணர்த்துவது ஹேரியட் எழுதிய நூலின் தனித்தன்மை எனலாம். மூடி மறைக்கப் பட்ட பாலியல் சுரண்டல்களை இது அம்பலப்படுத்துகிறது.

ஹேரியட், வெள்ளைக்காரர்கள் அனைவரும் மோசம் என்று சொல்வதில்லை; நல்லவர்களாக இருந்தால் அவர்களை அடையாளப்படுத்திப் பாராட்டுகிறார். வெள்ளையர்கள் அனைவருமே நல்லவர்களாக மாறி இனபேதமற்று இணக்கமாக வாழும் சூழ்நிலையையே ஹேரியட் எதிர்பார்க்கிறார். அடிமை முறையை ஆதரிக்கும் வெள்ளை இனப் பெண்களும் குடும்பத்தில் உரிமையற்றவர்களாக இருக்கும் நிலையையும் ஹேரியட் காட்டுகிறார்; அமெரிக்காவின் வட மாநிலப் பெண்கள் தென் மாநில அடிமை முறையை ஒழிக்க உதவ வேண்டும் என்றும் கோரிக்கை வைக்கிறார்.

அடிமை நிறுவனம், கறுப்பினத்தவரின் கல்வி, குடும்பமாக வாழும் உரிமை, தொழில் உரிமை, சட்ட உரிமை என அனைத்தை யும் மறுத்து அவர்களை வெறும் உடைமையாகவும் சந்தைப் பொருளாகவும் ஆக்கியிருப்பதை ஹேரியட் கண்டிக்கிறார்; அடிமைகளின் அறியாமை, அவர்களின் விடுதலை முயற்சிகள், தோல்விகள், சாவுகள், கையாலாகாத்தனங்கள் என அனைத்தையும் பதிவுசெய்கிறார்.

ஹேரியட்டுக்குச் சிறிது கல்வி பெற வாய்ப்பிருந்தது. எதிலும் செய்நேர்த்தியை விரும்பி மேற்கொள்ளும் அவர் தன் அறிவை வளர்த்துக்கொண்டார்; சிந்தனையைக் கூராக்கிக்கொண்டார். அவரது விடுதலைப் போராட்டம் அவரது பாட்டி, அவரது சித்தி, அவர் என மூன்று தலைமுறைப் பெண்களை உள்ளடக்கியது. பாட்டியிடம் கடின உழைப்பையும் செய்நேர்த்தியையும் கற்றுக் கொண்ட அவர் பாட்டியின் பாதுகாப்பான பாசத்தையும் குறைவறப் பெற்றார். ஆனாலும் விடுதலைக்காகத் தப்பிச் செல்வதைவிட இறந்தபின் மேலுலகில் கிடைக்கும் விடுதலையே மேல் என்ற பாட்டியின் மனப்போக்குக்கு எதிரான நிலையையே அவர் எடுக்கிறார். அதற்குத் தாயைப்போல அவரைப் பாதுகாத்த நான்ஸி சித்தி அளித்த ஊக்கம் அவருக்குக் கை கொடுக்கிறது.

வடபகுதிக்குச் சென்றபின் அவர் பணியாற்றிய வீட்டில் இருந்த நூலகம் அவரைச் செதுக்கியது. நிறவெறியை எதிர்க்கும் அமைப்புகளில் அவர் தன் தம்பியுடன் பங்கேற்றுத் தன்னை வளர்த்துக்கொண்டார். அதன் விளைவுதான் இந்தத் தன்வரலாறு. இது வெளிவந்த காலத்தில் நல்ல வரவேற்பைப் பெற்றது. அதன் காரணமாகவே பின்னாட்களில் கல்வி அறிவற்ற பெண்ணால் இவ்வளவு சிறப்பாக எழுத முடியுமா என்ற ஐயமும் எழுப்பப் பட்டது. ஹார்வர்ட் பல்கலைக்கழக ஆய்வாளரும் பெண்ணுரிமைப் போராளியுமான யெல்லின் இருபது ஆண்டுகள் ஆய்வுசெய்து இது ஹேரியட்டால் எழுதப்பட்டதுதான் என நிறுவினார். இந்நூலுக்குப் பரவலான வரவேற்புக் கிடைக்க இந்த ஐயமும் ஒருவகையில் காரணமாக அமைந்துவிட்டது. இக்கதையாடல் பல்வேறு மொழிகளில் மொழிபெயர்க்கப்பட்டுள்ளது. சீன நாட்டில் பாடநூலாகவும் ஆக்கப்பட்டுள்ளது.

அமெரிக்காவில் அடிமை முறை ஒழிக்கப்பட்டாலும் இன்னும் நிறவெறி நீங்கவில்லை. 2020ஆம் ஆண்டில் கறுப்பினத்தவரான ஜார்ஜ் ஃப்ளாயிட், பலர் முன்னிலையில் வெள்ளைக் காவலரால் கொல்லப்பட்ட நிகழ்வு நிறவெறியின் இருப்பை உணர்த்துகிறது. உலகெங்கும் இனம், பாலியல், பொருளியல், மொழி, சமயம், சாதி என்று பல தளங்களில் அடக்குமுறை இருக்கிறது. இதற்கெதிரான போராட்டங்களும் தொடர்ந்தவண்ணம் உள்ளன. 150 ஆண்டுகளுக்கு முன்பே அடக்குமுறைக்கு எதிராகப் போராடிய ஹேரியட்டின் இப்படைப்பு போராடும் சக்திகளுக்கு இன்றும் தூண்டுதலாகவும் வழிகாட்டியாகவும் இருக்கும். இத்தகைய தூண்டுதலுக்கும் வழிகாட்டுதலுக்கும் தேவை இருக்கிறது. அதற்கு இத்தகைய நூல்கள் தேவை. விடுதலைக்கான எந்தக் குரலும் உலகம் முழுக்கப் பரவ வேண்டும். இந்த அடிப்படையில்

இப்படைப்பு தமிழ்ச் சூழலுக்குக் கொண்டுவரப்படுகிறது. மனித விடுதலைக்கு இது உதவும்.

அமெரிக்காவில் உள்ள அம்பேத்கர் கிங் வாசிப்பு வட்டத்தைச் (Ambedkar king study circle) சார்ந்த கார்த்திக் தூண்டியதால்தான் இம்மொழிபெயர்ப்பு சாத்தியமாயிற்று. ஹேரியட்டின் வாழ்க்கை வரலாற்று நூல்களையும் ஆய்வுகளையும் அமெரிக்காவில் வசிக்கும் நித்யா பெற்றுத் தந்தார். பெங்களூரில் வசிக்கும் பிரசன்னா தொழில்நுட்ப உதவிகள் செய்ததோடு பணிகள் தொடரவும் உற்சாகமூட்டினார்.

ஒன்றுபட்டுப் போராடும் சங்கவாதிகள் என்ற முறையில் இதை நாங்கள் ஒன்றுபட்டு மொழிபெயர்த்தோம். களப்போராளி தோழர் சுகந்தி ஆய்வு அணிந்துரை தந்தார். இந்த நூல் காலச்சுவடு பதிப்பாக வெளிவருவதற்கு எழுத்தாளர் பெருமாள்முருகன் முயற்சியெடுத்தார்; நல்ல அறிமுகவுரையையும் தந்தார். பேராசிரியர் சற்குணம் ஸ்டீவன் இந்த நூலில் வரும் பைபிள் வாசகங்களை மொழிபெயர்க்க உதவினார். இந்நூலை எழுதத் தூண்டியவர்களுக்கும் அணிந்துரை, அறிமுகவுரை வழங்கியவர் களுக்கும் பதிப்பிக்கும் காலச்சுவடு நிறுவனத்திற்கும் எங்கள் நன்றி!

கமலா கிருஷ்ணமூர்த்தி
அ. சங்கரசுப்பிரமணியன்
மு. சுதந்திரமுத்து

உண்மைப் பெயர்கள்

ஓர் அடிமைச் சிறுமியின் வாழ்க்கை நிகழ்வுகள் புத்தகத்தில் இடம்பெற்றுள்ள பாத்திரங்களும் அவர்களுடைய உண்மைப் பெயர்களும்:

1. லிண்டா ப்ரென்ட் – ஹேரியட் ஜேகப்ஸ்
2. அவருடைய அம்மா – டி லைலா ஹார்னி ப்ளோ
3. அப்பா – எலிஜா நாக்ஸ்
4. வில்லியம் / தம்பி – ஜான் எஸ். ஜேகப்ஸ்
5. பெஞ்சமின் / மகன் – ஜோஸப் ஜேகப்ஸ்
6. எல்லென் / மகள் – லூஸியா மெடில்டா ஜேகப்ஸ்
7. மார்த்தா / பாட்டி – மோலி ஹார்னி ப்ளோ
8. ஃபிலிப் மாமா / பாட்டியின் மகன் – மார்க் ராம்ஸே
9. பெஞ்சமின் மாமா / பாட்டியின் மகன் – ஜோஸப்
10. நான்ஸி சித்தி / பாட்டியின் மகள் – பெட்டி *(Betty)*
11. செல்வி ஃபேன்னி / பாட்டியை ஏலத்தில் எடுத்தவர் – ஹன்னா பிரெட்சார்ட்
12. டாக்டர் ஃப்ளின்ட் / அடிமை உடைமையாளன் – ஜேம்ஸ் நார் காம்
13. திருமதி ஃப்ளின்ட் – மேரி மெடில்டா ஹார்னிப்ளோ நார்காம்
14. செல்வி எமிலி ஃப்ளின்ட் – மேரி மெடில்டா நார்காம்
15. திரு. டாட்ஜ் / எமிலியின் கணவர் – திரு. டேனியல் மெஸ்மோர்
16. திரு. சேண்ட்ஸ் / லிண்டாவின் குழந்தைகளின் தந்தை – சாமுவேல் ட்ரெட்வெல் சாயர்
17. திருமதி / திரு. ஹாப்ஸ் / சாண்ட்ஸின் உறவினர்கள் – ஜேம்ஸ் ஐர்டெல் ட்ரெட்வெல் – திருமதி மேரி ப்ளௌன்ட் ட்ரெட்வெல்
18. திரு. தார்னே / திருமதி ஹாப்ஸின் சகோதரர் – ஜோஸப் ப்ளௌன்ட்
19. திருமதி ப்ரூஸ் (1) / முதலில் வேலை கொடுத்தவர் – மேரி ஸ்டேஸ் வில்லிஸ்
20. திருமதி ப்ரூஸ் (2) / இரண்டாவதாக வேலை கொடுத்தவர் – கார்நெலியாகிரின்னெல் வில்லிஸ்
21. திரு. ப்ரூஸ் வேலை கொடுத்தவரின் கணவர் – நாதேனியல் பார்க்கர் வில்லிஸ்

கதை நடந்த இடங்கள்

1. ஈடென்டென் – வட கரோலினா மாகாணம் – ஹேரியட் ஜேகப்ஸ் பிறந்த ஊர்.
2. ஃபிலடெல்ஃபியா – ஹேரியட் ஜேகப்ஸ் தப்பித்து வந்த ஊர்.
3. நியூயார்க் – சில காலம் தாதியாகத் தங்கியிருந்த ஊர்.
4. ப்ரூக்ளின் – ஹேரியட் ஜேகப்ஸின் மகள், சாயரின் உறவினர் வீட்டில் பணிப்பெண்ணாகப் பணியாற்றச் சிலகாலம் தங்கியிருந்த ஊர்.
5. ராச்செஸ்டர் – நியூயார்க் – தன் தம்பி ஜானுடன் ஹேரியட் ஜேகப்ஸ் தங்கி அடிமை ஒழிப்புப் போராட்டத்தில் இணைந்து பணியாற்றிய இடம்.
6. லண்டன், லிவர்பூல் – இங்கிலாந்து – மனைவியை இழந்த நாதேனியல் பார்க்கர் வில்லிஸின் குழந்தைக்குத் தாதியாக ஹேரியட் ஜேகப்ஸ் பயணப்பட்ட ஊர்.
7. நியூ இங்கிலாந்து – தேடுதல் வேட்டைகளின்போது ஹேரியட் ஜேகபஸ் தப்பிச் சென்ற ஊர்.

முக்கிய நிகழ்வுகள் – ஆண்டு

1. *1813* – ஹேரியட் ஜேகப்ஸ் பிறந்தார்.
2. *1815* – ஹேரியட் ஜேகப்ஸின் தம்பி ஜான். எஸ். ஜேகப்ஸ் பிறந்தார்.
3. *1825* – நார்காம் வீட்டில் ஹேரியட் ஜேகப்ஸும் ஜானும் அடிமையானார்கள்.
4. *1829* – ஹேரியட் ஜேகப்ஸின் மகன் ஜோஸப் பிறந்தார்.
5. *1831* – நாட் டர்னர் கலகம்
6. *1833* – ஹேரியட் ஜேகப்ஸின் மகள் லூயிஸா மெடில்டா பிறந்தார்.
7. *1835* – ஹேரியட் ஜேகப்ஸ் தன் பாட்டியின் வீட்டில் இருந்த காற்றும் வெளிச்சமும் புகமுடியாத ஒரு சிறிய பரணுக்குள் தனது ஏழு ஆண்டுகள் மறைவு வாழ்க்கையைத் தொடங்கினார்.
8. *1837* – ஹேரியட் ஜேகப்ஸின் குழந்தைகளின் தந்தை சாயர் காங்கிரஸ் உறுப்பினராகத் தேர்ந்தெடுக்கப்பட்டார்.
9. *1842*–ஹேரியட் ஜேகப்ஸ் கடல் வழியாக வடமாகாணங்களுக்குத் தப்பித்துச் சென்றார்.
10. *1845* – ஹேரியட் ஜேகப்ஸின் இங்கிலாந்துப் பயணம்.
11. *1849* – ஹேரியட் ஜேகப்ஸ் தனது தம்பியுடன் ராச்செஸ்டரில் தங்கியிருந்து அடிமை ஒழிப்பு இயக்கத்தில் பங்கேற்றார். அடிமை எதிர்ப்புப் பெண்ணியவாதியான ஆமி போஸ்ட்டின் நட்பு கிடைத்தது.

15. *1850* – தப்பியோடி வந்த அடிமைகளுக்கு எதிரான சட்டங்கள் வடமாகாணத்திலும் பிறப்பிக்கப்பட்டன.

16. *1851* – கார்னிலியா கிரின்னெல் வில்லிஸ் 300 டாலர் கொடுத்து ஹேரியட் ஜேகப்ஸுக்கு விடுதலை வாங்கினார். ஆமி போஸ்ட் கேட்டுக்கொண்டபடி ஹேரியட் ஜேகப்ஸ் தனது வரலாற்றை எழுதத் தொடங்கினார்.

17. *1853* – ஹேரியட் ஜேகப்ஸ் எழுதிய தன்வரலாறு *நியூயார்க் ட்ரிப்யூன்* என்ற பத்திரிகையில் 'ஒரு தப்பியோடிவந்த அடிமை' என்ற தலைப்பில் கடிதங்களாக வெளிவந்தன. ஜேகப்ஸின் பாட்டி மோலி ஹார்னி ப்ளோ மறைந்தார்.

18. *1857* – அமெரிக்க ஐக்கிய நாடுகளின் உச்ச நீதிமன்றத்தில் அடிமைமுறை நாடு முழுவதற்கும் பொருந்தும் என்ற சட்டம் இயற்றப்பட்டது

19. *1860* – அடிமைமுறைக்கு எதிரான வெள்ளைக்காரப் பெண்மணி லிடியா மரியா சைல்ட் ஹேரியட் ஜேகப்ஸின் கையெழுத்துப் பிரதியைப் பதிப்பித்து முன்னுரை வழங்கினார்.

20. *1861* – அடிமைமுறைக்கு ஆதரவான சட்டங்களுக்கு எதிரான உள்நாட்டுப் போர் தொடங்கியது.

21. *1862* – ஹேரியட் ஜேகப்ஸ் தன்னுடைய புத்தகத்தை 'ஆழமான குற்றம்' *(The Deeper Wrong)* என்ற பெயரில் இங்கிலாந்தில் வெளியிட்டார்.

22. *1863* – ஆபிரகாம் லிங்கன் தென்மாகாணங்களில் உள்ள அடிமைகளுக்கு விடுதலை வழங்கும் ஆணையைப் பிரகடனம் செய்தார். வாஷிங்டன் *(D.C.)* மாகாணத்தில் ஹேரியட் ஜேகப்ஸ் விடுதலை பெற்ற அடிமைகளுக்கான நிவாரணப் பணிகளில் தன்னை ஈடுபடுத்திக்கொண்டார்.

23. *1865* – உள்நாட்டுப் போர் முடிவடைந்தது. சில நாட்களில் ஆபிரகாம் லிங்கன் கொல்லப்பட்டார். அடிமை முறையை முற்றிலும் ஒழிக்கும் பதின்மூன்றாவது சட்டத்திருத்தம் கொண்டுவரப்பட்டது. ஹேரியட் ஜேகப்ஸும் அவர் மகள் லூயிஸா மெடில்டாவும் வர்ஜினியா மாகாணத்தில் உள்ள அலெக்ஸாண்ட்ரியாவில் விடுதலை பெற்ற அடிமைகள் கல்வி கற்பதற்கான 'ஜேகப்ஸ் பள்ளியைத்' துவக்கினர்.

24. *1868* – ஹேரியட் ஜேகப்ஸும் அவர் மகளும் ஜார்ஜியாவில் உள்ள சவான்னாவில் விடுதலை பெற்ற அடிமைகளுக்கான உறைவிடப் பள்ளியைத் துவக்கினர். தனிநபர் உரிமைகளைப்

பாதுகாக்கும் பதினான்காவது சட்டத் திருத்தம் கொண்டுவரப் பட்டது.

25. 1870 – ஹேரியட் ஜேகப்ஸ் மாசாசூசெஸ்ட் மாகாணத்தில் உள்ள கேம்ப்ரிட்ஜுக்குக் குடிபெயர்ந்தார். அங்கு அவர் தங்கும் விடுதி ஒன்றைத் தோற்றுவித்து நடத்தினார். கறுப்பின மக்களுக்கு வாக்களிக்கும் உரிமையைத் தரும் பதினைந்தாவது சட்டத் திருத்தம் கொண்டு வரப்பட்டது.

26. 1873 – ஹேரியட் ஜேகப்ஸின் தம்பி ஜான், மாசாசூசெஸ்ட் மாகாணத்தில் உள்ள கேம்ப்ரிட்ஜ் நகரில் மறைந்தார்.

27. 1897 – ஹேரியட் ஜேகப்ஸ் கேம்ப்ரிட்ஜ் நகரில் மறைந்தார். கேம்ப்ரிட்ஜ் நகரில் உள்ள ஆபார்ன் கல்லறைத் தோட்டத்தில் அவர் தம்பி ஜானின் சமாதிக்கு அருகில் நல்லடக்கம் செய்யப்பட்டார்.

படைப்பாளியின் முன்னுரை

இந்தக் கதையாடல் கற்பனையல்ல என்பதை வாசகர்களுக்கு உறுதியாகக் கூறுகிறேன். என்னுடைய துணிச்சலான செயல்களில் சில நம்புவதற்கே கடின மானவை என்பதை நான் அறிவேன். ஆனால் அவை முற்றிலும் உண்மையானவை. அடிமை முறையின் கொடூரங்கள்பற்றி நான் அதிகமாக எதுவும் சொல்லிவிடவில்லை. அக்கொடூரங்கள் பற்றிக் குறைவாகவே பதிவுசெய்திருக்கிறேன். நான் இடங்களின் பெயர்களை மறைத்துக் கதைமாந்தர் களுக்குக் கற்பனையான பெயர்களைச் சூட்டி யிருக்கிறேன். இதை ரகசியமாக வைத்துக்கொள்வதில் எனக்குத் தனிப்பட்ட நோக்கம் எதுவும் கிடையாது. என் வாழ்வில் தொடர்புடைய மனிதர்களின் மேல் உள்ள அன்பும் அக்கறையுமே இதற்குக் காரணம்.

என்னுடைய இந்த முயற்சியில் இன்னும் கூடுதல் திறமை உள்ளவளாக நான் இருந்திருக்க வேண்டும் என்பதே என் ஆசை. ஆனால் வாசகர்கள் என் சூழ்நிலையைப் புரிந்துகொண்டு பிழைகளைப் பொறுத்துக்கொள்வார்கள் என்று நம்புகிறேன். நான் அடிமையாகப் பிறந்து அடிமையாகவே வளர்க்கப்பட்டேன். அடிமை முறை இருக்கும் தென்மாகாணத்தில் இருபத்தியேழு ஆண்டுகள் அடிமையாக இருந்தேன். வடமாகாணத்திற்கு வந்த பின்பும் எனக்காகவும் என் குழந்தைகளின் கல்விக்காகவும் கடுமையாக உழைக்க வேண்டி யிருந்தது. அதன் காரணமாக இளம் வயதில் தவறவிட்ட கல்வி கற்கும் வாய்ப்பை மீட்டுக் கொள்ளும் அளவுக்குப் போதுமான ஓய்வு எனக்குக்

கிடைக்கவில்லை. அதனால் வீட்டு வேலைகளுக்கு நடுவில் அவ்வப்போது கிடைக்கும் ஒன்றிரண்டு மணிநேர ஓய்வில் எழுதிவந்திருக்கிறேன்.

நான் ஃபிலடெல்ஃபியாவிற்கு வந்துசேர்ந்தபோது பிஷப் பெய்னே¹ என் வாழ்க்கையைப் பற்றிய பதிவுகளை எழுதி வெளியிடும்படி கூறினார். ஆனால் அத்தகைய பணியை மேற்கொள்ளப் போதுமான தகுதி எனக்கு இல்லை என்று அவரிடம் கூறிவிட்டேன். அதற்குப் பின் என் மனதை ஏதோ ஒருவகையில் கொஞ்சம் கொஞ்சமாக நான் பக்குவப்படுத்திக்கொண்டு வந்திருந்தாலும் எனது திறமைபற்றிய என் பழைய அனுமானம் மாறவில்லை; இது அதிகப்பிரசங்கித்தனமான செயலோ எனத் தோன்றினாலும் என்னுடைய நோக்கம் அதற்குத் தகுந்த சமாதானமாகிவிடும் என்பது என் நம்பிக்கை.

மற்றவர்களின் கவனத்தை ஈர்ப்பதற்காக என் வாழ்க்கை அனுபவங்களை நான் எழுதவில்லை; உண்மையில் என் வரலாறு குறித்து எதுவும் பேசாமல் இருப்பதே எனக்கு மகிழ்ச்சியாக இருந்திருக்கும். என் துன்பங்களையும் துயரங்களையும் சொல்லி மற்றவர்களின் மனதில் இரக்கத்தை உண்டாக்க வேண்டும் என்பது என் எண்ணமல்ல. மாறாகத் தென்மாகாணங்களில் அடிமைத் தளையில் சிக்கிக்கொண்டு கிடக்கும் இருபது லட்சம் பெண்கள் நான் அனுபவித்தது போன்ற துன்பங்களையும் இன்னும் பல மடங்கு அதிகமான துன்பங்களையும் தாங்கிக்கொண்டு வாழ்ந்து வருவதை வடமாகாணப் பெண்களுக்கு உணர்த்தி அவர்களை எழுச்சிபெறச் செய்ய வேண்டும் என்பதே எனது தீவிர விருப்பம். திறமையான எழுத்தாளர்கள், அடிமைகளின் உண்மை நிலவரம் குறித்துச் சுதந்திரமான மாகாணங்களில் வசிப்பவர் களுக்கு விளங்கவைப்பதற்கு என்னுடைய எழுத்து வலுசேர்ப்பதாக அமைய வேண்டும் என்பதே என் ஆவல். வெறுக்கத்தக்க அடிமைத் தனமாகிய ஆழ்குழியின் இருளையும் நாற்றத்தையும், அவற்றை அனுபவித்தவர்களால் மட்டுமே புரிந்துகொள்ள முடியும். அடக்குமுறைக்கு ஆளாக்கப்பட்ட என் மக்களின் சார்பாக நான் எடுத்துக்கொண்ட இந்தக் குறைபாடுள்ள முயற்சிக்கு ஆண்டவன் அருள்புரிவாராக.

லிண்டா ப்ரென்ட்

பதிப்புரை[1]

இந்தத் தன்வரலாற்றை எழுதிய ஆசிரியருடன் எனக்கு நேரடியாகப் பழக்கமுண்டு. ஹேரியட் ஜேகப்ஸின் நன்னடத்தையும் நான் அவரோடு நடத்திய உரையாடல்களும் அவர்மீது எனக்கு நம்பிக்கையை உண்டாக்கின. கடந்த பதினேழு ஆண்டுகளில் பெரும் பகுதி நியூயார்க்[2]கில் உள்ள பெருமதிப்பு வாய்ந்த குடும்பத்தினருடன் அவர் வாழ்ந்திருக்கிறார். அவர்களால் மதிக்கத் தகுந்த நபராகவும் அவர் தன்னை மேம்படுத்திக்கொண்டிருக்கிறார். அவருடைய நற்பண்புகளை உறுதிப்படுத்துவதற்கு இத்தகவல்களே போதுமானவை; இவற்றைத் தவிரக் கூடுதல் சான்றுகள் எதுவும் தேவையில்லை. அவரை நன்கு அறிந்தவர்கள் அவரது வாழ்க்கை நிகழ்வுகள் பற்றிச் சந்தேகப்படமாட்டார்கள். அவருடைய வாழ்வில் நடந்தேறிய சில சம்பவங்கள் எந்த ஒரு கற்பனைக் கதையை விடவும் சுவாரசியமானவை.

அவர் கேட்டுக்கொண்டதாலேயே அவருடைய கையெழுத்துப் பிரதியைத் திருத்தினேன். சுருக்கமும் ஒழுங்கமைப்பும் கருதிச் சிற்சில மாற்றங்களைச் செய்ததைத் தவிர அவருடைய பதிவுகளுடன் நான் ஏதொன்றையும் சேர்க்கவும் இல்லை; இன்றியமை யாத தகவல்கள் எதையும் மாற்றவும் இல்லை. சில சாதாரணமான மாற்றங்கள் தவிர மொழிநடை யும் கருத்தோட்டமும் அவருக்கே உரியவை. சற்றே கூடுதலான உணர்வு வெளிப்பாடுகளைச் சரி செய்தேன். அதைத் தவிர வியக்கத்தகுந்த முறையில் உயிர்ப்புடன் அவர் தனது கதையைச் சொல்லிச்

செல்லும் முறையை மாற்றுவதற்கு அவசியம் எழவில்லை. இந்தத் தன்வரலாற்றில் குறிப்பிடப்பட்டுள்ள ஆட்களையும் இடங்களையும் நானும் அறிவேன். அதனால் நல்ல பல காரணங்களுக்காக நானும் அந்தத் தகவல்களை மறைத்துவிட்டேன்.

அடிமைத்தனத்தில் உழன்று வளர்ந்துவந்த ஒரு பெண்ணால் இவ்வளவு அழகாக எழுத முடியுமா என்று வியப்பு ஏற்படுவது இயற்கைதான். ஆனால் சூழ்நிலைகள்தான் இதற்கு முக்கியக் காரணிகள். முதலாவதாக, இயற்கை அவருக்கு முன்னுணர் திறனை வாரி வழங்கியிருந்தது. இரண்டாவதாக, பன்னிரண்டு வயது வரை அவர் வாழ்ந்த வீட்டின் அன்பான கரிசனம் மிக்க எஜமானி, அவருக்கு எழுதப் படிக்கக் கற்றுத்தந்திருக்கிறார். மூன்றாவதாக, வடபகுதிக்கு வந்த பின் அனுசரணை மிக்க சூழல் அவருக்கு வாய்த்திருந்தது. மேலும் தன்னுடைய நலனில் அக்கறை கொண்ட அறிவார்ந்த மனிதர்களுடன் அவர் தொடர்ந்து நடத்திய உரையாடல்களும் அவர் தன்னை மேம்படுத்திக் கொள்ள உதவியிருக்கின்றன.

இந்தச் செய்திகள்குறித்த பதிவுகளைப் பொதுவெளியில் கொண்டுவருவதைப் பலர் ஒழுக்கக்கேடெனக் கருதிக் கண்டிக்கக் கூடும் என்பதை நான் நன்கு அறிந்திருக்கிறேன். எனினும் புத்திசாலியான, பெரிதும் துன்பத்திற்கு ஆளான இப்பெண்ணின் அனுபவம்பற்றிய இப்பதிவு, சிலருக்குச் சங்கடத்தை ஏற்படுத்தக் கூடியதாகத் தோன்றலாம்; சிலருக்கு அற்பமானதாகவும் தோன்றலாம். அடிமைத்தனத்தில் இருந்த இத்தகைய அசாதாரணமான பகுதிகள் மூடி மறைக்கப்பட்டே வந்திருக்கின்றன. ஆனால் இத்தகைய அரக்கத்தனமான கொடுமைகளைப் பற்றிப் பொதுமக்களை அறியச் செய்ய வேண்டும் என்பதற்காகவே நான் முழுமனதோடு அக்கொடுமைகளின் மூடுதிரையை அகற்றி அவற்றை வெளிக்கொணரும் பொறுப்பை ஏற்றேன். அடிமைத் தளையில் சிக்கித் தவிக்கும் என் சகோதரிகளின் நலனைக் கருத்தில் கொண்டே இவ்வேலையை நான் மேற்கொண்டேன். அவர்களது துன்பத்தைக் கேட்கவும் இயலாதபடி நமது காதுகள் கேவலமான முறையில் மொண்ணையாக இருந்துவிட்டன. இப்புத்தகத்தின் மூலம் வடமாகாணங்களில் வாழும் பெண்களின் மனசாட்சியைத் தட்டியெழுப்பி அடிமைத்தனத்திற்கு எதிராகத் தங்களால் இயன்றவரையில் தங்களது செல்வாக்கைப் பயன்படுத்தியாக வேண்டும் என்ற கடமை உணர்வை ஏற்படுத்தி விட முடியும் என்ற நம்பிக்கையுடனேயே இவ்வேலையை நான் செய்கிறேன். இந்தக் கதையாடலைப் படிக்கும் ஒவ்வொரு ஆணும், தனது சக்திக்கு உட்பட்ட வகையில் அடிமைத்தனத்தைத் தடுத்து

நிறுத்த முயல்வோம் என்றும் அடிமைத் தளையிலிருந்து தப்பித்து வந்துவிட்ட எவரையும் இந்தக் கொடூரமானதும் ஊழல் மலிந்தது மான அருவருப்பான அடிமைக் குழிக்குள் மீண்டும் தள்ளிவிட மாட்டோம் என்றும் கடவுள் முன்பு உளமார உறுதி ஏற்றுக் கொள்ள வேண்டும்.

எல். மரியா சைல்ட்

('INCIDENTS in the LIFE of a SLAVE GIRL' நூலின் 2005ஆம் ஆண்டுப் பதிப்பில் வெளியானது.)

1

மறைக்கப்பட்ட ஏழு ஆண்டுகள் பிள்ளைப்பருவம்

நான் அடிமையாகவே பிறந்தேன். மகிழ்ச்சியான ஆறு ஆண்டுக் குழந்தைப் பருவம் கடந்துபோகும் வரையில் நான் அதை உணர்ந்திருக்கவில்லை. என் அப்பா ஒரு தச்சர்; அவரது அறிவுக் கூர்மைக்காகவும் தொழில் நேர்த்திக்காகவும் அசாதாரணமான கட்டிடங்கள் எழுப்பும் பணிக்குத் தலைமை மேஸ்திரியாகத் தொலைதூரப் பகுதிகளிலிருந்தும் அவர் அழைக்கப்பட்டார். அவர் தனது எஜமானிக்கு ஆண்டுக்கு இருநூறு டாலர்கள் தர வேண்டும், தனக்கான செலவுகளைத் தானே செய்து கொள்ள வேண்டும் என்ற நிபந்தனைகளுடன் அவர் தனது தொழிலைச் செய்துகொள்ளவும் தன்னைத் தானே நிர்வகித்துக்கொள்ளவும் அனுமதிக்கப்பட்டார். தனது குழந்தைகளை அடிமைத்தளையிலிருந்து மீட்க வேண்டும் என்பதே அவரது தீவிர ஆசை. ஆனால் தனது கடின உழைப்பால் சம்பாதித்த பணத்தையெல்லாம் பலமுறை அதற்காகவே கொடுத்திருந்தபோதும் அவரது விருப்பம் நிறைவேறவே இல்லை. எனது பெற்றோர்கள் வெளிர்பழுப்பு நிறத்தவர்கள். அவர்கள் "முல்லட்டோ" என அழைக்கப்பட்டார்கள். வசதியான வீட்டில் அவர்கள் வாழ்ந்தனர். நாங்கள் எல்லோருமே அடிமைகள்தான் ஆனாலும், "நான் ஒரு விற்பனைப் பண்டம்; பத்திரமாகப் பார்த்துக் கொள்வதற்காக மட்டுமே அவர்களிடம் விடப்பட்டவள்; எப்பொழுது வேண்டுமானாலும்

உடைமையாளன் என்னைக் கேட்டு வந்துவிடக்கூடும் என்பதை யெல்லாம் நான் கனவிலும் நினைக்காதபடி பாசத்துடன் பாதுகாக்கப்பட்டேன்." என்னைவிட இரண்டு வயது இளையவன் தம்பி வில்லியம். அவன் பாசமுள்ள. புத்திசாலிச் சிறுவன். பன்முகத் திறமை கொண்ட பெண்மணியான என் தாய்வழிப் பாட்டி¹ எனக்குக் கிடைத்த பொக்கிஷம். தெற்குக் கரோலினா மாநிலத்தைச் சேர்ந்த தோட்டத் தொழிலாளியின் மகள் அவர். அவரது தந்தை. தான் இறப்பதற்கு முன் தன் மனைவியையும் மூன்று குழந்தைகளையும் பணம் கொடுத்து அடிமைத்தளையி லிருந்து மீட்டதோடு புனித அகஸ்டினில் இருந்த உறவினர் வீட்டுக்குப் போகத் தேவைப்படும் பணத்தையும் கொடுத்து வைத்திருந்தார். அமெரிக்க விடுதலைப் போர் நடந்து கொண்டிருந்த சமயம் அது. அவர்கள் போகும் வழியிலேயே பிடிக்கப்பட்டு வெவ்வேறு நபர்களிடம் விற்கப்பட்டு விட்டார்கள். இப்படியான கதையைப் பாட்டி என்னிடம் சொல்லிவந்திருக்கிறார். முழுவிவரங்களும் தற்போது எனக்கு நினைவில் இல்லை. பாட்டி கைதுசெய்யப்பட்டு ஒரு பெரிய உணவகக் காப்பாளரிடம் விற்கப்பட்டபோது அவர் சின்னஞ் சிறுமி. குழந்தைப் பருவத்தில் அவர் பட்ட துன்பங்களை எல்லாம் என்னிடம் பலமுறை சொல்லியிருக்கிறார். பாட்டி வளர்ந்த பின்னர், அவர் அறிவுத்திறன் மிக்கவராகவும் விசுவாசம் உள்ளவராகவும் இருந்ததால் அவருடைய எஜமானனும் எஜமானியும் மதிப்பு வாய்ந்த சொத்தாகிய அப்பெண்ணைத் தங்களது சொந்த நலனுக்காகவாவது போற்றிப் பாதுகாத்துக் கொள்ள வேண்டியதாயிற்று. அவர் அந்த வீட்டில் தவிர்க்க முடியாத நபராகிவிட்டார். சமையல் வேலை, எஜமானியின் குழந்தைகளுக்குத் தாய்ப்பாலூட்டுதல், தையல்வேலை எனப் பல வேலைகளையும் அவரே செய்தார். அவருடைய சமையல் எல்லோருடைய பாராட்டையும் பெற்றுவிட்டது. அவர் தயாரித்த சுவையான பிஸ்கெட்டுகளுக்கு நல்ல கிராக்கி இருந்தது. அண்டை அயலார் அவற்றை விரும்பி வாங்கிவைத்துக்கொள்வார்கள். இப்படிப் பலரும் விரும்பி வாங்கிக்கொண்டதால் வீட்டு வேலைகளை எல்லாம் முடித்த பின்னர் இரவு நேரத்தில் பிஸ்கெட்டுகளைத் தயாரிக்கத் தனது எஜமானியிடம் அனுமதி வாங்கிக்கொண்டார். பிஸ்கெட் விற்றுவரும் பணத்தில் தனக்கும் தனது குழந்தைகளுக்கும் தேவைப்படும் ஆடைகளைப் பாட்டியே வாங்கிக்கொள்ள வேண்டும் என்ற நிபந்தனையுடன் பகல் முழுதும் தனது எஜமானியின் வேலைகளைச் செய்துவிட்டு நடுஇரவில் தனது மூத்த குழந்தைகள் இருவரின் உதவியோடு பிஸ்கெட்டுகளை அவர் தயாரித்தார். அந்த வியாபாரம் மிகவும் லாபகரமாகவே நடந்துவந்தது. ஒவ்வொரு ஆண்டும் அவர் தனது குழந்தைகளை

அடிமைத்தளையிலிருந்து மீட்பதற்காகச் சிறிதளவு பணத்தை ஒதுக்கி வைப்பார். இதற்கிடையில் அவருடைய எஜமானன் இறந்துபோனார். அவரது சொத்துக்களை அவருடைய வாரிசுகள் பங்கிட்டுக்கொண்டார்கள். அவருடைய விதவை மனைவிக்கு உணவுவிடுதி பங்கீடாகக் கிடைத்ததால் அவரே அதனை நடத்திவந்தார். பாட்டி, எஜமானியின் அடிமையாகவே தன் வாழ்வைத் தொடர்ந்தார். பாட்டியின் பிள்ளைகளை அவருடைய எஜமானரின் பிள்ளைகள் தங்களுக்குள் பிரித்துக்கொண்டார்கள். பாட்டியின் ஐந்து குழந்தைகளில் பெஞ்சமின் கடைசிக் குழந்தை. எஜமானரின் வாரிசுகள் சொத்துகளைத் தங்களுக்குள் சரிசமமாகப் பங்கிட்டுக்கொள்ள வேண்டும் என்ற காரணத்தால் பெஞ்சமினை வேறு ஒருவருக்கு விற்றுவிட்டார்கள். எனக்கும் அவருக்கும் வயது வித்தியாசம் மிகவும் குறைவு. அதனால் அவர் எனக்கு மாமாவைப்போலில்லாமல் உடன்பிறந்த சகோதரர் மாதிரியே இருந்தார். ஆங்கிலோசாக்சன் மரபில் வந்த பாட்டியின் நிறத்திற்கு வாரிசான அவர் கிட்டத்தட்ட வெள்ளையாகத் துறுதுறுவென்று அழகான சிறுவனாக இருந்தார். பத்து வயதே ஆகியிருந்தாலும் எழுநூற்று இருபது டாலர் கொடுத்து அவரை வாங்கிக்கொண்டார்கள். அவரை விற்றுவிட்டதுதான் பாட்டிக்குப் பேரிடியாக இருந்தது. ஆனாலும் அவரது இயல்பான தன்னம்பிக்கை காரணமாகப் புதிய ஆற்றலோடு தனது வேலைகளைச் செய்துவந்தார். காலம் வரும்போது தன் குழந்தைகளைப் பணம் கொடுத்து மீட்டு விடலாம் என்ற நம்பிக்கையுடன் அவர் உழைத்தார். முந்நூறுடாலர்கள் சேமித்தும் வைத்திருந்தார். ஒருநாள் அவரது எஜமானி விரைவில் திருப்பித் தந்துவிடுவதாகச் சொல்லி அப்பணத்தைக் கடனாக வாங்கிக்கொண்டார். ஆனால் தென்மாகாணங்களில் உள்ள சட்டப்படி அடிமைகளுக்கு எழுத்துப்பூர்வமாகக் கொடுக்கப்படும் வாக்குறுதிகளுக்குக் கூடச் சட்டப்பாதுகாப்பு எதுவும் இல்லை என்பது வாசகருக்குத் தெரிந்திருக்கும்; அங்குள்ள சட்டப்படி, அடிமைகள் எல்லோரும் எஜமானர்களின் சொத்து என்பதால் அவர்கள் தங்களுக்கென்று சொத்து எதுவும் வைத்துக்கொள்ளமுடியாது. என் பாட்டி தனது கடின உழைப்பால் சேமித்துவைத்திருந்த பணத்தைத் தனது எஜமானி கவுரமானவர் என்ற நம்பிக்கையில் கடனாகக் கொடுத்துவிட்டார். ஆனால் எஜமானர்களுக்கு அடிமைகளிடம் தங்களது கவுரவத்தைக் காப்பாற்றிக்கொள்ள வேண்டியது அவசியம் இல்லை.

இவ்வளவு நல்லவரான என் பாட்டி எனக்கு ஏற்படுத்திக் கொடுத்திருந்த எண்ணற்ற வசதிகளுக்கு நான் மிகவும் கடமைப் பட்டவள். பாட்டி, விற்பனைக்காகச் செய்யும் பிஸ்கட், கேக்

போன்ற பல சுவையான தின்பண்டங்களில் கொஞ்சம் எனக்கும் என் தம்பி வில்லிக்கும் கொடுப்பார். நாங்கள் வளர்ந்த பிறகும் அவர் எங்களுக்குச் செய்த பல முக்கியமான சேவைகளுக்கு நாங்கள் மிகவும் கடமைப்பட்டவர்கள்.

என் பிள்ளைப் பருவத்தில் வழக்கத்திற்கு மாறாக எனக்கு இத்தகைய மகிழ்ச்சியான சூழல் வாய்த்திருந்தது. எனது ஆறாம் வயதில் என் அம்மா இறந்துவிட்டார். அந்தச் சமயத்தில் என்னைச் சுற்றி இருந்தவர்களின் பேச்சைக் கேட்டபோதுதான் நான் ஓர் அடிமை என்பதே எனக்குத் தெரிந்தது. என் பாட்டியின் எஜமானியின் மகள்தான் என் அம்மாவின் எஜமானி. அவர் என் பாட்டியின் பால் குடித்து என் அம்மாவோடு வளர்ந்தவர். உண்மையில், எஜமானியின் குழந்தைக்குப் போதுமான அளவு பால் புகட்ட வேண்டுமென்பதற்காகவே என் அம்மாவுக்கு மூன்று மாதத்திலேயே பாட்டியின் பால் நிறுத்தப்பட்டு விட்டது. அவர்கள் இருவரும் குழந்தைகளாக இருந்தபோது ஒன்றாகச் சேர்ந்து விளையாடியிருந்தாலும் வயதுக்கு வந்து பெரிய பெண்களான பின்னர் என் அம்மா தன் வெள்ளைக்கார வளர்ப்புச் சகோதரிக்கு விசுவாசம் மிக்க பணியாளாக ஆகி விட்டார். அம்மா மரணப்படுக்கையில் இருந்தபோது அவருடைய குழந்தைகள் எதற்காகவும் எந்தவிதமாகவும் துன்பப்பட்டு விடாமல் பார்த்துக்கொள்வதாக அவருடைய எஜமானி வாக்குறுதி கொடுத்திருந்தார். அந்த வாக்குறுதியை எஜமானி தனது வாழ்நாள் முழுதும் காப்பாற்றிவந்தார். அவர்கள் வீட்டில் இருந்தவர்கள் எல்லோரும் என் அம்மாவைப் பற்றி மிகவும் அன்பாகவே பேசினார்கள். அம்மா பெயரளவில்தான் அடிமையாக இருந்தார்; மேலும் மதிக்கத்தக்க நல்லபெண்ணாக வும் இருந்தார். நான் அம்மாவிற்காக மிகவும் அழுதேன். என்னையும் என் தம்பியையும் யார் பார்த்துக்கொள்வார்கள் என்று என் குழந்தைமனது மிகவும் வேதனைப்பட்டது. ஆனால் தற்போது அம்மாவின் எஜமானியின் வீட்டோடு இருந்து விடலாம் என்று எனக்குச் சொல்லப்பட்டது. அதில் எனக்கு சந்தோஷம்தான். மிகவும் கடினமான வேலைகளோ அல்லது மனதிற்குப் பிடிக்காத வேலைகளோ எனக்குத் தரப்படவில்லை. என் எஜமானி என்னிடம் மிகவும் அன்பாக இருந்ததால் அவருடைய வேலையாளாக இருந்ததில் எப்போதும் மகிழ்ச்சி அடைந்தேன். என் வயதுக்கு எவ்வளவு முடியுமோ அவ்வளவு வேலைகளையும் அவருக்குச் செய்துகொடுப்பதில் பெருமை அடைந்தேன். சுதந்திரமாகப் பிறந்த வெள்ளைக்காரக் குழந்தை களைப் போன்ற மனநிலையோடு அவருக்கு அருகில் உட்கார்ந்து கொண்டு மும்முரமாகத் தைத்துக்கொண்டிருப்பேன். நான் களைத்துப்போய்விட்டதாக என் எஜமானி நினைத்தால்

விளையாடிவிட்டுவருமாறு என்னை அனுப்பிவைப்பார். நானும் குதித்தோடிப்போய் அவரது அறையை அலங்கரிப்பதற்காகப் பூக்களையும் பழங்களையும் எடுத்துக்கொண்டு வருவேன். அவை மிகவும் மகிழ்ச்சியான நாட்கள்; அதிக நாட்கள் நீடிக்க முடியாத அளவிற்கு மகிழ்ச்சியான நாட்கள். எதிர்காலம்குறித்து அடிமைகளுக்கு எதுவும் தெரியாது. அடிமைச் சிறுமிக்கும் தனது எதிர்காலம்பற்றி எந்த யோசனையும் இல்லை. ஆனால் விற்பனைப் பண்டமாகப் பிறந்துவிட்ட ஒவ்வொரு மனிதப் பிறவிக்கும் இருக்கும் சோகம் எனக்கும் வந்தேவிட்டது.

எனக்குப் பன்னிரண்டு வயதானபோது எனது அன்பிற்குரிய எஜமானி நோய்வாய்ப்பட்டு இறந்துபோனார். அவருடைய கன்னங்கள் வெளுத்தும் கண்கள் ஒளியிழந்து கொண்டும் போய்க்கொண்டிருந்தபோது அவர் பிழைத்துவிட வேண்டுமே என்று என் ஆழ்மனதில் எவ்வளவு பிரார்த்தனைகள் செய்திருப்பேன்! நான் அவரை நேசித்தேன். அவர் எனக்கு என் அம்மா மாதிரிதான். என் பிரார்த்தனைகள் பலிக்கவில்லை. அவர் இறந்துபோனார். சிறிய மாதா கோவில் அருகில் அவர் புதைக்கப்பட்டார். அவர் கல்லறையின் மீது ஒவ்வொரு நாளும் நான் கண்ணீர் சிந்திக்கொண்டிருந்தேன்.

ஒரு வார காலத்திற்கு நான் என்னுடைய பாட்டி வீட்டிற்கு அனுப்பப்பட்டேன். இப்போது என்னுடைய எதிர்காலம்பற்றிச் சிந்திக்கும் அளவுக்கு நான் வளர்ந்திருந்தேன். என்னை அவர்கள் என்ன செய்துவிடுவார்களோ என்று திரும்பத் திரும்ப யோசித்துக்கொண்டே இருந்தேன். இறந்து போய்விட்ட என்னுடைய எஜமானியைப்போல் வேறொருவர் கிடைக்க மாட்டார் என்று எனக்கு நிச்சயமாகத் தெரியும். என் அம்மா இறக்கும்போது அவளுடைய குழந்தைகள் எதற்காகவும் எந்தத் துன்பமும் அனுபவிக்க மாட்டார்கள் என்று என் எஜமானி உறுதியளித்ததையும் அதன் பலனாக அவர் என்னிடம் காட்டிய பாசத்தையும் நினைத்துப்பார்த்தபொழுது அவர் என்னை அடிமைத்தளையிலிருந்து விடுவித்துவிடுவார் என்ற லேசான நம்பிக்கை எனக்கு இருந்தது. என் நண்பர்களுக்கும் கிட்டத்தட்ட அதே எண்ணம் இருந்தது. என் அம்மாவின் அன்பையும் விசுவாசமான சேவைகளையும் கருதி என் எஜமானி கண்டிப்பாக அப்படித்தான் செய்வார் என்பது அவர்கள் நம்பிக்கை. ஆனால் விசுவாசமிக்க அடிமைகள்பற்றிய நினைவுகள் அவளுடைய குழந்தைகள் ஏலப்பொருளாக ஆவதைத் தடுத்துவிடாது என்பதை நாங்கள் அறிந்துகொண்டோம்.

பரபரப்பான சிறிதுகால எதிர்பார்ப்புக்குப் பின் என் எஜமானியின் உயில் படிக்கப்பட்டது. அவர் என்னைத் தனது

சகோதரியின் ஐந்து வயது மகளுக்கு உடைமையாக ஒப்படைத்து விட்டார் என்பதை நாங்கள் அறிந்துகொண்டோம். எங்கள் நம்பிக்கைகள் தகர்ந்துவிட்டன. என் எஜமானி 'நீ உன்னை நேசிப்பது போல் உன் அண்டை வீட்டாரையும் நேசி; மற்றவர்கள் உனக்கு என்ன செய்யவேண்டும் என்று நினைக்கிறாயோ அதையே நீ அவர்களுக்குச் செய்' என்ற கடவுளின் வார்த்தைகளின் பொருளை எனக்கு உணர்த்தியிருந்தார்.[2] ஆனால் நானோ அவரது அடிமை; அதனால்தான் அவர் என்னைத் தனது அண்டை வீட்டவளாகக் கருதியிருக்கவில்லை போலும்! நான் அவரது இந்தச் செயலை என்னுடைய நினைவிலிருந்து முற்றிலும் அழித்துவிடுவேன். ஒரு குழந்தையாக நான் என் எஜமானியை மிகவும் நேசித்தேன். நான் அவரோடு கழித்த அந்த இனிமையான நாட்களை நினைத்துப் பார்க்கும்பொழுது அவரது இந்த அநியாயமான செயலை மிகவும் கசப்பான சம்பவமாக நினைக்காமலிருக்க முயற்சி செய்வேன். நான் அவரோடு இருந்த காலத்தில் அவர் எனக்கு எழுதப்படிக்கக் கற்றுக்கொடுத்தார்.[3] அடிமைகளில் பலருக்கும் மிக அரிதாகவே கிடைக்கக்கூடிய இந்த ஒரு சலுகைக்காகவாவது நான் அவரது நினைவைப் போற்றிப் பாதுகாப்பேன்.

அவரிடம் மிகச்சில அடிமைகளே இருந்தனர். அவரது மரணத்திற்குப் பின் அவர்கள் அனைவரும் அவருடைய உறவினர்களிடையே பகிர்ந்தளிக்கப்பட்டார்கள். அவர்களில் ஐந்துபேர் என் பாட்டியின் குழந்தைகள். பாட்டியின் பிள்ளைகளோடு சேர்ந்து எஜமானியின் பிள்ளைகளும் பாட்டியின் பாலைப் பகிர்ந்துகொண்டவர்கள். என் பாட்டியின் நீண்டகால விசுவாசம் மிக்க சேவைகூட அவளுடைய குழந்தைகளில் ஒருவரைக்கூட அடிமையாக ஏலம் விடப்படுவதிலிருந்து பாதுகாக்கவில்லை. எஜமானர்களின் பார்வையில், கடவுளைச் சுவாசிக்கும் இந்த இயந்திரங்கள் அவர்களது பராமரிப்பில் இருக்கும் பருத்திக்காட்டையும் அவர்கள் வளர்க்கும் குதிரைகளையும் விடப் பெரிதாகத் தெரியவில்லை.

2

புது எஜமானனும் எஜமானியும்

டாக்டர் ஃப்ளின்ட் எங்கள் வீட்டிற்கு அருகில் வசிக்கும் மருத்துவர். என் எஜமானியின் சகோதரியை மணந்துகொண்டவர். நான் இப்பொழுது அவர்களது ஐந்துவயது மகளின் உடைமை. நான் ஒன்றும் புதிய எஜமானியின் வீட்டிற்குக் குதித்தோடிப் போகவில்லை. என் தம்பி வில்லியத்தையும் அந்த வீட்டினரே வாங்கிவிட்டதில் எனக்குக் கூடுதல் மனவருத்தம். என் தந்தை தனது இயல்பாலும் திறமையான தொழில்முறை நடவடிக்கைகளாலும் மற்ற அடிமைகள் மாதிரி இல்லாமல் ஓரளவு சுதந்திர உணர்வுகொண்டவராக இருந்தார். என் தம்பியும் மிகவும் துடிப்பானவன். இந்த மாதிரியான ஒரு சூழலில் வளர்ந்த அவனுக்கு எஜமானன், எஜமானி போன்ற சொற்களைக் கேட்டாலே வெறுப்பாக இருக்கும். ஒரு நாள் அவனுடைய எஜமானியும் எங்கள் அப்பாவும் ஒரே சமயத்தில் அவனைக் கூப்பிட்டபொழுது யாருக்கு முதலில் கீழ்ப்படிவது என்ற குழப்பம் அவனுக்கு. கடைசியில் எஜமானியிடம்தான் போக வேண்டும் என்று அவன் முடிவெடுத்தான். என் தந்தை அதனைக் கண்டித்தபோது, அவன் 'நீங்கள் இருவருமே ஒரேசமயத்தில் என்னைக் கூப்பிட்டீர்கள்! எங்கு முதலில் போகவேண்டும் என்று எனக்குத் தெரியவில்லை' என்று சொல்லி விட்டான்.

‘நீ என் குழந்தை’ என்று பதிலளித்த அப்பா ‘நான் கூப்பிட்ட வுடன் நீ நெருப்பானாலும் நீரானாலும் தாண்டிக்கொண்டு உடனே என்னிடம் வந்துவிட வேண்டும்’ என்றார்.

பாவம் வில்லி! அவன் எஜமானனுக்குக் கீழ்ப்படிவது எப்படி என்கின்ற முதல் பாடத்தைப் படிக்க வேண்டியதாகி விட்டது. பாட்டி நம்பிக்கையான வார்த்தைகளால் எங்களை உற்சாகப்படுத்த முயற்சிசெய்தார்; எதையும் எளிதில் நம்பிவிடும் இளநெஞ்சங்களில் அவை எதிரொலித்தன.

நாங்கள் புதுவீட்டிற்குள் நுழைந்தபோதே வெறுப்பான பார்வையையும் கடும் சொற்களையும் இதமற்ற வரவேற்பையுமே எதிர்கொண்டோம். இரவுநேரம் வந்தால்தான் சற்று ஆறுதல். தனிமையும் வெறுமையும் என்னை வாட்டியதால் என் குறுகலான படுக்கையில் படுத்து நான் அழுதுகொண்டிருப்பேன்.

என் மனதுக்குப் பிடித்த சிறிய தோழி ஒருத்தி புதைக்கப் பட்டபோது நான் ஃப்ளின்ட் வீட்டிற்குப் போய்க் கிட்டத்தட்ட ஒரு வருடம் ஆகியிருந்தது. தனது ஒரே குழந்தையின் சவப்பெட்டியின் மீது மண் தூவப்பட்டபோது அவளுடைய தாய் தேம்பிக்கொண்டிருந்தார். எனக்கு அன்பு காட்டுவதற்கு ஏதோ ஒன்று இருக்கிறது என்ற நன்றி உணர்வோடு நான் அந்தச் சமாதியில் இருந்து திரும்பிவந்தேன். மறுபடியும் நான் என் பாட்டியைச் சந்தித்தபோது ‘என்னோடு வா லிண்டா’ என்று அவர் கூப்பிட்டவுடன் ஏதோ அசம்பாவிதம் நடந்துவிட்டது என்பதை அவரது குரலில் இருந்தே தெரிந்துகொண்டேன். மற்றவர்களிடமிருந்து தனியாகக் கூட்டிக்கொண்டுபோன என் பாட்டி ‘லிண்டா! உன் அப்பா இறந்துவிட்டார்’ என்றார். ‘இறந்துவிட்டாரா? இதைஎப்படி நான்நம்புவேன்? அவர்உடல்நிலை சரியில்லாமல் இருந்ததாகக் கூட நான் கேள்விப்படவில்லை; திடீரென்று எப்படி இறந்தார்?’ நான் பாட்டியோடு வீட்டுக்குப் போனேன். என்னிடமிருந்து என் அம்மாவையும் அப்பாவையும் எஜமானியையும் என் தோழியையும் பறித்துக்கொண்ட கடவுள்மீது எனக்குக் கோபம் வந்தது. என் நல்ல பாட்டி என்னைத் தேற்ற முயன்றார். ‘இனி வரும் நாட்களில் நேரக்கூடிய தீமைகளிலிருந்து அவர்களைப் பாதுகாப்பதற்காகக்கூடக் கடவுள் இப்படிச் செய்திருக்கலாம்’ என்றார். பல வருடங்கள் கடந்தும் பாட்டியின் இந்தச் சமாதானம் அடிக்கடி என் நினைவில் நிழலாடும். தனது பேரக் குழந்தைகளைத் தன்னால் எவ்வளவு காலம் முடியுமோ அவ்வளவு காலம்வரை, தானே தாயாக இருந்து கவனித்துக் கொள்வதாக அவர் உறுதியளித்தார். அவருடைய அன்பால் வலிமைபெற்ற நான் எஜமானரின் வீட்டிற்குத் திரும்பினேன். மறுநாள் என் அப்பாவின் வீட்டிற்குப் போக அனுமதி

தருவார்கள் என்றுதான் நான் நினைத்தேன். ஆனால் அன்று மாலை நடக்க இருந்த விருந்திற்காக எஜமானியின் வீட்டை அலங்கரிக்கத் தேவையான பூக்களைப் பறித்துவருவதற்கு என்னை அனுப்பிவிட்டார்கள். நான் இருந்த இடத்திலிருந்து ஒரு மைல் தூரத்தில் என் அப்பாவின் உடல் கிடந்தபோதும் நான் பூக்களைச் சேகரித்துக்கொண்டும் மாலைகள் கட்டிக்கொண்டும் அன்றைய பொழுதைக் கழிக்க வேண்டியதாயிற்று. அதனால் என் எஜமானர்களுக்கு என்ன ஆகிவிடப்போகிறது? அவர்களுக்கு அந்த அடிமை வெறும் உடைமைப் பொருள்தானே! அதோடு அவர்கள் என் தந்தை தன் குழந்தைகளை மனிதர்களாக உணரக் கற்றுத்தந்துக் கெடுத்துவிட்டதாக நினைத்தார்கள். அவர்களைப் பொறுத்தவரை அடிமைகள் கல்வி கற்பதில் ஈடுபடுவது கடவுள் நிந்தனை. அடிமைக்கு அது அதிகப்பிரசங்கித் தனம்; எஜமானர்களுக்கு ஆபத்து.

அடுத்த நாள், அப்பாவின் சடலத்தோடு என் அன்பான அம்மாவின் கல்லறைக்கு அருகே இருந்த எளிய கல்லறை வரை சென்றேன். அங்கு என் அப்பாவின் அருமைபெருமைகளை உணர்ந்தவர்களும் அவருடைய நினைவைப் போற்றுபவர்களும் வந்திருந்தார்கள்.

நான் இப்போது தங்கியிருந்த வீடு மிகவும் துன்பம் நிறைந்த இடமாகிவிட்டது. அடிமைச் சிறுவர்களின் சிரிப்புச் சத்தம்கூடக் கடுமையானதாகவும் கொடூரமானதாகவும் ஒலித்தது. அடுத்தவர் மகிழ்ச்சியை நான் இப்படிப் பார்ப்பது கூடச் சுயநலம்தான். என் தம்பி மிகவும் சோகமான முகத்தோடு வளைய வந்துகொண்டிருந்தான். ‘தைரியமாக இரு வில்லி! ஒளிமயமான நாட்கள் படிப்படியாக வந்துவிடும்’ என்று கூறி அவனைத் தேற்ற நான் முயற்சி செய்தேன்.

‘அதுபற்றி உனக்கு ஒன்றும் தெரியாது லிண்டா! நாம் இங்கேயேதான் வாழ்நாள் பூராவும் கிடப்போம். நமக்கு விடுதலையே கிடைக்காது’ என்றான் அவன் ।।திலுக்கு.

ஆனால் நானோ நாங்கள் வளர்ந்துகொண்டும் வலிமை யாகிக்கொண்டும் வருவதாகவும் இன்னும் சில நாட்களில் எங்களுடைய நேரத்தைக் கடனாக வாங்க அனுமதி பெற்றுக் கொண்டு உழைத்துப் பணம் சம்பாதித்து விடுதலையை வாங்கி விடலாம் என்றும் அவனுடன் வாதாடுவேன். ஆனால் வில்லியம் ‘இதைச் சொல்வதுதான் எளிது; செய்வது எளிது இல்லை’என்று சொல்லிப் பேச்சை முடித்துவிடுவான். அதோடு அவனைப் பொறுத்தவரை விடுதலை விலைகொடுத்து வாங்கும் பண்டம் அல்ல. எங்களுக்குள் தினமும் இதுபற்றிய கருத்து மோதல் தொடர்ந்துகொண்டே இருந்தது.

டாக்டர் ஃப்ளின்ட்டின் வீட்டினருக்கு அடிமைகளின் சாப்பாடுபற்றி அக்கறை கிடையாது. அடிமைகள் தங்களுக்குக் கிடைக்கும் ஏதோ ஒன்றைச் சாப்பிட்டுக்கொள்ள வேண்டியது தான். ஆனால் நான் என்னுடைய சாப்பாட்டைப் பற்றிக் கவலைப்படவேண்டிய அவசியம் இருக்கவில்லை. ஏதாவது வேலை விஷயமாகப் பாட்டிவீட்டைத் தாண்டிப் போகும் போது அங்கே ஏதாவது உணவுப்பண்டங்கள் எனக்காக வைக்கப்பட்டிருக்கும். பாட்டியின் வீட்டில் நின்றால் தண்டிக்கப் படுவேன் என்று நான் அடிக்கடி அச்சுறுத்தப்பட்டதால் அங்கு நிற்கத் தேவைப்படாத வகையில் எனக்கான காலை அல்லது மதியச் சாப்பாட்டுடன் பாட்டி தன் வீட்டு வாசலிலேயே நின்று கொண்டிருப்பார். இப்படி உணர்வுரீதியாகவும் அன்றாடத் தேவைகளுக்காகவும் என் பாட்டி எனக்குச் செய்துகொடுத்திருந்த சௌகரியங்களுக்காக அவருக்கு நான் பெரிதும் கடன்பட்டிருக் கிறேன். என்னிடம் இருந்த மிகச்சில ஆடைகளும் பாட்டியின் உழைப்பால் வந்தவையே. திருமதி ஃப்ளின்ட் ஒவ்வொரு குளிர்காலத்தின்போதும் எனக்குக் கொடுத்திருந்த முரட்டுக் கம்பளிஆடைகள் இப்போதும் என் நினைவில் நன்றாகப் பதிந்திருக்கின்றன. அடிமைத்தனத்தைப் பறைசாற்றும் அவற்றை நான் மிகவும் வெறுத்தேன்.

என் பாட்டி தன்னுடைய கடின உழைப்பால் என்னைக் காப்பாற்றிக் கொண்டிருந்தபோது அவரிடமிருந்து அவரது எஜமானி தான் கடனாகப் பெற்ற முன்னூறு டாலர் பணத்தைத் திருப்பித் தரவே இல்லை. அந்த எஜமானி இறந்த பின்னர் அவரது மருமகனான ஃப்ளின்ட் அவரது உடைமைகளின் பாதுகாவலனாக நியமிக்கப்பட்டான். என் பாட்டி தனது பணத்தைக் கேட்டு விண்ணப்பித்தபோது அவன் அந்த எஸ்டேட் திவாலாகிவிட்டதாகவும் பணத்தைத் திருப்பித் தருவதற்குச் சட்டம் இடம் கொடுக்காது என்றும் கூறி விட்டான். ஆனால் பாட்டியின் பணத்திலிருந்து வாங்கப்பட்ட வெள்ளி மெழுகுவர்த்தித்தாங்கிகளைத் தனக்குச் சொந்த மாக்கிக்கொள்வதை அதே சட்டம் அவனுக்குத் தடைவிதிக்க வில்லை. அந்த மெழுகுவர்த்தித் தாங்கிகள் பல தலைமுறை களுக்கும் தொடர்ந்து கையளிக்கப்பட்டுப் பாதுகாக்கப்படும் என்பது என் ஊகம்.

என் பாட்டியின் எஜமானி தனது மரணத்திற்குப் பின் பாட்டி அடிமைத்தளையிலிருந்து விடுவிக்கப்பட்டுவிடுவார் என்று எப்போதும் உறுதியளித்துவந்திருந்தார். அவர் தனது உயிலிலும் அந்த வாக்குறுதியை வலியுறுத்தியிருந்ததாகச் சொல்லப்பட்டது. ஆனால், அந்த எஸ்டேட் விவகாரம் முடிவுக்கு

வந்தபோது அப்போதிருந்த நிலைமையில் விசுவாசம் மிக்கவரான பாட்டியையும் விற்றுத்தானாக வேண்டும் என்று டாக்டர் ஃப்ளின்ட் மூர்க்கத்தனமாகக் கூறிவிட்டான்.

ஒரு குறிப்பிட்ட நாளில் நீக்ரோக்கள், குதிரைகள் போன்ற வற்றை விற்பதற்கான பொது அறிவிப்பு விளம்பரச் சுவரொட்டிகள் ஒட்டப்பட்டன. டாக்டர் ஃப்ளின்ட், என் பாட்டியிடம், தான் அவரை ஏலம் கூறி அவர் மனதைப் புண்படுத்த விரும்பவில்லை என்றும் அவரைத் தனியாக விற்றுவிடுவதாகவும் கூறினான். பாட்டி அவனுடைய உள்நோக்கத்தைப் புரிந்துகொண்டார். பாட்டியைப் பொது வெளியில் ஏலம்விட்டால் தனக்கு அவமானமாகிவிடும் என்ற அவன் நினைப்பைப் பாட்டி புரிந்துகொண்டார். பாட்டி சமயோசிதம் மிக்கவர்; தனது எஜமானி தனக்கு விடுதலை கொடுக்கச் சித்தமாகிவிட்டபோதும் டாக்டர் ஃப்ளின்ட் தன்னை விற்கத் துணிந்ததை அம்பலப்படுத்தியாக வேண்டும் என்று தீர்மானித்தார். வெகுகாலமாகப் பாட்டி பிஸ்கட்டுகளையும் பழப்பாகுகளையும் பல குடும்பங்களுக்குச் செய்துதந்திருக்கிறார். அதனால் ‘மார்த்தி அத்தை’ என்று அழைக்கப்பட்ட அவரைப் பலருக்கும் தெரிந்திருந்தது. பாட்டியின் புத்திசாலித்தனத்தையும் நன்னடத்தையையும் அவர்கள் மிகவும் மதித்தனர். தனது எஜமானர்களின் குடும்பத்திற்கு அவர் ஆற்றியிருந்த நீண்டகால விசுவாசமான உழைப்பையும் அவர்கள் அறிந்தேயிருந்தனர். அதோடு அவரை விடுவிக்க வேண்டும் என்று எஜமானி எண்ணி யிருந்ததும் எல்லோருக்கும் தெரிந்திருந்தது. விற்பனைநாள் வந்தபோது பாட்டி அடிமைகளோடு சேர்ந்து நின்றுகொண்டார். ஏலஅழைப்பு வந்தவுடன் சட்டென்று எழுந்து நின்றார்.

‘மார்த்தி அத்தை! உங்களையுமா விற்றுவிடப் போகிறார்கள்? அது நீங்கள் நிற்க வேண்டிய இடமல்ல! நீங்கள் அங்கே நிற்காதீர்கள். வெட்கக்கேடு! வெட்கக்கேடு!’ என்று அங்குக் கூடியிருந்தவர்கள் எல்லோரும் பலமாகக் கூச்சல் எழுப்பினர். பாட்டி ஒன்றும் பேசாமல் தனது விதிவழி செல்லக் காத்திருந்தார். எவரும் அவரை ஏலம் கேட்கவில்லை. இறுதியில் ஒரு மெல்லிய குரல் ‘ஐம்பது டாலர்’ என்றது. என் பாட்டியின் பழைய எஜமானியின், திருமணமாகாத எழுபது வயது சகோதரியின் குரல்தான் அது. அவர் நாற்பது ஆண்டுகள் பாட்டி யோடு ஒரே வீட்டில் வாழ்ந்தவர். பாட்டி தனது எஜமானர்களுக்கு எவ்வளவு உண்மையாக உழைத்துவந்தார் என்பதையும் எவ்வளவு கொடூரமாக அவர் வஞ்சிக்கப்பட்டார் என்பதையும் அவர் அறிந்திருந்ததால் பாட்டியைக் காப்பாற்றத் துணிந்துவிட்டார். ஏலத்தொகை இன்னும் உயருமா என்று ஏலக்காரர் காத்திருந்தார்.

ஏலம்கேட்ட பெண்மணியின் விருப்பம் மதிக்கப்பட்டுவிட்டது. வேறு எவரும் அவரைவிடக் கூடுதலாக ஏலம் கேட்க முன்வர வில்லை. ஏலம் கேட்ட மூதாட்டிக்கு எழுதப் படிக்கத் தெரியாது. விற்பனைப் பத்திரத்தில் சிலுவைக்குறியைக் கையொப்பமாக இட்டார். அதனால் என்ன! மனிதம் பொங்கிவழியும் அவரது இதயத்திற்கு முன் இது ஒன்றும் பெரிய விஷயம் அல்ல. அவர் என் பாட்டிக்கு விடுதலை வழங்கிவிட்டார்.

அப்போது பாட்டிக்கு ஐம்பது வயதுதான் ஆகியிருந்தது. அதற்குப் பின்னரும் சிரமமான ஆண்டுகள் பல கடந்துபோயின. இப்போது என் பாட்டியின் பணத்தை அபகரித்து அவரது விடுதலையையும் தர மறுத்த மனிதனுக்கு நானும் என் தம்பியும் அடிமைகளானோம். என் அம்மாவின் சகோதரியான நான்ஸி சித்தியும் அதே குடும்பத்திற்கு அடிமையானார். அவர் மிகவும் நல்லவர். தனது எஜமானிக்குப் பணியாளர், வீட்டுக்கு மேற்பார்வையாளர் எனச் சகலமும் அவர்தான்.

திருமதி ஃப்ளின்ட் பெரும்பான்மையான தென் மாகாணத்துப் பெண்களைப்போலவே செயல்திறன் அற்றவள். தனது வீட்டு வேலைகளைக் கண்காணிக்கக்கூடத் திராணி யில்லாதவள். ஆனால் ஒவ்வொரு சொடுக்கிலும் ரத்தம் சொட்டச் சொட்ட அடிமைகள் கசையடி வாங்குவதைச் சாய்வு நாற்காலி யில் உட்கார்ந்துகொண்டு பார்த்துக்கொண்டே இருக்கும் அளவிற்கு அவளது நாடிநரம்புகள் தடித்துப்போனவை. அவள் தேவாலயத்தின் உறுப்பினர்; கர்த்தரின் இரவு உணவுச் சடங்கு களில் பங்கேற்றிருந்தும்கூட கிறிஸ்துவ மாண்பு அவளிடம் இருக்கவில்லை. குறிப்பிட்ட ஞாயிற்றுக்கிழமையில் சரியான நேரத்தில் இரவு உணவு பரிமாறப்படவில்லை என்றால் நேராகச் சமையல் கட்டில் வந்துநிற்பாள். சாப்பாடு பரிமாறப்பட்டவுடன் சமையல்காரம்மாவோ அவரது குழந்தைகளோ சுரண்டித் தின்றுவிடாதபடி உணவுத் துண்டுகள் ஒட்டிக்கொண்டிருக்கும் கரண்டிகளிலும் பாத்திரங்களிலும் எச்சில் துப்பிவைப்பாள். எஜமானியாகப் பார்த்துத் தருவதைத் தவிர வேறு எதையும் அடிமைகள் தின்றுவிட முடியாது. மூன்று வேளைக்கும் சமையல் சாமான்களை, பவுண்டு, அவுன்ஸ் கணக்கில் கச்சிதமாக அளந்து தருவாள். அவளது மாவுமூட்டையிலிருந்து சமைக்கப்படும் கோதுமை ரொட்டிகளில் அவளுக்குத் தெரியாமல் ஒன்றைக்கூட எவரும் சாப்பிட்டுவிட முடியாது என்று அடித்துச்சொல்லுவேன். கால் பவுண்டு மாவில் எந்த அளவில் எத்தனை பிஸ்கட்டுகள் செய்ய முடியும் என்ற கணக்கு அவளுக்கு அத்துப்படி.

டாக்டர் ஃப்ளின்ட் மிதமிஞ்சிய ருசிவேட்கை உடையவன். ஒருமுறைகூடச் சமையல்காரம்மா பயந்து நடுங்காமல்

சாப்பாட்டை அவனுடைய மேசைக்கு அனுப்பியதில்லை. ஏதாவது ஒரு பண்டம் அவனது விருப்பத்திற்கு ஏற்றபடி அமையாமல் போனால் சமையல்காரம்மாவுக்குக் கசையடி கொடுப்பான். அல்லது அவனது எதிரிலேயே உணவு மொத்தத்தையும் அவரைச் சாப்பிடவைப்பான்.

பசியால் வாடிக்கொண்டிருக்கும் அந்த ஏழை அந்த உணவைச் சாப்பிட மறுக்க மாட்டார். ஆனால் எஜமானன், திணறத்திணற உணவைத் திணிப்பதை அவரால் எப்படிச் சாப்பிட முடியும்?

போதாக்குறைக்கு அவர்களது வளர்ப்புநாய் வேறு, ஒரு பெரும் தொல்லை. ஒருநாள் ஃப்ளின்ட், செவ்விந்தியர்களின் உணவான ஒருவகைக் கூழை அந்த நாய்க்காகத் தயாரிக்கச் சொன்னான். நாயை வற்புறுத்திக் குடிக்க வைத்தபோது அது பாத்திரத்தில் குனிந்து வாயை வைத்த உடனேயே வாயிலிருந்து நுரை தள்ளிச் சில நிமிடங்களில் இறந்தும் போய்விட்டது. சிறிது நேரத்தில் அங்கு வந்த டாக்டர் ஃப்ளின்ட், சமையல்காரம்மா சரியாகக் கூழ் தயாரிக்கவில்லை என்றும் அதனால்தான் நாய் இறந்துவிட்டது என்றும் கூறிவிட்டுச் சமையல்காரம்மாவை வரவழைத்து மீதமிருக்கும் கூழைக் கட்டாயப்படுத்திக் குடிக்கச் செய்தான். அவன், நாயின் வயிற்றைவிடச் சமையல்காரம்மா வின் வயிறு வலுவானது என்று கருதினான்போலும். ஆனால் அதன் பின்னர் அந்தச் சமையற்காரம்மா பட்ட அவஸ்தை அவனது கருத்து தவறு என்பதை நிரூபித்தது. பாவம், அந்தச் சமையல்காரம்மா! எஜமானன் எஜமானியால் மிகவும் வதை பட்டார். சில நேரங்களில் தனது பச்சைக் குழந்தைக்குப் பாலூட்டக்கூட முடியாமல் நாள் முழுவதும் அவர் இரவுபகலாகத் தனியாகப் பூட்டிவைக்கப்பட்டதும் உண்டு.

நான் அந்த வீட்டிற்குப் போய்ச் சில வாரங்களில், எஜமானனின் ஆணைப்படி பண்ணையில் இருந்த அடிமை ஒருவர் நகரத்திற்குக் கூட்டிக்கொண்டுவரப்பட்டார். அவர் வரும்போது இரவாகிவிட்டது. அவரைப் பணிமனைக்குக் கூட்டிக்கொண்டுபோய்க் கால் தரையைத் தொடமுடியாதபடி விட்டத்தில் கட்டிவிடும்படி எஜமானன் கட்டளை இட்டான். தான் தேநீர் குடிக்கும் வரை அதே நிலையில் அந்த அடிமையை இருக்க வைத்தான். அந்த இரவை என்னால் மறக்கவே முடியாது. அந்த நாளைப் போல நூற்றுக்கணக்கான சாட்டை அடிகள் தொடர்ந்து ஒரு மனிதன் மீது விழுவதை நான் அதற்கு முன் எப்போதும் கேட்டதில்லை. 'ஐயோ! கும்பிடுகிறேன். வேண்டாம் எஜமான்!' என்ற அந்த அடிமையின் பரிதாபமான கதறல்ஒலி பல மாதங்கள் தாண்டியும் எனது காதுகளில் ஒலித்துக்கொண்டே

இருந்தது. அந்தக் கொடும் தண்டனைக்குக் காரணங்கள் பல சொல்லப்பட்டன. சிலர் அந்த அடிமை, சோளம் திருடினான் என்றார்கள். சிலர் அவன் தனது மனைவியைக் கங்காணியின் முன்வைத்து அடித்தான் என்றும் அவனுக்குப் பிறந்த குழந்தை தனது எஜமானனுக்குப் பிறந்தது என்று பழி சுமத்தினான் என்றும் பேச்சு இருந்தது. அந்த அடிமையும் அவன் மனைவியும் கறுப்பினத்தவர். பிறந்த குழந்தையோ வெள்ளை நிறம்.

நான் மறுநாள் காலையில் அந்தப் பணிமனைக்குப் போன போதுகூடச் சாட்டையில் இருந்த ரத்தம் உலர்ந்திருக்கவில்லை. சுற்றியிருந்த மரக் கட்டைகளில் எல்லாம் ரத்தம் சிந்தியிருந்தது. அந்த ஏழை உயிரோடுதான் இருந்தான்; தன் மனைவியோடு தொடர்ந்து சச்சரவு செய்துகொண்டே இருந்தான். சில மாதங்களில், டாக்டர் ஃப்ளின்ட் அவர்கள் இருவரையும் அடிமை வியாபாரியிடம் விற்றுவிட்டான். அடிமைகளை விற்ற பணத்தைச் சுருட்டிக்கொண்ட அந்தக் கயவன் அவர்களைக் கண்காணாமல் அனுப்பிவிட்டதற்காகத் திருப்திப்பட்டுக்கொண்டான். அந்தத் தாய், அடிமை வியாபாரியிடம் ஒப்படைக்கப்பட்டபோது அவள் தனது எஜமானனிடம் 'நீ என்னை நன்றாக வைத்துக் கொள்வதாக உறுதி கொடுத்திருந்தாயே' என்று கேட்டாள். அதற்கு அவன் "உனக்கு நாக்கு நீண்டுவிட்டது. ஓழிந்து போ!" என்று சொல்லிவிட்டான். ஓர் அடிமை அவளது குழந்தைக்குத் தகப்பன் யார் என்பதை வெளிப்படுத்துவது குற்றம் என்பது அந்தத் தாய்க்கு நினைவிருக்கவில்லை.

எஜமானனைத் தவிர, மற்றவர்களும் இம்மாதிரியான விவகாரங்களுக்காக அடிமைகளைத் தண்டிப்பது உண்டு. ஒருமுறை இளம் அடிமைப்பெண் ஒருத்தி ஒரு வெள்ளைநிறக் குழந்தையைப் பிரசவித்தவுடன் சாகும் நிலைமைக்குப் போய் விட்டாள். அந்த இளம்பெண் வேதனையோடு "கடவுளே என்னைக் கொண்டுபோய்விடு" என்று கதறித் துடித்தாள். அப்போது அவள் அருகில் இருந்த, எஜமானியாகிய மனிதப்பிசாசு, "உனக்கா கஷ்டம்? உனக்கு இதுவும் வேண்டும் இன்னமும் வேண்டும். எனக்கு இப்போதுதான் மிகவும் சந்தோஷம்" என்று இகழ்ச்சியாகச் சொன்னாள்.

அடிமைப் பெண்ணின் அம்மாவோ "கடவுளுக்கு நன்றி! குழந்தை இறந்துவிட்டது. என் குழந்தையும் சீக்கிரமாகச் சொர்க்கத்திற்குப் போய்விடுவாள்" என்றாள்.

உடனே அந்த எஜமானி 'சொர்க்கமா? இவளுக்கா? இவளுக்கும் இதைப் போன்ற தகப்பன் பேர் தெரியாத குழந்தைக்கும் அங்கெல்லாம் இடம் கிடையாது' என்று இடைமறித்தாள்.

அந்தத் தாய் விம்மிக்கொண்டே திரும்பினார். சாவின் பிடியில் இருந்த அவரது மகள் தனது பலவீனமான குரலில் தாயைக் கூப்பிட்டு, அவர் தன் அருகில் வந்து குனிந்தபோது "அம்மா நீ எனக்காக அழவேண்டாம்!. கர்த்தர் யாவும் அறிவார். அவர் எனக்கு இரக்கம் காட்டுவார்" என்று சொன்னது என் காதில் விழுந்தது.

அதன்பின், அந்த இளம்பெண்ணின் வேதனை தாங்க முடியாத அளவுக்கு மோசமாகிவிட்டது. எஜமானி அங்கே இருக்க முடியாமல் அறையை விட்டு வெளியே போய்விட்டாள். வெளியில் போகும்போதுகூட அவளுடைய உதடுகளில் இகழ்ச்சிப் புன்னகை ஒட்டிக்கொண்டிருந்தது. ஏழு குழந்தைகள் அவளை அம்மா என்று அழைத்தனர். ஆனால் தனது ஒரே குழந்தை கண்மூடிச் சாகும் தறுவாயில்கூட இந்த ஏழைக் கறுப்பினப் பெண், சாவைவிடவும் கொடுமையானதொரு வாழ்விலிருந்து அவளை விடுவித்துவிட்டதற்காகக் கடவுளுக்கு நன்றி சொன்னாள்.

3

அடிமைகளின் புத்தாண்டுநாள்

டாக்டர் ஃப்ளின்ட்டிற்கு ஊருக்குள் அருமையான வசிப்பிடம் இருந்தது. பல பண்ணைகள்; சொந்தமாகக் கிட்டத்தட்ட ஐம்பது அடிமைகள்; போதாததற்கு ஆண்டிற்குப் பல அடிமைகளை வேறு புதிதாக வேலைக்கு அமர்த்திக் கொள்வான்.

தென்மாகாணங்களில் ஜனவரி முதல்நாளன்று புதிய அடிமைகளை வேலைக்கு எடுப்பார்கள். இரண்டாம் நாள், அடிமைகள் தங்களது புது எஜமானர்களிடம் போக வேண்டியிருக்கும். பண்ணைகளில் பருத்தியும் சோளமும் அறுவடை யாகி வீடு சேரும்வரை அடிமைகள் அங்கே வேலை செய்வார்கள். வேலை முடிந்த பிறகு அவர்களுக்கு இரண்டு நாள் விடுமுறை கிடைக்கும். சில எஜமானர்கள் தங்கள் அடிமைகளுக்கு மரத்தடியில் வைத்து நல்ல சாப்பாடு கொடுப்பார்கள். அதற்குப் பிறகு கிறிஸ்துமஸ் வரை அவர்கள் அங்கு வேலை செய்வார்கள். அதிக விலை கொடுத்து அடிமைகளை வாங்கிக்கொள்பவர்கள் வரும்வரையில், கங்காணிகள் அல்லது எஜமானர்கள் விரும்பினால் அவர்களுக்கு நான்கு அல்லது ஐந்து நாட்கள் விடுமுறை கிடைக்கும். புத்தாண்டுக்கு முந்திய இரவில் அவர்கள் தாங்கள் சேர்த்துவைத்திருந்த சில்லறைகளை அல்லது குறிப்பாகச் சொல்வ தானால் ஒன்றுக்கும் உதவாத சாமான்களை எடுத்து வைத்துக்கொண்டு 'எப்படி விடியுமோ' என்ற பதற்றத்துடன் காத்திருப்பார்கள். குறித்த நேரத்தில்

ஏலத்திடலில் ஆண்களும் பெண்களும் குழந்தைகளும் குற்றவாளி களைப் போலத் தங்களுடைய கதி என்னவாகுமோ என்று திகிலுடன் காத்திருப்பார்கள். அவர்கள் இருக்கும் இடத்தைச் சுற்றி நாற்பது மைல் தூரம் வரை உள்ள ஊர்களில் இருக்கும் எஜமானர்களில் மனிதத்தன்மையுள்ளவர் யார், கொடுமைக் காரர் யார் என்பதை எல்லாம் அந்த அடிமைகள் நன்கு அறிந்து வைத்திருப்பார்கள்.

அந்தத் திடலுக்கு வந்திருப்பவர்களில் எந்த எஜமானர் தனது அடிமைகளை நல்ல உணவும் உடையும் தந்து பராமரிப்பவர் என்பதைத் தெரிந்துகொள்வது எளிது. அப்படிப்பட்டவரை அடிமைகள் சூழ்ந்துகொண்டு 'எஜமான்! தயவுசெய்து இந்த வருஷம் நீங்கள் என்னை வேலைக்கு எடுத்துக்கொள்ளுங்கள். நான் மிகவும் கஷ்டப்பட்டு உங்களுக்காக உழைப்பேன்' என்று கெஞ்சுவார்கள்.

பணியாளராக அமர்த்திக்கொள்ளப்பட்ட ஓர் அடிமை தனது புதிய எஜமானனிடம் போக விரும்பவில்லையென்றால், அந்த அடிமை அந்தப் புதிய எஜமானனிடம் வேலை செய்வதற்கு உடன்பட்டு அந்த ஆண்டில் எங்கும் ஓடிவிடமாட்டேன் என்று வாக்குறுதி அளிக்கும்வரை அவனுக்குக் கசையடி கொடுப்பார்கள்; அல்லது சிறையில் தள்ளுவார்கள். நடுவில் அந்த அடிமை எப்போதாவது, 'கட்டாயப்படுத்தி வாங்கப்பட்ட வாக்குறுதி தானே அதை மீறுவதும் நியாயம்தானே' என்று நினைத்துத் தப்பிக்க முயற்சித்துப் பிடிபட்டுவிட்டால் அவ்வளவுதான்! அவன் உடம்பிலிருந்து வழியும் ரத்தம் அவன் காலை நனைக்கும் படி கசையடி கொடுத்து, இறுகிப்போய்விட்ட அவன் கைகால் களைச் சங்கிலியால் கட்டி வயல்வெளிகளில் நாட்கணக்கில் இழுத்துச்செல்வார்கள்.

அந்த அடிமை மறுவருடம் வரை உயிரோடு இருந்தால் அதே எஜமானன், அந்த அடிமைக்கு ஏலத்தில் வேறெங்காவது போகும் வாய்ப்பைக்கூடத் தராமல் தன்னிடமே வேலைக்கு வைத்துக்கொண்டுவிடலாம். பணியாட்களை வேலைக்கு அமர்த்திக்கொள்வது முடிந்த பின்னர் அடிமைகளை விற்பதற் கான ஏலம் துவங்கும்.

ஓ! சுதந்திரமான மகிழ்ச்சிகரமான பெண்களே! அடிமைப் பெண்களின் புத்தாண்டு நாளுக்கும் உங்களது புத்தாண்டு நாளுக்கும் இடையேதான் எவ்வளவு வேற்றுமை! உங்களைப் பொறுத்தமட்டில் அது மிகவும் கோலாகலமான பண்டிகைக் காலம்! அன்றைய பொழுது முழுவதும் நீங்கள் ஆசீர்வதிக்கப்

பட்டவர்கள்! நட்பு நிறைந்த புத்தாண்டு வாழ்த்துக்கள் உங்களை நாடிவரும். பரிசுமழை பொழியும். உங்களிடமிருந்து விலகிப்போனவர்கள்கூட மனமிளகி உங்களது வாழ்த்துகளை எதிரொலிப்பார்கள். குழந்தைகள் தங்களுக்குக் கிடைத்த சின்னஞ்சிறு பரிசுகளைத் தூக்கிக்கொண்டுவந்து தங்களது ரோஜா நிற உதடுகளை உங்களது கொஞ்சலுக்காகக் குவித்துக் காட்டுவார்கள். அவர்கள் உங்களுடையவர்கள். சாவைத் தவிர வேறெதுவும் அவர்களை உங்களிடமிருந்து பறித்துவிட முடியாது.

ஆனால், அடிமைத்தாய்க்கோ புத்தாண்டு சொல்லமுடியாத துன்பங்களைத் தூக்கிக்கொண்டுவரும். அவள் நடுக்கும் குளிரில் ஒதுக்குப்புறமான ஓரிடத்தில் உட்கார்ந்தபடி அடுத்த நாள் காலையில் தன்னிடமிருந்து பிரிக்கப்படப்போகும் குழந்தை களைப் பார்த்துக்கொண்டேயிருப்பாள். பல சமயங்களில் விடிவதற்கு முன்னால் தானும் தனது குழந்தைகளும் செத்துப் போய்விட்டால் நல்லது என்றுகூட நினைத்துக்கொள்வாள். அவள் அறியாமை நிறைந்த ஜீவனாகக்கூட இருக்கலாம். இந்த அமைப்பின் கொடூரமான அடக்குமுறையால் குழந்தைப்பருவம் முதலே சிறுமைப்படுத்தப்பட்டவளாகக்கூட இருக்கலாம். ஆனால் அவளிடம் தாய்மை உணர்வு இருக்கும்; ஒரு தாயின் வேதனையை அவளால் புரிந்துகொள்ளவும் முடியும். இம்மாதிரி யான ஒரு விற்பனை நாளில் ஒரு தாய் தனது ஏழு குழந்தை களோடும் ஏலத்திடலுக்கு வந்தாள். அதில் சிலர் மட்டுமே விற்கப்படுவார்கள் என்று அவள் நினைத்திருந்தாள். ஆனால் ஏழு குழந்தைகளும் அடிமை வியாபாரியிடம் விற்கப்பட்டு விட்டார்கள். அந்தத் தாயை மட்டும் உள்ளூரில் இருந்த ஒருவன் வாங்கிக்கொண்டான். இரவு நேரத்திலேயே அவளது குழந்தை களைத் தொலைதூரத்திற்குக் கொண்டுபோய்விட்டார்கள். அந்தத் தாய் அடிமை வியாபாரியிடம் தனது குழந்தைகளை அவன் எங்கு கொண்டுபோகப்போகிறான் என்பதைத் தனக்குச் சொல்லும்படி கெஞ்சினாள். ஆனால் அவன் சொல்ல மறுத்து விட்டான். அவன் எப்படிச் சொல்லுவான்? அக்குழந்தைகள் ஒவ்வொருவரையும் அதிகபட்ச விலை தருபவர்களுக்கு அவன் விற்றுவிடுவான். தெருவில் பார்க்க நேர்ந்த அந்தத் தாயின் கோபமும் வேதனையும் நிறைந்த முகம் இன்றுவரை என் மனதை விட்டு அகலவில்லை. அவள் மிகுந்த பதற்றத்தோடு தன் கைகளைப் பிசைந்தபடி, 'போச்சு! எல்லாமே நாசமாய்ப்போச்சு! ஆண்டவன் என்னை ஏன் இன்னும் கொண்டுபோகவில்லை!' என்று அரற்றிக்கொண்டிருந்தாள். அவளைத் தேற்ற என்னிடம் வார்த்தைகள் இல்லை. இப்படிப்பட்ட நிகழ்வுகள் அன்றாடம், ஏன் ஒவ்வொரு வேளையும் நிகழ்ந்தபடியேதான் இருந்தன.

அடிமைகளின் எஜமானர்கள் தங்களிடம் இருக்கும் உழைத்துத் துவண்டுபோன வயது முதிர்ந்த அடிமைகளைக் கழித்துக்கட்டுவதற்கென்றே சில வினோதமான வழிமுறை களைப் பின்பற்றிவந்திருந்தார்கள். தனது எஜமானனுக்கு எழுபது ஆண்டுகள் விசுவாசமாகப் பணியாற்றிய மூதாட்டி ஒருவரை நான் அறிவேன். அவர் ஓயாத உழைப்பாலும் நோயினாலும் தளர்ந்துபோயிருந்தார். அவருடைய எஜமானர்கள் அந்தக் கறுப்பின மூதாட்டியை இருபது டாலர் கொடுத்து எவரேனும் வாங்கவந்தால் அவரிடம் தள்ளிவிட ஏற்பாடு செய்தபின்பு அவரைத் தன்னந்தனியாக விட்டுவிட்டு அலபாமாவுக்குக் குடிபெயர்ந்து போய்விட்டார்கள்.

4

தன்னை ஒரு மனிதனாய் உணரத் துணிந்த அடிமை

நான் டாக்டர் ஃப்ளின்ட் வீட்டிற்கு வந்து இரண்டு வருடங்கள் ஆகிவிட்டன. அந்தக் காலத்தில் எனது வாழ்க்கை அனுபவம் பல படிப்பினைகளை எனக்குத் தந்திருந்தாலும் புதிதாக எந்த வகை அறிவையும் பெறுவதற்கு அங்கு வாய்ப்பே இல்லை.

அனாதையாக்கப்பட்ட தன் பேரக்குழந்தை களை எங்கள் பாட்டி தன்னால் முடிந்த அளவுக்கு ஓர் அம்மாவாகவே இருந்து பாதுகாத்துவந்தார். தனது விடாமுயற்சியாலும் தளராத உழைப்பாலும் பாட்டி தனது வாழ்க்கைக்குத் தேவையான வசதிகள் உள்ள இதமான சிறியதொரு வீட்டிற்கு எஜமானி யாக ஆகியிருந்தார். அவருடைய குழந்தைகளும் அவரோடு இருந்திருந்தால் இன்னும் மகிழ்ச்சியாக இருந்திருப்பார். பாட்டிக்குப் பிறந்த குழந்தைகளில் மூன்று குழந்தைகளும் இரண்டு பேரப்பிள்ளைகளும் மட்டுமே மிஞ்சினார்கள். அவர்களும் அடிமைகளே! 'அதுதான் கடவுளின் சித்தம்' என்று அவர் தன்னால் முடிந்தவரை எங்களுக்கு உணர்த்த முயன்றார். எங்களை அந்த மாதிரிச் சூழலில் வைத்திருப்பதுதான் சரி என்பது கடவுளின் சித்தமாக இருந்திருக்கும். கஷ்டமாகவே இருந்தாலும் மன அமைதிக்காக வாவது பிரார்த்தனை செய்தாகவேண்டும் என்பார்.

தனது குழந்தைகளின் மீது சொந்தம் கொண்டாட முடியாத ஒரு தாய்க்கு இப்படியான நம்பிக்கை இருக்கும்தான். ஆனால் நானும்

அவருடைய கடைசி மகனான பெஞ்சமினும் இந்தக் கருத்தை ஏற்றுக்கொள்ளாவிட்டாலும் பாட்டியின் வாழ்வைப் போன்றே எங்களது வாழ்வும் அமையவேண்டுமென்பதுதான் கடவுளின் பெருவிருப்பமாக இருக்கும் என்பதே எங்கள் முடிவு. பாட்டியின் வீட்டைப் போன்ற ஒரு வீடு வேண்டும் என்பதுதான் எங்களுடைய ஏக்கமும். அந்த வீட்டில் எப்பொழுதும் எங்களது துன்பங்களைப் போக்கி இதம் தரும் சஞ்சீவினி இருப்பதைப் பார்த்தோம். பாட்டி மிகவும் அன்பானவர்; இரக்கம் மிகுந்தவர்; அவர் எங்களை எப்போதும் புன்னகையுடன்தான் பார்ப்பார்; எங்கள் கஷ்டங்களை எல்லாம் பொறுமையாகக் கேட்டுக்கொள்வார்; நம்பிக்கையோடு பேசுவார்; அப்போது எங்களை அறியாமலேயே துயர மேகங்கள் விலகி வெளிச்சம் வந்துவிடும். பாட்டி வீட்டில் பெரிய அடுப்பு இருந்தது. அது அந்த ஊருக்கு வேண்டிய ரொட்டிகளையும் நல்ல தின்பண்டங்களையும் தயாரிக்க உதவியது. நாங்கள் விரும்பிச் சாப்பிடும் தின்பண்டங்கள் கொஞ்சம் அங்கே எங்களுக்கென்று எடுத்துவைக்கப்பட்டிருக்கும் என்பது எங்களுக்குத் தெரியும்.

ஆனால் அந்தப் பெரிய அடுப்பில் செய்யப்படும் பண்டங்களின் சுவை தந்த ஈர்ப்பினால்கூட எங்களுடைய துயரத்திற்கு உரிய ஆறுதலைத் தர முடியவில்லை. தற்போது அந்தப் பெரிய அடுப்பும் எங்களது பெரும் துன்பங்களுக்கு முன்னே போகப்போகத் தனது வசீகரத்தை இழந்துவிட்டது. பெஞ்சமின் அழகான பையனாக வளர்ந்துவிட்டான். நேர்த்தியான தோற்றமும் வலிமையும் உடையவனாகவும், அடிமைகளின் இயல்புக்கு மாறான உற்சாகமும் துணிவும் மிக்கவனாகவும் அவன் இருந்தான். பன்னிரண்டு வயது நிரம்பிய என் தம்பி வில்லியத்திற்கு ஏழு வயதிலேயே எஜமான் என்ற சொல்லைக் கேட்டால் ஏற்பட்ட வெறுப்பு இன்னும் அவனிடம் தொடர்ந்தது. நான் அவனது நம்பிக்கைக்கு உரியவள். அவனது துன்பங்களை எல்லாம் என்னிடம் வந்து பகிர்ந்துகொள்வான். அதில் ஒரு குறிப்பிட்ட நிகழ்ச்சி என் நினைவில் இருக்கிறது. அது ஓர் அழகான இளவேனிற் காலை நேரம். அங்கும் இங்குமாக ஆடிக் கொண்டிருந்த சூரிய ஒளி என் துயரத்தைப் பரிகசித்தது. ஆனால் அதேநேரம், இரவும் பகலும் எவரை அடித்துத் தின்னலாம் என்றும் யாரை ஏமாற்றலாம் என்றும் படப்படப்போடு அலைந்து கொண்டிருக்கின்ற என் எஜமானன் சற்றுமுன் என்னைக் கடந்து சென்றபோது, கூறிய விஷச்சொற்கள் என்மீது தைத்தன. அவை என் காதையும் மனத்தையும் நெருப்பாய்ப் பொசுக்கின. நான் அவனை மிகவும் வெறுத்தேன்! என்றாவது ஒருநாள் அவன் நடந்து செல்லும்பொழுது பூமி பிளந்து அவனை விழுங்கி இந்த உலகத்தை இப்பெருந்தொற்றிலிருந்து காப்பாற்றினால் எவ்வளவு நல்லது என்று நான் நினைத்துக்கொண்டேன்.

ஓர் அடிமைச் சிறுமியின் வாழ்க்கை நிகழ்வுகள்

நான் அவனுக்காகப் படைக்கப்பட்டவள்; நான் அவனது எல்லாவிதமான கட்டளைகளுக்கும் கீழ்ப்படியவேண்டியவள்; நான் வெறும் அடிமை என்பதால் அவன் காலடியில் கிடப்பதைத் தவிர எனக்கு வேறு விருப்பங்கள் இருக்கக்கூடாது என்று அவன் என்னிடம் சொன்னான். என் மெலிந்த கையில் முன் எப்போதும் இல்லாத அளவுக்கு வலிமை ஏறுவதை அப்போது நான் உணர்ந்தேன்.

அதற்குப் பிறகு என் பக்கத்தில் வந்த வில்லியத்தின் குரலைக் கேட்கும்வரை மற்றவர் வருவதைப் பார்க்கவோ கேட்கவோ முடியாதபடி வேதனையோடு ஆழ்ந்த சிந்தனையில் மூழ்கிப் போனேன். “லிண்டா! என்ன நடந்தது? ஏன் இவ்வளவு சோகமாக இருக்கிறாய்? எனக்கு உன் மீது பாசம் அதிகம்!! இந்த உலகம் பொல்லாதது! ஏன் எல்லோருமே எரிச்சலோடும் வருத்தத்தோடும் இருக்கிறார்கள்? பாவம் அப்பா! அவர் இறந்த உடனேயே நானும் செத்துப்போயிருந்தால் நன்றாக இருந்திருக்கும்” என்றான்.

“எல்லோருமே எரிச்சலுடனும் வருத்தத்துடனும் இருக்கிறார்கள் என்று சொல்லமுடியாது. மகிழ்ச்சிகரமான வீடும் அன்பான நண்பர்களும், இவற்றை நேசிக்கத் தயங்காதவர்களும் மகிழ்ச்சியாகவே இருக்கிறார்கள். ஆனால் அப்பாவோ அம்மாவோ இல்லாத நம்மைப்போன்ற அடிமைக் குழந்தைகள் மகிழ்ச்சியாக இருக்கலாம் என்று எதிர்பார்க்கக்கூடாது. அதே நேரம் நாம் நல்லவர்களாகவும் இருந்தாக வேண்டும். ஒருவேளை அதனால் நமக்கு மனநிம்மதி கிடைக்கலாம்” என்றேன்.

அவனோ “அது சரிதான்! ஆனால் நான் நல்லவனாக இருப்பதற்குத்தான் முயற்சிசெய்கிறேன். என்ன பிரயோஜனம்? அவர்கள் எப்பொழுதும் ஏன் என்னைச் சீண்டிக்கொண்டே இருக்கிறார்கள்?” என்றான். எஜமானன் நிக்கோலஸுடன் அன்று மதியம் ஏற்பட்ட தகராறுகுறித்துப் பேசத் தொடங்கினான். நிக்கோலஸின் சகோதரன், வில்லியத்தைப் பற்றி இல்லாததும் பொல்லாததும் சொல்லி மகிழ்ச்சி அடைந்திருக்கிறான். அதைக் கேட்ட நிக்கோலஸ் வில்லியத்தைச் சவுக்கால் அடித்தால்தான் சரிப்பட்டுவருவான் என்றும், தான் அவனை அடிக்கப் போவதாகவும் சொல்லிவிட்டு வேலைக்குப் போய்விட்டான். வில்லியம் சின்ன எஜமானனிடம் துணிச்சலாகச் சண்டை போட்டிருக்கிறான். அந்தச் சின்ன எஜமானன், வில்லியம் தன்னை மிஞ்சிக்கொண்டிருந்ததால் வில்லியத்தின் கைகளை முதுகோடு சேர்த்துக் கட்ட முயற்சி செய்திருக்கிறான். முன்பு போலவே அதிலும் அவன் தோற்றுவிட்டான். வில்லியம் அவனைப் பலமாகக் குத்தி உதைத்துவிட்டுக் கடைசியில் சின்னச்

சின்னச் சிராய்ப்புகளோடு மட்டும் வந்துவிட்டான். தனது சின்ன எஜமானனின் அற்பத்தனத்தைக் குறித்து வில்லியம் நீட்டி முழக்கிச் சொல்லத் தொடங்கினான். அந்தச் சின்ன எஜமானன் சிறு பையன்களைச் சவுக்கால் அடிப்பான். ஆனால் தன்னை யொத்த வெள்ளைப் பையன்களோடு சண்டையென்று வந்து விட்டால் அந்தக் கோழை, பின்னங்கால் பிடரியில்பட ஓடி விடுவான். அவனைப் பற்றி மேலும் சில புகார்களையும் வில்லியம் சொன்னான். அவன், பைசாக்களை எல்லாம் பாதரசத்தில் உரசி, கால் டாலர்கள் எனப் பழக்கடை முதியவரை ஏமாற்றிவிடுவான். வில்லியம் பழம் வாங்க அடிக்கடி அனுப்பப்படுவதால் இத்தகைய சந்தர்ப்பங்களில் தான் என்ன செய்ய வேண்டும் என்று என்னிடம் ஆர்வத்தோடு யோசனை கேட்டான். நானும் அந்த முதியவரை ஏமாற்றுவது நிச்சயமாகத் தவறுதான் என்றும் சின்ன எஜமானன் செய்வதை அவரிடம் சொல்லுவது அவனது கடமை என்றும் கூறினேன். அந்த முதியவர் விரைவாகப் புரிந்து கொண்டுவிடுவார்; விஷயம் அத்தோடு முடிந்துவிடும் என்றேன். ஆனால் அது முதியவர் அளவில் முடிந்துவிட்டாலும் தன்னளவில் அது முடிந்துவிடாது என்று வில்லியம் நினைத்தான். சவுக்கடி படும்போது ஏற்படும் சுளீரென்ற வலியைவிடச் சவுக்கடி கிடைக்கும் என்ற நினைப்பே தனக்குக் கொஞ்சமும் பிடிக்காத விஷயம்” என்றான்.

நல்லவனாகவும் மன்னிக்கத் தெரிந்தவனாகவும் இருக்க வேண்டும் என்று அவனுக்கு அறிவுரை சொன்ன நான் என் கண்ணில் இருந்த உத்திரத்தை அறியாதவளாக இருக்கவில்லை.[1] நான் எனது குறைபாடுகளை அறிந்திருந்ததால்தான் என் தம்பிக்குக் கடவுள் அருளால் கிடைத்த நல்ல இயல்புகளில் ஒரு சிலவற்றையாவது நானும் தக்கவைத்துக்கொள்ள வேண்டும் என்று விரும்பினேன். நான் பதினான்கு ஆண்டு அடிமை வாழ்வை வெறுமனே கழித்துவிடவில்லை. என்னைச் சுற்றி உள்ளவர்களைப் பற்றிப் பார்த்தும் உணர்ந்தும் தேவையான அளவிற்குக் கேட்டும் அவர்களை நானே படித்தும் அவர்களது உள்நோக்கங்களைக் கேள்விகுள்ளாக்கியும் வந்துள்ளேன். நான் என் வாழ்விற்கான போராட்டத்தைத் தொடங்கிவிட்டேன். ஆண்டவன் என்னைச் சக்தி இல்லாத ஜீவனாகவே படைத்திருந்தாலும் நான் தோற்கடிக்கப்படமாட்டேன் என்று உறுதி எடுத்துக் கொண்டேன். அட! நானா இது!

எனக்கென்று இதமான ஓர் இடம் இன்னும் இருக்கிறது என்றால் அது பெஞ்சமினின் இதயம்தான் என்பது என் நம்பிக்கை. ஒரு சிறுமியின் முதல்காதலின் தீவிரத்தோடு ஆழமாக அவனை நேசித்தேன். என் எஜமானன் அதைத் தெரிந்து கொண்டான். அதன் காரணமாக அவன் பலவகைகளிலும்

எனக்குத் தொல்லைகள் கொடுத்தான். கசையடி வழங்கு மளவுக்குப் போகமாட்டான் என்றாலும் குரூர புத்திக்காரர்களின் கீழ்த்தரமான அடக்குமுறைகள் எல்லாவற்றையும் அவன் பயன்படுத்தினான்.

நான் முதல் தடவை பெற்ற தண்டனை எனக்கு இப்போதும் நினைவில் இருக்கிறது. அது ஒரு பிப்ரவரி மாதம். என் பாட்டி என்னுடைய பழைய காலணிகளுக்குப் பதிலாகப் புதிய காலணிகள் வாங்கிக் கொடுத்திருந்தார். எனக்கும் அவை தேவைப்பட்டன. சில அங்குல அளவிற்குப் பனி பெய்திருந்தது. மேலும் பனி தொடர்ந்து பெய்துகொண்டுதான் இருந்தது. நான் திருமதி ஃப்ளின்டின் அறையின் பக்கமாக நடந்து போய்க் கொண்டிருந்தேன். அவளது கருணையற்ற காதுகளுக்கு என்னுடைய செருப்புச் சத்தம் நாராசமாக இருந்ததோ என்னவோ! என்னைக் கூப்பிட்ட அவள் "உன்னிடம் இருக்கும் எதிலிருந்து இந்தச் சகிக்க முடியாத சத்தம் வருகிறது?" என்று கேட்டாள். "புது செருப்புகள்தான்" என்று நான் பதில் சொன்னேன். "கழற்றிப் போடு" என்று சொல்லிவிட்டு "இன்னொரு தடவை நீ அதைப் போட்டுக்கொண்டால் பிடுங்கி நெருப்பில் போட்டுவிடுவேன்" என்றாள்.

நான் செருப்புகளோடு காலுறைகளையும் சேர்த்துக் கழற்றி விட்டேன். ஏதோ ஒரு வேலையாக வெகுதொலைவிற்கு அவள் என்னை அனுப்பினாள். வெறும் கால்களோடு பனியில் நடந்து போனதால் என் கால்கள் நொந்துபோயின. அன்று இரவு எனக்குத் தொண்டை கட்டிவிட்டது. மறுநாள் எழுந்திருக்க முடியாமல் நோயில் படுத்துவிடுவேனோ அல்லது செத்தே போய்விடு வேனோ என்று நினைத்துக்கொண்டுதான் தூங்கினேன். ஆனால் மறுநாள் காலையில் நல்ல உடல்நலத்தோடு எழுந்ததால் ஏமாற்றம் அடைந்தேன்.

நான் செத்துவிட்டாலோ அல்லது கொஞ்சகாலம் படுத்த படுக்கையாகிவிட்டாலோ என்னுடைய எஜமானி அடிக்கடி என்னைக் குத்திக் காட்டி அழைப்பதுபோல அந்த 'குட்டிப் பிசாசை அதிகம் துன்புறுத்திவிட்டோமோ' என்று மனதுக்குள் நினைத்துக்கொள்வாள் என்பது என் கற்பனை. ஆனால் எஜமானியின் குணம்பற்றிய முழுமையான புரிதல் எனக்கு இல்லாததே இந்த மாதிரி மிதமிஞ்சிய கற்பனைகளுக்கு இடமளித்துவிட்டது.

டாக்டர் ஃப்ளின்டிடம் என்னை அதிக விலைகொடுத்து வாங்கிக்கொள்வதாகச் சிலர் கேட்டிருக்கிறார்கள். அப்போ தெல்லாம் அவன் "இவள் எனக்குச் சொந்தமில்லை; என்னுடைய

மகளின் சொத்து; இவளை விற்க எனக்கு உரிமை கிடையாது" என்று மிகவும் நல்லவன் போலச் சொல்லிவிடுவான். என்னுடைய எஜமானியோ, இப்போது சின்னக் குழந்தை. அவளிடம் இருந்து எனக்கு எந்தப் பாதுகாப்பும் கிடைக்காது. நான் அவளை மிகவும் நேசித்தேன். அவளும் பதிலுக்கு என்னிடம் பாசமாக இருந்தாள். ஒரு தடவை குழந்தையின் அப்பா அந்தக் குழந்தை என் மீது கொண்டிருக்கும் பாசத்தைப் பற்றிக் குறிப்பாகப் பேசியபோது அவன் மனைவி "குழந்தைக்கு அவளிடம் பயம்; அதுதான் காரணம்" என்று பளிச்சென்று பதில் சொன்னாள். இந்தப் பதில் தேவையில்லாத சந்தேகங்களை எனக்குள் உண்டாக்கியது. ஒருவேளை குழந்தையின் அன்பு வெறும் நடிப்பா அல்லது குழந்தை என்னிடம் காட்டும் சிறிதளவு அன்பைக் கண்டு பொறாமைப்பட்டு என் எஜமானி அப்படிப் பேசிவிட்டாளா என்று குழம்பிவிட்டேன். இரண்டாவதுதான் சரி என்ற முடிவுக்கு நான் வந்தேன்; உண்மையில் சின்னஞ்சிறு குழந்தைகள் கள்ளம் கபடமற்றவர்கள் என்று எனக்குள் சொல்லிக்கொண்டேன்.

ஒரு நாள் மதியம் நான் தைத்துக்கொண்டிருந்தபோது வழக்கத்திற்கு மாறாகச் சலிப்புடன் இருந்தேன். என் எஜமானி ஏதோ ஒரு தவறு செய்துவிட்டதாக என்மீது குற்றம் சுமத்தியபோது, நான் அதைப்பற்றி எனக்கு ஒன்றும் தெரியாது என்று சொல்லி விட்டேன். ஆனால் அவள் அதைக் கேட்டு ஏளனமாக உதட்டைச் சுழித்தபோது நான் பேசுவது பொய் என்று அவள் என்னைத் தவறாக நினைப்பது தெரிந்தது.

ஆண்டவன் எந்த மேன்மையான நோக்கத்துடன் என்னை இத்தகைய முள்பாதையில் அழைத்துச் செல்கிறார் என்றும், இருள் சூழ்ந்த காலங்கள் இன்னும் எவ்வளவு காத்திருக்கின் றனவோ என்றும் எண்ணிக் குழம்பிக்கொண்டிருந்தேன். அப்போது கதவை மெதுவாகத் திறந்துகொண்டு வந்த வில்லியத்திடம் "இப்ப என்ன விஷயம்?" என்று கேட்டேன்.

"பெஞ்சமினுக்கும் அவன் எஜமானனுக்கும் தகராறு" என்றான்.

பெஞ்சமினைக் கொன்றுவிட்டார்களோ என்றுதான் முதலில் நான் நினைத்தேன். 'லிண்டா! பயப்படாதே! நான் எல்லாவற்றையும் சொல்லுகிறேன்' என்றான் வில்லியம்.

பெஞ்சமினின் எஜமானன் அவனைக் கூப்பிட்டுவிட்டிருக் கிறான் போலிருக்கிறது. ஆனால் பெஞ்சமின் உடனே போக வில்லை. பிறகு அவன் வந்ததும் கோபத்திலிருந்த எஜமானன் அவனுக்குக் கசையடி கொடுக்கத் தொடங்கியிருக்கிறான்.

பெஞ்சமின் எதிர்த்திருக்கிறான். எஜமானனும் அடிமையும் சண்டை போட்டதில் எஜமானனைப் பெஞ்சமின் தூக்கி எறிந்து விட்டான். பெஞ்சமின் தன் செயலை எண்ணி நடுங்கிவிட்டான்; அதற்குக் காரணம் இருந்தது; அவன் அந்த நகரத்தின் பெரும் செல்வந்தர்களில் ஒருவனான தனது எஜமானனைக் கீழே தள்ளியிருக்கிறான். என்ன ஆகிவிட்டதோ என்பதைத் தெரிந்து கொள்ள நான் திகிலோடு காத்துக்கொண்டிருந்தேன்.

அன்று இரவு ஒருவருக்கும் தெரியாமல் நான் பாட்டி வீட்டுக்குப் போனேன். பெஞ்சமினும் தன் எஜமானனுக்குத் தெரியாமல் அங்கு வந்திருந்தான். பாட்டி அருகிலுள்ள கிராமத்தில் இருக்கும் தனது பழைய நண்பரின் வீட்டில் ஓரிரு நாள் தங்கி வருவதற்காகப் போயிருந்தார். பெஞ்சமின், "நான் உன்னிடம் சொல்லிக்கொண்டு போவதற்காகத்தான் வந்திருக்கிறேன்" என்றான்.

"எங்கே?" என்று நான் கேட்டேன்.

"வடக்கே" என்றான்.

அவனது மனதில் இருப்பதைத் தெரிந்துகொள்வதற்காக அவன் முகத்தைப் பார்த்தேன். அழுத்தமாக மூடியிருந்த உதடுகள் அவனுடைய மனஉறுதியைப் பறைசாற்றின. நான் அவனைப் போகவேண்டாம் என்று கெஞ்சினேன். ஆனால் அவன் என் வார்த்தைகளைக் காதில் போட்டுக்கொள்ளவில்லை. தான் இன்னமும் சிறுவன் இல்லை என்றும் ஒவ்வொரு நாளும் அடிமையாக இருப்பதன் அவமானத்தைத் தன்னால் தாங்க முடியவில்லை என்றும் அவன் சொன்னான். அவன் தனது எஜமானனுக்கு எதிராகக் கையை ஓங்கி இருக்கிறான். அந்தக் குற்றத்திற்காக அவனுக்குப் பொதுவெளியில் கசையடி கொடுக்கப்படலாம். முன்பின் தெரியாதவர்கள் இருக்கும் இடத்திற்குப் போனால், அவன் எதிர்கொள்ள வேண்டியிருக்கும் வறுமையையும் துன்பங்களையும் நான் நினைவுபடுத்தினேன். அதோடு அவன் பிடிபட்டுத் திரும்பக் கொண்டுவரப்படலாம் என்றும் அதை நினைக்கவே பயங்கரமாக இருக்கிறது என்றும் சொன்னேன்.

இதைக்கேட்டு எரிச்சலடைந்த அவன், "அடிமைகளாக நாம் நடத்தப்படுவதை விட, வறுமையும் துன்பமும் உள்ள சுதந்திர வாழ்வு விரும்பத்தக்கது அல்லவா? லிண்டா! இங்கே நாய்கள், உதைபந்துகள், கால்நடைகள் என்று கீழான அத்தனையும் நாம்தான். இல்லை! என்னால் இங்கே இருக்க முடியாது. அவர்கள் திரும்பக் கூட்டி வரட்டும். சாவு ஒருமுறைதானே வரும்" என்றான்.

அவன் சொன்னது சரிதான். ஆனால் அவனை விட்டுப் பிரிவது கஷ்டமாக இருந்தது. "போய்விடு! உன் அம்மாவின் மனசைத்தான் நொறுக்கிவிடப் போகிறாய்" என்றேன்.

நான் அவசரப்பட்டு வார்த்தைகளை விட்டுவிட்டதற்காக வருந்தினேன்.

ஏதோ அன்று மாலை அவன் சொன்னதை நான் கேட்டுக் கொள்ளவில்லை என்பது போல அவன் "லிண்டா! நீ எப்படி இப்படிச் சொல்லலாம்? பாவம் அம்மா! அவரிடம் அன்பாக இரு: உன்னையும் சகோதரன் ஃபேன்னியையும் பார்த்துக் கொள்!" என்றான்.

எங்களுடைய ஒன்றுவிட்ட சகோதரன் ஃபேன்னி எங்களது நண்பன். அவன் சில காலம் எங்களோடு சேர்ந்து வசித்தவன்.

பிரிவுபசார வார்த்தைகளைப் பகிர்ந்துகொண்டோம். தனது பரிவுமிக்க செயல்பாடுகளால் எங்கள் அனைவருக்கும் மிகவும் நெருக்கமானவனாக ஆகிவிட்ட அந்தப் பாசம் மிகுந்த புத்திசாலிப் பையன் எங்கள் பார்வையிலிருந்து மறைந்துவிட்டான்.

அவன் எவ்வாறு தப்பினான் என்பதைச் சொல்லத் தேவையில்லை. நியூயார்க்குக்குப் போகும் வழியில் கடும் புயல் கப்பலைத் தாக்கியது என்பதைச் சொன்னால் மட்டுமே போதும். மாலுமி அவனை அருகில் உள்ள துறைமுகத்தில் விட்டுவிடுவதாகச் சொன்னார். ஆனால் எங்கள் ஊருக்கு அருகிலிருக்கும் எல்லாத் துறைமுகங்களிலும் தன்னைப் பற்றிய விளம்பரம் இருக்கும் என்பதால் பெஞ்சமின் கலக்கம் அடைந்தான். அவனுடைய சங்கடத்தை மாலுமி கவனித்துவிட்டார். அவர்கள் துறைமுகத்தை அடைந்தார்கள். அங்கே இருந்த விளம்பரம் மாலுமியின் கண்ணில்பட்டது; அதில் இருந்த எல்லா விவரங்களோடும் பெஞ்சமின் பொருந்திப்போனதால் அவர் பெஞ்சமினைச் சங்கிலிகளால பிணைத்துவிட்டார். புயல் கரையைக் கடந்துவிட்டது. அவர்கள் நியூயார்க் நோக்கிப் பயணப்பட்டனர். துறைமுகத்தை அடைவதற்கு முன்பே பெஞ்சமின் தன்னைப் பிணைத்திருந்த சங்கிலிகளைக் கழற்றிக் கடலில் எறிந்துவிட்டுக் கப்பலில் இருந்து தப்பினான். ஆனாலும் அவனைத் துரத்திப் பிடித்து எஜமானனிடம் ஒப்படைத்து விட்டார்கள்.

என் பாட்டி, வீட்டிற்குத் திரும்பி வந்தபோது, தன் கடைசி மகன் ஓடிப் போய்விட்டான் என்பதை அறிந்து பெரும் துயரம் அடைந்தார். ஆனால் அவரது இயல்பான இறை உணர்வோடு

'ஆண்டவன் விட்ட வழி' என்று சொல்லிவிட்டார். ஒவ்வொரு நாள் காலையிலும் தன் மகனைப் பற்றி ஏதாவது செய்தி வந்ததா என்று விசாரிப்பார். ஒரு நாள் செய்தியும் வந்தது. தனது அடிமை பிடிபட்டுவிட்டான் என்ற தகவலுடன் வந்த கடிதத்தால் எஜமானன் மகிழ்ச்சி அடைந்தான்.

நேற்று நடந்த மாதிரியே அது இன்னும் என் நினைவில் படிந்து இருக்கிறது. சங்கிலிகளால் பிணைக்கப்பட்டுத் தெருக்களின் வழியாக அவன் சிறைக்கு இழுத்துக்கொண்டு போகப்படுவதைப் பார்த்தேன். அவன் முகம் பேயறைந்ததுபோல வெளுத்து இருந்தாலும் உறுதிமிக்கதாக இருந்தது. அவன், மாலுமிகளில் ஒருவரிடம் தனது வீட்டிற்குச் சென்று தனது தாயார் தன்னைப் பார்க்க வரவேண்டாம் என்று சொல்லிவிட்டு வரும்படி கெஞ்சிக் கேட்டான். தன் தாயின் வேதனையைப் பார்க்க நேர்ந்தால் தான் தனது சுயக்கட்டுப்பாட்டை இழக்க நேரும் என்றான். ஆனால் தன் மகனுக்காக ஏங்கி அவனைப் பார்க்கப்போன அந்தத் தாய் கூட்டத்திற்குள் தன்னை மறைத்துக் கொண்டாள். தன் மகனது வேண்டுகோள்கூட அதற்குக் காரணமாக இருந்திருக்கலாம்.

சிறையில் அவனைச் சந்திக்க எங்களுக்கு அனுமதி கிடையாது. ஆனால் சிறை அதிகாரியைப் பல வருடங்களாக எங்களுக்குத் தெரியும். அவர் நல்ல மனம் படைத்தவர். நடுராத்திரியில் மாறுவேடத்தில் போகும் எனக்கும் என் பாட்டிக்கும் சிறைக் கதவுகளைத் திறந்துவிடுவார். நாங்கள் சிறைக்குள் நுழையும்போது அங்கு நிலவிய அமைதி கலையும் அளவு ஒரு சிறு சத்தம்கூட எழவில்லை. 'பெஞ்சமின் பெஞ்சமின்' என்று பாட்டி ரகசியமாகக் கூப்பிட்டார். பதில் இல்லை. 'பெஞ்சமின்' என்று மீண்டும் சோர்வான குரலில் கூப்பிட்டார். சங்கிலிகள் அசையும் சத்தம் கேட்டது. நிலவு அப்போதுதான் உதயமாகியிருந்தது. ஜன்னல் கம்பிகளுக்கு நடுவில் அரைகுறையாக வெளிச்சம் வந்திருந்தது. நாங்கள் முழந்தாளிட்டு பெஞ்சமினின் குளிர்ந்த கைகளை எங்கள் கைகளில் பிடித்துக்கொண்டோம். நாங்கள் எதுவுமே பேசிக்கொள்ளவில்லை. விசும்பும் சத்தம் மட்டும் கேட்டது. தன் அம்மாவின் கழுத்தில் முகத்தைப் புதைத்து அழுதபோது அவனுடைய உதடுகள் விரிந்திருந்தன. அந்தத் துயரமான இரவு இழை பிசகாமல் இன்னமும் என் நினைவுக்கு வந்துவிடுகிறது. தாயும் மகனும் பேசிக்கொண்டார்கள். அவன், தான் அவருக்குக் கொடுத்த தொல்லைகளுக்காகத் தன்னை மன்னிக்குமாறு கேட்டுக்கொண்டான். இதில் மன்னிப்பதற்கு எதுவும் இல்லை என்ற பாட்டி, அவனுடைய விடுதலைவேட்கையைக் குறை சொல்லப்போவதில்லை என்றும் சொன்னார்.

ஹேரியட் ஜேகப்ஸ்

தான் பிடிபட்டவுடன் மனமுடைந்துவிட்டதாகவும், ஆற்றில் மூழ்கிவிடலாமா என்று யோசித்ததாகவும் உடனே அம்மாவின் ஞாபகம் வந்ததால் அந்த யோசனையைக் கைவிட்டுவிட்ட தாகவும் அவன் சொன்னான். "நீ அப்போது கடவுளை நினைக்க வில்லையா?" என்று பாட்டி கேட்டாள். அப்போது கோபத்தால் சிவந்துபோன அவன் முகத்தை நிலவொளியில் பார்க்க வேண்டு மென்று எனக்குத் தோன்றியது. "நான் கடவுளைப் பற்றி நினைக்கவில்லை. ஒரு மனிதன் மிருகத்தைப் போல வேட்டை யாடப்படும்பொழுது கடவுளையோ சொர்க்கத்தையோ நினைத்துக்கொண்டிருப்பதில்லை. அந்த வேட்டை நாய்களிட மிருந்து தப்பித்துச் செல்லும் போராட்டத்தில் அவன் எல்லா வற்றையும் மறந்துவிடுவான்" எனப் பதிலளித்தான்.

"அப்படிப் பேசாதே! பெஞ்சமின்! கடவுளிடம் நம்பிக்கை வை! பணிவாக இரு! மகனே! உன் எஜமானன் உன்னை மன்னிப்பார்!" என்றார் பாட்டி.

"என்னை மன்னிப்பாரா? எதற்காக அம்மா? என்னை நாய் மாதிரி நடத்த நான் அனுமதிக்கவில்லையே, அதற்காகவா? முடியாது! நான் ஒருநாளும் அவனுக்குப் பணியமாட்டேன். என் வாழ்நாள் முழுதும் ஒரு பயனும் இல்லாமல் அவனுக்காக உழைத்திருக்கிறேன். ஆனால், அதற்குப் பதிலாக அவன் எனக்குக் கொடுத்ததோ சவுக்கடிகளும் சிறைவாசமும் மட்டுமே. நான் சாகும்வரைக்கும் அல்லது அவன் வேறொருவரிடம் என்னை விற்கும்வரைக்கும் நான் இங்கேயேதான் கிடப்பேன்" என்றான் பெஞ்சமின்.

அந்த ஏழைத்தாய் அவன் வார்த்தைகளைக் கேட்டு நடுங்கிவிட்டார். அவனுக்கும் அது உறைத்திருக்கிறது என்று நினைக்கிறேன். அடுத்து அவன் பேசியபோது அவன் குரல் சற்று இளகியிருந்தது. "அம்மா! என்னைப் பற்றிக் கவலைப்படாதீர்கள். நான் அதற்குத் தகுதியானவன் அல்ல. உங்களிடம் இருக்கும் நல்ல பண்புகள் என்னிடமும் கொஞ்சம் இருந்திருந்தால் நன்றாக இருந்திருக்கும். நீங்கள் பொறுமையாக எல்லா வற்றையும் சரி, சரியென்று தாங்கிக்கொண்டீர்கள். நானும் அப்படியே இருந்திருக்கலாம்."

பாட்டி, தான் எப்போதும் அப்படி இருந்ததில்லை என்றும் தானும் அவனைப் போலத்தான் என்றும் பெரும் துன்பங்கள் தன்னைத் தாக்கிய பொழுது அரவணைக்கும் கைகளோ, சாய்ந்துகொள்ளத் தோள்களோ இல்லாமல் போனதால் கடவுளிடம் கேட்கக் கற்றதாகவும், அவரும் தனது பாரத்தைக் குறைத்ததாகவும் கூறினாள். அதுபோலவே அவனும் இருக்கவேண்டும் என்று மன்றாடிக் கேட்டுக்கொண்டாள்.

நாங்கள் கூடுதல் நேரம் தங்கிவிட்டோம். அதனால் சிறையில் இருந்து அவசரமாகத் திரும்பினோம்.

எங்கள் பாட்டி பெஞ்சமினுடைய எஜமானனிடம் நியாயம் கேட்கப்போனபோது அவன் சிறைப்பட்டு மூன்று வாரங்கள் ஆகியிருந்தன. எஜமானன் அசைவதாக இல்லை. அவன் பெஞ்சமின் மற்ற அடிமைகளுக்கு ஒரு பாடமாக இருக்க வேண்டும் என்றும் அவன் அடங்கிப்போகும் வரை அவனைச் சிறையில்தான் வைத்திருக்க வேண்டும் என்றும் அல்லது ஒரே ஒரு டாலர் கிடைத்தால்கூட அவனை விற்றுவிடப்போவ தாகவும் சொல்லிவிட்டான். ஆனால் எப்படியோ அந்த எஜமானன் ஓரளவுக்கு இறங்கி வந்தான். பெஞ்சமினின் விலங்குகள் கழற்றப்பட்டன. அவனைப் பார்க்க எங்களுக்கு அனுமதி கிடைத்தது.

சிறையில் அவனுக்குக் கொடுக்கப்பட்ட சாப்பாடு மட்டமாக இருந்ததால் நாங்கள் முடிந்தவரை அவனுக்கென்று வாய்க்கு ருசியான சாப்பாடும் அதோடு சிறை அதிகாரிக்கென்று கொஞ்சம் விசேஷமான தின்பண்டங்களையும் சேர்த்து எடுத்துக்கொண்டுபோனோம்.

மூன்று மாதங்கள் ஓடிவிட்டன. விடுதலைக்கான முகாந்திரமோ விலைக்கு வாங்க வருபவர்களோ இல்லை. ஒரு நாள் பெஞ்சமின் பாடிக்கொண்டும் சிரித்துக்கொண்டும் இருந்ததாகச் சொல்லப்பட்டது. இதை ஒழுங்கீனமாக நினைத்தவர்கள் எஜமானனிடம் போய்ச் சொல்லி விட்டார்கள். அந்த எஜமானன் பெஞ்சமினை மீண்டும் சங்கிலியால் பிணைக்கும்படி கங்காணிக்கு உத்தரவிட்டான். இப்போது அவன் அழுக்கடைந்த ஆடைகள் அணிந்திருந்த மற்ற கைதிகளோடு ஒரே அறையில் வைக்கப்பட்டான். பெஞ்சமின் அவர்களுக்கு அருகில் சங்கிலியால் கட்டப்பட்டிருந்ததால் அவன் உடல் முழுவதும் சீலைப்பேன் தொற்றிக்கொண்டது. அவன் தன்னைப் பிணைத்திருந்த சங்கிலியிலிருந்து விடுபட முயன்றுகொண்டே இருந்தான். இறுதியில் வெற்றியும் பெற்றான். அந்தச் சங்கிலிகளை எஜமானனிடம் கொண்டுபோய்க் கொடுக்குமாறும் அவன் மீது பேன் அப்பிக்கொண்ட விஷயத்தை அவரிடம் சொல்லுமாறும் கேட்டுக்கொண்டு ஜன்னல் கம்பி வழியாக அவற்றை வெளியே கொடுத்தான். இதை அடாவடித்தனமாகக் கருதிய எஜமானன், அவனை மிகவும் பலமான சங்கிலியால் பிணைத்ததோடு நாங்கள் அவனைச் சந்திக்க முடியாமலும் தண்டித்துவிட்டான்.

என் பாட்டி நாள்தோறும் அவனுக்குத் துவைத்த ஆடைகளை அனுப்பிவந்தார். பழைய ஆடைகள் எரிக்கப்பட்டன.

முந்தைய நாள் இரவில் அவனைச் சிறையில் பார்த்த போது கூட அவன் தாய், அவனது எஜமானனை அழைத்து அவரிடம் மன்னிப்புக் கேட்குமாறு அவனிடம் கெஞ்சினாள். வற்புறுத்தல் களாலோ விவாதங்களாலோ அவனது முடிவை மாற்ற முடிய வில்லை. அவன் அமைதியாக "அந்த நேரத்திற்காக நான் காத்திருக்கிறேன்" என்றான்.

அந்தச் சங்கிலிகள் உரசும் சத்தம் சோகமயமாக இருந்தது.

அடுத்து மூன்று மாதங்கள் கழிந்தன; பெஞ்சமின் சிறை மதில்களைத் தாண்டிவிட்டான். அவனை நேசித்த நாங்கள் அவனை வழியனுப்பிவைக்கக் காத்திருந்தோம். ஓர் அடிமை வியாபாரி அவனை வாங்கிவிட்டான். பத்து வருடங்களுக்கு முன் அவனுக்கு என்ன விலை கிடைத்தது என்று நான் சொல்லியிருக்கிறேன். அது உங்களுக்கு நினைவிருக்கும். இப்பொழுது அவன் இருபது வயதைத் தாண்டிவிட்டான்; முந்நூறு டாலருக்கு விற்கப்பட்டான். அந்த எஜமானன் தனது நஷ்டத்தைப்பற்றியெல்லாம் கண்டுகொள்ளவில்லை. நீண்ட சிறைவாசம் அவனது முகத்தை வெளுக்கச் செய்திருந்தது; அவன் தோற்றம் மெலிந்திருந்தது; ஓர் அடிமையிடம் இருக்கக் கூடாத பெஞ்சமினின் இயல்புகள்பற்றியும், அந்த வியாபாரி ஏதோ கேள்விப்பட்டிருக்க வேண்டும். "இந்த அழகான பையன் மட்டும் ஒரு பெண்ணாக இருந்திருந்தால் எவ்வளவு வேண்டுமானாலும் பணம் கொடுத்திருப்பேன்" என்று அந்த வியாபாரி சொன்னான். அப்படி இல்லாமல் போனதற்காக நாங்கள் கடவுளுக்கு நன்றி சொன்னோம்.

தனது குழந்தையின் மணிக்கட்டுகள் தடித்த இரும்புத் தகடுகளால் பிணைக்கப்பட்டிருக்க ஒரு தாய் அவனோடு ஒட்டிக்கொண்டிருப்பதை நீங்கள் பார்த்திருக்கிறீர்களா? நீங்கள் அவளுடைய நெஞ்சைப் பிளக்கும் கதறலைக் கேட்டிருக்கிறீர் களா? அவளுடைய ரத்தமாய்ச் சிவந்த கண்கள் அலைந்து திரிந்து ஒவ்வொரு முகமாகப் பார்த்து இரக்கம் காட்டுமாறு கெஞ்சுவது பயனில்லாமல் போவதை உங்களால் சகித்துக்கொள்ள முடியுமா? நான் பார்த்த அந்தக்காட்சிகளை நீங்களும் பார்த்திருந்தால் "ஒழியட்டும் அடிமைத்தனம்" என்று முழங்கியிருப்பீர்கள். பெஞ்சமின், அவளுடைய அன்புக்குரிய கடைசி மகன், நிரந்தரமாகப் போய்விட்டான்.

பாட்டி அதனை ஏற்றுக்கொள்ளத் தயாராக இல்லை. பெஞ்சமினைத், திரும்ப வாங்கிக்கொள்ள முடியுமா என்பதற்காக அந்த அடிமை வியாபாரியை நேரே போய்ப்பார்த்தார். ஆனால் அந்த மாகாணத்தைத் தாண்டிப் போகும் வரை அவனை விற்கக்கூடாது என்று பத்திரம் எழுதிக் கொடுத்திருப்பதால் அது

இயலாது என்று வியாபாரி சொல்லிவிட்டான். மேலும் அவன், தான் நியூ ஆர்லியன்ஸ் போகும்வரை விற்றுவிடப் போவதில்லை என்றும் உறுதி கொடுத்தான்.

தனது வலுவான தோள்களோடும் தளராத நம்பிக்கை யோடும் பாட்டி தனது மனதிற்குப் பிடித்த வேலையைத் துவக்கிவிட்டார். பெஞ்சமின் விடுதலையாக வேண்டும். அந்த நோக்கத்தில் வெற்றி கிடைத்தாலும் அவர்கள் பிரிக்கப்பட்டுத் தான் இருப்பார்கள்; அந்தப் பிரிவு ஒன்றும் அவருக்குப் பெரியது இல்லை. பாட்டி இரவு பகல் பார்க்காமல் கடுமையாக உழைத்தார். அடிமை வியாபாரி தான் வாங்கும்போது கொடுத்த விலையை விட மூன்று மடங்கு கூடுதலாகப் பணம் கேட்கக்கூடும். ஆனால் அதற்காக அவர் மனம் தளரவில்லை.

பாட்டி, ஒரு வழக்கறிஞரை அமர்த்தி நியூ ஆர்லியன்ஸில் இருக்கும் தனக்குத் தெரிந்தவருக்குக் கடிதம் எழுதி, அதில் அவர் பெஞ்சமின் மீது அக்கறை எடுத்துக்கொள்ளும்படிக் கெஞ்சிக்கேட்டுக்கொண்டார்; அவரும் பாட்டியின் வேண்டுகோளை மனதார ஏற்றுக்கொண்டார். பெஞ்சமினிடம் தான் வந்த வேலையைப் பற்றி அவர் சொன்னபோது அவன் அவருக்கு நன்றி கூறிவிட்டு அந்த வியாபாரியிடம் தன்னை வாங்குவது பற்றி நிதானமாகப் பேசிக்கொள்ளலாம் என்ற தனது விருப்பத்தைக் கூறிவிட்டான். பெஞ்சமினை அதிக விலைக்கு விற்க முயன்று அந்த அடிமை வியாபாரி தொடர்ந்து தோல்வியடைந்தான் என்பது அவனுக்குத் தெரிந்துவிட்டது. மீண்டும் ஒரு முறை தப்பிக்க முயற்சி செய்யலாம் என்ற எண்ணம் அவனுக்கு வந்தது. அதனால் ஒருநாள் காலை, பொழுது விடியும் வேளையில் பெஞ்சமின் காணாமல் போய்விட்டான். அவன் பால்டிமோரை நோக்கி நீலமலர்கள் பூத்துக் குலுங்கியிருந்த பாதை வழியாகப் போய்விட்டான்.

இந்தமுறை அவனுடைய வெள்ளை முகம் அவனுக்கு உறுதுணையாக இருந்தது. அந்த முகம் அடிமையினுடையதாக இருக்கும் என்ற சந்தேகம் ஒருவருக்கும் வரவில்லை; வந்திருந்தால் ஓர் எழுத்துபிசகாமல் சட்டங்கள் பின்பற்றப்பட்டு ‘இந்த வஸ்து’ அடிமைத்தனத்திற்குத் திருப்பி அனுப்பப்பட்டிருக்கும். ஒளிமய மான ஆகாயத்தைக் கருத்த மேகங்கள் அடிக்கடி மறைத்து விடுவதும் உண்டு. பெஞ்சமின் நோய்வாய்ப்பட்டான்; பால்டிமோரிலேயே மூன்று வாரங்கள் தங்க வேண்டியதாயிற்று. பழைய வலிமை திரும்பத் தாமதமாயிற்று. தனது பயணத்தைத் தொடர வேண்டும் என்ற பதற்றம்கூட அவன் தனது நோயிலிருந்து விரைவில் குணமடைவதற்குத் தடையாக இருந்திருக்கலாம். காற்றும் உடற்பயிற்சியும் இல்லாமல்

போனால் உடல் வலிமை எப்படித் திரும்பும்? அவன் ஒரு குட்டிநடை போட்டுப் பார்த்துவிடுவது என்று முடிவெடுத்தான். தெரிந்தவர்கள் கண்ணில்படாமல் பத்திரமாகப் போய்வரமுடியும் என்று நினைத்து ஒரு குறுக்குத் தெருவைத் தேர்ந்தெடுத்தான். ஆனால், "ஹலோ பென்! என்னப்பா, இங்க என்ன பண்ணிட்டு இருக்கே?" என்று ஒரு குரல் அவனுக்குக் கேட்டது.

ஓடிவிடலாமா என்றுதான் முதலில் அவனுக்குத் தோன்றியது. ஆனால் அவன் கால்கள் அதற்கு ஒத்துழைக்கவில்லை. தனது எதிரியோடு மோதிப்பார்த்துவிடுவது என்று அவன் திரும்பிய போது அங்கே அவனது எஜமானனின் பக்கத்து வீட்டுக்காரர் நின்றுகொண்டிருந்தார். "அவ்வளவுதான் தொலைந்தேன்!" என்று அவன் நினைத்ததற்கு மாறாக அது நடந்தது. அவர் ஓர் அதிசயம். அவரிடம் அதிக எண்ணிக்கையில் அடிமைகள் இருந்தாலும் எஜமானர்களின் நெஞ்சில் மிக அரிதாகவே ஒலிக்கும் மனசாட்சியின் குரலைக் கேட்க முடியாத அளவுக்கு அவர் காதுகள் பழுதாகிவிடவில்லை.

"பென், உனக்கு உடம்பு சரியில்லையா? ஏன் இப்படிப் பேயறைந்தது மாதிரி இருக்கிறாய்? என்னைப் பார்த்துத் திடுக்கிட்டுவிட்டாயா? பயப்படாதே! நான் உன்னை ஒன்றும் செய்துவிட மாட்டேன். ஏற்கனவே நீ மிகவும் கஷ்டப்பட்டு விட்டாய். உன் வழியில் நீ போகலாம். நம் ஊர்க்காரர்கள் சிலர் இங்கே இருக்கிறார்கள்; அதனால் ஆபத்தான இந்த இடத்தை விட்டுச் சீக்கிரம் போய்விடு" என்று அவனுக்கு அறிவுரை சொன்னார். அவர் நியூயார்க்குக்குப் போவதற்கான பாதுகாப்பான குறுக்குவழியை அவனுக்குச் சொல்லிவிட்டு "உன்னுடைய அம்மாவிடம் உன்னைப் பார்த்ததாகச் சொல்லி மகிழ்வேன்! போய்வா பென்!" என்றார்.

பெஞ்சமின் நன்றிப் பெருக்கோடு திரும்பினான். அவன் மிகவும் வெறுத்த அந்த ஊரில் இப்படியும் ஒரு மனிதர்! இவர் மனிதருள் மாணிக்கம்!

இவர் வடமாகாணத்தில் பிறந்தவர்; தென்மாகாணத்துப் பெண்ணை மணந்துகொண்டவர். அவர் திரும்பி ஊருக்குப் போனவுடன் பெஞ்சமினைப் பார்த்ததையும் அவனுக்குத் தான் செய்த உதவியையும் பாட்டியிடம் சொன்னார்.

பெஞ்சமின் பத்திரமாக நியூயார்க் போய்ச் சேர்ந்தான். மேலும் பயணம் செய்வதற்கு வலிமை கிடைக்கும்வரை அங்கேயே தங்கியிருக்க முடிவு செய்தான். என் பாட்டியுடன் மிஞ்சியிருந்த ஒரே பிள்ளை ஃபிலிப், அதே ஊருக்குத் தனது எஜமானியின் வேலை நிமித்தமாகப் போகவேண்டியதாயிற்று.

கடவுள் அருளால் சகோதரர்கள் சந்தித்தார்கள். அது எவ்வளவு மகிழ்ச்சியான சந்திப்பாக இருந்திருக்கும் என்று நீங்கள் கண்டிப்பாக உணர்ந்திருப்பீர்கள். 'ஏய் ஃபில்! கடைசியாக நான் இங்கு வந்து சேர்ந்துவிட்டேன்' என்றான் பெஞ்சமின். சுதந்திர மண்ணைத் தரிசிப்பதற்கு முன் கிட்டத்தட்ட சாகும் நிலைக்கே தான் போய்விட்டதாகவும் ஒரு முறையாவது சுதந்திரக்காற்றைச் சுவாசிப்பதற்காக வாழ்ந்துவிட வேண்டும் என்று அப்போது பிரார்த்தித்துக்கொண்டதையும் அவன் கூறினான். இந்த வாழ்க்கையை வாழ்வதில் ஏதோ அர்த்தமிருக்கிறது என்றும் இனிமேல் சாவது கடினமாகத் தோன்றும் என்றும் சொன்னான். சிறையில் முதலில் இருந்தபோதுதான் தனது உயிரை மதிக்கவில்லை என்றும் செத்துவிடலாமா என்றுகூடத் தனக்குத் தோன்றியது உண்டு என்றும் சொன்னான். ஆனால் ஏதோவொன்று தன்னைத் தடுத்துவிட்டதாகவும் எது தன்னைத் தடுத்தது என்பதைத் தான் அறிந்திருக்கவில்லை என்றும், ஒருவேளை அச்சமாகக்கூட இருக்கலாம் என்றும் கூறினான். தற்கொலை செய்துகொள்பவர்களுக்குச் சொர்க்கம் கிடைக்காது எனச் சமயப்பிரசங்கம் செய்பவர்கள் சொல்வதைக் கேட்டிருந்தான். ஏற்கெனவே இந்த உலகவாழ்க்கை மிகவும் துன்பமயமாக இருந்துவிட்டது; அடுத்த உலகத்திலும் அதே மாதிரி துன்பப்படுவதைத் தான் விரும்பவில்லை என்றும் கூறினான். "கடவுளே! இப்பொழுது நான் செத்தால், நான் சுதந்திர மனிதனாகச்சாவேன்" என்றும் சொன்னான்.

அவன், ஃபிலிப்மாமாவிடம் தென்மாகாணத்திற்குத் திரும்பிப் போக வேண்டாம் என்றும் வீட்டில் உள்ள எல்லோருடைய விடுதலையையும் வாங்குவதற்குத் தேவையான பணம் சேர்க்கும் வரை ஒன்றாகத் தங்கி வேலைசெய்யலாம் என்றும் கெஞ்சினான். ஆனால் அவனுடைய அண்ணன் தங்கள் தாயைத் துயரத்தில் தனியாக விட்டுவிட்டு வந்தால் அந்தச் செயல் அவளைக் கொன்றுவிடும் என்று சொல்லிவிட்டான். அவள் தனது வீட்டை அடமானம் வைத்து மிகவும் கஷ்டப்பட்டு, பெஞ்சமினை வாங்குவதற்காகப் பணம் சேர்த்து வைத்திருப்பதாகவும் அவனை வாங்கிவிடலாமா என்றும் கேட்டார்.

"வேண்டவே வேண்டாம்" என்றான் பெஞ்சமின். "ஃபில், அவர்களது பிடியிலிருந்து இவ்வளவு தூரம் வந்துவிட்ட நான் அவர்களுக்குச் சல்லிக்காசு கொடுப்பேனா? நம் அம்மாவை அவருடைய வயதான காலத்தில் அவருடைய வீட்டிலிருந்து வெளியேற்றுவேன் என்றா நினைத்தாய்? அதோடு அவர் என்னை மீண்டும் பார்க்கவே முடியாதபோதும் அவர் கஷ்டப்பட்டுச் சம்பாதித்த பணம் அத்தனையையும் எனக்காகச் செலவழிக்க

வைப்பேனா நான்? அவருடைய மற்ற குழந்தைகள் எல்லாம் அடிமையாக இருக்கும்வரை அவர் தென்மாகாணத்தில்தான் தங்கியிருப்பார் என்று உனக்குத் தெரிந்திருக்கும். எவ்வளவு நல்ல அம்மா! அவரிடம், உன்னை வாங்கச் சொல். நீ அவளுக்கு ஆதரவாக இருந்திருக்கிறாய். ஆனால் நானோ தொல்லையாகத் தான் இருந்திருக்கிறேன். பாவம் லிண்டா! அவள் என்னவாகப் போகிறாளோ? ஃபில்! உனக்குத் தெரியாது அவர்கள் அவளை என்ன நிலைமையில் வைத்திருக்கிறார்கள் என்று! அவள் என்னிடம் அதைப் பற்றிக் கொஞ்சம் சொல்லி இருக்கிறாள். அந்தக் கிழவன் ஃப்ளின்ட் செத்தால் நல்லது; அல்லது கொஞ்சம் நல்ல மனிதனாக மாறினாலாவது நல்லது. "நான் போய் பெஞ்சமினின் எஜமானனிடம் பேசி மன்னிப்பைப் பெற்று அவனை வீட்டிற்குத் திரும்ப அழைத்துக்கொண்டு வரட்டுமா?" என்று நான் சிறையில் இருந்தபோது டாக்டர் ஃப்ளின்ட் லிண்டாவைக் கேட்டிருக்கிறான். ஆனால் அவள், "இல்லை இல்லை அவன் மறுபடியும் அந்த எஜமானனிடம் போக விரும்பவில்லை" என்று சொல்லிவிட்டாள். ஆத்திரம் அடைந்த அவன் "நீங்கள் எல்லாரும் ஒரே ரகம்" என்று சொல்லி யிருக்கிறான். நான் அவனை வெறுத்த அளவுக்கு ஒருபோதும் என்னுடைய எஜமானனை வெறுத்தது கிடையாது. என்னுடைய எஜமானனைவிட மோசமான பல எஜமானர்கள் இருக்கிறார்கள். ஆனால் அதற்காக நான் என்னுடைய எஜமானனுக்கு அடிமையாக இருக்க மாட்டேன்."

பெஞ்சமினுக்கு உடம்பு சரியில்லாமல் போனபோது தன்னுடைய ஆடைகளை எல்லாம் தனது அவசியத் தேவை களுக்காக அவன் விற்க வேண்டியதாகிவிட்டது. ஆனால் எனது அன்புப் பரிசாக அவனுடைய மார்பில் நான் அணிவித்திருந்த சிறிய அலங்கார ஊசியை மட்டும் அவன் பிரியவே இல்லை. என்னிடம் இருந்ததிலேயே விலையுயர்ந்த பொருள் அது. அதை அணியும் தகுதி அவனைத் தவிர வேறு யாருக்கும் கிடையாது. அவன் அதை இன்னும் வைத்திருக்கிறான்.

அவனுடைய அண்ணன் அவனுக்குத் தேவையான ஆடைகளை வாங்கிக் கொடுத்ததோடு தன்னிடமிருந்த பணத்தையும் கொடுத்தார்.

பனித்த கண்களுடன் அவர்கள் பிரிந்தார்கள். திரும்பிப் போகும்போது "ஃபில், நான் என் உடன்பிறந்தவர்கள் எல்லோரையும் விட்டுப் பிரிகிறேன்" என்றான். அவன் சொன்னது பலித்தே விட்டது. அவனை நாங்கள் மீண்டும் பார்க்கவே இல்லை.

ஃபிலிப் வீட்டிற்கு வந்தார். நுழைந்த உடனே அவர் முதலில் பேசிய வார்த்தைகள் "அம்மா பென் விடுதலை ஆகி விட்டான். அவனை நான் நியூயார்க்கில் பார்த்தேன்" என்பது தான். பாட்டி மாமாவைப் பார்த்துத் திகைத்துப் போய் நின்றார். பாட்டியின் தோள்களை மெதுவாகத் தொட்டு, "அம்மா! நீங்கள் நம்பவில்லையா?" என்று ஃபிலிப் கேட்டார். பாட்டி தனது கைகளைத் தூக்கிக் "கடவுளுக்குத் தோத்திரம்! கடவுளுக்கு நன்றி" என்றார். முழந்தாளிட்டு மனமுருகப் பிரார்த்தித்தார். அடுத்து, ஃபிலிப், பாட்டியின் பக்கத்தில் உட்கார்ந்துகொண்டு, பெஞ்சமின் சொன்ன ஒவ்வொரு வார்த்தையையும் அவரிடம் கட்டாயமாகச் சொல்லியாக வேண்டும். அவர், பாட்டியின் அருமை மகன் நோய்வாய்ப்பட்டு வெளுத்துப்போயிருந்தான் என்பதைத் தவிர மற்றபடி எல்லாவற்றையும் சொல்லிவிட்டார். அவனுக்கு வேண்டிய உதவிகளைச் செய்யும் நிலையில் பாட்டி இல்லாதபோது அதைச் சொல்லி அவரை ஏன் கலவரப்படுத்த வேண்டும்?

அந்த மனவலிமை மிக்க மூதாட்டி தனது மிஞ்சிய குழந்தைகளில் சிலரையாவது மீட்டுவிட முடியும் என்ற நம்பிக்கையோடு மேலும் உழைத்துக்கொண்டிருந்தார். கொஞ்ச காலத்தில் ஃபிலிப்பையும் மீட்டுவிட்டார். எண்ணூறு டாலர்கள் கொடுத்து ஃபிலிப்பை மீட்ட பிறகு விலைமதிப்பற்ற விடுதலைப் பத்திரத்தோடு வீட்டுக்கு வந்தார். தாயும் மகனும் மிகுந்த மகிழ்ச்சியோடு பழைய கணப்பு அடுப்பின் அருகில் உட்கார்ந்துகொண்டு தாங்கள் ஒருவருக்கொருவர் மெச்சத் தக்கவர்களாக இருக்கிறோம் என்றும், இதுவரை மற்றவர்களைக் கவனித்துக்கொண்டிருந்த தாங்கள், தங்களையும் பார்த்துக் கொள்ள முடியும் என்பதை உலகுக்கு நிரூபித்துக் காட்ட முடியும் என்றும் பேசிக்கொண்டார்கள். "எவன் ஒருவன் அடிமையாகக் கிடக்க வேண்டும் என்று விரும்புகிறானோ அவன் அடிமை யாகவே கிடக்கட்டும்" என்று நாங்கள் எங்களுக்குள் பேசிக் கொண்டோம்.

5

சிறுமியாக எதிர்கொண்ட துன்பங்கள்

டாக்டர் ஃப்ளின்ட்டின் குடும்பத்தில் வேலைக்குச் சேர்ந்த புதிதில், சில ஆண்டுகள் என் எஜமானியின் குழந்தைகளோடு உரிமையோடும் இயல்பாகவும் பழகிவந்தேன். அந்த உரிமை எனக்கு உண்டுதான்; அதற்கு நன்றியுடையவளாக இருந்து என் கடமையைச் சரியாகச் செய்ததன் மூலம் அவர்களது அன்புக்குத் தகுதியுடையவளாக என்னை ஆக்கிக்கொண்டேன். இப்போது எனக்குப் பதினைந்து வயது. இளமை ததும்பும் அடிமைச் சிறுமியின் வாழ்வில் அது ஒரு சோதனைக்காலம். என் எஜமானன் கெட்ட வார்த்தைகளை என் காதுகளில் இரகசியமாகச் சொல்லத் தொடங்கினான். என் இளம் பருவத்தில் அவை உணர்த்தும் பொருளை நான் அலட்சியம் செய்துவிட முடியாது. ஆனாலும் நான் அவற்றை அலட்சியப்படுத்தி வெறுத்து ஒதுக்கவே முயன்றேன். என் எஜமானன் வயது[1], என்னுடைய இளமை ததும்பும் பருவம், அவனுடைய நடத்தை ஆகியவை என் பாட்டியின் காதுகளுக்குப் போய்விடுமோ என்ற அச்சம் காரணமாக அவன் எனது இத்தகைய போக்கைப் பல மாதங்கள்வரை சகித்துக்கொண்டிருந்தான். அந்தச் சூழ்ச்சிக்காரன் தன் நோக்கத்தை நிறைவேற்றிக் கொள்ளப் பல வழிகளையும் கையாளுவான். சில சமயங்களில் புயல் போன்ற பயங்கரமான வழிகளைத் தனக்குப் பலியாகப் போகும் அடிமைகளுக்கு எதிராகப் பயன்படுத்துவான். சில நேரங்களில்

மென்மையான வழிமுறைகளைக் கையாண்டு எதிரியைத் தனக்குப் பணிய வைத்துவிடுவான். நடுங்கச்செய்யும் புயல் போன்ற அவனுடைய நடவடிக்கைகளே பரவாயில்லை என எனக்குத் தோன்றும்.

அவன் என் பாட்டி என் மனதில் பதித்துவைத்திருந்த தூய்மையான கோட்பாடுகளைக் களங்கப்படுத்த முயன்றான். அவன் கொடூரமான சாத்தானின் சிந்தனைகளில் மட்டுமே தோன்றக்கூடிய கீழ்த்தரமான எண்ணங்களை என்னுடைய மனதில் நிரப்ப நினைத்தான். நான் அவனிடமிருந்து வெறுப்போடும் அருவருப்போடும் விலகிவிடுவேன். அவன் என் எஜமானன்; அவன் வசிக்கும் அதே கூரையின் கீழ் இருந்தாக வேண்டிய அடிமை நான். என்னைவிட நாற்பது வயது மூத்தவனான அவன் எப்போதும் இயற்கை அன்னையின் புனிதக் கட்டளைகளை மீறிக்கொண்டிருந்தான். நான் அவனுடைய சொத்து என்றும் அதனால் அவனுடைய விருப்பம் எதுவாக இருந்தாலும் அதற்குப் பணிந்துபோக வேண்டியவள் என்றும் சொல்லிக்கொண்டே இருந்தான். என் ஆன்மா இத்தகைய பயங்கரத்திற்கு எதிராகக் கிளர்ந்து எழத்தான் செய்கிறது. ஆனால் நான் பாதுகாப்புக்கு எங்கே போவேன்?

ஓர் அடிமைச் சிறுமி, கருவேலம் கட்டை போலக் கறுப்பாக இருப்பது அல்லது தன் எஜமானியைப் போல வெள்ளையாக இருப்பது எல்லாமே இங்கு ஒன்றுதான். இழிசொற்களிலிருந்தோ பலவந்தப்படுத்துதலில் இருந்தோ ஏன் சாவில் இருந்தோகூட அடிமைப் பெண்களைக் காப்பாற்றுவதற்குச் சட்டத்தின் துணையை எதிர்பார்க்க முடியாது. ஏனென்றால் இச்சட்டங்கள் எல்லாம் ஆண் உருக்கொண்ட பிசாசுகளால் உருவாக்கப்பட்டவை. தன் அடிமைச் சிறுமியைப் பாதுகாக்க வேண்டியவளான எஜமானிக்குத் தனது பாதுகாப்பற்ற அடிமைச் சிறுமியின் மேல் பொறாமையையும் ஆத்திரத்தையும் தவிர வேறு எந்த உணர்வும் இருக்காது. அடிமைத்தனத்தால் உருவாகும் இழிவுகள், தவறுகள், குற்றங்கள் போன்றவை நான் விவரிப்பதை விடவும் மிகவும் அதிகமானவை; உங்கள் கற்பனைகளுக்கெல்லாம் அப்பாற்பட்டவை. இந்தக் கொடூரமான அடிமைத்தளையில் சிக்கிக் கையறுநிலையில் இருக்கும் லட்சக்கணக்கானவர்களின் துன்பங்களைப் பற்றிய என் விவரிப்பில் பாதியளவு மட்டும்தான் உண்மை என்று வடமாகாணங்களில் வசிக்கும் நீங்கள் நினைத்தால்கூட அடிமை உடைமையாளர்களின் கொடுமைக்கு நிச்சயம் துணைபோக மாட்டீர்கள். நீங்கள் தென் மாகாணங்களில் உள்ள எஜமானர்களுக்காக, நன்கு பழக்கப்படுத்தப்பட்ட வேட்டைநாய்களும், கீழ்த்தரமான வெள்ளைக்காரர்களும்

செய்யக்கூடிய இரக்கமற்ற கொடுஞ்செயல்களை உங்கள் மண்ணிலுள்ள எஜமானர்களுக்காகச் செய்யக் கண்டிப்பாக மறுத்துவிடுவீர்கள்.

அனைவருக்குமே காலம் போதுமான அளவிற்குப் பாவங்களையும் துன்பங்களையும் கொண்டுவரத்தான் செய்கிறது. ஆனால் அடிமைத்தனத்திலோ வாழ்க்கையின் ஒவ்வொரு நாள் விடியலும் இவற்றின் நிழல்களால் இருளடைந்து கிடக்கின்றது. தன் எஜமானிக்கும் அவளது குழந்தைகளுக்கும் வேலை செய்துகொண்டிருக்கின்ற சிறுமிக்குக் கூடத் தான் பன்னிரண்டு வயதை அடைவதற்கு முன்பே தனது எஜமானி, தனது அடிமைகளுக்குள் இன்னின்னாரை இன்னின்ன காரணத்திற்காக வெறுக்கிறாள் என்பது தெரிந்து போய்விடும். ஒருவேளை அவளுடைய அம்மாவே கூட அவ்வாறு வெறுக்கப்பட்டவர்களில் ஒருவராக இருக்கக்கூடும். எஜமானியின் பொறாமையின் வெளிப்பாடாக வரும் வன்முறை களையும் கொந்தளிப்புகளையும் கேட்டபிறகு அவற்றின் காரணங்களைஅவள் தெரிந்துகொள்ளாமல் இருக்கமுடியாது. அவள் முதிராப் பருவத்திலேயே எல்லாத் தீமைகளையும் பற்றித் தெரிந்துகொண்டுவிடுவாள். தனது எஜமானனின் காலடிச் சத்தம் கேட்கும்போதெல்லாம் தன்னை அறியாமலேயே அவள் நடுங்கத் தொடங்குவாள். அவள், தான் இன்னும் குழந்தை அல்ல என்று உணர நிர்ப்பந்திக்கப்படுவாள். ஆண்டவன் அவளுக்கு அழகைக் கொடுத்திருந்தாலோ அதுவே அவளுக்குப் பெரும் சாபமாக ஆகிவிடும். வெள்ளைக்காரப் பெண்களுக்குப் பாராட்டுதல்களைக் கொண்டுவரும் அதே விஷயம் அடிமைப் பெண்களின் வாழ்வை வேகமாகச் சீரழித்து இழிநிலைக்குத் தள்ளிவிடும். சிலர் தங்களது அடிமைத்தனம் காரணமாக வதைபட்டுத் தங்களது கீழ்த்தரமான நிலைமையை உணரக்கூட முடியாதவர்களாக ஆகிவிடுவார்கள். பல அடிமைகள் அந்தக் கொடுமைகளின் தீவிரத்தை நினைத்துநினைத்துக் குன்றிப்போய் விடுவார்கள். இப்பாதகமான செயல்களைப் பார்த்து எவ்வளவு காயப்பட்டிருந்தேன் என்பதையோ பின்னாட்களில் அவற்றின் நினைவுகள் எனக்கு எவ்வளவு வேதனை தந்தன என்பதையோ என்னால் முழுமையாக விவரித்துவிட முடியாது. என் எஜமானன் என்னைச் சந்திக்கும் ஒவ்வொரு தடவையும் நான் அவனது உடைமை என்றும் ஆகாயம், பூமி, சத்தியமாக என்னைத் தனக்கு இணங்க வைத்துவிட முடியும் என்றும் எனக்கு நினைவு படுத்திக்கொண்டே இருப்பான். நான் கடினமான வேலைகளை முடித்தபின்பு கொஞ்சம் நல்ல காற்றைச் சுவாசித்துவிட்டு வரலாமே என்று வெளியே வந்தால் எஜமானனின் கால்கள்

நாய்போல் என்னைத் தொடரும். நான் என் அம்மாவின் கல்லறையின் முன்பு மண்டியிட்டு அமர்ந்திருக்கும்போது கூட அவனுடைய கருநிழல் என் மீது விழும். இறைவன் எனக்கு அருளியிருந்த மென்மையான இதயம் கூடத் துன்பத்தைக் கொடுக்கும் எனது எச்சரிக்கை உணர்வின் காரணமாக இறுகிப் போய்விட்டது.

அந்த வீட்டில் இருந்த மற்ற அடிமைகள் எனது இந்த மாற்றத்தைக் கவனித்துவிட்டார்கள். பலருக்கு என் மீது மிகுந்த அனுதாபம்தான். ஆனால் யாருக்குமே அதற்கான காரணம் என்ன என்று கேட்கத் துணிவில்லை. அதைப் பற்றி விசாரித்தாலும் பயனில்லை. அந்த வீட்டில் நடக்கும் தில்லுமுல்லுகள் எல்லாம் அவர்களுக்கு நன்றாகத் தெரிந்திருந்தாலும் அதைப் பற்றிப் பேசுவதே குற்றம் என்பதும் பேசினால் தண்டனையிலிருந்து தப்ப முடியாது என்பதும் அவர்களுக்கு நன்றாகவே தெரியும்.

நான் யாரிடமாவது என்னுடைய துன்பங்களையெல்லாம் நம்பிக்கையோடு பகிர்ந்துகொள்ள முடியாதா என்று ஏங்கினேன். என் பாட்டியின் விசுவாசமிக்க மார்பில் முகம் புதைத்து என் கஷ்டங்களைச் சொல்ல முடியுமானால் நான் இந்த உலகத்தையே ஈடாகக் கொடுத்துவிடுவேன். நான் முழு அமைதி காக்கா விட்டால் என்னைக் கொன்றுவிடுவதாக டாக்டர் ஃப்ளின்ட் சபதம் செய்திருந்தான். அதோடு என் பாட்டிதான் எனக்கு எல்லாமே என்றாலும், அவர் மீது அளவற்ற அன்பும் அதற்கு இணையாகப் பயமும் இருந்தது. பயம் கலந்த மரியாதையுடன் தான் அவருடன் பேசப் பழகியிருந்தேன். நான் வயதில் மிகவும் சிறியவள். அதனால் இம்மாதிரியான பாவகரமான விஷயங்களை அவரிடம் பேசுவதற்கு வெட்கப்பட்டேன். குறிப்பாக அவர் இம்மாதிரியான விஷயங்களில் மிகவும் கண்டிப்பானவர் என்பது ஏற்கெனவே எனக்குத் தெரியும். பாட்டி மிகவும் துணிச்சலானவர். சாதாரணமாக அவர் அமைதியான சுபாவம் உள்ளவர்தான். ஆனால் யாராவது அவரது கோபத்தைக் கிளறிவிட்டாலோ அதை அவ்வளவு எளிதாகக் கட்டுப்படுத்திவிட முடியாது. ஒருமுறை தனது மகள்களில் ஒருவரை வெள்ளைக்காரன் ஒருவன் இழிவுபடுத்தியதற்காக அவனைத் தோட்டா நிறைத்த துப்பாக்கியுடன் துரத்திக்கொண்டு போனதாகச் சொல்லக் கேட்டிருக்கிறேன். இதைப்பற்றி நான் அவரிடம் சொல்லிவிட்டால் விபரீதமாக ஏதாவது நடந்துவிடுமோ என்று நான் பயந்தேன். வெட்கமும் பயமும் என்னை ஊமையாக்கிவிட்டன. பாட்டி ஓர் அடிமைதான் என்றாலும் டாக்டர் ஃப்ளின்ட்டுக்கு அவரிடம் பயம். அவருடைய சூடான வார்த்தைகளுக்கு அவன் பயந்தான். பாட்டி பலரால் அறியப்பட்டவராகவும்

நேசிக்கப்பட்டவராகவும் இருந்தார். அதனால் தனது வில்லத்தனம் வெளிப்பட்டுவிடாமல் வெளிஉலகிற்குத் தன்னைக் கௌரவமானவனாகக் காட்டிக்கொள்ள வேண்டிய அவசியம் அவனுக்கு இருந்தது. நான் என்னைப் பற்றிப் பாட்டியிடம் பேசவில்லை என்றாலும் அவருடைய கண்காணிப்பையும் விசாரணையையும் தவிர்த்துவந்தேன் என்றாலும் அவர் அருகாமையில் வசிப்பது எனக்கு ஓரளவு பாதுகாப்பாக இருந்தது. நல்லவேளையாக நான் நீண்டதூரத்திலிருக்கும் பண்ணை எதிலும் வசிக்கவில்லை. உள்ளூர்வாசிகள் ஒருவரைப் பற்றி மற்றொருவர் தெரிந்துகொள்ளமுடியாத பெருநகரமாக இல்லாத சிற்றூரில்தான் நான் வசித்தேன். அடிமை உடைமையாளர்களுக்குச் சாதகமாக இருக்கும் சட்டங்களும் நடைமுறைகளும் மோசமானவையாகவே இருந்தாலும் தான் செய்துவரும் தொழிலுக்காகவாவது தன்னை மதிப்பிற்குரியவனாகக் காட்டிக்கொள்ள வேண்டிய அவசியம் அந்த டாக்டருக்கு இருந்தது. இரவும் பகலும் அந்த மனிதன்தான் எனக்கு அச்சத்தையும் துயரத்தையும் கொடுத்துக்கொண்டிருந்தான். வாசகர்களே! நிச்சயமாக உங்களுடைய அனுதாபத்தைப் பெறுவதற்காக அடிமைத்தனத்தால் நான் அனுபவித்த கொடுமைகளைச் சொல்லிக்கொண்டிருக்கவில்லை. அடிமைத்தளையில் சிக்கிக்கொண்டு நான் அனுபவித்தது போன்ற துன்பத்தை இன்னமும் அனுபவித்துக்கொண்டிருக்கின்ற அடிமைச் சகோதரிகளுக்காக உங்களுடைய மனத்தில் இரக்க உணர்வைத் தூண்ட வேண்டும் என்பதற்காகவே இதை எழுதுகிறேன்.

இரண்டு அழகான குழந்தைகள் விளையாடிக்கொண்டிருப்பதை நான் ஒரு நாள் பார்த்தேன். நல்ல நிறத்தில் இருந்த வெள்ளைக்காரக் குழந்தை ஒன்று; மற்றொன்று அவளுடைய அடிமை. அவளுக்குச் சகோதரியும்கூட அவர்கள் ஒருவரையொருவர் கட்டித் தழுவிக்கொள்வதைப் பார்த்தபோதும், கலகலவெனச் சிரிப்பதைக் கேட்டபோதும் அந்த அழகிய காட்சியைத் தொடர்ந்து பார்க்க முடியாமல் அதிக மனவேதனையுடன் என் பார்வையை விலக்கிக்கொண்டேன். அந்த அடிமைச் சிறுமியின் உள்ளத்தில் இடியாக விழப்போகும் பெரும் துன்பத்தை நான் முன்னுணர்ந்தேன். விரைவில் அவளுடைய சிரிப்பு, பெருமூச்சாக மாறிவிடும் என்பது எனக்குத் தெரிந்தது. அந்த வெள்ளைக்காரக் குழந்தை வளர்ந்த பின்னர் இன்னும் அழகான வெள்ளைக்காரப் பெண்ணாகவே இருப்பாள். குழந்தைப் பருவத்திலிருந்து மங்கைப் பருவம் வரை மலர்களாலும் ஒளி நிறைந்த ஆகாயத்தாலும் அவளுடைய பாதை அமைந்திருக்கும். அவளுடைய மகிழ்ச்சியான மணநாளில் சூரியன் உதித்த பின்பு அவளுடைய வாழ்க்கையில் துன்ப மேகங்கள் சூழ்வது அரிது.

அவள் குழந்தைப்பருவத்தில் தனது விளையாட்டுத் தோழியாக இருந்த அந்த அடிமைச் சகோதரியை எப்படி நடத்துவாளோ? அடிமைச் சிறுமியும்கூட அழகானவள்தான். ஆனால் மலர்களோ அன்பின் வெளிச்சமோ அவளுக்குக் கிடையாது. அவள், தனது ஒடுக்கப்பட்ட சமூகம் இதுவரை சந்தித்துவந்த பாவத்தையும் வெட்கக்கேட்டையும் துன்பத்தையும்தான் தானும் அனுபவிப்பாள்.

வடமாகாணத்தில் வசிக்கும் ஆண்களும் பெண்களும் இம்மாதிரி இருப்பவைகளைப் பார்த்த பின்பும் ஏன் மௌனமாக இருக்கிறீர்கள்?

உரிமைக் குரலை உயர்த்தும்போது நியாயத்தை முழங்க உங்கள் நாக்குகள் ஏன் தடுமாறுகின்றன?

நான் கூடுதல் திறன் பெற்றிருந்திருக்கக் கூடாதா?

என் உள்ளத்தில் நிரம்பியிருப்பதை வெளிப்படுத்த என் பேனாவுக்குத் திறமையில்லை.

எங்களுக்காகக் குரல் கொடுக்க மேன்மையான ஆண்களும் பெண்களும் இருக்கிறார்கள். தங்களுக்காக எதையும் செய்து கொள்ள முடியாதவர்களுக்கு உதவி செய்ய அவர்கள் தயாராகவே இருக்கிறார்கள்.

அவர்களை ஆண்டவர் ஆசீர்வதிக்கட்டும், அவர்கள் இந்த வழியில் தொடர்ந்து செல்ல வலிமையும் உற்சாகமும் வழங்கட்டும்.

எங்கிருந்தாலும் எப்போதும் மனித முன்னேற்றத்திற்காகப் பாடுபடுபவர்களை ஆண்டவர் ஆசீர்வதிக்கட்டும்!

6

பொறாமைக்கார எஜமானி

என் குழந்தைகள் அமெரிக்காவில் அடிமைக் குழந்தைகளாக சொகுசாக வளர்க்கப்படுவதை விட அயர்லாந்தில்[1] அரைப்பட்டினி கிடக்கும் ஏதிலிகளாக இருப்பதையே நான் பத்தாயிரம் மடங்கு அதிகம் விரும்புவேன். ஒழுக்கமற்ற எஜமான னிடமும் பொறாமை பிடித்த எஜமானியுடனும் வாழ்வதைவிடச் சமாதிக்குள் அடங்கும்வரை பருத்திக் காட்டில் உழன்றுகொண்டிருப்பதையே விரும்புவேன். கொடுங்குற்றவாளியின் சிறைவதை கூட எவ்வளவோ மேல். அவனாவது ஒருவேளை மனம் திருந்தித் தனது தவறான பாதையை விட்டு விலகி மனஅமைதி பெற்றுவிட முடியும். ஆனால் எஜமானர்களுக்கு அடிவருடியாக இருக்கும் எந்த வொரு கறுப்பின அடிமைக்கும் இவையெல்லாம் சாத்தியமில்லை. அவளுக்குத் தனது நன்னடத்தை பற்றிப் பெருமைப்பட அனுமதி இல்லை. நல்லொழுக்கம் உள்ளவளாக இருக்க வேண்டும் என்ற அவளது விருப்பம்கூடக் குற்றமாகவே கருதப்படும்.

நான் பிறப்பதற்கு முன்பே திருமதி ஃப்ளின்ட்டுக்குத் தன் கணவனின் நடத்தை பற்றிய தகவல்கள் எல்லாம் நன்றாகத் தெரியும். கள்ளம் கபடமற்ற இளம் அடிமைப் பெண்களைத் தனது கணவனிடமிருந்து பாதுகாக்கவும் அவர்களுக்குத் தேவையான ஆலோசனைகள் வழங்கவும் அவற்றை அவள் பயன்படுத்தியிருக்கலாம். அவளுக்கு அப்பெண்களிடத்தில் இரக்கமே இருந்ததில்லை. அப்பெண்கள் அவளுடைய தொடர்ந்த

சந்தேகங்களுக்கும் வெறுப்புக்கும் ஆளாகிப்போனார்கள். திருமதி ஃப்ளின்ட் தனது கணவனைத் தொடர்ந்து கண்காணித்து வந்தாள். ஆனால் அவனோ அதிலிருந்து தப்பிக்கும் வழிகளில் எல்லாம் தேர்ச்சிபெற்றிருந்தான். அவன் வார்த்தைகளால் சொல்ல முடியாத சந்தர்ப்பங்களில் சைகைகளால் தனது கருத்துக்களை உணர்த்துவான். காது கேளாதோர், பேச முடியாதோர் வசிக்கும் காப்பகங்களில் உள்ளவர்கள்கூட நினைத்தும் பார்த்திருக்காத சைகைகளையெல்லாம் அவன் புதிதுபுதிதாகக் கண்டுபிடித்து வைத்திருந்தான். நான் அவற்றைப் புரிந்துகொள்ளாததுபோல இருந்துவிடுவேன். ஒருநாள் நான் எழுதப்படிக்கப் பயிற்சி எடுத்துக்கொண்டிருந்த சமயத்தில் அவன் பார்த்துவிட்டான். முதலில் இது சரியல்ல என்பது போல என்னை முறைத்தான்; அதன்பிறகு என்னிடம் தனது நோக்கத்தில் முன்னேறிச் செல்லப் பயன்படும் வாய்ப்பு இது என்ற முடிவுக்கு அவன் வந்திருப்பான் என்பது எனக்குத் தெரிந்தது. அதற்குப் பின் மிகச்சில நாட்களி லேயே குறிப்புகள் எழுதி என் கைகளுக்குள்ளே திணித்து விடுவான். நானோ, "இவற்றையெல்லாம் என்னால் படிக்க முடிய வில்லை எஜமான்" என்று சொல்லித் திருப்பித் தந்துவிடுவேன்.

"உன்னால் முடியாதா?" என்று கேட்டுவிட்டு அவன், "நானே உனக்குப் படித்துக் காட்டுகிறேன்" என்பான். படித்து முடித்த வுடன், "உனக்குப் புரிந்ததா?" என்று எப்பொழுதும் கேட்பான். சிலசமயம் அவன், தேநீர் அருந்தும் அறை மிகவும் சூடாக இருப்பதாகப் புகார் செய்வான். வராண்டாவில் இருக்கும் சிறிய மேஜையில் தனது இரவுச் சாப்பாட்டைக் கொண்டுவந்து வைக்கச்சொல்லுவான். அங்கே மிகவும் எகத்தாளமான புன்னகையோடு என்னைப் பக்கத்தில் நிறுத்திவைத்துக்கொண்டு ஈக்களை ஓட்டச் சொல்லுவான். அவன் ஒவ்வொரு கவளமாக நிறுத்தி நிதானமாகச் சாப்பிடுவான். ஒரு கவளத்திற்கும் மற்றொரு கவளத்திற்கும் இடையில் இருக்கும் நேரத்தை, எனக்குக் கிடைக்கவிருக்கும் சந்தோஷங்களை எல்லாம் நான் முட்டாள் தனமாகத் தூக்கி எறிந்துகொண்டிருக்கிறேன் என்பதை விவரிப்பதற்கும், என்னுடைய கீழ்ப்படியாமைக்கு உரிய தண்டனை காத்திருக்கிறது என்று பயமுறுத்துவதற்கும் பயன்படுத்திக்கொள்வான். அவன் என்னைப் பொறுமையாகச் சகித்துக்கொண்டிருப்பதாகத் தனக்குத்தானே பெருமை பாராட்டிக்கொண்டு தனது பொறுமைக்கும் எல்லை உண்டு என்று எனக்கு நினைவூட்டுவான். வீட்டிற்குள் அவன் என்னோடு பேசுவதற்கான சந்தர்ப்பங்களைத் தடுப்பதில் நான் வெற்றி பெற்றுவிட்டால், ஏதாவது வேலைகளைச் சாக்காக வைத்துக் கொண்டு என்னை அவனது அலுவலகத்திற்கு வரவழைத்துக் கொள்வான். அங்கே போனவுடன் அவன் என்னிடம் என்ன பேச

வேண்டும் என்று நினைக்கிறானோ அந்தப் பேச்சையெல்லாம் கேட்டுக்கொண்டு நிற்கும்படி நான் நிர்ப்பந்திக்கப்படுவேன். சில சமயங்களில் எனது வெறுப்பை நான் வெளிப்படையாகவே காட்டிவிடுவேன். அது அவனுக்கு ஆத்திரமூட்டும். ஆனால் அவன் என்னை ஏன் அடித்ததில்லை? அதுதான் எனக்கு ஆச்சரியம்! அப்போதைய சூழலில் சகிப்புத்தன்மையோடு இருப்பதுதான் நல்லது என்று அவன் நினைத்திருக்கலாம். ஆனால் நிலைமை நாளுக்கு நாள் மோசமாகிக்கொண்டே வந்தது. நான் விரக்தி அடைந்தவளாய்ப் பாட்டியிடம் பாதுகாப்புக் கோரப்போவதாக அவனிடம் சொன்னேன். நான் பாட்டியிடம் புகார் செய்தால் அவன் என்னைக் கொன்றுவிடுவதாகவும் அல்லது சாவைவிடக் கொடுமையான தண்டனை தந்துவிடப் போவதாகவும் அச்சுறுத்தினான். நான் சொல்வது வினோதமாகப் படலாம்; ஆனால் அதற்காக ஒன்றும் நான் சோர்ந்துவிடவில்லை. இயல்பாகவே நான் உற்சாகமான மனப்போக்கு உடையவள். அவனது பிடியிலிருந்து எப்படியாவது தப்பித்துவிடுவேன் என்ற நம்பிக்கை எனக்கு உண்டு. என்னைப் போன்ற வறிய, எளிய அடிமைகளைப் போலவே நானும் என்னுடைய இருண்ட வாழ்க்கையில் மகிழ்ச்சி இழைகள் பின்னப்பட்டுவிடும் என்றே மனதார நம்பினேன்.

நான் பதினாறாவது வயதில் காலடி எடுத்துவைத்தேன். அன்றிலிருந்து திருமதி. ஃப்ளின்ட்டுக்கு எனது இருப்பைச் சகித்துக்கொள்ள முடியவில்லை என்பது ஒவ்வொரு நாளும் எனக்குப் புரிந்தது. சூடான வார்த்தைகளை அவளும் அவளுடைய கணவனும் அடிக்கடிப் பரிமாறிக்கொண்டார்கள். அவன் என்னை எப்போதும் தண்டித்ததில்லை; பிறர் என்னைத் தண்டிக்க அனுமதித்ததும் இல்லை. அதனால் அவள் எப்போதும் என்மீது எரிச்சலுடனேயே இருந்தாள். அவள் கோபமாக இருக்கும்போதெல்லாம் என்மீது வீசும் எத்தகைய கொடுஞ் சொற்களும் அவளுக்குப் போதுமானதாக இருந்ததில்லை. அவள் என்னை எவ்வளவு கடுமையாக வெறுத்தபோதிலும் அவளது வாழ்க்கையை மகிழ்ச்சியாக வைத்துக்கொள்ள வேண்டிய கடமை உள்ளவனான அவள் கணவனைக் காட்டிலும் நான் அவள் மீது அதிகம் பரிவுகாட்டவே செய்தேன். நான் அவளுக்குத் தீங்கு இழைத்ததில்லை; தீங்கிழைக்கவேண்டும் என்று நினைத்ததும் இல்லை; அவளிடமிருந்து ஒரேயொரு அன்பான வார்த்தை வந்தால்கூடப்போதும்; அவள் காலடியிலேயே நான் விழுந்து கிடப்பேன்.

டாக்டருக்கும் அவர் மனைவிக்கும் திரும்பத் திரும்பத் தொடர்ந்து ஏற்பட்ட சச்சரவுகளுக்குப் பின்னால் டாக்டர்

தனது நான்கு வயதான கடைசி மகளைத் தன்னுடன் தன் அறையில் தூங்கவைத்துக்கொள்ள விரும்புவதாகச் சொன்னான். குழந்தை அழுதால் சமாதானப்படுத்த வேலையாளும் அந்த அறையில் படுத்துக்கொள்ளவேண்டியது அவசியமாகிவிடும். அந்த வேலைக்கு நான் தேர்ந்தெடுக்கப்பட்டு உரிய காரணமும் எனக்குச் சொல்லப்பட்டது. பகல் வேளைகளில் என்னால் முடிந்த அளவு எப்பொழுதும் எவருடைய பார்வையிலாவது நான் தட்டுப்பட்டுக்கொண்டே இருக்கும்படி பார்த்துக்கொள்வேன். ஆனால் கழுத்தின்மீது அடிக்கடி வைக்கப்படும் கத்தி எனது இந்த வழிமுறையை எப்போது வேண்டுமானாலும் மாற்றிவிடும் என்றாலும் என் எஜமானனை ஏமாற்றிவிடுவதில் நான் ஓரளவு வெற்றி அடைந்தேன். இரவில், நான் பாதுகாப்பாக உணரும் என் வயதான சித்தியின் அருகில் படுத்துக்கொள்வேன். அவன் அவருடைய அறைக்குள் வர மாட்டான். அவர் வயதானவர். அந்தக் குடும்பத்தில் பல ஆண்டுகளாகப் பணிபுரிந்துவருபவர். அதோடு அவன் திருமணமானவன்; கவுரவமான தொழில்புரிபவன்; ஆகையால் தனது கவுரவத்தை ஓரளவுக்கேனும் காப்பாற்றிக்கொள்ள வேண்டியவனாக இருந்தான். இருந்தாலும் தனது சதிச்செயலைச் செயல்படுத்துவதில் உள்ள தடைகளை நீக்கத் துணிந்துவிட்டான். ஒருவருக்கும் சந்தேகம் வராதபடி தன் திட்டம் அமைந்துவிட்டதாக அவன் நினைத்துக்கொண்டான். என் வயதான உறவினருக்கு அருகில் இருப்பதை நான் எவ்வளவு பாதுகாப்பாக உணர்ந்தேன் என்பதை அறிந்த அவன் அதனைப் பறித்துவிட முடிவெடுத்துவிட்டான். முதல் நாள் இரவு, டாக்டர், தன் குழந்தையைத் தனது அறையிலேயே தனியாக வைத்துக்கொண்டான். அடுத்த நாள் காலையில் அன்றைய இரவு முதல், குழந்தைக்குத் தாதியாக அவன் அறையிலேயே தங்க வேண்டுமென்ற கட்டளையை நான் பெற்றேன். ஆனால் திடீரென்று எனக்கொரு நல்ல சந்தர்ப்பம் வாய்த்தது. திருமதி ஃப்ளின்ட்டுக்கு இந்தப் புதிய ஏற்பாடு பற்றிய தகவல் எட்டிவிட்டது. புயல் உருவாகி விட்டது. அதைக் கேட்டு நான் மகிழ்ச்சி அடைந்தேன்.

சிறிது நேரம் கழித்து என் எஜமானி தன் அறைக்கு என்னைக் கூப்பிட்டுவிட்டாள். அவளுடைய முதல் கேள்வியே "நீ டாக்டரின் அறையில் தூங்கப்போகிறாய் என்பது உனக்குத் தெரியுமா?" என்பதுதான்.

"ஆமாம். அம்மா!"

"யார் உனக்குச் சொன்னார்கள்?"

"என் எஜமானன்."

"நான் கேட்கும் எல்லாக் கேள்விகளுக்கும் உண்மையான பதிலைச் சொல்வாயா?"

"சரி அம்மா."

"அப்படியென்றால் சொல்லு! உன்னை மன்னித்து விடுவேன் என்று நம்பு. என்னுடைய இந்தக் குற்றச்சாட்டுபற்றி உனக்கு ஒன்றுமே தெரியாதா?"

"எனக்கு எதுவும் தெரியாது."

அவள் என் கையில் ஒரு பைபிளைக் கொடுத்துவிட்டு "ஒரு கையை நெஞ்சில் வைத்துக்கொள். புனித பைபிளை முத்தமிட்டுவிட்டுக் கடவுள் மீது ஆணையாக உண்மையைச் சொல்" என்றாள்.

நான் அவள் விரும்பியபடியே சத்தியம் செய்தேன், இருதய சுத்தியோடு சத்தியம் செய்தேன்.

"நீ குற்றமற்றவள் என்பதை நிரூபிப்பதற்காகக் கடவுளின் புனித வாசகங்களை எடுத்துக்கொண்டிருக்கிறாய். எச்சரிக்கை! நீ என்னை ஏமாற்றிவிடாதே.

இந்த முக்காலியை எடு. அதில் உட்கார். என் முகத்தை நேராகப் பார். உனக்கும் உன் எஜமானனுக்கும் நடுவே என்ன நடந்தது என்று எனக்குச் சொல்" என்றாள்.

நானும் அவள் சொன்னபடியே செய்தேன். நான் சொல்லச் சொல்ல அவள் முகத்தின் நிறம் மாறிக்கொண்டே வந்தது. அவள் விம்மினாள்; சிலசமயம் புலம்பினாள்; அவளது வருத்தம் என்னைப் பாதிக்கும் அளவுக்குச் சோகமான குரலில் பேசினாள். எனக்கும் கண்ணீர் வந்தது. ஆனால் நான், அவளுடைய உணர்வெழுச்சிக்குக் கோபமும் தனது கவுரவம் பாதிக்கப்பட்டு விட்டதே என்ற எண்ணமும்தான் காரணம் என உறுதிசெய்து கொண்டேன். திருமணத்தில் தனக்குத் தன் கணவன் செய்து கொடுத்திருந்த புனிதமான வாக்குறுதிகளை மீறிவிட்டான் என்பதற்காகவும் தனது கவுரவம் பாழாகிவிட்டது என்பதற்காக வும்தான் அவள் வருந்தினாளே தவிர அவளுடைய கணவன் அவளுக்கு இழைத்த துரோகத்தால் பாதிக்கப்பட்ட ஏழையின் மீது அவளுக்குப் பச்சாதாபம் எதுவும் ஏற்படவில்லை. அவள் தான் எதையோ இழந்துவிட்டதாக நினைத்துக் கழிவிரக்கம் கொண்டாள். ஆனால் அந்தப் பாவப்பட்ட, ஆதரவற்ற ஏழை அடிமையின் அவமானம் குறித்தோ அவளது துன்பங்கள் குறித்தோ உணரமுடியாதவளாக இருந்தாள். இருந்தாலும் என் மீது அவளுக்குக் கொஞ்சம் இரக்கம் ஏற்பட்டதோ என்னவோ?

உரையாடல் முடிந்தவுடன் கொஞ்சம் பரிவாகப் பேசினாள். என்னைக் காப்பாற்றுவதாக வாக்குறுதிகொடுத்தாள். அவள் பேச்சின்மீது எனக்கு நம்பிக்கை இருந்திருந்தால் அவள் கொடுத்த உறுதிமொழிகள் எனக்கு ஆறுதல் கொடுத்திருக்கும். ஆனால் இந்த அடிமைநிறுவனம் என் மனத்தை அவநம்பிக்கைகளால் நிறைத்திருந்தது. அவள் பக்குவப்பட்ட மனுஷியுமல்ல; அத்தோடு தனது உணர்வுகளைக் கட்டுப்படுத்திக்கொள்ளக் கற்றவளு மல்ல. ஏற்கெனவே நான் அவளுடைய பொறாமைக்கும் அதன் காரணமாக அவளது வெறுப்புக்கும் ஆளானவள். எனவே, தற்போது அங்குள்ள நிலைமையில் அவளிடமிருந்து பரிவையோ நம்பிக்கையையோ நான் எதிர்பார்க்க முடியாது என்பது எனக்குத் தெரியும். நான் அவளைக் குற்றம் சொல்ல முடியாது. அடிமைஉடைமையாளர்களின் மனைவிகள்கூட இம்மாதிரி யான சமயங்களில் மற்றப் பெண்கள் எவ்வாறு நடந்துகொள் வார்களோ அப்படித்தான் நடந்துகொண்டார்கள். சிறு பொறியால் எஜமானியின் சினம் தூண்டப்பட்டுக் கொழுந்துவிட்டு எரியத் தொடங்கிவிட்டது. அதன் காரணமாக டாக்டர் தனது இந்த ஏற்பாடுகளை எல்லாம் செயல்படுத்த முடியாமல் போய்விட்டது.

நான்தான் அந்த நெருப்பை வைத்தேன் என்பது எனக்குத் தெரியும்; அதனால் நான் துன்பத்திற்கு ஆளாக நேரிடும் என்றும் எதிர்பார்த்தேன். ஆனால் சரியான நேரத்தில் உரிய அக்கறையுடன் எனக்கு உதவியதற்காக என் எஜமானிக்கு நான் நன்றியுடையவளாக ஆனேன். அவள் இப்போது தனது அறைக்குப் பக்கத்தில் இருந்த அறையிலேயே என்னைப் படுத்துத் தூங்கச் சொன்னாள். அங்கே நான் அவளது விசேஷ கண்காணிப்புக்கு ஆளானேன். ஆனால் அது அவளுக்குப் பெருத்த ஆறுதல் எதுவும் கொடுத்துவிடவில்லை. அவள் என்னைக் கண்காணிப்பதற் காகப் பல இரவுகளைத் தூங்காமல் கழித்தாள். அது அவளுக்கும் சங்கடமாகவே இருந்திருக்கும். சில சமயம் தூக்கம் கலைந்து நான் கண்விழித்துப் பார்க்கும்போது அவள் என்னைக் குனிந்து கவனித்துக்கொண்டிருப்பாள். சில வேளைகளில் அவள் நான் என்ன பதில் சொல்வேன் என்று தெரிந்துகொள்வதற்காகத் தன் கணவன் பேசுவது போல் என் காதில் கிசுகிசுப்பாள். நான் திடுக்கிட்டு எழுந்துவிட்டாலோ எதுவுமே நடக்காத மாதிரி நழுவிப்போய்விடுவாள்.

அடுத்த நாள் காலை நான் யாருடனோ தூக்கத்தில் பேசிக் கொண்டிருந்ததாகவும் அது யார் என்றும் அவள் கேட்பாள். கடைசியில் நான் என் உயிருக்கே பயப்பட ஆரம்பித்தேன். நான் பலமுறை இவ்வாறு பயமுறுத்தப்பட்டேன். நடுநிசியில் ஒரு பொறாமைக்கார மனுஷி உங்களைக் குனிந்து பார்த்துக்

கொண்டிருந்தால் எவ்வளவு அச்சமாக இருக்கும் என்பதை நான் சொல்வதைவிட நீங்களே கற்பனை செய்து பார்த்துக் கொள்ளுங்கள். இந்த அனுபவம் மிகவும் கொடூரமானது. இது வேறு ஏதாவது மோசமான நிலைமைக்கு என்னைத் தள்ளி விடுமோ என்று நான் பயந்தேன்.

என் எஜமானி என்னைத் தொடர்ந்து கண்காணித்துச் சோர்ந்து போய்விட்டாள். அதில் அவளுக்குத் திருப்தியுமில்லை. அவள் தனது வழிமுறைகளை மாற்றிக்கொண்டாள். இப்பொழுது என் முன்னிலையில் என் எஜமானன் மீது குற்றம் சுமத்தத் தொடங்கினாள்; அவள் அவ்வாறு குற்றம் சுமத்துவதற்கு நான் தான் காரணம் என்பாள். என் எஜமானனோ நான் முற்றிலும் திகைத்துப்போகும்படி 'நான் இதை நம்பமாட்டேன். அவள் அப்படியே சொல்லியிருந்தாலும் நீ என்னைக் காட்டிக்கொடுக்கச் சொல்லி அவளைச் சித்திரவதை செய்திருப்பாய்' என்று பதிலளித்துவிட்டான். அவனைக் காட்டிக்கொடுக்கச் சொல்லி நான் சித்திரவதை செய்யப்பட்டேனா? உண்மையாகவே அவன் ஆத்மா எப்படிப்பட்டது என்பதைத் தெரிந்துகொள்ளச் சாத்தான் அதிகக் கஷ்டப்பட வேண்டியிருக்காது! இந்த மாதிரி பொய்யாகப் பேசுவதற்கான அவனது நோக்கத்தை நான் புரிந்து கொண்டுவிட்டேன். என்னுடைய எஜமானியின் பாதுகாப்பைப் பெற்றதால் ஒரு பலனும் இல்லை என்று எனக்குக் காட்டுவதற்காகத்தான் அவன் அப்படிச் செய்திருக்கிறான். எல்லா அதிகாரமும் இன்னும் அவன் கையில்தான். திருமதி ஃப்ளின்ட்டைப் பார்த்தால் பாவமாக இருந்தது. அவள் அவனுக்கு இரண்டாவது மனைவி. அவனைவிட அவள் பல வயது சிறியவள். இந்த நரைத்த தலைக்காரக் கயவன் தன்னைவிட எல்லாவிதத்திலும் சிறந்த புத்திசாலிப் பெண்ணின் பொறுமையை வேண்டிய அளவுக்குச் சோதித்துவிட்டான். அவள் முழுத்தோல்வி அடைந்துவிட்டாள். இந்த விஷயத்தை மேற்கொண்டு எவ்வாறு சரியாகக் கையாளுவது என்று அவளுக்குத் தெரியவில்லை. அவளிடம் நான பொய்ச்சத்தியம் செய்து கொடுத்துவிட்டதாகச் சந்தோஷமாகக் குற்றம் சுமத்துவாள். அதற்காக நான் சாட்டையடி வாங்கியிருந்தால் அவள் மகிழ்ச்சி அடைந்திருப்பாள். ஆனால் நான் முன்னரே சொன்னதுபோல என்னைச் சவுக்கால் அடிக்க டாக்டர் ஒருவரையும் அனுமதித்ததில்லை. இந்தக் கிழட்டுக் கயவன் ஒரு தந்திரக்காரன். என்னைச் சவுக்கால் அடித்தால் தன் குழந்தைகள், பேரக்குழந்தைகள் மத்தியில் தனது குட்டு வெளிப்பட்டுவிடும் என்று அவன் நினைத்தான். ஒருவருக்கொருவர் நன்றாக அறிந்திருந்த மனிதர்கள் வாழும் நகரில் வாழ்கிறேன் என்று

நான் எத்தனையோ முறை எண்ணி மகிழ்ந்திருக்கிறேன். ஏதாவது தொலைதூரத்திலிருக்கும் ஏதோ ஒரு பண்ணையிலோ அல்லது ஜனத்தொகை அதிகமுள்ள பெருநகரத்தில் கண்டுகொள்ளப் படாதவளாக இருந்திருந்தாலோ நான் இன்று உயிருடன் இருந்திருக்கமாட்டேன்.

பாவமன்னிப்பு விசாரணைகளைப் போலவே அடிமை முறை பற்றிய இரகசியங்களும் மறைத்துவைக்கப்பட்டிருந்தன. என்னுடைய எஜமானன் எனக்குத் தெரிந்தவரையில் பதினொரு அடிமைக் குழந்தைகளுக்குத் தகப்பன். ஆனால் அந்தக் குழந்தை களின் தாய்மார்கள் தங்களது குழந்தைகளின் தகப்பன் யார் என்பதைச் சொல்ல முடியுமா? மற்ற அடிமைகள் அதைத் தங்களுக்குள் ரகசியமாகச் சொல்லிக்கொள்வதைத் தவிர மறைமுகமாகவாவது குறிப்பிட்டுப் பேசிவிட முடியுமா? கண்டிப் பாக முடியாது. அதனால் ஏற்படப்போகும் பயங்கரமான விளைவுகள்பற்றி அவர்களுக்கு நன்றாகவே தெரியும்.

தனக்குச் சந்தேகம் உண்டாக்கக்கூடிய விஷயங்களில் ஆர்வம் காட்டாமல் என் பாட்டியால் இருக்க முடியாது. அவர் என்னைப் பற்றிக் கவலைப்பட ஆரம்பித்தார். எப்படியாவது என்னை வாங்கிவிட வேண்டும் என்று பல வழிகளிலும் முயற்சி செய்தார்; ஆனால், "லிண்டா எனக்குச் சொந்தமானவள் இல்லை. அவள் என்னுடைய மகளுடைய சொத்து. அவளை விற்பதற்கு எனக்கு உரிமை கிடையாது" என்பதே அவனது மாறாத பதிலாக இருந்தது. ரொம்ப ரொம்ப நியாயமான மனிதன்தான் அவன்! என்னை விற்கமுடியாது என்பதில் உள்ள சட்ட நுணுக்கங்களை நடைமுறைப்படுத்துவதில் கவனமாக இருப்பான். ஆனால், தன்னுடைய பாதுகாப்பில் இருக்கும் அப்பாவியான ஏழைச் சிறுமியிடம் தனது மகளின் சொத்தாயிற்றே, நாம் அவளிடம் முறைதவறி நடந்துகொள்ளக்கூடாது என்பதில் அக்கறை காட்டமாட்டான். சிலசமயங்களில் இக்கொடுமைக்காரன் என்னிடம் வந்து, "உன்னை யாரிடமாவது விற்றுவிடலாமா? அது உனக்குப் பிடிக்குமா?" என்று கேட்பான். 'இப்போது வாழ்ந்துகொண்டிருக்கும் வாழ்வில் இருப்பதைவிட யாருக்கா வது விற்கப்பட்டுவிடுவதையே நான் விரும்புவேன்' என்று சொல்லிவிடுவேன். அந்த மாதிரியான சமயங்களில் மிகவும் புண்பட்டுவிட்டவனைப் போல என்னுடைய நன்றிகெட்டத் தனத்தைக் கண்டித்துவிட்டு "நான் உன்னை என் வீட்டிற்குள் அழைத்துவந்து என் சொந்தக் குழந்தைகளையே உன் பாதுகாப்பில் விட்டுவைக்கவில்லையா?" என்று கேட்பான். "நான் உன்னை எப்போதாவது நீக்ரோ மாதிரி நடத்தியிருக்கிறேனா? உன் எஜமானியைத் திருப்திப்படுத்துவதற்காகக்கூட நான்

உன்னைத் தண்டித்ததில்லை. ஆனால் அதற்குக் கைம்மாறாக எனக்கு உன்னிடமிருந்து இந்தப் பதில்தான் கிடைக்கிறது. நன்றி கெட்டச் சிறுமி நீ” என்பான்.

ஆனால் நானோ, அவன் என்னைத் தண்டனையிலிருந்து காப்பாற்றுவதற்கு அவனுக்கென்று சில சொந்தக் காரணங்கள் இருக்கின்றன என்றும் அவன் அவ்வாறு நடந்துகொள்வதால் தான் என் எஜமானி என்னை வெறுப்பதாகவும் தண்டிப்பதாக வும் கூறினேன். நான் அழுதால், “ஐயோ! பெண்ணே! அழாதே, அழாதே! நான் எஜமானியோடு பேசிச் சமாதானம் செய்துவைக்கிறேன். அதை என் பொறுப்பில் விட்டுவிடு. பாவம் நீ, அசட்டுப் பெண்ணே! உனக்கு எது நல்லதென்று உனக்கே தெரியாது; நான் உன்னை நேசிக்கிறேன். நான் உன்னை மதிப்பிற்குரியவளாக ஆக்குவேன். போ! நான் உனக்குக் கொடுத்திருக்கும் வாக்குறுதிகளையெல்லாம் நினைத்துப்பார்” என்பான்.

நானும் நினைத்துப் பார்த்தேன்.

வாசகர்களே! நான் ஒன்றும் தென்மாகாணத்துக் குடும்பங்களைப் பற்றிக் கற்பனையாக எதையும் சொல்லிவிட வில்லை. நான் முற்றிலும் உண்மையையே சொல்கிறேன். அடிமைத்தனம் என்கின்ற கொடிய மிருகத்திற்குப் பலியாகித் தப்பிவந்தவர்களை வடமாகாணத்தவர் வேட்டைநாய்களைப் போலத் துரத்திப் பிடித்துத்தர உடன்படுகிறார்கள். அவனை அவர்கள், மனித எலும்புத்துண்டுகளும் மற்றெல்லாவகை அசுத்தங்களும் நிறைந்த கொடுஞ்சிறைக்குத் திரும்பவும் அனுப்பிவிடுகின்றனர்.[2] அது மட்டுமல்ல! அடிமைத்தனத்தைப் பின்பற்றுகின்ற தென்மாகாணத்தவர்களுக்குத் தங்கள் பெண்களைத் திருமணம் செய்து கொடுப்பதற்கு விரும்புவதோடு அதைப்பற்றி அவர்கள் பெருமிதமும் அடைகிறார்கள். பாவம், அந்தப் பெண்கள்! அவர்கள் தங்களுக்கு அமையப்போகும் ஒளிமயமான வாழ்வு குறித்தும் வருடம் முழுவதும் பூத்துக் குலுங்கும் மலர்க்கொடிகளால் நிழல் சூழ்ந்திருக்கும் மகிழ்ச்சி யான வீட்டைப் பற்றிய கனவுகளோடும்தான் இருப்பார்கள். ஆனால் எத்தனை பெரிய ஏமாற்றம் அவர்களுக்காகக் காத்திருக்கிறது? அந்த இளம் மனைவி தான் கைப்பிடித்த எந்தக் கணவனிடமிருந்து தனது சந்தோஷத்தை எதிர்பார்த்திருந்தாளோ அவன் தனது திருமண ஒப்பந்தத்திற்கு மரியாதை தரவே மாட்டான் என்பதைச் சீக்கிரமாகத் தெரிந்துகொண்டுவிடுவாள். தனது வெள்ளைக் குழந்தைகளோடு அவனது அடிமைகளின் பல வண்ணச் சாயல்களில் உள்ள குழந்தைகள் விளையாடிக் கொண்டிருக்கும்போது அக்குழந்தைகளில் எவையெல்லாம்

தன் கணவனுக்குப் பிறந்தவை என்பது அவளுக்கு நன்றாகவே தெரியும். பொறாமையும் வெறுப்பும் அந்தப் பூக்கள் சூழ்ந்த வீட்டிற்குள் நுழைந்து அந்த வீட்டின் அழகையே பாழாக்கிவிடும்.

தென்மாகாணத்துப் பெண்கள் தனக்குக் கணவனாகப் போகிறவன் ஏற்கெனவே பல அடிமைக் குழந்தைகளுக்குத் தகப்பனாகி இருக்கிறான் என்பதைத் தெரிந்துகொண்டே அந்த மனிதனை மணந்துகொள்கிறார்கள். அப்பெண்கள் அதைப்பற்றியெல்லாம் கவலைப்பட்டுக்கொண்டிருப்பதில்லை. அவர்கள் தங்கள் பண்ணையில் இருக்கும் பன்றிக்குட்டிகளைப் போலவே அக்குழந்தைகளையும் தங்களது உடைமைப் பொருட்களாக நினைப்பார்கள். சில நேரங்களில் அக்குழந்தைகள் தாங்கள் யார் என்பதைத் தெரிந்துகொள்வதற்கு முன்பே அவர்களை எவ்வளவு சீக்கிரம் முடியுமோ அவ்வளவு சீக்கிரம் அடிமை வியாபாரிகளிடம் விற்றுக் கண்காணாத இடங்களுக்கு அனுப்பி விடுவார்கள். ஆனால், இப்படிப்பட்டவர்களுக்கு நடுவில் மெச்சத் தகுந்த மாதிரியான சில விதிவிலக்குகளும் உண்டு என்று சொல்லிக்கொள்வதில் மகிழ்ச்சி அடைகிறேன்.

இதைப்போலத் தங்களது கணவரின் மூலமாகப் பிறந்த அடிமைக்குழந்தைகளுக்கு விடுதலை வழங்குமாறு அவர்களைக் கட்டாயப்படுத்தி அதில் வெற்றிகண்ட தென்மாகாணத்தைச் சேர்ந்த இரண்டு மனைவிமார்களை எனக்குத் தெரியும். இந்தக் கணவன்மார்கள் தங்களது மனைவிமார்களின் உன்னதமான பண்புக்கு முன்னே வெட்கிப்போனார்கள். கடமையை உணர்ந்ததன் மூலமாகத் தங்கள் மனைவிமார்களின் மரியாதைக் குரியவர்களாக ஆனார்கள். அவர்களுடைய இந்த நன்னடத்தை நல்லதொரு முன்னுதாரணமாகவும் ஆகிவிட்டது. மூடி மறைப்பது முடிந்துபோயிற்று. அவநம்பிக்கைக்கு மாறாக நம்பிக்கை வந்தது.

அடிமைத்தனம் என்னும் இந்த மோசமான நிறுவனம் வெள்ளைக்காரப் பெண்கள் மனத்தில் உள்ள நியாய தருமங்களை எல்லாம் பெருமளவில் நீக்கிவிட்டிருந்தாலும் அவை சுத்தமாகத் துடைத்தெறியப்பட்டு விடவில்லை. "அந்த மனிதன், அந்தச் சின்னஞ்சிறு கறுப்பினக் குழந்தைகளின் தந்தை நான்தான் என்று சொல்லிக்கொள்வதில் அவமானப்படுவதற்கு ஒன்றுமில்லை என்று நினைத்துக்கொள்வதோடு அவர்களுடைய எஜமானன் தான்தான் என்று சொல்லிக்கொள்ள வெட்கப்படுவதுமில்லை. ஒரு நாகரிகமான சமூகத்தில் இத்தகைய செயல்கள் சகித்துக் கொள்ளக்கூடியவை அல்ல" என்று சில தென்மாகாணத்துப் பெண்கள் உரத்த குரலில் அறிவித்திருப்பதும் எனக்குத் தெரியும்.

7

காதலன்

அடிமை ஏன் காதலிக்கவேண்டும்? வன்முறைக் கரங்களால் எப்போது வேண்டுமானாலும் பிடுங்கி எறியப்படலாம் என்றிருக்கும் போது இதயங்களின் இளங்கொடிகள் தமக்குள் ஏன் பின்னிப் பிணைந்துகொள்ளவேண்டும்? ஒருவேளை மரணம் காரணமாக அவர்களுக்கிடையில் பிரிவு நேர்ந்துவிட்டால் விசுவாசமிக்க ஆன்மா, ஒன்றும் செய்ய முடியாமல் தலைவணங்கி, "இது என் விருப்பமல்ல என் ஆண்டவரே! நீங்கள்தான் இதனை நடத்திவைத்திருக்கிறீர்கள்!"[1] என்று அதனை ஏற்றுக்கொண்டுவிடலாம். ஆனால் இரக்கமற்ற மனிதனின் கைகள் இத்தகைய பெரும் அடியைத் தரும் என்றால் எந்த மாதிரியான மோசமான விளைவுகள் வந்தாலும் அதற்காகப் பணிந்துபோய்விட முடியாது.

ஆனால் நான் சிறுமியாக இருந்தபோது இதைப் பற்றி எல்லாம் யோசித்ததே இல்லை. இளமையின் இயல்பு அது. நான் காதலித்தேன், அதனால் என்னைச் சுற்றியுள்ள இருள் மேகங்கள் ஒளிக்கீற்றாக மாறிவிடக் கூடும் என்ற நம்பிக்கையில் திளைத்திருந்தேன். ஆனால் நான் பிறந்த மண்ணில், எந்த ஓர் ஒளியும் ஊடுருவிவிட இயலாத அளவுக்கு நிழல்களின் கருமை அடர்த்தியானது என்பதை மறந்துவிட்டேன்.

இந்த மண்ணில் சிரிப்பிலே களிப்பில்லை;

நெஞ்சில் நல்நினைவுகள் இல்லை;

சொற்களில் பொருளில்லை;

மனிதர்களிடத்தில் மனிதம் இல்லை;

வசைகளுக்கு எதிராக விம்மல்கள்;

உதைகளுக்கு எதிராக ஓலங்கள்;

ஒவ்வொருவரும் ஒவ்வொரு நரகத்தில்,

ஒவ்வொருவருக்கும் ஒவ்வொரு வதைப்பாடு

எங்கள் பக்கத்தில் இளம் கறுப்பினத்தச்சர் ஒருவர் இருந்தார். அவர் பிறப்பிலேயே சுதந்திரமானவர். நாங்கள் இருவரும் சிறுவயது முதலே நன்கு பழகியிருந்தோம். தொடர்ந்து பலமுறை சந்தித்து வந்ததால் நாங்கள் ஒருவருக்கொருவர் மிகவும் நெருக்கமாகிவிட்டோம். அவர் என்னைத் திருமணம் செய்துகொள்ள விரும்புவதாகச் சொன்னார். ஓர் இளம் பெண்ணின் முதல்காதல் தீவிரத்தோடு நான் அவரை நேசித்தேன். ஆனால் நான் ஓர் அடிமை; சட்டங்கள் இந்த மாதிரியான திருமணங்களுக்கு அனுமதி தராது என்று நினைத்துப்பார்த்தபொழுது, நான் எனக்குள்ளேயே புதைந்து போனேன். என் காதலர் என்னை விலைக்கு வாங்க விரும்பினார். ஆனால் தான் வைத்ததுதான் சட்டம் என்ற மிதப்பில் இருக்கும் டாக்டர் ஃப்ளின்ட் அதற்கு உடன்படவே மாட்டான்; அவனிட மிருந்து எல்லாவிதமான எதிர்ப்புகளும் வரும் என்பதும் எனக்குத் தெரிந்தே இருந்தது; என் எஜமானியிடமிருந்தோ எந்த உதவியையும் எதிர்பார்க்க முடியாது. அவள் என்னை எங்காவது கண்காணாமல் அனுப்பிவிடுவதில் மகிழ்ச்சி அடைவாள். ஆனால் இந்த வகையில் இல்லை; என்னை எங்காவது தொலைதூரத்தில் விற்றுவிட்டால்தான் அவளுக்கு நிம்மதி.

ஆனால் பக்கத்தில் இருப்பவர்களோடு திருமணம் செய்து கொண்டு வாழ்ந்தால் நான் முன்பு போலவே அவளுடைய கணவனின் அதிகாரத்திற்குக் கட்டுப்பட்டுத்தான் இருக்க வேண்டிவரும்; ஓர் அடிமையின் கணவனுக்குத் தன் மனைவியைப் பாதுகாக்கும் அதிகாரம் கிடையாது. அதோடு என் எஜமானி மற்ற எஜமானர்களைப் போலவே அடிமைகளுக் கென்று குடும்பப்பிணைப்பு எதுவும் தேவையில்லை என்று நினைப்பவள் என்பதும் எனக்குத் தெரியும். ஏனென்றால் அவர்கள் எஜமானியின் குடும்பத்தினருக்குப் பணி செய்வதற்காகவே படைக்கப்பட்டவர்கள் என்றே அவள் நம்புவதாக எனக்குத் தோன்றியது. ஓர் அடிமைப்பெண் அவளிடம் வந்து கறுப்பின மனிதன் அவளை மணந்துகொள்ள விரும்புவதாக ஒருமுறை கூறியபோது "இது மாதிரி இனி எப்போதாவது பேசிக்கொண்டு

வந்தால் உன்னை உரித்து உப்புக்கண்டம் போட்டுவிடுவேன், என் அருமைப் பெண்ணே!" எனக் கூறியதைக் கேட்டேன். அதோடு அவள், "நான் என்னுடைய குழந்தைகளை அந்த நீக்ரோவின் குழந்தைகளோடு சேர்ந்து வளரவிடுவேன் என்றா நினைத்தாய்?" என்றும் கேட்டாள். கடைசியில், எஜமானியாரிடம் இப்படிப் பேசினாளோ அந்தப் பெண்ணுக்கு ஒரு 'முலட்டோ' குழந்தை பிறந்தது. வழக்கம் போல் அக்குழந்தையை அதன் தந்தை, தன்னுடையதென்று பொறுப்பேற்றுக்கொள்ளவில்லை. ஆனால் அவளை நேசித்த அந்த ஏழைக் கறுப்பினத்தவன் ஏதுமறியாத அக்குழந்தையைத் தன்னுடையதாக ஏற்றுப் பெருமைப்பட்டான்.

கவலை நிறைந்த சிந்தனைகள் ஏராளமாக என் மனதில் சுற்றிச் சுழன்றுகொண்டிருந்தன. மேற்கொண்டு என்ன செய்வதென்று அறியாமல் தவித்தேன். எல்லாவற்றிற்கும் மேலாக என்னை மிகவும் ஆழமாகப் பாதிக்கின்ற இழிசொற்கள் என் காதலரைப் பாதித்துவிடக்கூடாது என்று நான் நினைத்தேன். நான் இவற்றைப் பற்றி என் பாட்டியுடன் பேசினேன். என்னுடைய கவலைகளையும் அவரிடம் கொஞ்சம் பகிர்ந்தேன். அதைத் தவிர மேற்கொண்டு வரப்போகும் மோசமான விளைவுகள் பற்றி அவரிடம் பேச எனக்குத் துணிவில்லை. அவர் நீண்ட நாட்களாகவே ஏதோ சரியில்லை என்ற சந்தேகத்துடனேயே இருந்தார். இந்தச் சமயத்தில் நானும் அவரது சந்தேகத்தை உறுதிப்படுத்திவிட்டால் புயல் உருவாகி என்னுடைய நம்பிக்கைகள் எல்லாம் தூக்கியெறியப்பட்டுவிடும் என்று எனக்கு நன்றாகத் தெரியும்.

இந்தக் காதல்கனவு, எனது பல துன்பங்களுக்கு நடுவில் எனக்கு மிகவும் ஆறுதலாக இருந்தது. அது மிக விரைவில் கரைந்துவிடும் ஆபத்தை என்னால் தாங்கிக்கொள்ள முடியாது. டாக்டர் ஃப்ளின்ட்டின் நண்பர் ஒருவர் எங்கள் வீட்டிற்கு அருகில் வசித்துவந்தார். அவர் எங்கள் வீட்டிற்கு அடிக்கடி வருவார். அவர் என்னிடம் வெளிப்படையாக நட்புப் பாராட்டி வந்தார். அவர் மீது எனக்கு மிகுந்த மரியாதை உண்டு. அவருக்கு டாக்டரிடம் நல்ல செல்வாக்கு இருக்கும் என்று பாட்டி நினைத்தார். நான் அந்தப் பெண்ணிடம் சென்று என் கதையைச் சொன்னேன். என்னுடைய காதலர் சுதந்திரமான பிறவி என்பது பெரும் தடையாக இருக்கக்கூடும் என்பதை நான் அறிந்தே யிருக்கிறேன் என்றும் அவர் என்னை வாங்கிக்கொள்ள விரும்புகிறார் என்றும் டாக்டர் ஃப்ளின்ட் இந்த ஏற்பாட்டிற்குச் சம்மதித்தால் நியாயமான விலையைக் கொடுக்கத் தயாராக அவர் இருப்பதாகவும் நான் சொன்னேன்.

திருமதி ஃப்ளின்ட்டுக்கு என்னைப் பிடிக்காது என்பது அவருக்குத் தெரியும். அதனால் ஒருவேளை என் எஜமானி நான் அவர்கள் வீட்டை விட்டு வெளியேறும் வகையில் விற்கப் பட்டுவிடுவதை விரும்புவார் என்றும் சொன்னேன். அந்தப் பெண்மணி நான் கூறியதை எல்லாம் கனிவோடும் இரக்கத்தோடும் கேட்டபிறகு என்னுடைய விருப்பங்களை நிறைவேற்றுவதற்குத் தன்னால் அதிகபட்சமாக எதைச் செய்ய முடியுமோ அதைச் செய்வதாகச் சொன்னார். என்னுடைய எஜமானரைப் பார்த்து உண்மையான அக்கறையுடன் பேசி யிருப்பார் என்றும் நினைக்கிறேன். ஆனால் அதனால் எந்தப் பயனும் ஏற்படவில்லை.

இப்பொழுது நான் என் எஜமானனை நினைத்து மிகவும் பயந்தேன். அவன் எப்போது தன்முன் வந்து நிற்கச் சொல்லி எனக்குக் கட்டளையிடுவானோ என்று ஒவ்வொரு நிமிடமும் அஞ்சியபடியே இருந்தேன். ஆனால் அன்றைய தினம் முழுவதும் அவனிடமிருந்து ஒரு தகவலும் இல்லாமல் கடந்தது. மறுநாள் காலையில் "தனது படிப்பறைக்கு எஜமானர் உன்னை வரச் சொன்னார்" என்ற தகவல் எனக்கு வந்தது. கதவு விரியத் திறந்திருந்தது. நான் ஒட்டுமொத்தமாக வெறுக்கும் ஒரு மனிதனை, என்னை ஆளும் உரிமை தனக்கு இருப்பதாகக் கருதிக்கொண்டிருக்கும் ஒருவனை, வெறித்துப் பார்த்தபடி ஒரு நிமிடம் நின்றுவிட்டேன். நான் முடிந்த அளவு என்னை அமைதியாக இருப்பவளாகக் காட்டிக்கொண்டு உள்ளே நுழைந்தேன். என் இதயம் எப்படி இரத்தம் சிந்திக்கொண்டிருக் கிறது என்பதை அவன் அறியக்கூடாது என்று நினைத்தேன். 'உன்னை இங்கேயே கொன்றுபோட்டால் என்ன?' என்பது போல அவன் என்னை முறைத்தான். ஒருவழியாக அவன் தன் மௌனத்தைக் கலைத்துக்கொண்டான்; அதில் இருவருக்குமே ஆறுதல்.

"இப்போது நீ கல்யாணம் செய்துகொள்ள ஆசைப்பட்டு விட்டாய் இல்லையா? அதுவும் ஒரு சுதந்திரமான நீக்ரோவை" என்று கேட்டான் அவன்.

"ஆமாம். ஐயா!"

"அப்படியானால் சரி! விரைவில் நான் உனக்கு எஜமானனா அல்லது நீ ரொம்பவும் மதிக்கிறாயே அந்த நீக்ரோப்பயல் உனக்கு எஜமானனா என்பதை உனக்குப் புரியவைத்து விடுகிறேன். உனக்குக் கண்டிப்பாக ஒரு புருஷன் வேண்டு மென்றால் என்னுடைய அடிமைகளில் எவனாவது ஒருவனை நீ கட்டிக்கொள்ளலாம்."

ஒருவேளை என் மனம் அதை விரும்பியிருந்தால்கூட அவனுடைய அடிமை ஒருவனின் மனைவியாக நான் இருந்திருந்தால் எப்படிப்பட்ட நிலைமைக்குத் தள்ளப்பட்டு விடுவேன் என்று எனக்குத் தெரியாதா என்ன?

"ஐயா! தான் யாரைத் திருமணம் செய்துகொள்ள வேண்டும் என்று ஓர் அடிமை முடிவெடுக்கக் கூடாதா? உங்களைப் பொறுத்தமட்டில் அவளுக்கு எல்லா ஆண்களுமே ஒரே மாதிரிதானா?" என்றேன், நான் பதிலுக்கு.

அவன் மொட்டையாக "நீ இந்த நீக்ரோவைக் காதலிக்கிறாயா?" என்றான்.

"ஆமாம். ஐயா!"

"எவ்வளவு தைரியம் உனக்கு, என்னிடம் இப்படிச் சொல்ல" என்று கடும் கோபத்துடன் கூச்சலிட்டான். சின்ன இடைவெளிக்குப் பிறகு "நீ உன்னைப் பற்றி ரொம்பவே உசத்தியாக நினைத்துக்கொண்டிருக்கிறாய். அந்த நாயைவிட நீ ஒன்றும் உசத்தியில்லை" என்றான்.

"அவர் நாய் என்றால் என்றால் நானும் நாய்தான். ஏனென்றால் நாங்கள் இருவருமே நீக்ரோக்கள்தான். நாங்கள் இருவரும் ஒருவரை ஒருவர் நேசிக்கும் உரிமையும் கௌரவமும் உடையவர்கள்தான். நீங்கள் யாரை நாய் என்று சொல்கிறீர்களோ அந்த மனிதர் ஒரு நாளும் என்னை அவமதித்ததில்லை. நான் நன்னடத்தை உள்ளவள் என்று நம்பியிருக்காவிட்டால் அவர் என்னைக் காதலித்திருக்க மாட்டார்" என்றேன் நான். அவன் என் மீது புலிபோலப் பாய்ந்து நான் நிலைகுலைந்துபோகும்படி என்னைப் பலமாகத் தாக்கினான். அவன் என்னைத் தாக்கியது அதுதான் முதல்தடவை; ஆனால் அச்சம் என் ஆங்காரத்தை அடக்கிவிடவில்லை. அவனுடைய தாக்குதலிலிருந்து மீண்ட பின் "நீங்கள் நான் நேர்மையாகப் பதில் சொன்னதற்காக என்னைத் தாக்கிவிட்டீர்கள். நான் உங்களை எவ்வளவு வெறுக்கிறேன் தெரியுமா?" என்றேன்.

சிறிதுநேரம் அங்கே அமைதி நிலவியது. ஒருவேளை எனக்குத் தர வேண்டிய தண்டனை என்ன என்று முடிவு செய்து கொண்டிருந்தானோ அல்லது ஒருவேளை நான் சொன்னவற்றை யும், யாரிடம் சொன்னேன் என்பதையும் மறுபரிசீலனை செய்வதற்கு எனக்கு நேரம் கொடுக்க நினைத்தானோ என்னவோ, கடைசியில் அவன், "நீ என்ன சொன்னாய் என்று உனக்குத் தெரியுமா?" என்று கேட்டான்.

"ஆமாம், ஐயா! ஆனால் உங்கள் நடவடிக்கைதான் என்னை அதற்குத் தூண்டியது."

"நான் உன்னை என்ன செய்யவேண்டுமென்று நினைக்கிறேனோ அதைச் செய்யும் உரிமை எனக்கு உண்டு என்பது உனக்குத் தெரியுமா? நான் நினைத்தால் உன்னைக் கொன்று போட்டுவிடலாம்."

"நீங்கள் என்னைக் கொல்ல நினைத்தீர்கள். நானும் அதைத் தான் விரும்பினேன். ஆனால் நீங்கள் என்னை என்ன செய்ய நினைக்கிறீர்களோ அதை எல்லாம் செய்வதற்கு உங்களுக்கு உரிமையில்லை."

"வாயை மூடு!" என்று இடிக்குரலில் முழங்கினான். "அடக்கடவுளே! சின்னப் பெண்ணே! நீ உன் நிலையை மறந்து வெகுதூரம் போய்விட்டாய். உனக்குப் பைத்தியமா? அப்படியானால் நீ யார் என்பதை வெகுவிரைவில் உனக்குப் புரியவைப்பேன். நீ இன்று காலை நடந்துகொண்ட முறையை நான் பொறுத்துக்கொண்டதுபோல வேறு எந்த எஜமானனாவது பொறுத்துக்கொண்டு இருந்திருப்பான் என்று நீ நினைக்கிறாயா? வேறு ஒருவராக இருந்திருந்தால் உன்னை அந்த இடத்திலேயே கொன்றுபோட்டிருப்பார்கள். உன்னுடைய முரட்டுப் பிடிவாதத்திற்காக உன்னை ஜெயிலுக்கு அனுப்பினால் உனக்கு எப்படி இருக்கும்?"

"நான் மரியாதைக்குறைவாக நடந்துகொண்டுவிட்டேன் என்பது எனக்குத் தெரியும் ஐயா! ஆனால் நீங்கள்தான் என்னை அந்த நிலைக்குத் தள்ளிவிட்டீர்கள். என்னால் அதைத் தவிர்க்க முடியவில்லை; நீங்கள் என்னை ஜெயிலுக்கு அனுப்பினால் நான் இங்கே இருப்பதைவிட அங்கே மிகவும் நிம்மதியாக இருப்பேன்."

"உனக்கு அந்த இடம்தான் சரி!" என்ற அவன் "அந்த மாதிரி உன்னை நடத்தினால்தான், நீ நிம்மதி என்ற வார்த்தையையே மறந்துபோவாய். அதுதான் உனக்கும் நல்லது. உன்னைப் பற்றி நீ பெரிதாக நினைத்துக்கொண்டிருப்பதை அது கொஞ்சம் குறைக்கும். ஆனால் என்னுடைய கருணைக்கும் சகிப்புத் தன்மைக்கும் பதிலாக நீ என்னிடம் காட்டும் உன்னுடைய நன்றிகெட்டத்தனத்தைப் பொறுத்துக்கொள்ள முடியாவிட்டாலும் இப்போது நான் உன்னை ஜெயிலுக்கு அனுப்பப் போவதில்லை. நீ என் வாழ்க்கையில் புகுந்துவிட்ட பெருந்தொற்று. நான் உன்னை மகிழ்ச்சியாக வைத்துக்கொள்ள நினைத்தேன், ஆனால் நீயோ பதிலுக்கு உன்னுடைய கீழ்த்தரமான நன்றி கெட்டத்தனத்தைக் காட்டிவிட்டாய். நீ என் கருணையைப் புரிந்துகொண்டு பாராட்டவில்லை என்றாலும் நான் உன்னிடம்

அன்பாகவே நடந்துகொள்ள விரும்புகிறேன் லிண்டா! நீ உன் போக்கை மாற்றிக்கொள்ள உனக்கு நான் இன்னும் ஒரு சந்தர்ப்பம் தருகிறேன். நீ அதை மதித்து எனக்குத் தேவையானபடி நடந்துகொண்டால் நானும் உன்னை மதித்து இதுவரை எப்பொழுதும் நடத்திய மாதிரியே மேலும் நடத்துவேன்; ஆனால் நீ எனக்குக் கீழ்ப்படியாவிட்டால் நான் என்னுடைய பண்ணையில் இருக்கும் கீழ்த்தரமான அடிமைகளை எப்படித் தண்டிப்பேனோ அதே மாதிரி உன்னையும் தண்டித்துவிடுவேன். திரும்ப அந்த நீக்ரோப் பயலின் பெயரை என் காதுபடச் சொல்லிவிடாதே! நீ எப்போதாவது அவனுடன் பேசுவதாகத் தெரிந்தால் உங்கள் இருவரையும் மாட்டுத்தோல் விளாரால் விளாசிவிடுவேன்; அவனை இந்த வீட்டுப்பக்கம் பார்த்தால் நான் நாயைச் சுடுவது போல உடனே சுட்டுவிடுவேன். நான் சொல்வது உனக்குக் கேட்கிறதா? நான் உனக்குக் கலியாணம்பற்றியும் சுதந்திரமான நீக்ரோக்கள்பற்றியும் பாடம் புகட்டுவேன். இப்பொழுது போய்விடு! இந்த விஷயத்தைப் பற்றி உன்னிடம் நான் பேசுவது இதுவே கடைசித் தடவையாக இருக்கட்டும்!"

வாசகர்களே! நீங்கள் எப்போதாவது யாரையாவது இவ்வளவு தூரம் வெறுத்திருக்கிறீர்களா? இருக்காது என்றே நம்புகிறேன். ஆனால் நான் வெறுத்திருக்கிறேன், ஒரேயொரு தடவை! இப்படிப்பட்ட சூழலைத்தான் சிலர் நரகம் என்று சொல்கிறார்களோ! இப்போதுதான் புரிகிறது.

இரண்டு வாரங்கள் டாக்டர் என்னோடு பேசவே இல்லை. அவன் என்னைப் பயமுறுத்த நினைத்தான். ஒரு வெள்ளைக்கார மனிதனின் கீழ்த்தரமான விருப்பத்தை நிராகரித்து, மரியாதைக் குரிய கறுப்பின மனிதனின் கவுரமான பேச்சுகளை மதித்தன்மூலம் எனக்கு நானே அவமரியாதை செய்துகொண்டுவிட்டதாக நினைத்து நினைத்து நானே நொந்துகொள்வேன் என்று நினைத்துக்கொண்டான்போலும். அவன் உதடுகள் பேசவில்லை என்றாலும் அவன் கண்கள் என்னை விசாரித்துக்கொண்டே இருந்தன. அவன் என்னைக் கண்காணித்தது மாதிரி எந்த ஒரு விலங்கும் தனது இரையை இவ்வளவு கூர்மையாக நோட்டம் விட்டுக்கொண்டே இருந்திருக்காது. அவன் எனக்கு எழுதிய கடிதங்களைப் படிக்கச் செய்வதில் அவன் வெற்றியடைய வில்லை; என்னால் எழுத முடியும் என்பது அவனுக்குத் தெரியும். அதனால் அவன் வேறொரு மனிதனுடன் நான் கடிதப் போக்குவரத்து வைத்துக்கொண்டிருப்பேனோ என்று சந்தேகப்பட ஆரம்பித்தான். சில நாட்களுக்குப் பிறகு அவனால் சும்மா இருக்க முடியவில்லை. அதனால் எனக்குத் துன்பம் தான். ஒரு நாள் காலையில் வீட்டைவிட்டு வெளியில்

போவதற்காகக் கூடத்தைக் கடந்துபோகும்போது எப்படியோ என் கையில் ஒரு கடிதத்தைத் திணித்துவிட்டான். அவன் எனக்குப் படித்துக் காட்டும் வேதனையைத் தவிர்ப்பதற்காக நானே அக்கடிதத்தைப் படித்துவிடுவது என்று முடிவு செய்து விட்டேன். அதில் அவன் என்னைத் தாக்கியதற்காக வருத்தம் தெரிவித்ததோடு நான்தான் அவனது செயலுக்கு முழுக்காரணம் என்று என்மீது குற்றமும் சுமத்தியிருந்தான். அவனுடைய வெறுப்பைச் சம்பாதித்துக்கொள்வதன் மூலம் என்னை நானே துன்பத்திற்கு ஆளாக்கிக்கொண்டுவிட்டேன் என்பதை நான் உணர்ந்திருப்பேன் என்று அவன் நம்பினான். அவன் லூயிசியானா போவதற்கு முடிவுசெய்துவிட்டதாகவும் சில அடிமைகளைத் தன்னுடன் கூட்டிக்கொண்டு போகப்போவ தாகவும் அதில் என்னையும் சேர்த்துக்கொள்ள நினைத்திருப்ப தாகவும் எழுதியிருந்தான். என் எஜமானி தற்போது எங்கிருக்கி றாளோ அங்கேயேதான் இருப்பாள், அதனால் அவளிடமிருந்து எனக்கு ஏதாவது ஆபத்து வந்துவிடுமோ என்று நான் அஞ்சத் தேவையில்லை என்றும் குறிப்பிட்டிருந்தான். நான் அவனுடைய அன்பை மதித்தால் எனக்கு வேண்டியதையெல்லாம் தாராள மாகச் செய்வதாகவும் கூறியிருந்தான். இந்த விஷயம் குறித்து ஆலோசனை செய்து மறுநாள் தனக்குப் பதிலளிக்க வேண்டு மென்றும் கேட்டிருந்தான்.

அடுத்த நாள் காலை கத்திரிக்கோலை எடுத்துக்கொண்டு அவன் அறைக்கு வரும்படி என்னைக் கூப்பிட்டிருந்தான். நான் அவனுடைய கடிதத்தோடு அதையும் அங்குள்ள மேசைமீது வைத்துவிட்டு வந்துவிட்டேன். நான் எழுதிய பதில் கடிதம் அது என்று நினைத்த அவன் என்னை மறுபடி அழைக்கவில்லை. நான் வழக்கம் போல் என் சின்ன எஜமானியைப் பள்ளியில் விட்டுவிட்டுத் திரும்பக் கூட்டிக்கொண்டு வரப் போய் விட்டேன். அவன் என்னை வழியில் பார்த்து நான் திரும்பிப் போகும்போது அவனுடைய அலுவலகத்திற்கு வந்துவிட்டுப் போகுமாறு உத்தரவு போட்டான். நான் உள்ளே நுழைந்தவுடன் அவன் தன்னுடைய கடிதத்தைக் காட்டி, நான் அதற்கு ஏன் பதில் தரவில்லை என்று கேட்டான். "நான் உங்கள் மகளின் சொத்து; என்னை எங்கே அனுப்ப வேண்டும்; எங்கே கூட்டிச் செல்ல வேண்டும் என்ற அதிகாரம் உங்களுக்கு இருக்கிறது; அதன்படி செய்யுங்கள்", என்று பதில் சொல்லிவிட்டேன். நான் அவனோடு செல்ல விரும்பியது தனக்கு மிகவும் மகிழ்ச்சி அளிப்பதாகவும், இலையுதிர் காலத் தொடக்கத்திலேயே நாங்கள் புறப்பட்டுவிடலாம் என்றும் அவன் சொன்னான். அவனுக்கு அந்த நகரத்தில் மருத்துவப் பணி பெரிய அளவில் இருந்தது. மேலும் அவன் என்னைப் பயமுறுத்துவதற்காகவே இத்தகைய

கதையைப் புனைந்திருக்கிறான் என்பது என் எண்ணம். எது எப்படியோ நான் அவனோடு லூயிசியானா போவதில்லை என்று முடிவு எடுத்துவிட்டேன்.

கோடைக்காலம் முடிந்தது. இலையுதிர்காலத் தொடக்கத்தில் குடிபெயர வசதி இருக்கிறதா என்று பார்த்து வருவதற்காக டாக்டர் ஃப்ளின்டின் மூத்தமகன் லூயிசியானா வுக்கு அனுப்பப்பட்டான். அவனோடு என்னை அனுப்ப மாட்டார்கள் என்று எனக்கு நன்றாகத் தெரியும். அதனால் அந்தச் செய்தி என்னைப் பாதிக்கவில்லை. இந்தச் சமயத்தில் என்னைப் பண்ணைக்கு அனுப்பாததற்குக் காரணம் டாக்டர் ஃப்ளின்டின் மகன் அங்கே இருந்ததுதான். தனது மகனிடமும், அங்கிருந்த கங்காணியிடமும் அவனுக்குச் சந்தேகம் இருந்ததால் தான் என்னைத் தண்டிப்பதற்காக அவன் என்னைப் பண்ணை வேலைக்கு அனுப்பவில்லை. இந்த மாதிரியான என்னுடைய பாதுகாவலர்களைப் பற்றி நான் பெருமைப்படாமல் இருப்பதில் ஏதாவது ஆச்சரியம் இருக்கிறதா! கங்காணி என்ற அந்த மனிதன் வேட்டை நாயைவிடக் கேவலமானவன் என்பதே என் எண்ணம்.

இளைய ஃப்ளின்ட், லூயிசியானா பற்றிச் சாதகமான செய்திகள் எதையும் கொண்டுவரவில்லை. நான் அந்தத் திட்டம்பற்றி மேற்கொண்டு எதுவும் கேள்விப்படவில்லை. இதற்கு நடுவில் ஒரு நாள் என் காதலர் தெருமுனையில் என்னைப் பார்த்தார். நான் அவரோடு நின்று பேசிவிட்டு, நிமிர்ந்து பார்த்தபோது என் எஜமானன் ஜன்னல் வழியாக என்னைக் கண்காணித்துக்கொண்டிருந்தது தெரிந்தது. நான் பயந்து நடுங்கிக்கொண்டு வீட்டிற்கு விரைந்தேன். உடனடியாக அவனுடைய அறைக்கு வருமாறு நான் பணிக்கப்பட்டேன். உள்ளே நுழைந்தவுடன் பலமாக அடி கொடுத்து என்னை அவன் வரவேற்றான். "இந்த எஜமானியம்மாவுக்கு எப்போது கல்யாணம்?" என்று நக்கலான தொனியில் கேட்டான். சாபங்களும் சபதங்களும் மழைபோல் பொழிந்தன. நல்லவேளை, என் காதலர் ஒரு சுதந்திர மனிதர் என்று நினைத்துக் கொண்டேன்; என் காதலர் என்னோடு தெருவில் நின்று பேசியதற்காக அவரைச் சவுக்கால் அடிக்க இந்தச் சர்வாதிகாரிக்கு அதிகாரமில்லை.

இவை எல்லாம் எப்படி முடியுமோ என்ற எண்ணம் திரும்பத் திரும்ப என் நெஞ்சில் சுழன்றுகொண்டே இருந்தது. இந்த டாக்டர் எந்தவிதத்திலும் என்னை விற்கச் சம்மதிப்பான் என்ற நம்பிக்கை எனக்கு இல்லை. என்னைத் தன்னோடு வைத்துக்கொள்ள வேண்டும்; எப்படியாவது என்னை வென்று விட வேண்டும் என்ற இரும்புறுதி அவனுக்கு இருந்தது. என்

காதலர் புத்திக்கூர்மைமிக்கவர்; ஆழ்ந்த கடவுள் நம்பிக்கை உடையவர். ஒருவேளை அடிமையான என்னை உரிய அனுமதி பெற்று மணந்தால்கூட அந்தத் திருமணத்தின் மூலம் என்னை என் எஜமானனிடமிருந்து பாதுகாக்கும் அதிகாரம் அவருக்குக் கிடைத்துவிடாது. நான் சந்திக்கப்போகும் அவமானங்களுக்குச் சாட்சியாக இருக்க நேரிடுவது அவருக்கும் பெரும் துன்பமாகி விடும். ஒருவேளை எங்களுக்குக் குழந்தைகள் இருந்தால்கூட அக்குழந்தைகளும் தாய்வழியையே சார்ந்திருக்கவேண்டும் என்பது எனக்குத் தெரியும். ஒரு புத்திக்கூர்மையுள்ள சுதந்திர மான தந்தையின் மனதிற்கு அது எவ்வளவு பெரிய வேதனை! என் மோசமான தலைவிதி அவரையும் பாதிக்கும் என்பதை உணர்ந்தேன். அப்போது அவர் சவான்னாவில் அவருக்கென்று ஒதுக்கப்பட்டிருந்த சிறிதளவு சொத்தைப் பற்றித் தெரிந்து கொள்வதற்காகப் போய்க்கொண்டிருந்தார். அந்தச் சமயத்தில் அவரிடம் பின்னாளில் அவரது பிரிவு எனக்கு உண்டாக்கப் போகும் தீராத மனவருத்தத்தை உணர்ந்திருந்தாலும், அவர் திரும்பி இங்கே வந்துவிட வேண்டாம் என்று ஆழ்ந்த அக்கறை யோடு கெஞ்சிக்கேட்டுக்கொண்டேன். நான் அவரை அடிமைத் தனம் இல்லாத சுதந்திர மாகாணங்களுக்குப் போகச்சொல்லி அறிவுரை கூறினேன்; அங்கு அவருக்குப் பேச்சுச் சுதந்திரம் இருக்கும்; தனது புத்திக்கூர்மையை அவர் தன் வாழ்க்கை முன்னேற்றத்திற்குப் பயன்படுத்திக்கொள்ள முடியும். என்னைப் பணம் கொடுத்து வாங்கிக்கொள்ளும் நாள் வரத்தான் போகிறது என்ற நம்பிக்கையுடன் அவர் என்னை விட்டுப் பிரிந்தார். என்னைப் பொறுத்தவரை நம்பிக்கை வெளிச்சம் என்னை விட்டுப்போய்விட்டது; எனது இளம்பருவக் கனவுகள் கலைந்துவிட்டன. நான் தனிமையாகவும் வெறுமையாகவும் உணர்ந்தேன்.

இப்போதும், என்னிடமிருந்த எல்லாம் உருவிக்கொள்ளப் பட்டுவிடவில்லை; எனக்கு நல்ல பாட்டி இருக்கிறார்; பாசமிக்க தம்பி இருக்கிறான். அவன் என் கழுத்தைக் கட்டிக்கொண்டு நான் அவனிடம் சொல்ல அஞ்சும் எனது கவலைகளை ஊகித்து அறிவதற்காக என் கண்களை ஊடுருவிப் படிக்க முயற்சிசெய்யும்போது எனக்கும் அன்பு செலுத்த ஏதோ ஒன்று இன்னும் இருக்கிறது என்ற உணர்ச்சி மேலிடும். என் எஜமான னின் திடீர் வெறித்தனத்தால் அவனும் எந்த நேரத்திலும் என்னிடமிருந்து பிரிக்கப்பட்டுவிடுவானோ என்ற மனக்கவலை யில் அந்த மகிழ்ச்சியும் வடிந்துபோய்விடும். நாங்கள் இருவரும் ஒருவர் மீது ஒருவர் எவ்வளவு பாசம் வைத்திருக்கிறோம் என்று எஜமானனுக்குத் தெரிந்துவிட்டால் எங்களைப் பிரித்துவிட்டு அவன் ஆனந்தம் அடைவான். நாங்கள் இருவரும் எவ்வாறு

வடமாகாணத்திற்குப் போவது என்று அடிக்கடி திட்டம் போடுவோம். ஆனால் வில்லியம் சொல்வதுபோல் அவை யெல்லாம் சொல்வதற்குச் சுலபமானவை; செய்வதற்கு அரியவை. என்னுடைய நடவடிக்கைகள் வெகுவாகக் கண்காணிக்கப் பட்டதால் எங்கள் செலவுகளை ஈடுகட்டப் போதுமான பணத்தைச் சம்பாதிக்கவும் வழியில்லாமல் போய்விட்டது. எங்கள் பாட்டியைப் பொறுத்தமட்டில் இப்படிப்பட்ட திட்டங்களில் தன் குழந்தைகள் ஈடுபடுவதைக் கடுமையாக எதிர்த்தார். அவர் பெஞ்சமின் பட்ட துன்பங்களை மறந்துவிடவில்லை. அதனால் மற்ற குழந்தைகளும் அதேமாதிரி தப்பிக்க நினைத்தால் அவர்கள் அதைப் போலவோ அதைவிட மோசமான கஷ்டங்களையோ அனுபவிக்க நேரிடும் என்று அவர் அஞ்சினார். எனக்கோ, என்னுடைய தற்போதைய நிலைமையைவிடப் பயங்கரமான தாக வேறெதுவும் இருக்கும் என்று தோன்றவில்லை. நான் எனக்குள் வில்லியம் விடுதலைபெற்றுவிட வேண்டும்; அவன் வடமாகாணத்திற்குப் போய்விடவேண்டும்; நானும் அவனைத் தொடர்ந்து போய்விடுவேன் என்று சொல்லிக்கொண்டேன். பெரும்பாலான அடிமைச் சகோதரிகள் இத்தகைய திட்டங் களைத் தங்களுக்குள் உருவாக்கித்தான் வைத்திருப்பார்கள்.

8

வட மாகாணங்கள் பற்றிய கற்பிதங்கள்

அடிமை உடைமையாளர்கள் தாங்கள் மிகவும் கவுரவமானவர்கள் என்று தங்களைத் தாங்களே பாராட்டிக்கொள்வார்கள்; ஆனால் அவர்கள் தங்களுடைய அடிமைகளிடம் சொல்லும் பெரும் பொய்களைக் கேட்டால், அவர்களிடம் நம்பகத்தன்மை கிடையாது என்பதற்காக மதிப்பிழந்துவிடுவார்கள். எனது வெளிப்படையான பேச்சுக்கு என்னை மன்னித்துவிடுங்கள். என்னால் இதைவிட மென்மையான வார்த்தைகளைப் பயன்படுத்த முடியாது. வடமாகாணத்திற்குச் சென்று திரும்பிய எஜமானர்கள், அங்கு அவர்கள் சந்தித்த, தப்பியோடிய அடிமைகள் பெருந்துன்பத்தில் இருப்பதாகக் கதைகட்டுவார்கள். ஓர் அடிமை உடைமையாளன் ஒருமுறை என்னிடம், "தப்பிச்சென்ற உன் அடிமைத்தோழியை நான் நியூயார்க்கில் சந்தித்தேன், அவள் என்னிடம் தன்னை மீண்டும் தன் அடிமை உடைமையாளரிடமே சேர்த்துவிடும்படி கெஞ்சினாள். பலநாட்களுக்கு ஒரேயொரு ஆறிப்போன உருளைக்கிழங்கு மட்டும்தான் உணவாக அங்கு அவளுக்குக் கொடுத்தார்களாம். மற்றபடி சாப்பிடுவதற்கு வேறு எதுவுமே கொடுக்காததால் கிட்டத்தட்ட பசியால் சாகும் நிலைக்கே தான் வந்துவிட்டதாகவும், என்னிடம் அவள் புலம்பினாள்" எனக் கதைத்தார். இவ்வாறு நலிந்துபோனவளைத் திரும்ப அழைத்து

ஹேரியட் ஜேகப்ஸ்

வந்ததற்காக அந்த அடிமைப்பெண்ணின் உடைமையாளன் மகிழ்ந்துவிடமாட்டார் என்பதால்தான் அவளை அழைத்துவரத் தான் மறுத்துவிட்டதாகச் சொல்லிவிட்டு "நல்ல அன்பான எஜமானனிடமிருந்து ஓடிப்போய் அவள் தனக்குத்தானே தேடிக்கொண்ட தண்டனை இது" என்றும் என்னிடம் சொல்லி முடித்தான்.

இந்த மொத்தக் கதையும் பொய். நான் நியூயார்க்கில் அந்தத் தோழியைப் பார்த்தபோது அவள் மிகவும் வசதியான சூழலில்தான் இருந்தாள். அவள் ஒரு நாளும் அடிமைத்தனத் திற்குத் திரும்ப வேண்டும் என்று நினைத்துப் பார்த்ததே யில்லை. பல அடிமைகள் இத்தகைய கதைகளை உண்மை என்றே நம்பினார்கள், அடிமைத்தனத்திலிருந்து விடுதலை பெறுவதற்காக அவ்வளவு பெரிய துன்பங்களை எதிர்கொள்வது அவசியமில்லை என்று கருதினார்கள். அவர்களிடம் போய் அத்தகைய சுதந்திரம் உங்களைப் பயனுள்ள மனிதர்களாக மாற்றும், உங்கள் மனைவி, மக்களைப் பாதுகாத்துக்கொள்ள உதவும் என்றெல்லாம் எடுத்துக்கூறி அறிவுறுத்திவிட முடியாது. இந்தக் கிறிஸ்துவ பூமியில் வாழும் மதப்பற்று இல்லாத மனிதர்களுக்கு, இந்துக்களுக்குக் கிடைத்ததைப்போலப் பிரச்சாரங்கள் வாய்த்திருக்குமானால் அவர்கள் வேறுமாதிரி இருந்திருப்பார்கள். அவர்கள், விடுதலையே இந்த வாழ்வை விட மேலானது என்பதைக் கற்றுக்கொண்டிருந்திருப்பார்கள். அவர்கள் தங்களது திறமைகளை அறிந்துகொண்டு மனித மாண்புகளோடு வாழ்வதற்காகக் கடுமையான முனைப்போடு செயலாற்றிக்கொண்டு இருந்திருப்பார்கள்.

தப்பிவந்த அடிமைகளை, அடிமைத்தனம் நடைமுறையில் இருக்கும் மாகாணங்களுக்கே திரும்ப அனுப்பிவிடவேண்டும் என்ற சட்டங்களைச் சுதந்திர மாகாணத்தவர்கள் நிராகரித்தால் ஒழிய அடிமைகளால் தாங்களும் மனிதர்கள்தான் என்பதை உணரவே முடியாது. தங்கள் மனைவியரையும் மகள்களையும் தங்கள் எஜமானர்கள் அவமானப்படுத்துவதிலிருந்து காப்பாற்றி யாக வேண்டும் என்பதற்காகத் தீராத முயற்சி எடுத்துக் கொண்டிருக்கும் சிலரும் அடிமைகளுக்குள் இருக்கத்தான் செய்கிறார்கள். அப்படிப்பட்ட எண்ணம் உள்ளவர்கள் மற்ற அடிமைகளைவிட மேலான நிலையிலேயே இருக்கிறார்கள். அவர்கள் எல்லாம் சௌகரியமான சூழ்நிலை காரணமாக ஓரளவு பண்பட்டவர்களாகவும் கிறிஸ்தவர்களாக்கப்பட்டும் இருக்கிறார்கள். தங்களுடைய எஜமானர்களிடம் இத்தகைய கருத்துக்களைச் சொல்லும் மனவலிமை கொண்டவர்களாக வும் இருக்கிறார்கள். இப்படிப்பட்டவர்கள் இன்னும் அதிக

எண்ணிக்கையில் இருந்திருக்கவேண்டும். சில பாவப்பட்ட ஜென்மங்கள் மிருகத்தனமான சவுக்கடிகளால் பாதிக்கப்பட்டுத் தங்கள் மனைவிமார்களையும் மகள்களையும் அடிமைஉடைமை யாளன் பயன்படுத்திக்கொள்வதைத் தடுக்க முடியாதவர்களாக ஆகிவிடுகிறார்கள். இதை வைத்து நீங்கள், கறுப்பினத்தவர் மற்ற மானுட இனத்தவர்களைவிடக் கீழானவர்கள் என்பது உறுதிப்படுகிறது என்று நினைத்துக்கொள்வீர்களா? பல தலைமுறைகளாக அடிமையாகப் பிறந்து, அடிமையாக வளர்க்கப்பட்டிருந்தால் நீங்கள் மட்டும் எப்படி இருந்திருப்பீர்கள்? கறுப்பின மனிதன் கீழானவனாகத்தான் இருக்கிறான் என்பதை நானும் அறிவேன். ஆனால் எது அவனை அப்படி ஆக்கியிருக்கிறது? வெள்ளைக்காரனால்தான் அவன் அவ்வாறான அறியாமையில் உழலும்படி நிர்ப்பந்திக்கப்பட்டிருக்கிறான். சாட்டையடிகள் அவனிடமிருந்த துணிவைத் துரத்திவிட்டன. தென்மாகாணங்களில் உள்ள கொடூரமான வேட்டைநாய்களும் வடமாகாணங்களில் ஏறத்தாழ அதைப் போன்ற கொடூரமான மனித வேட்டைநாய்களும், தப்பியோடிய அடிமையைப் பிடித்துக் கொடுக்கவேண்டும் என்ற வடமாகாணச் சட்டங்களும் சேர்ந்துதான் அவனை இத்தகைய நிலைமைக்குத் தள்ளி விட்டிருக்கின்றன.

தென்மாகாணத்துக் கனவான்களுக்கு வட மாகாணத்தவர்கள் என்றாலே வெறுப்புதான். ஆனால் வடமாகாணத்தவர்களோ தங்கள் பங்குக்கு, மூர்க்கத்தனமான வேட்டை நாய்களாகவும் நீக்ரோ வேட்டைக்காரர்களாகவும் தென்மாகாணத்தவர்களுக்கு வேலைபார்க்கச் சம்மதித்து விடுகிறார்கள். வடமாகாணத்தவர்கள் தங்கள் பகுதிக்கு வருகின்ற தென்மாகாணத்தவர்களுக்குத் தகுந்த மரியாதைகள் செய்வதில் பெருமைகொள்வார்கள்; ஆனால் வடமாகாணத்து மனிதர்கள் தென்பகுதியினரின் வினோதமான அடிமை நிறுவனம்பற்றிய தங்களது கருத்துவேறுபாடுகளை மட்டுப்படுத்திக்கொண்டா லன்றி மேசன் மற்றும் டிக்ஸன் எல்லைக்கோட்டைக்கு அப்பால் அவர்களுக்கு நல்ல வரவேற்பு கிடைக்காது. அவர்கள் அடிமைநிறுவனம் பற்றி எதுவும் பேசாமல் மௌனமாக இருந்தால் மட்டும் போதாது; வடமாகாணத்தவர்கள் அளவுக் கதிகமாக அடிபணிந்துபோனாலொழியத் தென்மாகாணத்து எஜமானர்கள் திருப்தியடைய மாட்டார்கள். அப்படி அடிபணிந்தவர்களை மட்டுமே அவர்கள் ஏற்றுக்கொள்வார்கள். இப்படி அடங்கிப்போன வடமாகாணத்தவர்களை மட்டும் மதித்துவிடுவார்களா என்ன? மாட்டார்கள் என்பது உறுதி. அடிமைகள்கூடத் தாங்கள் பொதுவாகக் காணும் தென்மாகாணத்தவர் போன்றே நடந்துகொள்ளும்

வடமாகாணத்தவரை வெறுக்கவே செய்வார்கள். தென்மாகாணத்தில் வசிக்க வரும் வடமாகாணத்தவர்கள் அங்குள்ள சூழலுக்கு ஏற்றபடி வாழ நன்றாகக் கற்றுக் கொண்டுவிடுவார்கள். வெகுவிரைவில் தங்கள் அண்டை அயலாரின் உணர்வுகளையும் செயல்பாடுகளையும் உள்வாங்கிக்கொண்டுவிடுவார்கள்; பொதுவாக அவர்களை யும் மிஞ்சிவிடுவார்கள். இருவரில் அநேகமாக வடமாகாணத்தி லிருந்து வந்தவர்களே மிகவும் கடினமான எஜமானர்களாக இருப்பது வழக்கம்.

கடவுள், ஆப்பிரிக்கர்களை அடிமைகளாவதற்காகவே படைத்திருக்கிறார் என்று சொல்லி அவர்கள் தமது மனசாட்சியைச் சமாதானப்படுத்திக்கொள்வார்கள். ஒரே இரத்தத்தில் எல்லா நாட்டு மனிதர்களையும் உண்டாக்கிய சொர்க்கத்தில் வாழும் இறைத்தந்தை மேல் எவ்வளவு பெரிய அபாண்டமான பழி இது![1] யார் அந்த ஆப்பிரிக்கர்கள்? அமெரிக்க அடிமைகளின் நாடிநரம்புகளில் ஓடிக்கொண்டிருக்கும் இரத்தத்தில் ஆங்கிலோசாக்ஸன் இரத்தம் எந்த அளவுக்கு இருக்கிறது என்று யாராவது அளந்து பார்த்தது உண்டா?

அடிமை உடைமையாளர்கள் வடமாகாணம் குறித்துத் தவறான தகவல்கள் மூலம் தங்கள் அடிமைகளை நம்பவைக்க மேற்கொள்ளும் பெருமுயற்சிபற்றிச் சொல்லியிருக்கிறேன். ஆனால் இதையெல்லாம் மீறிப் புத்திசாலிகளான அடிமைகள், தங்களுக்குச் சுதந்திரமான மாகாணங்களில் ஆதரவாளர்கள் இருக்கிறார்கள் என்பதைப் பற்றித் தெரிந்துவைத்திருந்தார்கள். அறியாமைமிக்க அடிமைகள்கூட அதைப் பற்றிய தெளிவான யோசனைகள் எதுவும் இல்லாதவர்களாகவே இருந்தார்கள். எனக்குப் படிக்கத் தெரியும் என்பதை அவர்கள் அறிந்திருந்தார்கள். அதனால் அவர்கள் என்னிடம் கறுப்பினத்தவரின் விடுதலைக் காகப் போராடும் பெரிய வடமாகாணங்களில் உள்ள வெள்ளைக்கார மனிதர்கள்பற்றி ஏதாவது செய்தி வந்திருக்கிறதா என்று அடிக்கடி கேட்பார்கள். சிலர், அடிமை ஒழிப்புப் போராளிகள் தங்களை எப்போதோ விடுவித்துவிட்டார்கள் என்றும் அது சட்டபூர்வமாக்கப்பட்டுவிட்டது என்றும், ஆனால் தங்களது எஜமானர்கள்தான் அதைச் செயல்படுத்த வில்லை என்றும் தவறாகக் கருதிக்கொண்டிருந்தார்கள். ஒரு பெண், செய்தித்தாள் வாங்கி, அதைத் தனக்குப் படித்துக்காட்டச் சொன்னார். அவர் "கறுப்பின மக்கள் அரசியிடம் போய்த் தாங்கள் எல்லோரும் இன்னமும் அடிமைகளாகவே இருப்பதாகச் சொன்னார்களாம். அரசியார் நம்பாமல் அதைப் பற்றி அதிபரிடம் விசாரித்தறிய வாஷிங்டன் நகருக்குப் போனாராம்; அவர்கள்

இருவரும் சண்டை போட்டுக்கொண்டார்களாம்; அரசியார் தனது வாளை உருவி அதிபர் முன் நீட்டி, 'நீங்கள் அடிமைகள் அனைவரையும் விடுதலை செய்ய எனக்கு உதவ வேண்டும்' என்று கட்டளையிட்டாராம்" என்று தன் கணவர் தன்னிடம் கூறியதாகச் சொன்னார்.

அந்த ஏழை அப்பாவிப்பெண், அரசியால்தான் அமெரிக்கா ஆளப்படுகிறது என்றும் அவருக்கு அதிபர் அடிபணிகிறார் என்றும் நினைத்துக்கொண்டிருந்தார். நானோ அதிபர் நீதியரசிக்கு அடிபணிபவராக இருந்தால் நன்றாயிருக்கும் என்று ஆசைப்பட்டேன்.

9

அண்டை அயலிலுள்ள அடிமை உடைமையாளர்கள்

எங்கள் ஊரிலிருந்து கொஞ்சம் தொலைவாக உள்ள ஓர் ஊரில் ஒரு பண்ணை உடைமை இருந்தான்; இங்கு திரு. லிட்ச் என்று அவனை நான் குறிப்பிடுகிறேன். அவன் படிப்பறிவில்லாத, மோசமான மனிதன். ஆனால் பெரிய பணக்காரன். அவனிடம் அறுநூறு அடிமைகள் இருந்தார்கள்; பலரை நேரில் பார்த்தால் அவனுக்கு அடையாளம் கூடத் தெரியாது. அவனுடைய பெரிய பண்ணை, நல்ல சம்பளத்தில் நியமிக்கப்பட்ட கங்காணிகளால் நிர்வகிக்கப்பட்டது. அவனுடைய பண்ணைக்குள்ளேயே ஒரு சிறைச்சாலையும் ஒரு சவுக்கடித்தூணும் இருந்தன. அங்கே எத்தகைய கொடுங்குற்றங்கள் நடந்தாலும் அவையெல்லாம் கேட்பார் இல்லாமல் கடந்துபோயின. அவனுடைய குற்றச்செயல்கள் எல்லாம், ஏன் கொலைகளும் கூட, அவனுடைய பணபலத்தால் திறமையாக மூடிமறைக்கப்பட்டு விடும்.

பலவிதமான தண்டனைகள் அங்குத் தரப்படும். ஒரு மனிதனைத் தரைக்கு மேலே கயிற்றால் கட்டித் தொங்கவிடுவது அவனுக்குப் பிடித்த தண்டனை! மேலே நெருப்பு எரிந்துகொண்டிருக்க அதற்குக் கீழே பன்றிக்கொழுப்புத்துண்டு தொங்கிக் கொண்டிருக்கும். நெருப்பு எரியஎரியக் கொழுப்பு உருகிச் சொட்டுச்சொட்டாக அந்த மனிதரின் வெற்று உடம்பில் விழும். தனது அடிமைகள்

விவிலியத்தின் எட்டாவது கட்டளை திருடக்கூடாது என்று அறிவுறுத்துகிறது;[1] அதன்படி அவர்கள் நடந்துகொள்ள வேண்டும் என்பதில் அவன் மிகவும் கண்டிப்பாக இருப்பான். ஆனால் தன் அடிமைகள் பக்கத்தில் இருக்கும் பண்ணைகளி லிருந்து மற்றவர்கள் சந்தேகப்படாதபடியும், கண்டுபிடித்து விடாதபடியும் திருடுவதற்கு அனுமதிப்பான். பக்கத்துப் பண்ணையார் இவனுடைய அடிமைகளுக்கு எதிராகத் திருட்டுக் குற்றம் சுமத்திக்கொண்டு வந்தால் அந்த எஜமானன் அவர்களைக் கடுமையாகக் கடிந்துபேசிப் பண்ணையில் தனது அடிமைகளுக்குத் தேவையான எல்லாவற்றையும் தான் கொடுத்திருப்பதால் அவர்கள் திருடுவதற்கு வாய்ப்பே இல்லை என்று கூறி அவர்களை அனுப்பிவிடுவான். அவர்கள் திரும்பிப் போனார்களோ இல்லையோ, குற்றம் சாட்டப்பட்டவனை அழைத்து அவன் சூதானமில்லாமல் நடந்துகொண்டதற்காகக் கசையடி கொடுப்பான். ஆனால் அவனது பண்ணையிலிருந்து ஒரு பவுண்டு மாமிசமோ அல்லது கொஞ்சம் சோளமோ அதே அடிமை திருடிவிட்டது கண்டுபிடிக்கப்பட்டுவிட்டால் அவனுக்கு விலங்கு மாட்டி, பசியாலும் பல தொல்லைகளாலும் அவன் உடல் வற்றிப்போகும்வரை சிறையில் அடைத்துவிடுவான்.

அவனுடைய பண்ணையிலிருந்து சில மைல் தூரத்தில் இருந்த நீர் நிலைக்குப் பக்கத்தில் அவனுடைய மதுக்கிடங்கும் மாமிசச்சாலையும் இருந்தன. சில அடிமைகள் கொஞ்சம் மாமிசத்தோடு சில பாட்டில்கள் மதுவையும் அனுமதியின்றி எடுத்துக்கொண்டு வந்துவிட்டார்கள். அதில் இருவரைக் கண்டுபிடித்துவிட்டனர். கொஞ்சம் பன்றிக்கறியும் கொஞ்சம் மதுவும் அவர்களுடைய குடிசையில் இருந்திருக்கிறது. அவர்கள் எஜமானனால் விசாரணைக்கு அழைக்கப்பட்டார்கள். பேச்செல்லாம் கிடையாது. தடியால் அடித்துக் கீழே தள்ளி னார்கள். ஏதோ ஒரு பெட்டி அந்த அடிமைகளின் சவப்பெட்டி ஆயிற்று. எந்தப் பேச்சும் இல்லாமல் நாயைப் புதைப்பது போலப் புதைத்துவிட்டார்கள்.

அவனுடைய பண்ணையில் கொலைகள் சகஜம். இரவானால் தனியாக இருக்க அவன் அஞ்சுவான். ஒருவேளை ஆவிகள் குறித்த நம்பிக்கை அவனுக்கு இருந்திருக்கலாம்.

அவனுடைய சகோதரன் அவன் அளவுக்குப் பணக்காரன் இல்லை என்றாலும் கொடூரத்தன்மையில் அவனுக்குக் கொஞ்ச மும் சளைத்தவன் இல்லை. அவனுடைய வேட்டை நாய்கள் நன்றாகப் பயிற்சி கொடுக்கப்பட்டவை. அந்த நாய்கள் அடைத்துவைக்கப்பட்ட பட்டியோ விசாலமானது; அடிமை களுக்கோ அது அச்சமூட்டுவது. வேட்டைநாய்கள் அடிமை

களைத் துரத்திச் செல்ல ஏவிவிடப்பட்டு அடிமைகள் மாட்டிக் கொண்டு விட்டால் உண்மையாகவே அவர்களுடைய சதையை எலும்பிலிருந்து குதறியெறிந்துவிடும். அந்த அடிமை உடமை யாளன் இறக்கும் சமயத்தில் அவனது கூச்சல்களும் விம்மல்களும் அவனுடைய நெருங்கிய நண்பர்களே திகைக்கும் அளவுக்குப் பயங்கரமாக இருந்தன. "நான் நரகத்திற்குத்தான் போவேன்; என் பணத்தையும் சேர்த்து என்னோடு புதைத்துவிடுங்கள்" என்பதுதான் அவனுடைய கடைசிப் பேச்சு.

அவன் இறந்ததற்குப் பிறகும் அவனுடைய கண்கள் திறந்தே இருந்தன. அந்தக் கண்களை மூடுவதற்காக வெள்ளிடாலர்களை இமைகளின் மீது வைத்து அவனைப் புதைத்துவிட்டார்கள். இந்தச் சூழ்நிலையில் அவனுடைய சவப்பெட்டி நிறையப் பணம் வைக்கப்பட்டிருந்தது என்ற வதந்தி பரவியது. மூன்று முறை கல்லறை தோண்டப்பட்டு அவனுடைய சவப்பெட்டி வெளியில் எடுக்கப்பட்டது. கடைசித்தடவையாக வெளியில் எடுக்கப்பட்டுத் தரையில் கிடத்தப்பட்ட அவன் உடலைக் கழுகுக்கூட்டம் கொத்திக்கொண்டிருந்தது. அவன் உடல் மீண்டும் புதைக்கப்பட்டுக் காவலர்கள் நிறுத்தப்பட்டார்கள். குற்றவாளிகள் கடைசிவரை கண்டுபிடிக்கப்படவே இல்லை.

அந்த நாகரிகமற்ற சமூகத்தில் கொடுமைகள் தொற்று நோய்போல் பரவியிருந்தன. திரு. லாட்ச்சின் அண்டைவீட்டுக் காரனான திரு. கோனான்ட், நகரிலிருந்து அரை போதையில் திரும்பி வந்துகொண்டிருந்தான். அவனுடைய மெய்க்காப்பாளன் அவனை ஏதோ தவறாகப் பேசியிருப்பான் போலிருக்கிறது. அவனுடைய சட்டையைத் தவிர மற்ற ஆடைகளை எல்லாம் உருவிவிட்டுச் சவுக்கடி கொடுத்து எஜமானனின் வீட்டுக்கு முன்னால் உள்ள பெரிய மரத்தில் கட்டிவைத்துவிட்டார்கள். குளிர்காலத்தில் பனிப்புயல் வீசிக்கொண்டிருந்த இரவு அது. மிகக்கடுமையான குளிர்காற்று வீசிக்கொண்டிருந்தது. கொட்டும் பனியில் மரக்கிளைவேறு முறிந்துகொண்டிருந்தது. அவனுடைய குடும்பத்தைச் சேர்ந்த ஒருவர், கொட்டும் பனியில் அவன் செத்து விடுவானோ என்று அஞ்சி மரத்திலிருந்து கீழே இறக்கிவிடுமாறு கெஞ்சினார்; ஆனால் எஜமானன் மசியவில்லை. மூன்று மணி நேரம் அந்த அடிமை அங்கேயே இருந்தான்; அவனைக் கீழே இறக்கியபோது கிட்டத்தட்ட சாகும்நிலைக்கு வந்துவிட்டான். மற்றோர் அடிமை தனது பசியைப் போக்கிக்கொள்ள ஒரு பன்றியைத் திருடியதற்காகச் சாட்டையால் அடிக்கப்பட்டான். விரக்தியடைந்த அவன் அங்கிருந்து தப்பி ஓடத் துவங்கினான். இரண்டு மைல் தூரம் கடந்தபின் இரத்த இழப்பால் மயக்க நிலையை அடைந்த அவன் நாம் சாகப்போகிறோம் என்ற

முடிவுக்கு வந்துவிட்டான். நடப்பதற்குச் சக்தி இல்லாமல் போனாலும் தனது மனைவியை ஒருமுறையாவது பார்த்துவிட வேண்டும் என்ற உந்துதலில் அவ்வளவு தூரமும் தவழ்ந்தே அவன் தனது வீட்டிற்குத் திரும்பிவந்தான். தனது எஜமானனின் வீட்டினருகே வந்தபோது இரவாகிவிட்டிருந்தது. எழுந்து வீட்டின் கதவுகளைத் திறக்கும் அளவுக்குக்கூட அவனுக்குத் தெம்பில்லை. முக்கி முனகிக்கொண்டு உதவிக்கு அழைக்க முயன்றிருக்கிறான். என் தோழி ஒருத்தி அதே குடும்பத்தோடு வசித்துவந்தாள். இறுதியில் அவனுடைய கதறல் ஒலி அவளுக்குக் கேட்டிருக்கிறது. அவள் வெளியே போய் வாயிலில் குப்புற விழுந்துகிடந்த அந்த மனிதனைப் பார்த்திருக்கிறாள். உதவிக்காக உள்ளே ஓடிய அவளோடு இரண்டு ஆண்கள் வந்தார்கள். அவர்கள் அவனை உள்ளே தூக்கிக்கொண்டுபோய்த் தரையில் கிடத்தியிருக்கிறார்கள். அவனுடைய சட்டையின் பின்புறத்தில் இரத்தம் உறைந்திருந்தது. பன்றிக்கொழுப்பின் உதவியோடு சட்டையைச் சதையிலிருந்து கழற்றி எடுத்தார்கள். என் தோழி அவனுடைய புண்ணுக்குக் கட்டுப்போட்டுக் குடிக்கக் குளிர்பானம் கொடுத்து ஓய்வெடுக்கச்செய்தாள். ஆனால் எஜமானனோ 'இதைப் போல் இன்னும் நூறு அடிகள் கொடுத்தாலும் இவனுக்குத் தகும்' என்றான். தனது உழைப்பு திருடப்பட்டதனால்தானே அந்த அடிமை தனது பசியைப் போக்கிக்கொள்ளத் திருடியிருக்கிறான். அதுதான் அவன் செய்த குற்றம்!

மற்றொரு அண்டை வீட்டுக்காரி திருமதி வேட். அவளுடைய கட்டிடத்திலிருந்து கசையடிச் சத்தம் நாளின் எந்தப்பொழுதிலும் கேட்காமலேயே இருக்காது. அவள் வீட்டில் விடிவதற்கு முன்பே வேலை தொடங்கிவிடும்; நள்ளிரவு தாண்டியும் வேலைகள் தொடரும். கால்நடைக்கொட்டில்தான் அவளுடைய சித்திரவதைக்கூடம். அங்கே அவள் ஓர் ஆணின் பலத்தோடு அடிமைகளைச் சாட்டையால் விளாசுவாள். ஓர் அடிமை மூதாட்டி என்னிடம் ஒரு முறை, "இந்த எஜமானியின் வீடு நரகமாகவே இருக்கிறது. இங்கிருந்து என்னால் போகவே முடியாது என்று அஞ்சுகிறேன். நான் சாகக் கூடாதா என்றே இரவும் பகலும் பிரார்த்தித்துக்கொண்டிருக்கிறேன்" என்று சொன்னார்.

அந்த மூதாட்டிக்கு முன்பாகவே எஜமானி இறந்து விட்டாள். அந்த எஜமானி தான் இறந்ததற்குப் பின் தன்னுடைய அடிமைகள் யாரையும் தன்னைப் பார்க்க அனுமதிக்கக்கூடாது என்று தான் சாவதற்கு முன்பு, தன் கணவனிடம் கெஞ்சிக்கேட்டுக்கொண்டாள். அந்த அடிமை

களுள் எஜமானியின் குழந்தைகளைப் பாலூட்டி வளர்த்த, இன்னமும் ஒரு குழந்தைக்குப் பாலூட்டிக்கொண்டிருக்கும், ஓர் அடிமை இருந்தாள். அவள் அந்தக் குழந்தையைத் தூக்கிக் கொண்டு வாய்ப்புக் கிடைத்தவுடன் எஜமானியின் சடலம் வைத்திருந்த அறைக்குள் இரகசியமாகப் புகுந்துகொண்டாள். சற்றுநேரம் சடலத்தை முறைத்துப் பார்த்துவிட்டுத் தன் கைகளை உயர்த்தி, அந்த எஜமானி எப்போதும் சொல்வது போல், "இந்தப் பிசாசு உன்னைப் பிடித்துக்கொண்டுவிட்டது" என்று சொல்லிக்கொண்டே அவள் முகத்தில் பலமாக இரண்டு அறை விட்டாள். அந்தக் குழந்தை இதைப் பார்த்துக்கொண்டிருக்கிறது என்பதை அந்த அடிமை மறந்துவிட்டாள். அந்தக் குழந்தை அப்போதுதான் பேச ஆரம்பித்திருந்தது, அது தன் தந்தையிடம் "நான் அம்மாவைப் பார்த்தேன். இந்த அம்மா, நம் அம்மாவை அறைந்தாள்" என்று தன் சிறுகைகளால் முகத்தில் அடித்துக்காட்டிச் சொல்லிவிட்டது. எஜமானன் திகைத்துப் போனான். அந்தத் தாதி, சடலம் வைத்துப் பூட்டியிருந்த அறைக்குள் எவ்வாறு போயிருப்பாள் என்பதை அவனால் கற்பனை செய்துகூடப் பார்க்க முடியவில்லை; அவன் அவளை விசாரித்தான். அவளும் குழந்தை கூறியது உண்மைதான் என்று ஒப்புக்கொண்டதோடு தான் சாவியை எடுத்தது எப்படி என்பதையும் சொல்லிவிட்டாள். விளைவு. அந்த அடிமை ஜார்ஜியாவுக்கு விற்கப்பட்டாள்.

நான் சிறுமியாக இருந்தபோது, சேரிட்டி என்ற எல்லோருடைய மதிப்பிற்கும் உரிய ஓர் அடிமையை எனக்குத் தெரியும். எல்லாக் குழந்தைகளையும்போலவே நானும் அவரை நேசித்தேன். அவருடைய இளவயது எஜமானி திருமணமான பின் இவரையும் தன்னுடன் லூயிசியானவுக்கு அழைத்துச் சென்றார். அவருடைய சிறு பையன் ஜேம்ஸ் நல்ல மனிதரான ஒரு எஜமானனுக்கு விற்கப்பட்டான். அந்த எஜமானன் கடன் பட்டுவிட்டதால் ஜேம்ஸைக் கொடூரச் செயல்களுக்குப் பெயர்போனவனான வேறொரு பணக்கார அடிமைஉடைமை யாளனுக்கு விற்றுவிட்டான். இந்த மனிதனால் நாய்போல நடத்தப்பட்டாலும் ஜேம்ஸ் மனிதனாகவே வளர்ந்துவிட்டான். ஒருமுறை, பலத்த கசையடிகளுக்குப் பின்னர் இன்னும் பல அடிகள் விழலாம் என்று அச்சுறுத்தப்பட்டதால் அவன் காட்டுக்குள் தப்பி ஓடினான். பின் அவன் மாட்டுவாரால் விளாசப்பட்டு, அரைநிர்வாணமாக்கப்பட்டு, அரைப்பட்டினி யாக ஒரு துண்டு ரொட்டிக்குக் கூட வழியில்லாத மோசமான நிலைக்குத் தள்ளப்பட்டான்.

தப்பியோடிய சில வாரங்களிலேயே அவனைப் பிடித்துத் திரும்பவும் எஜமானனின் பண்ணைக்கே கொண்டுபோய்

விட்டார்கள். அவனைச் சிறையில் அடைத்துக் கொஞ்சம் ரொட்டியும் தண்ணீரும் கொடுத்து நூற்றுக்கணக்கான சவுக்கடிகள் கொடுப்பதுகூட அவன் செய்த குற்றத்திற்கு மிகவும் குறைவான தண்டனை என்று அந்த எஜமானன் நினைத்தான். அதனால் கங்காணிக்குத் திருப்தி ஏற்படும்வரை கசையடிகள் கொடுத்து அவன் காட்டில் இருந்த நாட்களுக்கு இணையான நாட்களுக்குப் பஞ்சுக் கடைசல் இயந்திரத்தில் கிடத்திவிடவேண்டும் என்று முடிவு செய்தான். அந்தப் பரிதாபமான ஜீவன் தலையிலிருந்து கால்வரை கசையடிகளால் கிழிக்கப்பட்டு, சதைகளில் சீழ்ப்பிடிக்காமல் இருப்பதற்காகவும் காயங்கள் சீக்கிரம் குணமாவதற்காகவும் கடும் உவர் நீரால் கழுவப்பட்டான். அதற்குப் பின் அவனைப் பஞ்சுக்கடைசல் இயந்திரத்தில் கிடத்தித் திரும்பிப்படுத்துக்கொள்ள மட்டும் இடம் விட்டு ஆணிகளால் முடுக்கிவிட்டார்கள். ஒவ்வொரு நாள் காலையிலும் ஒரு துண்டு ரொட்டியையும் ஒரு குவளைத் தண்ணீரையும் அந்தப் பாவப்பட்ட ஜீவனின் கைக்கெட்டும் தூரத்தில் வைத்துவிட்டுவரும்படி ஓர் அடிமை அங்கே அனுப்பப்பட்டான். அந்த அடிமை அவனோடு பேசினால் கடுமையான தண்டனை கிடைக்கும் என்றும் அச்சுறுத்தப் பட்டான்.

நான்கு நாட்கள் தொடர்ச்சியாக அந்த அடிமை ரொட்டியையும் தண்ணீரையும் வைத்துவிட்டு வந்தான். இரண்டாவது நாளே ரொட்டி காணாமல் போயிருந்ததையும் தண்ணீர் மட்டும் தொடப்படாமலேயே இருந்ததையும் அவன் கண்டுவிட்டான். ஜேம்ஸ் அங்கே கிடத்தப்பட்டு நான்கு பகல்களும் ஐந்து இரவுகளும் கடந்த பின்பு, நான்கு நாட்களாகத் தண்ணீர் தொடப்படவேயில்லை என்றும் கடைசல் இயந்திரத்திலிருந்து பயங்கரமான நாற்றம் வருவதாகவும் அடிமை தனது எஜமானனிடம் தெரிவித்தான். அந்தத் தகவலைச் சோதிப்பதற்காகக் கங்காணி அனுப்பப்பட்டான். இயந்திரத்திலிருந்து ஆணிகள் அகற்றப்பட்டபோது எலிகளா லும் புழு, பூச்சிகளாலும் ஒரு பகுதி தின்றுவிடப்பட்டிருந்த ஜேம்ஸின் சடலத்தைக் கண்டார்கள். ரொட்டியைத் தின்ன வந்த எலிகள் அவனுடைய உயிர் பிரிவதற்கு முன்பே அவனைக் குதறியிருக்க வேண்டும். பாவம்! அந்தச் சாரிட்டி! தனது மகனின் கொலையைப் பற்றிக் கேள்விப்படும்போது அவளுடைய மெல்லிய இதயம் அந்தச் செய்தியை எப்படித் தான் தாங்கிக்கொள்ளுமோ என்று நானும் பாட்டியும் பேசிக் கொள்வோம். எங்களுக்குச் சாரிட்டியின் கணவரைத் தெரியும். ஜேம்ஸும் அவரைப் போலவே வலிமையுள்ளவனாகவும்

புத்திசாலியாகவும் இருந்தான். இந்தப் பண்புகள்தான் பண்ணை அடிமையாக இருக்க அவனை அனுமதிக்கவில்லை. அவர்கள், அவனது உடலை ஒரு கரடுமுரடான பெட்டியில் வைத்து வீட்டில் வளர்க்கப்பட்ட ஒரு கிழட்டு நாய்க்குத் தரும் மரியாதையைக்கூடத் தராமல் புதைத்துவிட்டார்கள். எவரும் எந்தக் கேள்வியும் கேட்கவில்லை. அவன் ஓர் அடிமை; அவனுடைய எஜமானன் தனக்குச் சொந்தமான பொருளை என்ன செய்ய விரும்புகிறானோ அப்படிச் செய்ய அவனுக்கு உரிமை உண்டு என்ற உணர்வே எங்கும் இருந்தது. அவனிடம் நூற்றுக்கணக்கான அடிமைகள் அங்கே இருக்கும்போது இந்த ஓர் அடிமையின் மதிப்பைப் பற்றி அவனுக்கு என்ன கவலை? அந்த அடிமைகள் தங்களுடைய அன்றாடக் கடும் உழைப்பை முடித்த பிறகு வேகமாகப் போய்க் கால் வயிறோ அரை வயிறோ சாப்பிட்டுவிட்டு இரவு ஒன்பது மணிக்கு முன்பே அடுப்பை அணைக்கத் தயாராகிவிடவேண்டும். கங்காணி இரவுக்காவலனாக ஒவ்வொரு அடிமையின் வீட்டிற்குள்ளும் நுழைந்து கணவனும் மனைவியும் ஒன்றாகத் தூங்குகிறார்களா என்று பார்ப்பான்; அப்படி அவன் பார்க்கத் தவறினால் ஆண்கள் களைத்துப்போய் வெளியே ஓர் ஓரத்தில், வேலைக்காகக் காலையில் எல்லோரையும் எழுப்பிவிடும் சங்கொலி கேட்கும் வரை அயர்ந்து தூங்கிவிடுவார்கள். எஜமானனின் அடிமைகளின் எண்ணிக்கையை உயர்த்தாவிட்டால் பெண்களுக்கு அங்கே எந்த மதிப்பும் கிடையாது. அவர்கள் மிருகங்கள்போலவே நடத்தப்பட்டார்கள். இதே எஜமானன் தன்னிடம் இருந்து தப்பி ஓடி மீட்டுக்கொண்டுவரப்பட்ட ஓர் அடிமைப்பெண்ணைத் தலையில் சுட்டுக்கொன்றான். அதைப் பற்றி அவனிடம் கேட்பவர் எவருமில்லை. சாட்டையடி வாங்க மறுக்கும் அடிமையின் தசைகளை எலும்பிலிருந்து கடித்துப் பிய்த்தெடுக்குமாறு வேட்டைநாய்கள் ஏவிவிடப்படும். இப்படிப்பட்ட செயலைச் செய்யும் அந்த எஜமானன் தன்னை நன்கு படித்தவன், நாகரிகம் மிக்கவன் என்று காட்டிக்கொள்வான். அவன் தன்னை உண்மையான கிறிஸ்தவன் என்று பெருமை பேசித்திரிவான். ஆனால் சாத்தானுக்கு இவனை விடவும் உண்மையான விசுவாசி வேறெவனும் இருக்கமுடியாது.

நான் மேலே விவரித்துள்ளதைப் போன்ற கொடூரமான மேலும் பல அடிமை உடைமையாளர்களைப் பற்றி என்னால் சொல்லமுடியும். அவர்கள் எல்லாம் பொதுவிதிக்கு விலக்கானவர்கள் இல்லை. அதற்காக மனிதத்தன்மையுள்ள அடிமை உடைமையாளர்களே இல்லை என்று நான் சொல்லவரவில்லை. தங்களைச் சுற்றியுள்ளவர்களின் கடுமையான போக்கைத்

ஓர் அடிமைச் சிறுமியின் வாழ்க்கை நிகழ்வுகள்

தாண்டியும் நல்லவர்கள் இருக்கத்தான் செய்கிறார்கள். ஆனால் அவர்கள் எப்போதோ எங்கிருந்தோ தோன்றும் தேவதை களைப் போல அரிதானவர்களே!

அப்படிப்பட்ட அரிதான ஒரு மனுஷியை எனக்குத் தெரியும். அவள் ஓர் அனாதை. வாரிசுரிமையாக, ஒரு பெண்ணும் அவளுடைய ஆறு குழந்தைகளும் அடிமைகளாக அவளுக்குக் கிடைத்தார்கள். அந்தக் குழந்தைகளின் தந்தை ஒரு சுதந்திர மனிதன். அவர்களுக்குப் பெற்றோரும் குழந்தைகளும் சேர்ந்து வசிக்கத்தக்க ஒரு சௌகரியமான வீடும் இருந்தது. தாயும் அவரது மூத்த மகளும் எஜமானியின் வீட்டில் பகல் நேரத்தில் வேலை செய்துவிட்டு எஜமானியின் குடியிருப்புக்கு உள்ளேயே இருக்கும் தங்கள் வீட்டிற்கு இரவில் திரும்பிவிடுவார்கள். அந்த இளம் எஜமானி இறைநம்பிக்கை உடையவள். அவளுடைய மதநம்பிக்கையில் கொஞ்சம் உண்மை இருந்தது. அவளுடைய மதம் ஞாயிற்றுக்கிழமைகளில் மட்டும் அணிந்து கழற்றும் ஆடையாக இருக்கவில்லை. அடிமைத் தாயின் மூத்த மகளை ஒரு சுதந்திர மனிதனுக்குத் திருமணம் செய்துகொடுப்பேன் என இளம் எஜமானி வாக்குறுதி கொடுத்திருந்தாள். அவர்களுடைய திருமணம் சட்டத்தால் அங்கீகரிக்கப்படவேண்டும் என்பதற் காகத் திருமண நாளுக்கு முந்தைய நாளே எஜமானி அந்தப் பெண்ணிற்கு விடுதலை கொடுத்துவிட்டாள்.

பணத்திற்காகவே திருமணம் செய்துகொள்ள வேண்டும் என்று நினைக்கும் ஒரு நபர் மீது அவள் தீராத காதல் வைத்திருந்ததாகப் பேச்சு இருந்தது. இந்தச் சமயத்தில் அவளுடைய பணக்கார உறவினர் இறந்துவிட்டார், அவர் கறுப்பினப் பெண்ணின் மூலம் தனக்குப் பிறந்த இரண்டு மகன்களுக்காக ஆறாயிரம் டாலர் பணத்தையும் மீதமுள்ள சொத்துக்களைத் தனது உறவினரான அந்த அனாதைப் பெண்ணின் பேரிலும் எழுதி வைத்துவிட்டார். இந்தக் காந்தம் அந்த இரும்பைக் கவர்ந்துவிட்டது. அந்தப் பெண்ணும் அவளுடைய கனமான பணப்பெட்டியும் அவனுடையதாகி விட்டன. தனது திருமணத்தால் எதிர்பாராத மாற்றங்கள் நேர்ந்து விடலாம் என்பதால் தன்னுடைய அடிமைகளின் மகிழ்ச்சியை உறுதி செய்வதற்காக அவர்களுக்கு விடுதலை வழங்கிவிடுவதாக அந்தப் பெண் சொல்லியிருக்கிறார். ஆனால் தங்கள் எஜமானி தங்களுக்கு நல்ல நண்பராக இருந்ததாகவும், அங்கு இருந்ததைப் போல மகிழ்ச்சியாக வேறெங்கும் இருக்க முடியாது என்பதா லும் தங்களுக்கு விடுதலை வேண்டாம் என்று அந்த அடிமைகள் கூறிவிட்டார்கள். எனக்கு அது வியப்பாகவே இல்லை. நான் அவர்களுடைய வசதியான வீட்டில் அவர்களை அடிக்கடிப்

பார்த்திருக்கிறேன். அந்த ஊரில் இவர்களைப் போல மகிழ்ச்சியான குடும்பம் இருக்கும் இடத்தை வேறெங்கும் நான் பார்த்ததில்லை. அவர்கள் அடிமைத்தனத்தை உணர்ந்ததே இல்லை. ஆனால் யதார்த்தத்தை அவர்கள் உணர்ந்துகொள்ள நேர்ந்தபோது காலம் கடந்துவிட்டது.

புது எஜமானன் அந்தக் குடும்பத்தைத் தனது உடைமை என உரிமை கொண்டாடியபோது குழந்தைகளின் தகப்பன் கடுங்கோபம்கொண்டு தனது எஜமானியிடம் பாதுகாப்புக் கோரினார். ஆனால் அவளோ, "தற்போது நான் உனக்கு எதுவுமே செய்ய முடியாது. ஹாரி ! ஒரு வாரத்திற்கு முன்பு இருந்த அதிகாரம் எனக்கு இப்போது கிடையாது. உன் மனைவியின் விடுதலையைப் பெறுவதில் நான் வெற்றி பெற்றேன்; ஆனால் உன் குழந்தைகளுக்கு என்னால் விடுதலை பெற்றுத்தர முடியாது" என்று சொல்லிவிட்டாள். அதனால் வருத்தமுற்ற அந்தத் தந்தை தன்னிடமிருந்து தனது குழந்தைகளை எவரும் பறித்துக் கொள்ள முடியாது என்று சபதம் செய்தான். அவன் தனது குழந்தைகளைச் சில நாட்கள் காட்டில் மறைத்துவைத்திருந்தான்; ஆனால் அவர்கள் கண்டுபிடிக்கப்பட்டார்கள். தந்தை சிறையில் அடைக்கப்பட்டான். இரண்டு பெரிய பையன்கள் ஜார்ஜியா வுக்கு விற்கப்பட்டனர். தனது எஜமானனுக்கு வேலை செய்வதற்குரிய வயதை அடையாத மிகவும் சிறிய பெண்குழந்தை துன்பத்தில் உழன்றுகொண்டிருக்கும் அம்மாவோடு விடப் பட்டாள். மற்ற மூன்று பெண்களும் எஜமானனின் பண்ணைக்கு அழைத்துச்செல்லப்பட்டார்கள். அவர்களுள் பெரியவள் விரைவிலேயே தாயாகிவிட்டாள்; அடிமைஉடமையாளரின் மனைவி அக்குழந்தையைப் பார்த்தபோது கதறி அழுது விட்டாள். அவள் தான் போற்றிப் பாதுகாத்துவந்த ஒழுக்கங்களை எல்லாம் தனது கணவனே மீறிவிட்டான் என்பதை அறிந்து கொண்டாள். அதே எஜமானனால் மீண்டும் அவளுக்கு இரண்டாம் குழந்தையும் பிறந்தது. அவன் அவளையும் அவளுடைய வாரிசுகளையும் தனது சகோதரனுக்கு விற்று விட்டான். அவனது சகோதரனுக்கு இரண்டு குழந்தைகளைப் பெற்ற பின் அவர்கள் மீண்டும் விற்கப்பட்டார்கள். அடுத்த பெண் பைத்தியமாகிவிட்டாள். அவள் மீது திணிக்கப்பட்ட வாழ்க்கை அவளை அறிவுபேதலித்தவளாக ஆக்கிவிட்டது. மூன்றாவது பெண்ணிற்கோ ஐந்து பெண் குழந்தைகள். அவளுக்கு நான்காவது குழந்தை பிறப்பதற்கு முன்பே, அந்தக் கடவுள்நம்பிக்கை யுள்ள எஜமானி இறந்துபோய்விட்டாள். அவள் கடைசிவரை தனது நல்வாய்ப்பில்லாச் சூழ்நிலையிலும் தன்னால் முடிந்த அளவுக்குத் தனது அடிமைகளிடம் அன்பு செலுத்தினாள். தான் நேசித்த மனிதனால் பாழாகிப்போன வாழ்விலிருந்து

விடுதலையான மகிழ்ச்சியோடு அவள் நிம்மதியாகக் கண்ணை மூடினாள். அந்த மனிதன் தனக்குக் கிடைத்த செல்வத்தை யெல்லாம் ஊதாரித்தனமாகத் தொலைத்துவிட்டு இரண்டாம் திருமணம் மூலம் தனது நிலைமையை மீட்டெடுக்க முயற்சி செய்தான்; ஆனால் குடித்துக் கொண்டாடித் திரும்பிய அவன் காலையில் மற்றவர்கள் வந்துபார்த்தபோது இறந்துகிடந்தான். தனது அடிமைகளுக்கு நல்ல உணவும் உடையும் கொடுத்ததாலும், மற்ற பண்ணைகளிலிருந்து அடிக்கடி கேட்கும் கசையடிச்சத்தம் அவனுடைய பண்ணையிலிருந்து கேட்காததாலும் அவன் ஒரு நல்ல எஜமானன் என்றே அழைக்கப்பட்டான். அடிமைத்தனம் என்ற ஒன்று மட்டும் இல்லாமல் இருந்திருந்தால் அவன் இன்னும் நல்ல மனிதனாகவும் அவனுடைய மனைவி மகிழ்ச்சியான பெண்ணாகவும் இருந்திருப்பார்கள்.

அடிமைத்தனம் உண்டாக்கிவைத்திருக்கும் தீங்குகள் பற்றி எத்தகையவரின் பேனாவாலும் போதுமான அளவுக்கு விவரித்துவிட முடியாது. அடிமைச்சிறுமி ஒழுக்கக்கேடுகளுக் கிடையிலும் அச்சத்திற்கிடையிலும் வளர்கிறாள். அவளுக்குப் பதினான்கு வயது ஆனவுடனேயே அவளுடைய உடைமை யாளன், அவனுடைய மகன்கள், கங்காணிகள் அல்லது அவர்கள் அனைவருமே கூட அவளுக்கு அன்பளிப்புகள் கொடுத்து அவளை வசப்படுத்தத் தொடங்குவார்கள். அவள் அதற்கெல்லாம் இணங்கவில்லை என்றால் கசையடி கொடுத்தோ பட்டினிபோட்டோ தங்களுடைய விருப்பத்திற்கு அவளைப் பணியச் செய்வார்கள். தன் தாயாலோ பாட்டியாலோ அல்லது நல்ல எஜமானியாலோ இறைநம்பிக்கையுள்ள நற்பண்புகள் மிக்கவளாக அவள் வளர்ந்திருக்கலாம்; அவளைப் பற்றிய நல்லெண்ணம் கொண்ட மனஅமைதி தருகின்ற, அவள் மனதிற்கு நெருக்கமான காதலன் இருக்கலாம்; அல்லது தீயொழுக்கம் நிறைந்த அதிகாரம் செலுத்தும் மனிதர்களால் அளவு கடந்த வெறுப்புக்கு அவள் ஆளாக்கப்படலாம். ஆனால் அவளுடைய எதிர்ப்பினால் எந்தப் பயனும் இல்லை.

அந்தச் சிறு புழு

அவளது போராட்டம் வீண்! வாழ்வின் சிறு காலம்

கடந்து போகலாம்! அவளும் தொலைந்து போவாள்!

அடிமை உடைமையாளர்களின் மகன்கள்கூடச் சிறுவர்களாக இருக்கும்பொழுதே தங்களைச் சுற்றியுள்ள கேவலமான நடத்தைகளால் சீரழிந்துபோய்விடுகிறார்கள். எஜமானனின் பெண் குழந்தைகள்கூட இம்மாதிரியான விஷயங்களிலிருந்து எப்பொழுதும் தப்பிவிடுவதில்லை. பல

நேரங்களில் அடிமைகளின் மகள்களோடு தவறாக நடந்து கொண்டதற்காக வெள்ளையர்களின் மகன்கள் எப்போதாவது கடுமையாகத் தண்டிக்கப்படுவதும் உண்டு. வெள்ளைக்காரப் பெண் குழந்தைகள் தங்கள் பெற்றோர்கள் பெண் அடிமைகள் பற்றித் தமக்குள் சண்டைபோட்டுக்கொள்வதைச் சிறுவயதி லேயே கேட்டிருப்பார்கள். அவர்களுடைய ஆர்வம் தூண்டப் பட்டு விரைவில் காரணத்தைத் தெரிந்துகொண்டுவிடுவார்கள். அவர்கள் பலமுறை தங்கள் தந்தையால் களங்கப்படுத்தப்பட்ட அடிமைச் சிறுமிகளிடம் வேலை வாங்கியிருப்பார்கள். இளம் வயதினர் காதால் கேட்கக்கூடாத ஏன் எவருடைய காதுகளுமே கேட்கக் கூடாத பேச்சுக்களை எல்லாம் அவர்கள் கேட்க நேரிடும். பெண் அடிமைகள் எல்லா விதங்களிலும் தங்கள் தந்தையின் அதிகாரத்திற்குக் கட்டுப்பட்டவர்கள் என்பது அவர்களுக்குத் தெரிந்துவிடும். சில இடங்களில் அதே மாதிரியான அதிகாரத்தை அவர்கள் தங்களுடைய ஆண் அடிமைகளிடம் காட்டத் துணிவார்கள். தனது மகள், பண்ணையில் இருப்பவர்களிலேயே கீழ்த்தரமான அடிமையைத் தனது முதல் பேரக்குழந்தைக்குத் தந்தையாக ஆக்கியிருக்கிறாள் என்பது அக்கம்பக்கத்தவர்க்குத் தெரிந்திருக்கும் என்பதால் அம்மாதிரியான வீடுகளில் எஜமான னின் தலை அவமானத்தால் தொங்கிவிடுவதை நானே என் கண்ணால் பார்த்திருக்கிறேன். அவள் தனக்குச் சமமானவர் களிடம் இப்படிப்பட்ட முன்னெடுப்புகளை மேற்கொள்ள மாட்டாள்; அல்லது தனது புத்திக்கூர்மை மிக்க அடிமை களிடமும் இத்தகைய உறவுகளை ஏற்படுத்திக்கொள்ள மாட்டாள். அவள் மிகவும் கொடுமைக்குள்ளான அடிமையைத் தான் தேர்ந்தெடுப்பாள். அவனிடம்தான் அவளது அதிகாரம் செல்லுபடியாகும்; அவன்தான் காட்டிக் கொடுக்க மாட்டான். அவளுடைய தந்தையோ கோபத்தால் அரைப்பைத்தியமாகி, பழிதீர்த்துக்கொள்வதற்காக அந்தக் கறுப்பினத்தவனைத் தண்டித்துவிடுவான். ஆனால் அவனது மகளோ வரப்போகும் புயலை எதிர்பார்த்து அந்தக் கறுப்பு மனிதனை விடுதலை செய்து அந்த ஆவணங்களுடன் அவனை மாகாணத்தை விட்டே அனுப்பிவிடுவாள்.

இப்படிப்பட்ட வேளைகளில் அவளுக்குப் பிறந்த பச்சிளங்குழந்தையின் மூச்சு அடக்கப்படும். அல்லது அதன் வரலாறு தெரியாதபடி கண்காணாத இடத்திற்கு அனுப்பப்பட்டுவிடும். ஆனால் வெள்ளைக்காரப் பெற்றோரில் ஒருவர் பெண்ணாக இல்லாமல் ஆணாக இருந்துவிட்டால் அந்தக் குழந்தை எந்த அவமானமுமில்லாமல் சந்தைக்காக வளர்க்கப்படும். அக்குழந்தைகள் பெண்களாகவும் இருந்து விட்டால் நான் அவர்களுடைய தவிர்க்க முடியாத தலைவிதி

எப்படி இருக்கும் என்பதை ஏற்கெனவே போதுமான அளவு சொல்லியிருக்கிறேன்.

நான் சொல்வதை நீங்கள் நம்பலாம்; ஏனென்றால் நான் வாழ்ந்த இடத்தில் தெரிந்துகொண்டவற்றைத்தான் இங்கு எழுதியிருக்கிறேன். அந்த ஆபாசமான பறவைக் கூண்டில் இருபத்தொரு ஆண்டுகள் அடைக்கப்பட்டிருந்தேன்.[2] என் சொந்த அனுபவங்களின் அடிப்படையிலும், நான் கண்டறிந்ததன் அடிப்படையிலும், கறுப்பினத்தவருக்கு மட்டுமல்ல, வெள்ளையர்களுக்கும் அடிமைநிறுவனம் ஒரு சாபக்கேடு தான் என்று நான் உறுதியாகச் சான்றளிப்பேன். அது வெள்ளைக் காரத் தகப்பன்களைக் கொடூரமானவர்களாகவும் காமஇச்சை கொண்டவர்களாகவும், மகன்களையோ வன்முறையாளர் களாகவும் காமுகர்களாகவும் ஆக்கி மகள்களைக் களங்கப்படுத்தி, மனைவிமார்களைத் துயரத்தில் ஆழ்த்திவிடுகிறது. கறுப்பினத்தவர்களைப் பொறுத்தவரை அவர்களுடைய எல்லையற்ற துன்பங்களையும் இழிநிலையின் ஆழத்தையும் விவரிக்க என்னுடையதைவிடவும் மிகவும் வலிமை வாய்ந்த பேனா ஒன்று தேவைப்படுகிறது.

சில அடிமை உடைமையாளர்கள் இந்தக் கொடூரமான அமைப்பினால் நியாய தருமங்கள் அழிந்துபோயிருப்பதைப் பற்றி அறிந்தவர்களாகவே இருக்கிறார்கள். ஆனால் அவர்களுடைய பேச்சு தங்களது வீணாகிப்போன பருத்தி விளைச்சலைப் பற்றியதாக இருக்குமே தவிர, பாழாகிப்போன தங்களது பிள்ளைகளின் ஆன்மாபற்றியதாக இருக்காது.

நீங்கள் அடிமைத்தனத்தின் அருவருப்பான பக்கங்களைப் பற்றி முழுமையாகத் தெரிந்துகொள்ள வேண்டுமானால் ஒரு தென்மாகாணத்துப் பண்ணைக்குச் சென்று உங்களை நீக்ரோ வியாபாரி என்று கூறிக்கொள்ளுங்கள். அப்பொழுது அங்கே எந்தவிதமான ஒளிவுமறைவும் இருக்காது. அழிவில்லாத நல்ல ஆன்மாவை உடைய மனிதர்களிடையே நீங்கள் கேட்டே இருக்காத, பார்த்தே இருக்காத விஷயங்களை அங்கே பார்ப்பீர்கள், கேட்பீர்கள்.

10

அடிமைச்சிறுமி கடந்துவந்த ஆபத்தான பாதை

என் காதலர் பிரிந்துபோன பிறகு, டாக்டர் ஃப்ளின்ட் மிகவும் குயுக்தியான ஒரு புதிய திட்டம் போட்டான். எனக்கு என் எஜமானியிடம் உள்ள பயம்தான் அவனுக்குப் பெரும் தடையாக இருப்பதாக நினைத்துக்கொண்டிருந்தான். அதனால் அங்கிருந்து நான்கு மைல் தூரத்தில் தனிமையான ஓர் இடத்தில் எனக்காகவே ஒரு சின்ன வீடு கட்டப்போவதாகப் பச்சையாகச் சொன்னான். நான் நடுங்கிவிட்டேன். ஆனாலும் எனக்கென்று ஒரு வீடு கொடுத்து என்னைக் கௌரவமான மனுஷியாக ஆக்குவதுதான் தன் எண்ணம் என்று அவன் சொல்லிக்கொண்டிருப்பதை எல்லாம் கேட்டாக வேண்டிய நிர்ப்பந்தம் எனக்கு. இங்கேயாவது சுற்றியுள்ள மனிதர்களின் நடுவில் என்னை இருத்திக்கொள்வதன்மூலம் எனது அபாயகரமான விதியிலிருந்து தப்பித்துக் கொண்டிருந்தேன். எனக்கு எந்தவிதமான தொல்லைகளும் தந்துவிடவேண்டாம் என்று பாட்டி ஏற்கெனவே எஜமானனை எச்சரித்திருந் தார். திருமதி ஃப்ளின்ட்டின் ஓட்டைவாய்மூலமாக எங்களைப் பற்றிய தவறான வதந்திகள் ஓரளவுக்கு ஊரில் பரவியிருந்தன; அதனால் அவனுடைய நடத்தைபற்றிய தனது அதிருப்தியைப் பாட்டி வெளிப்படையாகவே பேசியிருந்தார். என்னுடைய எஜமானன் எனக்காக வீடு கட்டப்போவதாகவும் பணத்தையோ, சிரமத்தையோ பொருட்படுத்தாமல்

அதைக் கட்டிவிடத் தன்னால் முடியும் என்றும் அவன் சொன்னபோது ஏதாவது தடைகள் வந்து அவன் எண்ணம் தகர்ந்துபோய்விடும் என்றுதான் நான் நம்பிக்கொண்டிருந் தேன். ஆனால் வீடு கட்டும் பணி உண்மையாகவே தொடங்கி விட்டது என்று கேள்விப்பட்டதும் நான் 'அந்த வீட்டிற்குள் நுழையவே மாட்டேன்' என்று என்னைப் படைத்தவனிடம் சத்தியம் செய்தேன். நான் ஒவ்வொரு நாளும் செத்துச்செத்துப் பிழைக்கும் வாழ்வில் சிக்கித் தவிப்பதைவிட விடியலிலிருந்து இரவு வரை பண்ணையில் உழன்றுகொண்டிருப்பேன்; அல்லது வாழ்வு முழுவதும் சிறையில் கிடந்து அங்கேயே செத்தும் போவேன். நான் எவனை வெறுக்கிறேனோ, எவனிடம் அருவருப்பு கொள்கிறேனோ' எவன் என் இளவயதிலேயே என் எதிர்காலத்தைப் பாழாக்கி என் வாழ்க்கையைப் பாலைவன மாக்கினானோ, அவன் என்னுடைய நீண்ட போராட்டத்திற்குப் பின்னும் என்னைத் தன் காலடியில் போட்டு மிதித்துவிடுவதில் வெற்றிபெற்றுவிடக் கூடாது என்று நான் உறுதி எடுத்துக் கொண்டேன். அவனைத் தோற்கடிப்பதற்காக நான் எதையும், எல்லாவற்றையும் செய்வேன். என்னால் என்ன செய்ய முடியும்? யோசித்தேன், யோசித்தேன். திடீர் முடிவு கிடைத்தது. செயலில் இறங்கிவிட்டேன்.

வாசகர்களே! நான் இப்போது என் வாழ்க்கையின் அவலம் நிறைந்த பகுதிக்கு வந்திருக்கிறேன். என்னால் முடிந்தால் நான் மகிழ்ச்சியுடன் இதை மறந்துவிடுவேன். அந்த நினைவு என்னைத் துயரத்திலும் அவமானத்திலும் மூழ்கடிக்கின்றது. அதைச் சொல்வதற்கு எனக்கு வலிக்கிறது. நான் உங்களிடம் உண்மையைச் சொல்வதாக உறுதி அளித்திருக்கிறேன். அதில் நான் நேர்மையாக இருப்பேன். அதனால் எனக்கு என்ன ஆனாலும் ஆகட்டும்! எனது எஜமானனின் நிர்ப்பந்தம் என்ற திரைக்குப் பின்னால் நான் என்னை மறைத்துக்கொள்ள முயற்சிக்கமாட்டேன்; அப்படி எதுவும் நடக்கவில்லை! மேலும் அறியாமையினாலோ அல்லது யோசிக்காமலோ நான் அந்தச் செயலைச் செய்துவிடவும் இல்லை. பல ஆண்டுகளாக என்னுடைய எஜமானன் என்னுடைய மனதைப் பல கீழ்த்தர மான சைகைகளால் களங்கப்படுத்தவும், என் பாட்டியும் என்னுடைய பழைய எஜமானியும் என்னிடம் உருவாக்கி யிருந்த தூய்மையான லட்சியங்களைச் சிதைக்கவும் அவனால் முடிந்தவற்றையெல்லாம் செய்துபார்த்தான். அடிமைத்தன மானது மற்ற இளம் பெண்களைப் போலவே என் மீதும் பாதிப்புகளை உண்டாக்கி இருந்தது; முதிராப் பருவத்திலேயே உலகின் தீமைகளைப் பற்றி என்னை அறிந்துகொள்ளச் செய்திருந்தது. நான் என்ன செய்தேன் என்பது எனக்குத்

தெரியும்; நான் அதை வேண்டுமென்றேதான், திட்டமிட்டுத்தான் செய்தேன்.

ஆனால். மகிழ்ச்சிகரமான பெண்களே! யாருடைய தூய்மை சிறு வயதிலிருந்தே பாதுகாக்கப்பட்டுள்ளதோ, எவரொருவர் தமக்குப் பிரியமானவற்றைத் தேர்ந்தெடுக்க உரிமை உள்ளவர்களாக இருக்கிறார்களோ, யாருடைய வீடுகள் சட்டங்களால் பாதுகாக்கப்பட்டுள்ளனவோ, அவர்களெல்லாம் இந்தப் பாவப்பட்ட மற்றும் தனிமைப்படுத்தப்பட்ட அடிமைப் பெண்ணுக்கு எதிராகக் கடுமையான தீர்ப்பளித்துவிடாதீர்கள்! அடிமைமுறை ஒழிக்கப்பட்டிருந்தால் நானும் எனக்கு விருப்பமானவரை மணந்துகொண்டிருப்பேன். சட்டங்களால் பாதுகாக்கப்பட்ட ஒரு வீடு எனக்கு இருந்திருக்கும். இப்போது சொல்லவிருக்கும் வலிமிக்க விஷயத்தைச் சொல்ல வேண்டிய நிலைமை எனக்கு வந்திருக்காது; ஆனால் அடிமை முறையால் இவை அனைத்தும் பாழாகிப்போய்விட்டன. நான் ஒழுக்க முள்ளவளாக இருக்கவே விரும்பினேன். மிகவும் பாதகமான சூழலில்கூட என்னுடைய சுயமரியாதையைப் பாதுகாத்துக் கொள்ளக் கடுமையாகப் போராடினேன். நான் அடிமைத்தனம் என்ற கொடிய அரக்கனுடைய வலிமை மிக்க பிடியிலிருந்து என்னை விடுவித்துக்கொள்ளத் தன்னந்தனியாகப் போராடினேன். அந்தக் கொடிய அரக்கன் என்னை விட வலிமையானவனாக இருந்தான். நான் கடவுளாலும் மனிதர்களாலும் கைவிடப்பட்டவளாகவே உணர்ந்தேன்; என்னுடைய எல்லா முயற்சிகளிலும் தோற்றுக்கொண்டிருப்பதாக உணர்ந்தேன்; நம்பிக்கை இழந்த நிலையில் எதையும் செய்யத் துணிந்துவிட்டேன்.

டாக்டர் ஃப்ளின்ட் அளித்த தொந்தரவுகளும் திருமதி ஃப்ளின்ட்டின் பொறாமையும் அக்கம்பக்கத்தில் இருப்பவர்கள் என்னைப் பற்றி வம்பு பேசுவதற்கு இடமளித்துவிட்டது என்று ஏற்கெனவே சொல்லியிருக்கிறேன். இவர்களுக்கு இடையில் இருந்த மணமாகாத வெள்ளைக்கார இளைஞர் ஒருவருக்கு என்னுடைய சூழ்நிலைபற்றித் தெரிந்துகொள்ளும் வாய்ப்பு இருந்திருக்கிறது. அவருக்கு என் பாட்டியையும் தெரியும். என்னைத் தெருவில் பார்த்தால் என்னோடு பேசுவார். அவருக்கு என் மீது ஆர்வம் ஏற்பட்டது; என்னுடைய எஜமானனைப் பற்றி என்னிடமும் விசாரித்தார். நானும் கொஞ்சம் கொஞ்சம் அவனைப் பற்றி அவரிடம் சொல்லியிருந்தேன். அவர் மிகவும் இரக்கப்பட்டு எனக்கு உதவுவதாகச் சொன்னார். அவர் என்னைத் தொடர்ந்து சந்திப்பதற்கான வாய்ப்பை ஏற்படுத்திக் கொண்டார். அடிக்கடி கடிதமும் எழுதினார். நானோ அப்பாவி அடிமைப்பெண். பதினைந்தே வயதானவள்.

தன்னை விட உயர்ந்த நிலையில் இருக்கும் ஒரு மனிதனிடமிருந்து கிடைக்கும் அக்கறை ஒருவரைப் புளகாங்கிதம் அடையச் செய்யும், அது மனித இயற்கைதானே! அவருடைய அனுதாப வார்த்தைகளுக்காக நன்றி உடையவளாகவும் அவருடைய அன்பான பேச்சுகளால் உற்சாகமடைந்தும் இருந்தேன். அப்படிப்பட்ட நண்பரைப் பெற்றதைப் பெரும் பேறாக நினைத்தேன். கொஞ்சம் கொஞ்சமாக மென்மையான உணர்வுகள் என் நெஞ்சில் குடியேறின. கல்வியறிவும் பேச்சுத் திறமையும் உடைய கனவான் அவர்; அவரை நம்பும் அப்பாவிப் பெண்ணுக்கோ அந்தப் பேச்சு அளவுகடந்த ஆனந்தமளித்தது. உண்மையிலேயே இவையெல்லாம்தான் என்னை ஈர்த்துவிட்டன. எங்கள் இருவருக்கும் இடையே கடக்கவே முடியாத பெருத்த இடைவெளி இருப்பது எனக்குத் தெரியும்.

மதிப்போ மெல்லுணர்வுகளோ சாத்தியமில்லாத என்னைப் போன்றவர்களுக்கு, எஜமானனாக இல்லாத, மணமாகாத ஒரு மனிதர் எங்களை விரும்புவது கூடப் பெருமைக்குரிய விஷயம்தான்.

என்னைக் கட்டாயப்படுத்துபவனின் வல்லுறவுக்கு ஆளாவதுதான் என்னைப் பொறுத்தவரை இழிவான செயல்.

நானே தேர்ந்தெடுத்த ஒருவனோடு உறவுகொள்வது என்னைப் பொறுத்தவரை அவ்வளவு இழிந்த செயல் இல்லை.

என்மீது அவர் ஆதிக்கம் செலுத்தவில்லை. உறவாலும் பாசத்தாலும் என்னைப் பிணைத்துக்கொண்டிருக்கிறார். அப்படிப்பட்ட காதலருடன் உறவுகொள்வது கிட்டத்தட்ட விடுதலையேதான்.

எஜமானன் அவன் விரும்புவதுபோல அடிமையை எவ்வளவு இழிவாக நடத்தினாலும் அவளால் எதிர்த்துப் பேச முடியாது; அந்தத் துணிச்சல் அவளுக்கு வரவே வராது.

மணமானவன் என்றால் அவனுக்கு மனைவி இருப்பாள். அவளுடைய மகிழ்ச்சி போய்விடும்.

மணமாகாத இளைஞனுடன் நான் கொள்ளும் உறவு மணமானவனுடன் கொள்ளும் உறவு மாதிரி மோசமானதல்ல.

இவையெல்லாம் உங்களுக்கு வெறும் வார்த்தை ஜாலங்களாகத் தோன்றலாம்.

ஆனால் என்னைப்போன்ற அடிமைகளின் வாழ்க்கைச் சூழல், ஒழுக்கம் பற்றிய கோட்பாடுகளை எல்லாம் சிதைத்து

விடுகிறது. இன்னும் சொல்லப்போனால் செயல்படுத்த முடியாமல் முடக்கிவிடுகிறது.

என் எஜமானன் உண்மையிலேயே எனக்கான தனிக் குடியிருப்பைக் கட்டத்தொடங்கிவிட்டான் என்பது தெரிந்தவுடன் மேலே விவரிக்கப்பட்டவையோடு பழிவாங்குதல், என் சொந்த நலன் குறித்த கவனம், பாராட்டுரைகளால் தலைதூக்கிவிட்டிருந்த தற்பெருமை, அன்புகாட்டியவருக்குக் கொடுக்க நினைத்த மனமார்ந்த நன்றிக்கடன் போன்ற பலவகையான உணர்வுகளும் என்னிடம் கூடுதலாகச் சேர்ந்துகொண்டன. நான் வேறொருவனிடம் அதிக அன்பு காட்டுகிறேன் என்பதைப் போல வேறெதுவும் டாக்டர் ஃப்ளின்டை வெகுண்டெழச் செய்யாது என்பது எனக்குத் தெரியும்; அது ஒரு வகையில் மிகச் சிறிய அளவிலாவது என்னுடைய சர்வாதிகாரியை வெற்றி கொண்ட பெருமிதத்தை எனக்குக் கொடுக்கும். அவன் என்னை விற்றுவிடுவதன் மூலம் பழிதீர்த்துக்கொள்வான் என்று நினைத்தேன். என்னுடைய நண்பர் திரு. சாண்ட்ஸ் கண்டிப்பாக என்னை வாங்கிக்கொண்டுவிடுவார். அவர் என் எஜமானனைவிடப் பெருந்தன்மையும் நல்லுணர்வும் மிக்கவர் என்றும் என்னுடைய விலைக்கான தொகையை அவரிடமிருந்து பெறுவது சுலபம் என்றும் நான் நினைத்தேன். என்னுடைய விதியின் இறுதிக்கட்டம் நெருங்கிவிட்டதால் ஏதாவது செய்தாக வேண்டும் என்ற நிலைமை எனக்கு. என்னுடைய கிழ சர்வாதிகாரியின் குழந்தைகளுக்குத் தாயாகவேண்டி வந்துவிடுமோ என்று நினைத்து நான் நடுங்கினேன். அவனுக்குப் புதுப்புது மோகங்கள் வந்தவுடன் அவனால் பாதிக்கப்பட்டவர்களுக்குக் குழந்தைகளும் இருந்துவிட்டால் அவர்களை அவன் கண்காணாத இடங்களுக்கு விற்றுவிடுவான். அவனுக்குப் பிறந்த பால்குடி மறக்காத குழந்தைகளை மார்பில் சுமந்திருந்த பல பெண்கள் விற்கப்பட்டதை நான் பார்த்திருக்கிறேன். அவன் தனது அடிமைகளுக்குப் பிறந்த தன் குழந்தைகள் நீண்ட நாட்கள் தன் கண்ணெதிரிலோ, தன் மனைவியின் கண்ணெதிரிலோ இருக்க அனுமதிக்கமாட்டான். என்னுடைய எஜமானனைத் தவிர வேறொரு மனிதனாக இருந்தால் அவரிடம் என் குழந்தைகளுக்குப் பாதுகாப்புத் தருமாறு கேட்க முடியும்; நான் அந்தக் கருணையை இந்த மனிதரிடம் பெற்றுவிடுவேன் என்று உறுதியாக நம்பினேன். அதனால் அக்குழந்தைகளுக்கும் விடுதலை கிடைத்துவிடும் என்று மிகவும் உறுதியாக நினைத்தேன். இத்தகைய எண்ணங்கள் என் மனதில் சுற்றிச்சுழன்றுகொண்டிருந்ததாலும் எனக்கு நேரவிருந்த அச்சமூட்டும் அழிவிலிருந்து தப்பிக்க வேறு வழி தெரியாததாலும் நான் திடீர் முடிவு எடுத்துவிட்டேன். நல்லொழுக்கமுள்ள வாசகர்களே! என் மீது இரக்கம்

காட்டுங்கள்! என்னை மன்னித்துவிடுங்கள்! விற்று வாங்கப்படும் பண்டங்களாக அப்பாவி அடிமைகளை மாற்றி வைத்திருக்கும் சட்டங்களால் எப்பொழுதுமே நாங்கள் மற்றவர்களுடைய விருப்பத்திற்கிணங்க வேண்டியவர்களாகவே இருப்பது எப்படி இருக்கும் என்று உங்களுக்குத் தெரியவே தெரியாது. தீராத விழிப்புணர்வுடன் இருந்தாலொழிய நீங்கள் உங்களுக்கு வரப்போகும் ஆபத்துகளைத் தவிர்ப்பது, நீங்கள் வெறுக்கும் சர்வாதிகாரியிடம் பிடிபடாமல் இருப்பது போன்றவை சாத்தியம் ஆகாது. வெறும் காலடிச் சத்தம் கேட்டு நடுங்கிப் போவது, குரலைக்கேட்டாலே வெலவெலத்துவிடுவது போன்ற அனுபவங்கள் உங்களுக்கு நேர்ந்திருக்காது. நான் தவறு செய்திருக்கிறேன் என்பது எனக்குத் தெரியும். அது பற்றி என்னை விடவும் நீங்கள் அதிகம் வேதனைப்பட்டிருக்க மாட்டீர்கள். இந்த வலிமிகுந்த கேவலமான நினைவு நான் சாகும்வரை என்னைத் துரத்திக்கொண்டுதான் இருக்கும். ஆனாலும் நான் நிதானமாகப் பின்னோக்கிப் பார்க்கும்போது அடிமைப்பெண்களை மற்ற பெண்களுக்கு நிகராக வைத்து மதிப்பீடு செய்துவிடக்கூடாது என்றே கருதுகிறேன்.

மாதங்கள் கடந்தன. பல மணி நேரங்கள் மிகவும் வேதனையாய்ப் போயின. என்னை இத்தகைய கேடுகளிலிருந்து பாதுகாக்கக் கடும் முயற்சி செய்த பாட்டிக்கு நான் துயரம் தரப்போகிறேனே என்று இரகசியமாக அழுதுகொண்டிருந்தேன். வயதான காலத்தில் நான்தான் அவருக்கு ஆறுதல் தர வேண்டியவள் என்பதும் மற்ற அடிமைகளில் பலரைப் போல நான் என்னை இழிவுபடுத்திக்கொள்ளவில்லை என்ற பெருமிதத்தை அவருக்குப் பெற்றுத்தரவேண்டியவள் என்பதும் எனக்குத் தெரியும். அவரிடம் போய் உங்கள் அன்புக்கு நான் உகந்தவள் அல்ல என்று என் குற்றத்தை ஒப்புக்கொண்டுவிட விரும்பினேன்; ஆனால் அத்தகைய கவலை அளிக்கும் சொற்களை என்னால் சொல்லமுடியவில்லை.

ஆனால் டாக்டர் ஃப்ளின்டிடம் இதைச் சொல்வதால் எனக்குத் திருப்தியும் வெற்றிக்களிப்பும் ஏற்படும் என நினைத்தேன். ஒவ்வொரு தடவையும் அவன் தான் செய்ய நினைக்கும் ஏற்பாடுகள் பற்றிப் பேசும்போதும் நான் மௌனமாக இருந்துவிடுவேன். கடைசியாக ஒரு தடவை அவன் என்னிடம் வந்து எனக்கான குடியிருப்பு தயாராகிவிட்டதாகச் சொல்லி விட்டு என்னை அங்கே போகும்படி உத்தரவு போட்டான். நான் அந்த வீட்டில் நுழையவே மாட்டேன் என்று அவனிடம் சொன்னேன். அதற்கு அவன், “நீ இவ்வாறு பேசுவதை நான் போதுமான அளவு கேட்டுவிட்டேன். நீ அங்கே போகத்தான்

போகிறாய்! கட்டாயப்படுத்திக் கூட்டிக்கொண்டு போனால் நீ அங்கேயேதான் இருக்க வேண்டிவரும்" என்றான்.

நான், அவனிடம், "நான் அங்கே போகவே மாட்டேன், இன்னும் சில மாதங்களில் நான் தாயாகப் போகிறேன்" என்று பதில் சொல்லிவிட்டேன்.

அவன் அப்படியே என்னைப் பார்த்து வாயடைத்துப்போய் நின்றான்; ஒரு வார்த்தைகூடப் பேசாமல் வீட்டைவிட்டுப் போய்விட்டான். நான் முதலில் அவனை வெற்றி பெற்று விட்டதற்காக மகிழ்ச்சி அடைவேன் என்று மட்டும்தான் நினைத்திருந்தேன். ஆனால் இப்போது உண்மை வெளியாகி விட்டது. என் உறவினர்கள் இதைக் கேள்விப்படுவார்கள் என்று நினைத்தபோது கவலை ஏற்பட்டது. எளிமையான அவர்களது சூழலில் அவர்கள் என்னுடைய நன்னடத்தை குறித்துப் பெருமிதம்கொண்டிருந்தார்கள். இப்போது நான் எப்படி அவர்கள் முகத்தில் விழிப்பேன்? என் சுயமரியாதை போய்விட்டது. நான் எத்தகைய சூழலிலும் ஒழுக்கசீலியாகவே இருப்பேன் என்று முடிவு எடுத்திருந்தேன். 'புயல் வீசட்டும், நான் சாகும்வரை அதை எதிர்கொள்வேன்' என்றுதான் நான் சொல்லிவந்திருந்தேன். இப்பொழுது எவ்வளவு அவமானம் எனக்கு!

நான் பாட்டியிடம் போனேன். என் குற்றத்தை ஒப்புக் கொள்ள என் உதடுகளை அசைத்தேன். ஆனால் வார்த்தைகள் என் தொண்டையிலேயே சிக்கிக்கொண்டன. நான் அவர் வீட்டின் வாசற்கதவருகில் இருந்த மரநிழலில் உட்கார்ந்து கொண்டு தைக்கத் தொடங்கினேன். அவர், விஷயம் ஏதோ அசாதாரணமானது என்பதைக் கண்டுபிடித்துவிட்டார் என்று நான் நினைத்தேன். அடிமைகளின் தாய்மார்கள் எப்பொழுதும் விழிப்புடன்தான் இருப்பார்கள். தமது குழந்தைகளுக்குப் பாதுகாப்பு இல்லை என்பது அவர்களுக்குத் தெரியும். குழந்தைகள் பதின்ம வயதை எட்டும்போதே ஏதாவது நடந்துவிடுமோ என்று தினமும் எச்சரிக்கையுடனேயே இருப்பார்கள். இது பல கேள்விகளுக்கு இடமளித்துவிடும். மெல்லுணர்வுகள் கொண்ட பெண்ணாக இருந்தால் அச்சம் காரணமாக அவள் உண்மையைப் பேசமாட்டாள்; அவள் தன்னுடைய அம்மாவிடம் தகுந்த ஆலோசனைகளைக் கேட்க முடியாமல் இத்தகைய இக்கட்டான சூழல் அவளைத் தடுத்துவிடும். இந்தச் சமயத்தில் பைத்தியக்காரியைப்போலப் பாட்டியின் வீட்டிற்கு வந்த என் எஜமானி தன் கணவனோடு என்னைச் சேர்த்துவைத்து ஏசினாள். ஏற்கெனவே சந்தேகத்திலிருந்த என் பாட்டி எஜமானி சொன்னதை அப்படியே நம்பிவிட்டார். "ஏய் லிண்டா, இவ்வளவு தூரத்திற்கு வந்துவிட்டதா? நான் உன்னை இப்படிப் பார்ப்பதை

விட நீ செத்துப்போவதையே விரும்பியிருப்பேன். இறந்து போன உன் அம்மாவுக்கு உன்னால் எவ்வளவு அவமானம்" என்று கூச்சல் போட்டார். அவர் என் கையிலிருந்து என் அம்மாவின் திருமண மோதிரத்தையும் தையல் வேலைக்காக நான் போட்டிருந்த, அவருடைய வெள்ளி அங்குஸ்தானையும் பிடுங்கி எறிந்தார்.

"வெளியே போ! என் வீட்டிற்குத் திரும்பி வராதே" என்று கத்தினார். அவருடைய கடும் சொற்கள் சூடாகவும் கனமாகவும் என் மீது விழுந்ததால் பதில் அளிக்க எனக்கு வாய்ப்பில்லாமல் போய்விட்டது. அந்த நேரத்தைத் தவிர வேறெப்போதுமே நான் சிந்தியிருக்காத என் துன்பக்கண்ணீர் மட்டுமே அவருக்கு என் விடையாக இருந்தது. நான் என் இருப்பிடத்திலிருந்து எழுந்து மறுபடியும் தேம்பிக்கொண்டே உட்கார்ந்துவிட்டேன். அவர் என்னோடு பேசவே இல்லை; ஆனால் கண்ணீர் பெருக்கெடுத்து அவரது சுருக்கம் விழுந்த கன்னங்களில் வழிந்து ஓடியது. அது என்னை நெருப்பாய்ச் சுட்டது. அவர் என் மீது எப்பொழுதும் மிகவும் பாசமாகவே இருந்துவருகிறார். எப்பேர்ப்பட்ட பாசம் அது! நான் அவரது காலடியில் விழுந்து எல்லா உண்மைகளையும் சொல்லிவிடவேண்டுமென்று எப்படித் துடித்திருப்பேன்? ஆனால் அவர் என்னைப் போய்விடும்படி உத்தரவு போட்டு விட்டார். திரும்ப வரவேகூடாது என்றும் சொல்லிவிட்டார். சில நிமிடங்கள் கழித்து என் வலிமையைக் கூட்டிக்கொண்டு அவரது ஆணைக்குக் கீழ்ப்படியத் தொடங்கினேன். அந்த வீட்டின் சிறிய கதவை நான் ஆழ்ந்த வருத்தத்தோடு மூடினேன். நான் குழந்தையாக இருந்தபொழுது என் கைகளால் அந்தக் கதவுகளை எவ்வளவு ஆர்வத்துடன் திறந்திருப்பேன்! அதே கதவு நான் இதுவரை கேட்டே இருக்காத சத்தத்துடன் எனக்குப் பின்னே இப்போது மூடிக்கொண்டது.

நான் எங்கே போவேன்? நான் என் எஜமானன் வீட்டிற்குத் திரும்பிப் போகப் பயந்தேன். நான் எந்த நோக்கமும் இல்லாமலும், எங்கே போகிறேன் என்பதைப் பற்றிக் கவலைப்படாமலும் அடுத்து என்ன நேருமோ என்பது புரியாமலும் நடந்து கொண்டிருந்தேன்.

நான்கைந்து மைல்கள் போன பிறகு களைப்பு என்னை ஓரிடத்தில் நிற்கச்செய்தது. நான் ஒரு வயதான பெரிய மரத்தின் அடியில் உட்கார்ந்துகொண்டேன். அந்த மரத்தின் கிளைகளுக் கிடையே நட்சத்திரங்கள் என் மீது ஒளி வீசின. தங்களது அமைதியான, பளீரென்ற வெளிச்சத்தால் அவை என்னைக் கேலி செய்தன. பல மணி நேரமாகத் தன்னந்தனியாக உட்கார்ந்திருந்ததால் அச்சமும், கடும் உடல்சோர்வும் என்னை

வாட்டின. நான் அப்படியே தரையில் சரிந்துவிட்டேன். என் மனம் முழுக்கப் பயங்கரமான நினைவுகள். நான் சாக வேண்டும் என்று பிரார்த்தித்தேன். ஆனால் என் பிரார்த்தனை பலிக்க வில்லை. கடைசியில் மிகவும் கஷ்டப்பட்டு ஒருவாறு எழுந்துநின்று அங்கிருந்து சிறிது தூரத்தில் இருந்த என் அம்மாவின் தோழி ஒருவரின் வீட்டிற்கு நடந்தேன். நான் ஏன் அங்கே வந்திருக்கிறேன் என்பதை அவரிடம் சொன்னபோது அதைக்கேட்ட அவர் என்னிடம் ஆறுதலாகப் பேசினார். ஆனால் நான் ஆறுதல் அடையவில்லை. என் பாட்டி என்னை ஏற்றுக்கொண்டால்தான் என்னால் என் அவமானத்தைத் தாங்கிக்கொள்ள முடியும் என்று நினைத்தேன். என் மனதை அவரிடம் திறந்துகாட்டவேண்டும் என்று துடித்தேன். என் நிலைமையைச் சரியாகப் புரிந்து கொண்டால், இத்தனை வருஷங்களாக நான் பட்ட துன்பங் களைக் கேட்டால், அவர் என்னை இவ்வளவு கடுமையாகப் பேசியிருக்கமாட்டார் என நினைத்தேன். என் தோழி அவரை அழைத்துப் பேசும்படி அறிவுரை கூறினார். நானும் அப்படியே செய்தேன். அவர் வருவதற்கு முன் வேதனை நிறைந்த பதற்றமான நாட்கள் பல கடந்துபோயின. அவர் என்னை முற்றிலும் கைவிட்டு விட்டாரா? இல்லை. கடைசியில், பாட்டியும் வந்துவிட்டார். நான் அவர் முன் மண்டியிட்டு, என் வாழ்வைப் பாழாக்கிய விஷயங்களையும் எவ்வளவு காலமாகத் தொடர்ந்து நான் கொடுமைப்படுத்தப்பட்டேன் என்பதையும், தப்பிக்க வழியே தெரியாமல் எல்லாம் கைமீறிப் போய்விட்ட தருணத்தில் வேறுவழியின்றி இந்த நிலைக்கு வந்துவிட்டதையும் அவரிடம் சொன்னேன். அவர் மௌனமாகக் கேட்டார். அவருடைய மன்னிப்பைப் பெற முடியும் என்ற நம்பிக்கை எனக்கு ஏற்படும் தருணத்தில் அதற்காக நான் எதை வேண்டுமானாலும் தாங்கிக் கொள்வேன் என்றும், எதை வேண்டுமானாலும் செய்வேன் என்றும் அவரிடம் சொன்னேன். என் இறந்துபோன அம்மாவுக்காகவாவது அவர் என் மீது இரக்கம் காட்ட வேண்டும் என்று அவரைக் கெஞ்சினேன். அவர் என் மீது இரக்கப்பட்டார். 'நான் உன்னை மன்னித்துவிட்டேன்' என்று தன்வாயால் அவர் சொல்லவில்லை. ஆனாலும் அவர் தனது நீர் நிறைந்த கண்களால் என்னை வாஞ்சையாகப் பார்த்தார். தனது கையை என் தலைமீது ஆதரவாக வைத்து, "பாவம் குழந்தை! பாவம் குழந்தை" என்று முணுமுணுத்தார்.

11

புதிய பந்தம்

நான் எனது பிரியமான பாட்டியின் வீட்டிற்குத் திரும்பிவிட்டேன். அவர் திரு. சேண்ட்ஸிடம் என்னைப் பற்றிப் பேசினார். "ஒழுக்கம் குறித்துக் கவலைப்படாத ஏராளமான அடிமைப்பெண்கள் இருக்கும்போது இந்தப் பெண் ஆட்டை மட்டுமாவது எனக்காக விட்டு வைத்திருக்கலாமே" என்று பாட்டி அவரிடம் கேட்டபோது அவர் அதற்குப் பதிலளிக்கவில்லை; ஆனால் அன்பான நம்பிக்கை தரும் சொற்களைப் பேசினார். அவர் எனது குழந்தையைப் பார்த்துக் கொள்வதாகவும் எந்தவிதமான நிபந்தனைகள் விதிக்கப்பட்டாலும் என்னை வாங்கிவிடுவதாகவும் உறுதிகொடுத்தார்.

டாக்டர் ஃப்ளின்டிடம் சூளுரைத்துவிட்டு வந்த பின்பு அடுத்த ஐந்து நாட்கள்வரை நான் அவனைப் பார்க்கவில்லை. பிறகு பாட்டியின் வீட்டுக்கு அவன் வந்து எனக்கு நானே அவமானத்தை வரவழைத்துக்கொண்டுவிட்டதாகவும் நான் அவனுக்குப் பாவம் இழைத்ததோடு என் பாட்டியையும் சங்கடத்திற்குள்ளாக்கிவிட்டேன் என்றும் குற்றம் சுமத்தினான். நான் அவன் சொன்னதை ஏற்றுக்கொண்டிருந்தால் ஒரு மருத்துவன் என்ற முறையில் என் பிரச்னை அம்பலமாகிவிடாமல் தன்னால் தடுத்திருக்க முடியும் என்றும் சொன்னான். அவன் என் மீது இரக்கம் காட்டும் அளவுக்குக் கீழிறங்கி வந்தான். இதைவிடக் கசப்பான ஒரு மருந்தை அவன் எனக்குத் தந்திருக்க

முடியுமா? அவன் எனக்குச் செய்த கொடுமைகள்தானே என் பாவத்திற்குக் காரணம்!

"லிண்டா! நீ எனக்குத் துரோகம் செய்திருந்தாலும் நான் உனக்காக வருத்தப்படுகிறேன். நீ என் ஆசைகளுக்கு இணங்கினால் உன்னை மன்னித்தும் விடுவேன். நீ மணம் செய்துகொள்ள விரும்பினாயே அந்தப் பயல்தான் உன் குழந்தைக்குத் தகப்பனா என்று என்னிடம் சொல். நீ என்னை ஏமாற்ற நினைத்தால் நரகம் எப்படி இருக்கும் என்பதை உனக்குப் புரியவைப்பேன்" என்றான்.

முன்பு போல இப்போது என் செயலுக்காக நான் பெருமிதம் அடையவில்லை. அவனுக்கு எதிரான என்னுடைய பலம் வாய்ந்த 'ஆயுதத்தை' நான் தொலைத்துவிட்டேன். நான், என்னைப் பற்றிய என்னுடைய எதிர்பார்ப்புகளில் இருந்தே தாழ்ந்துவிட்டேன். அவனுடைய இழிசொற்களை மௌனமாகக் கேட்டுக் கொள்வது என்றும் முடிவுசெய்திருந்தேன். ஆனால், என்னை எப்போதும் பெருமதிப்போடு நடத்திய என் காதலரைப் பற்றி டாக்டர் ஃப்ளின்ட் அவதூறாகப் பேசியபோது இவனுக்கு மட்டும் நான் அடிமையாக இல்லாமல் இருந்திருந்தால் நல்லொழுக்க முள்ள, சுதந்திரமான, மகிழ்ச்சியான மனைவியாக இருந்திருப் பேனே என்பது நினைவுக்கு வந்தவுடன் நான் பொறுமை இழந்து விட்டேன்.

"நான் கடவுளுக்கும் எனக்கும் எதிராகப் பாவம் இழைத்து விட்டேனே தவிர உனக்கு எதிராக அல்ல!" என்று கூறிவிட்டேன்.

அவன் பல்லைக் கடித்து, "நாசமாய்ப் போ" என்று சபித்தான். தாங்க முடியாத ஆக்ரோஷத்துடன் என்னருகில் வந்து, "பிடிவாதக்காரி! நான் உன் எலும்புகளை நொறுக்கிப் பொடிப்பொடியாக்கிவிடுவேன். நீ ஒரு துப்புக்கெட்ட பயலுக்கு உன்னைக் கொடுத்துவிட்டாய். சபலபுத்திக்காரி நீ. உனக்காக ஒரு துரும்பைக்கூடத் தூக்கிப்போடமுடியாத ஒருவனால்கூட உன்னைச் சுலபமாக அடைந்துவிட முடியும். எதிர்காலம் நம் இருவருக்கும் இடையிலான கணக்கைத் தீர்க்கும். இப்போது நீ குருடாகிவிட்டாய். இதற்கப்புறம் உன் எஜமானன்தான் உனக்கு நல்லவன் என்பதை நீ தெரிந்துகொள்வாய். என்னுடைய சலுகைகளே அதற்குச் சாட்சியாக இருக்கும். நான் உன்னை எப்படியெல்லாமோ தண்டித்திருக்க முடியும். நீ செத்துக் கீழே விழும்வரை உன்னைச் சவுக்கால் அடித்திருக்க முடியும். ஆனால் நீ வாழ வேண்டும் என்று நான் விரும்பினேன், நான் உன் நிலைமையை மேம்படுத்தியிருப்பேன். மற்றவர்களால் அது முடியாது. நீ என் அடிமை. உன் எஜமானி உன் நடத்தையால் வெறுப்படைந்து உன்னை வீட்டுக்குள்ளேயே விடக்கூடாது

என்று தடுத்துவிட்டாள்; அதனால்தான் உன்னை இப்போதைக்கு இங்கே விட்டுவைத்திருக்கிறேன்; நான் அடிக்கடி வந்து உன்னைப் பார்ப்பேன், நாளைக்கும் வருவேன்" என்றான்.

அவன் கோபத்தால் சுருங்கிய புருவங்களோடு திரும்பவும் வீட்டிற்கு வந்தான். அவனுடைய அதிருப்தி அதில் வெளிப்பட்டது. என் உடல்நலம்பற்றி விசாரித்த பின்னர் என் சாப்பாட்டுச் செலவுகளுக்குப் பணம் கொடுக்கப்பட்டதா என்றும் விசாரித்தான். அவன், தான் ஒரு மருத்துவராகச் சில விஷயங்களை என்னிடம் விளக்கியிருக்கவேண்டும் என்றும் அப்படிச் செய்யாமல் அவன் தனது கடமையைப் புறக்கணித்துவிட்டதாகவும் கூறினான். அடுத்த அவனது பேச்சு கேட்பவர்கள் கூசும்படியாக இருந்தது. அவன் என்னைத் தன் முன்னால் வந்து நிற்கச் சொன்னான். நான் கீழ்ப்படிந்தேன்.

"உன் குழந்தைக்குத் தகப்பன் வெள்ளைக்காரனா, கருப்பனா என்பதை எனக்குச் சொல்! உனக்கு ஆணையிடுகிறேன்" என்றான். நான் தயங்கினேன். "இந்த நொடியிலேயே பதில் சொல்" என்று அவன் கூச்சலிட்டான். நான் பதில் சொன்னேன். ஓர் ஓநாய் மாதிரி என் மேல் பாய்ந்து என் தோள்களை நொறுக்கி விடுவதைப்போல இறுக்கிப்பிடித்தான். "நீ அவனைக் காதலிக்கிறாயா?" என்று சீறும் குரலில் கேட்டான்.

"நான் நன்றியுடையவள், அவரைக் கைவிடமாட்டேன்" என்று பதில் சொன்னேன்.

அவன் என்னைத் தாக்குவதற்காகக் கையை ஓங்கினான். உடனே கையைத் தாழ்த்திக்கொண்டான். எது அவன் கையைக் கட்டிப்போட்டது என்று எனக்குத் தெரியவில்லை. அவன் கீழே உட்கார்ந்தான். அவன் தன் உதடுகளை அழுத்தமாக மூடி யிருந்தான். கடைசியாக அவன் பேசினான்.

"நான் நட்புரீதியான கோரிக்கை வைக்கவே உன்னிடம் வந்தேன்; ஆனால் உன் நன்றிகெட்டத்தனம் எனது பொறுமையைச் சோதித்துவிட்டது. உன் மீது எனக்கிருந்த நல்ல அபிப்ராயங்களை எல்லாம் நீ கெடுத்துக் கொண்டுவிட்டாய். உன்னை நான் ஏன் இன்னும் கொல்லாமல் விட்டுவைத்திருக்கிறேன் என்று எனக்குத் தெரியவில்லை." மறுபடியும் என்னை அடிக்க வேண்டுமென்று நினைத்துக்கொண்டவனைப்போல எழுந்து நின்றவன் மீண்டும் தன் பேச்சைத் தொடர்ந்தான்.

"உன்னுடைய அடாவடித்தனத்தையும் குற்றத்தையும் ஒரு நிபந்தனையின்பேரில் நான் மன்னித்துவிடுகிறேன். நீ இப்போதிலிருந்து உன் குழந்தையின் தகப்பனோடு எந்தவிதமான தொடர்பும் வைத்துக் கொள்ளக்கூடாது. நீ அவனிடம் எதையும்

கேட்கவும் கூடாது; வாங்கிக்கொள்ளவும் கூடாது. நான் உன்னையும் உன் குழந்தையையும் காப்பாற்றுவேன். நீ அதைப்பற்றி இப்போதே உறுதி சொல்லிவிட்டால் நல்லது. அவன் உன்னைக் கைவிட்டுவிட்டுப்போகும்வரை காத்திருக்காதே! நான் உன்னிடம் இரக்கம் காட்டுவது இதுதான் கடைசித் தடவை" என்றான்.

என்னையும் என் குழந்தையையும் சபித்தவனிடம், "நீ ஒன்றும் என் குழந்தையைப் பாதுகாக்க வேண்டாம். அதில் எனக்கு விருப்பமில்லை" என்பதைப் போல் நான் ஏதோவொன்றைச் சொல்லிவிட்டேன். என்னைப் போன்ற கீழ்த்தரமான ஒரு பெண்ணிடமிருந்து வேறு எதையும் எதிர்பார்க்க முடியாது என்று சொல்லி என்னை மடக்கிய அவன், மீண்டும் பேச்சைத் தொடர்ந்தான். "இதுதான் கடைசித் தடவை. நீ என் அன்பை ஏற்றுக் கொள்ளப்போகிறாயா, இல்லையா?" என்று கேட்டான். நான், "முடியாது" என்று பதில் சொல்லிவிட்டேன்.

"ரொம்ப நல்லது! அதன் விளைவுகளைப் போகப்போக நீயே பார்ப்பாய். என்னிடமிருந்து எந்த உதவியையும் எதிர்பார்க்காதே! நீ என் அடிமை. இனிமேலும் நீ எப்போதும் என் அடிமையாகத்தான் இருக்கப்போகிறாய். நீ எதிர்பார்ப்பதைப் போல் ஒருபோதும் நான் உன்னை விற்கமாட்டேன்" என்றான்.

அவன் கதவை மூடிச் சென்றபின்பு என் இதயத்தில் இருந்த நம்பிக்கை செத்துவிட்டது. அவன் கோபத்தில் என்னை அடிமை வியாபாரிகளிடம் விற்றுவிடுவான் என்று நான் கணித்திருந்தேன். இதைப்போலவே என் குழந்தையின் தந்தையும் அதனைக் கண்காணித்துக்கொண்டிருந்து என்னை வாங்கிவிடுவார் என்று எனக்குத் தெரியும்.

இந்தச் சமயத்தில் என் மாமா ஃபிலிப் நெடுந்தூரப் பயணத்திலிருந்து திரும்பி வரும் நாளை நாங்கள் எதிர்பார்த்துக் கொண்டிருந்தோம். அவர் ஊருக்குப் புறப்படுவதற்கு முதல்நாள், நான் ஓர் இளம்பெண்ணுக்கு மணப்பெண் தோழியாக இருந்தேன். அந்தச் சமயத்தில் கனத்துக்கிடந்த என் மனதைப் புன்னகையால் நான் மறைத்துக்கொண்டேன். ஒரு வருடம்தான் கடந்துபோயிருந்தது. எவ்வளவு பயங்கரமான விளைவுகளை அது கொண்டுவந்து சேர்த்திருக்கிறது? என் மனம் துன்பத்தால் இருண்டு கிடந்தது. சூரிய ஒளியில் பளிச்சிடும் உயிர்களும், கண்ணீர்க்கடலில் பிறக்கும் உயிர்களும் தத்தம் சூழ்நிலைக்கேற்ற வாழ்க்கையையே பெறுகின்றன. ஒரு வருடகாலத்தில் என்னென்னவெல்லாம் நடக்கக்கூடும் என்பதை யார்தான் கணிக்க முடியும்?

என் மாமா வந்துவிட்டார் என்று அவர்கள் என்னிடம் சொன்னபோது எனக்குச் சந்தோஷமே இல்லை. எனக்கு என்ன

நேர்ந்தது என்பது அவருக்குத் தெரிந்தே இருந்தது. ஆனாலும் அவர் என்னைப் பார்க்க விரும்பினார். நான் அவரைப் பார்க்க முடியாமல் குன்றிப்போயிருந்தேன்; ஆனாலும் அவர் என்னுடைய அறைக்கு வருவதற்குச் சம்மதித்துவிட்டேன். அவர் எப்போதும்போலவே என்னை எதிர்கொண்டார். அவருடைய கண்ணீர் என் சூடாகிவிட்ட கன்னங்களில் விழுந்த போது என் மனசாட்சி என்னை வதைத்தது. "இனி வரவிருக்கும் கொடுமைகளிலிருந்து பாதுகாப்பதற்காகத்தான் உன் பெற்றோர் களை இறைவன் அழைத்துக்கொண்டுவிட்டானோ என்னவோ!"[1] என்ற என் பாட்டியின் சொற்கள் நினைவுக்கு வந்தன. அப்படி நடந்திருந்தால் என் ஏமாற்றமடைந்த இதயம் கடவுளைப் போற்றும்! ஆனால் ஏன் என் உறவினர்கள் என் மீது நம்பிக்கை வைக்கவேண்டும்? சாதாரணமாக, அடிமைப்பெண்களுக்கு நேரும் விதிகளுக்கு எதிராக எது என்னைக் காப்பாற்றப் போகிறது? என்னைவிட அழகான, என்னைவிடப் புத்திசாலி களான பலரும் என்னைப் போன்ற அல்லது என்னைவிட மோசமான துன்பங்களைத்தானே அனுபவித்துள்ளனர். நான் மட்டும் தப்பித்துவிடுவேன் என்று அவர்கள் எப்படி எதிர்பார்க்க முடியும்?

என் மாமா கொஞ்ச நேரம்தான் இருந்தார். ஆனால் நான் அதற்காக வருத்தப்படவில்லை. நான் முன்புபோல என் நண்பர்களுடன் இயல்பாகப் பழக முடியாமல் மிகவும் சங்கடப் பட்டேன். சிலவாரங்களுக்கு என் படுக்கையைவிட்டு என்னால் எழுந்திருக்கவே முடியவில்லை. என் எஜமானனைத் தவிர என்னால் வேறு மருத்துவரைப் பார்க்க முடியாது என்பதால் நான் மருத்துவருக்கும் சொல்லி அனுப்பவில்லை. கடைசியில் நான் தொடர்ந்து நோயினால் பாதிக்கப்பட்டதால் பயந்துபோன அவர்கள் அவனுக்குச் சொல்லி அனுப்பினார்கள். நான் பலவீன மாகவும், பயந்துபோயும் இருந்தேன், அவன் என் அறைக்குள் நுழைந்த உடனேயே நான் அலறிவிட்டேன். அவர்கள் என் நிலை மிகவும் மோசமாக இருப்பதாக அவனிடம் சொன்னார்கள். அவன் என்னை இந்த உலகத்திலிருந்து அனுப்பிவிட அவசரப்பட வில்லைபோலும்; அதனால் அவன் திரும்பிப் போய்விட்டான்.

என் குழந்தை பிறந்தபோது அதைக் குறைப்பிரசவம் என்று சொன்னார்கள். அது நான்கு பவுண்டு எடையே இருந்தது. ஆனால் கடவுள் அதைப் பிழைக்கவைத்துவிட்டார். அடுத்த நாள் காலைவரை நான் பிழைத்திருப்பதே சந்தேகம்தான் என்று மருத்துவர் சொல்லிவிட்டார். நான் இறந்துவிட வேண்டும் என்று பலமுறை வேண்டி இருக்கிறேன்; ஆனால் இப்போது என் குழந்தையை விட்டுவிட்டு நான் சாகவிரும்பவில்லை. நான்

படுக்கையை விட்டு எழுந்திருக்கப் பல வாரங்கள் ஆகின. கிட்டத்தட்ட ஒரு வருடம் வரைக்கும் குளிரோ காய்ச்சலோ இல்லாமல் எனக்கு ஓரிரு நாட்கள் கூடக் கழிந்ததில்லை. என் குழந்தையும் நோயுற்றவனாகவே இருந்தான். அவனுடைய பிஞ்சு விரல்கள் அடிக்கடி வலியால் துடித்தன. டாக்டர் ஃப்ளின்ட் எனது உடல்நிலையைப் பரிசோதிப்பதற்காக அடிக்கடி வந்து கொண்டிருந்தான்; அவனுடைய அடிமைகளின் தொகுப்பில் என் குழந்தையும் ஒருவன் என்பதை அப்போது அவன் அடிக்கடி நினைவுபடுத்திக்கொண்டே இருந்தான்.

நான் அவனோடு வாதாடச் சக்தியில்லாதவளாக இருந்தேன்; அவனுடைய விமர்சனங்களையெல்லாம் மௌன மாகக் கேட்டுக்கொண்டிருந்தேன். அவன் அடிக்கடி வருவதைக் குறைத்துக்கொண்டான்; ஆனால் அவனுடைய பரபரப்பான மனநிலை அவனைச் சும்மா இருக்கவிடவில்லை. அவன் என் தம்பியைத் தனது அலுவலகப்பணியில் அமர்த்திக் கொண்டதோடு, எனக்குக் குறிப்புகளையும் செய்திகளையும் அனுப்பவும் அவனைப் பயன்படுத்திக்கொண்டான். வில்லியம் மிகவும் புத்திசாலிப் பையன்; அவன் டாக்டருக்கு மிகவும் உதவியாக இருந்தான். அவன் மருந்துகளை அடுக்கிவைக்கவும், அட்டைப்பூச்சி மூலம் இரத்தத்தை உறிஞ்சிச் சேமித்து வைக்கவும் கற்றிருந்தான். அவன் எழுதப் படிக்கத் தானாகவே கற்றுக்கொண்டான். நான் என் தம்பியைப் பற்றிப் பெருமிதம் அடைந்தேன்; அந்தக் கிழட்டு டாக்டருக்கோ அவன் மீது சந்தேகம். அந்த டாக்டரைப் பார்த்துச் சில வாரங்கள் ஆகியிருக்கும்; ஒரு நாள் அவன் காலடிச்சத்தம் கதவருகே கேட்டது. எதிர்வரப்போகும் ஆபத்தை எண்ணிப் பயந்தவளாய் நான் ஒளிந்துகொண்டேன். அவன் என்னைப் பற்றி விசாரித்தான்; ஆனால் நான் அவன் கண்ணுக்குத் தென்படவில்லை. அவன் அலுவலகத்திற்குப் போய் அங்கிருந்து வில்லியத்திடம் குறிப்பு எழுதிக் கொடுத்தனுப்பினான். அந்தக் குறிப்பை என்னிடம் கொடுக்கும்போது என் தம்பியின் முகம் சிவந்து கிடந்தது.

"லிண்டா, நான் இந்த மாதிரி விஷயங்களை உன்னிடம் கொண்டுவந்து கொடுக்கும்போது நீ என்னை வெறுத்து விடுவாயா?" என்று கேட்டான். "நான் உன்னைக் குறைசொல்ல மாட்டேன். நீ ஓர் அடிமை. ஆதலால் உன் எஜமானன் கட்டளைக்குக் கீழ்ப்படிய வேண்டியவன்தான்" என்று சொன்னேன். அந்தக் குறிப்பில் டாக்டர் ஃப்ளின்ட் என்னை அவனுடைய அலுவலகத்திற்கு வருமாறு பணித்திருந்தான். நான் போனேன். பாட்டியின் வீட்டிற்கு அவன் வந்தபோது நான் எங்கே போயிருந்தேன் என்று தனக்குச் சொல்லியாகவேண்டும்

என்று ஆணையிட்டான். நான் வீட்டில்தான் இருந்தேன் என்று சொன்னேன். அவன் திடீரென்று கோபமடைந்து என்னைப் பற்றித் தனக்கு நன்றாகத் தெரியும் என்றான். அதன் பின், அவனுக்கு எதிராக நான் இழைத்த குற்றங்கள், அவனுடைய பொறுமைக்கு எதிரான என்னுடைய நன்றிகெட்டதனம், என்று அவன் தன்னுடைய வழக்கமான பல்லவியைத் தொடங்கி விட்டான். எனக்குப் புதிய சட்டங்கள் விதிக்கப்பட்டன. நான் பணியிலிருந்து நீக்கப்பட்டேன். என் தம்பியைப் பக்கத்தில் வைத்துக்கொண்டே ஓர் அடிமையிடம் எஜமானர்கள் பேசும் கீழ்த்தரமான மொழியில் அவன் என்னிடம் பேசியதைக் கேட்டு நான் நொந்துவிட்டேன். பாவம் என் தம்பி! என்னைப் பாதுகாக்கும் சக்தி அவனுக்கு இல்லை; ஆனால் அவன் பெருமுயற்சி செய்தும் அடங்காமல் வந்துவிட்ட அவன் கண்ணீரைப் பார்த்தேன். அவனுடைய இந்த உணர்ச்சி வெளிப்பாடு டாக்டருக்கு எரிச்சலூட்டியிருக்கவேண்டும். டாக்டரைத் திருப்திப்படுத்தும் வகையில் வில்லியம் எதுவும் செய்யவில்லை. ஒரு நாள் காலையில் குறித்தநேரத்திற்கு முன்னதாகவே வழக்கமாக அலுவலகத்திற்குப் போகும் அவன் அன்று அப்படிப் போகாமல் இருந்திருக்கிறான். அந்தச் செயல் அவனது எஜமானன் தனது ஆத்திரத்தைக் காட்டுவதற்கு வாய்ப்பாகிவிட்டது. வில்லியம் சிறையில் அடைக்கப்பட்டான். அடுத்த நாள் என் தம்பி தன்னை விற்கும்படி கோரிக்கை வைத்து ஓர் அடிமை வியாபாரியை டாக்டரிடம் அனுப்பினான். அவனுடைய எஜமானன் என் தம்பியின் இச்செயலை அடாவடித்தனமாக நினைத்து மிகவும் கோபப்பட்டான். அவன் தனது தகாத நடவடிக்கைக்காக வருந்துவான் என்று கருதித்தான், தான் அவனைச் சிறைப் படுத்தியதாகவும் ஆனால் அவனோ தன் குற்றத்திற்காக வருத்தப்படுவதாகவே தெரியவில்லை என்றும் கூறினான். இரண்டு நாட்கள் வரையில் தனது அலுவலகத்தில் பணியாற்றச் சரியான நபர்களைத் தேர்ந்தெடுப்பதற்காகத் தன்னைத்தானே வருத்திக்கொண்டான். ஆனால் வில்லியம் இல்லாமல் எல்லாமே தப்புத்தப்பாக நடந்தன. அவன் விடுவிக்கப்பட்டு இனிவரும் காலங்களில் தனது நடத்தைகளில் கவனமாக இருக்காவிட்டால் என்னென்ன நடக்கும் என்ற பல்வேறுவிதமான பயமுறுத்தல்களோடு பழைய வேலையிலேயே தொடரும்படி டாக்டர் ஃப்ளின்ட் கட்டளையிட்டான்.

பல மாதங்களுக்குப் பிறகு என் மகனுடைய உடல்நிலை தேறியது. அவனுக்கு ஒரு வயதானபோது அவன் அழகாக இருப்பதாகச் சொன்னார்கள். அந்த இளங்கொடி எனக்குள்ளே ஆழமாக வேரூன்றிக்கொண்டிருந்தது. அக்குழந்தையின் மீது நான் கொண்ட பாசப்பிணைப்பையும் தாண்டி அன்பும்,

வலியும் சேர்ந்து என்னைப் பாடாய்ப்படுத்தின. என் மனம் மிகவும் ஆழமாகப் பாதிக்கப்படும்போது, அவன் புன்னகையில் நான் மனஅமைதி பெற்றேன். அவன் ஆழ்ந்து தூங்கும்போது அவனைப் பார்த்துப் பரவசமடைந்தேன்; ஆனால் விரைவிலேயே எனது மகிழ்ச்சியான அனுபவங்களுக்கு மேலே துயர மேகங்கள் கவிழ்ந்துகொள்ளும். அவன் ஓர் அடிமை என்பதை நான் மறக்கவே இல்லை. சிலசமயம் அவன் குழந்தையாக இருக்கும்போதே இறந்துவிட்டால்கூட நல்லதுதான் என்று நினைப்பேன். கடவுள் என்னைச் சோதித்துவிட்டார். என் செல்லக் குழந்தை கடுமையாக நோய்வாய்ப்பட்டான். அவனது பளிச்சிடும் கண்கள் மங்கிப்போயின. அவனது சின்னக் கால்களும் கைகளும் அவனை ஒருவேளை மரணம் தழுவிவிட்டிருக்குமோ என்று நான் நினைக்கும் அளவுக்கு சில்லிட்டுப் போயிருந்தன. அவன் சாக வேண்டும் என்று நான் பிரார்த்தனை செய்திருக்கிறேன். ஆனால் இப்போதுதான் அவன் பிழைக்கவேண்டும் என்று முழுமனதோடு உளமுருகப் பிரார்த்தித்தேன். என் பிரார்த்தனை ஏற்றுக்கொள்ளப்பட்டது. ஓர் அடிமைத்தாய் தன் குழந்தை மீண்டும் உயிர்பிழைத்து வரவேண்டும் என்று பிரார்த்தனை செய்வது எவ்வளவு பெரிய அபத்தம். சாவு, அடிமைத்தனத்தை விட மேலானது. என் மகனுக்கு இன்னும் பெயர் வைக்கவில்லையே என்ற ஏக்கம் எனக்கு வந்தது. சமயம் கிடைக்கும்போதெல்லாம் அவனுடைய தந்தை அவனைக் கொஞ்சி அன்பு செலுத்தினார். அந்தக் குழந்தைக்குத் தன்னுடைய பெயரைச் சூட்டுவதில் அவருக்கு மறுப்பு எதுவும் இல்லை. ஆனால் அந்தக் குழந்தை தன்னுடையதுதான் என்று உரிமை பாராட்ட அவருக்குச் சட்டம் இடம் கொடுத்திருக்கவில்லை. நான் என் குழந்தைக்கு அவருடைய பெயரைச் சூட்டியிருந்தாலோ என் எஜமானன் அதனைப் புதுக்குற்றமாகக் கருதி – அல்லது புதிய துரோகமாகக் கருதி என் சிறு குழந்தையின் மீது பழிதீர்த்துக்கொள்வான்.

ஐயோ! "அடிமைத்தனம் என்ற இந்தப் பெரிய பாம்பிற்குத் தான் எத்தனை விதமான விஷப்பற்கள்!"

12

கலகம் குறித்த அச்சம்

நேட் டர்னரின் கலகம் (1831)[1] வெடித்து நீண்ட நாட்கள் ஆகியிருக்காது. அந்தச்செய்தி நகரத்தையே பெரும் பரபரப்பில் ஆழ்த்திவிட்டது. தங்கள் அடிமைகள் திருப்தியாகவும் மகிழ்ச்சியாக வும் இருந்தபோது எஜமானர்களுக்கு எரிச்சல் உண்டானது; இதுவும் ஒரு வித்தியாசமான அனுபவம்தான்! ஆனால் அது அப்படித்தான் இருந்தது.

ஒவ்வொரு ஆண்டும் இராணுவக் கணக்கெடுப்புக்கான அணிவகுப்பு நடத்தப்படுவது வழக்கம். அந்தச் சமயத்தில் ஒவ்வொரு வெள்ளைய னும் தனது துப்பாக்கியைத் தோளில் சுமந்திருப்பான். குடிமக்களும், அந்த ஊரைச் சேர்ந்த கனவான்கள் எனக் கருதப்படுபவர்களும் இராணுவ உடை அணிந்திருப்பார்கள். ஆனால் ஏழை வெள்ளையர் களோ தாங்கள் அணியும் அன்றாட ஆடைகளையே அணிந்துகொண்டு, சிலர் செருப்பில்லாமலும் சிலர் தொப்பி இல்லாமலும் அவரவர் அணிகளில் இடம்பிடிப்பார்கள். இத்தகைய மாபெரும் நிகழ்ச்சி ஏற்கெனவே நடந்து முடிந்துவிட்டது. இம்மாதிரி யான மற்றுமொரு நிகழ்ச்சி நடைபெறப்போகிறது என்று அடிமைகளிடம் சொல்லப்பட்டபோது அவர்கள் ஆச்சரியப்பட்டு மகிழ்ந்தார்கள். பாவப் பட்ட ஜென்மங்கள்! அன்றைய தினம் தங்களுக்கு விடுமுறை கிடைக்கும் என்று நினைத்திருப்பார்கள். ஆனால் அன்றைய உண்மை நிலவரம் குறித்து எனக்கு ஏற்கெனவே தெரிவிக்கப்பட்டிருந்ததால் நானும் அதை நம்பிக்கைக்குரிய ஒரு சிலரிடம் மட்டும்

சொல்லியிருந்தேன். ஒவ்வொரு அடிமைக்கும் இதைத் தண்டோரா போட்டுச் சொல்லிவிட வேண்டுமென்று எனக்கும் விருப்பம்தான். ஆனால் நான் அதற்குத் துணியவில்லை. காரணம் சதைகளைக் கிழித்தெறியும் சாட்டைதான்!

சூரியன் உதித்தவுடனேயே ஊரைச் சுற்றி இருபது மைல் தூரத்தில் உள்ள எல்லாப் பகுதிகளிலிருந்தும் வந்து மக்கள் குவியத் தொடங்கிவிட்டார்கள். பட்டிக்காட்டு முரடர்களாலும் ஏழை வெள்ளையர்களாலும் வீடுகள் சோதனையிடப்படும் என்பது எனக்குத் தெரியும். கறுப்பினத்தவர்கள் வசதியுடனும் மரியாதையுடனும் வசிப்பதைப் பார்க்கும்போது ஏற்படும் எரிச்சலைப்போல வேறெதுவும் அவர்களுக்கு ஆத்திரமூட்டாது என்பதும் எனக்குத் தெரியும்; அவர்கள் சோதனையிட வந்து விடுவார்களே என்று நான் மிகுந்த கவனத்துடன் எல்லாவற்றையும் ஒழுங்குபடுத்தினேன். பாட்டியின் வீட்டில் உள்ள பொருட்கள் எல்லாவற்றையும் எவ்வளவு முடியுமோ அவ்வளவு சுத்தமாக வைத்தேன். மெத்தைகளுக்கு வெள்ளை உறைகளைப் போட்டேன். சில அறைகளைப் பூக்களால் அலங்கரித்தேன். எல்லாவற்றையும் ஒழுங்குபடுத்திய பிறகு ஜன்னலுக்குப் பக்கத்தில் உட்கார்ந்து வெளியில் பார்க்கத் தொடங்கினேன். என் கண்ணுக்கெட்டிய தூரத்தில் பல வண்ணங்களாகத் தெரிந்த படைவீரர்களின் கூட்டத்தில் என் பார்வை பதிந்தது. மேளதாளங்கள் ராணுவ இசையைப் பொழிந்துகொண்டிருந்தன. ஒவ்வொரு தலைவனின் கீழும் பதினாறு ஆண்களைக் கொண்ட குழு அமைக்கப்பட்டது. ஆணைகள் பிறந்தன; எங்கெல்லாம் கறுப்பு முகம் தெரிகின்றதோ அந்த இடத்தை நோக்கி வீரர்கள் வேகமாகப் பாய்ந்தார்கள்.

தமக்கென்று நீக்ரோக்களை வேலைக்கு அமர்த்தித் துன்புறுத்தி மகிழ முடியாத ஏழை வெள்ளையர்களுக்கு இது மிகப் பெரிய வாய்ப்பு. அவர்கள் தங்களுக்குக் கிடைத்த குறைந்த அளவு அதிகாரத்தைக் கறுப்பினத்தவர் மீது சிறிதுநேரமாவது செலுத்தக் கிடைத்த வாய்ப்பினால் மிகுந்த மகிழ்ச்சி அடைந்தார்கள். எந்த அதிகாரம் கறுப்பினத்தவரை நசுக்கி யிருக்கிறதோ அதுதான் தங்களை வறுமையிலும் அறியாமையிலும் ஆழ்த்தி, நடத்தை கெட்டவர்களாகவும் ஆக்கியிருக்கிறது என்பதை உணரமுடியாதவர்களாய் ஏழை வெள்ளையர்கள் அடிமைஉடைமையாளர்களிடம் குழைந்துபோனார்கள். எந்தவித முகாந்திரமும் இல்லாமல் அப்பாவி ஆண்கள், பெண்கள், குழந்தைகள்மீது ஏவிவிடப்படும் வன்முறையைப் பற்றி நான் அறிந்தவற்றைச் சொன்னால் இந்த மாதிரியான காட்சிகளை இதுவரை பார்த்தே இருக்காத எவரும் அதை நம்பமாட்டார்கள். ஊரின் ஒதுக்குப்புறத்தில் வசிக்கும்

கறுப்பினத்தவரும், அடிமைகளும் விசித்திரமான முறையில் துன்பத்திற்கு ஆளானார்கள். சில நேரங்களில், தேடும் குழுவினர் கறுப்பினத்தவர்களின் வீட்டிற்குள் புகுந்து பொடிகளைத் தூவி ஆடைகளைத் துப்பாக்கியால் சுட்டுவிட்டு வந்து மற்ற குழுக்களை அதே இடத்திற்குச் சோதனைக்கு அனுப்பி அவர்கள் சதித்திட்டம் தீட்டியதற்கான ஆதாரங்களாக அவற்றைக் கொண்டு வருவார்கள். ஆண்கள், பெண்கள், குழந்தைகள் என அனைவரும் அவர்களது காலடியில் இரத்தம் குளம்போல் தேங்கும்வரை சாட்டையால் அடிக்கப்பட்டார்கள். சிலர் ஐந்நூறு கசையடிகள் வாங்கினார்கள்; வேறு சிலர் கையும் காலும் கட்டப்பட்டுப் படகு செலுத்தும் துடுப்பால் வதைக்கப்பட்டார்கள். அந்தத் துடுப்பு, தோலைப் பயங்கரமாகப் பிய்த்துவிட்டிருக்கும். செல்வாக்கு மிக்க வெள்ளையர்களின் அருகில் பாதுகாப்போடு இருந்தாலன்றிக் கறுப்பினத்தவரின் வீடுகளில் எல்லாம் அந்தக் கொள்ளையர்கள் புகுந்து துணிமணிகளையும் இன்னும் தாங்கள் எதையெல்லாம் தூக்கிச் செல்வதற்குத் தகுதியானவை என்று நினைக்கிறார் களோ அவற்றை எல்லாம் கொள்ளையடித்துக்கொண்டு போய்விடுவார்கள். நாள் முழுவதும் இந்த மூர்க்கத்தனமான முரடர்கள், ஏதும் அறியாத அப்பாவிகளைக் காட்டேரிகளைப் போல அச்சுறுத்திக்கொண்டும் வதைத்துக்கொண்டும் சுற்றித் திரிவார்கள். இரவிலோ அவர்கள் தங்களைத் தாங்களே காவலர்களாக ஆக்கிக்கொண்டு கறுப்பினத்தவர்களுக்குள் எவரை எல்லாம் தேர்ந்தெடுக்கிறார்களோ அவர்களிடம் போய்த் தங்கள் மிருக இச்சையைத் தீர்த்துக்கொள்வார்கள். அவர்கள் கண்களில் அகப்படாமல் தப்பிப்பதற்காகப் பல பெண்கள் காடுகளிலும் சதுப்புநிலப் பகுதிகளிலும் ஒளிந்துகொள்வார்கள். ஏதோ ஒரு கணவனோ தகப்பனோ இத்தகைய அட்டூழியங் களைப் பற்றிப் பேசிவிட்டால் பொது இடத்தில் இருக்கும் கசையடிக் கம்பத்தில் கட்டி வெள்ளையர்களைக் குறித்துப் பொய்பேசிவிட்டார்கள் என்று குற்றம் சுமத்திக் கேவலமாக வசைபாடுவார்கள். மனக்கலக்கம் அங்கே அனைவருக்கும் பொதுவானது. தங்கள் முகத்தில் லேசாகக் கருஞ்சாயல் இருக்கும் எந்த இரண்டு மனிதர்களும் மற்றவர்கள் கண்ணில் படும்படி சேர்ந்து பேசிக்கொள்ளக்கூடப் பயந்தார்கள்.

நான் எங்கள் வீட்டைப் பற்றிப் பயப்படத் தேவையில்லை. ஏனென்றால் எங்களுக்குப் பாதுகாப்புத்தரத் தயாராக இருக்கும் வெள்ளையர்களின் குடும்பங்களுக்கு நடுவில்தான் நாங்கள் வசித்தோம். வீரர்கள் எப்பொழுது வந்தாலும் அவர்களை எதிர்கொள்ள நாங்கள் தயாராகவே இருந்தோம். வீட்டிற்கருகில் காலடிச் சத்தமும் பேச்சுச் சத்தமும் கேட்டு அதிக நேரம் ஆகியிருக்காது. கதவு முரட்டுத்தனமாகத் திறக்கப்பட்டது.

பசித்த ஓநாய்க் கூட்டத்தைப்போல உருண்டு புரண்டு உள்ளே பாய்ந்தார்கள். அவர்களுடைய கைக்கெட்டுகிற தூரத்தில் இருந்த எல்லாப் பொருட்களையும் கைப்பற்றிக்கொண்டார்கள். ஒவ்வொரு டப்பாவையும், பெட்டியையும், மூடிய அறையையும், மூலைகளையும் என எல்லா இடங்களையும் சோதனை செய்தார்கள். இழுப்பறைக்குள் ஒரு டப்பாவில் இருந்த வெள்ளிச் சில்லறைக் காசுகளைப் பேராசையுடன் அள்ளிக் கொண்டார்கள். நான் அவர்களிடமிருந்து அந்த டப்பாவை வாங்குவதற்காக ஓரடிவைத்து முன்னால் சென்றபோது அந்த வீரர்களில் ஒருவன் என் பக்கம் திரும்பிக் கோபமாக, "நீ எங்களைப் பற்றிச் சரியாகப் புரிந்துகொள்ளவில்லை, நாயே! நாங்கள் வெள்ளையர்கள். உங்கள் வீட்டில் திருடவா வந்திருக்கிறோம்?" என்றான்

"நீங்கள் சோதனைசெய்வதற்குத்தான் வந்திருக்கிறீர்கள். அந்த டப்பாவிலும் தேடிவிட்டீர்கள். நான் அதை எடுத்துக் கொள்கிறேன். தயவு காட்டுங்கள்" என்று நான் வேண்டினேன்.

நான் அந்த நேரத்தில் எங்களுடன் நட்பு பாராட்டும் வெள்ளைக் கனவானைப் பார்த்தேன். நான் அவரிடம் போய் கொஞ்சம் நல்ல மனதுவைத்து வீட்டுக்குள் வந்து சோதனை முடியும்வரை எங்களுடன் இருக்கும்படி கேட்டுக்கொண்டேன். அவர் உடனடியாக என் கோரிக்கையை ஏற்றுக்கொண்டார். அவருடைய வரவு அந்தக் குழுவின் தலைவனை எங்கள் வீட்டிற்கு உள்ளே வரச்செய்தது. வீட்டு வாசலில் நின்றுகொண்டு உள்ளே இருப்பவர்கள் வீட்டைவிட்டுப் போகாமல் பார்த்துக் கொண்டிருப்பதுதான் அவனுடைய வேலை. அண்டை அயலிலுள்ள அடிமை உடமையாளர்களின் கொடுமைகள் பற்றி நான் முன்பே கூறியிருக்கிறேன். அப்படிப்பட்ட கொடியவர் களில் ஒருவனான திரு. லிட்ச்தான் இந்த அதிகாரி. தேடுதல் வேட்டையில் தன் கைகளை அழுக்காக்கிக்கொள்பவர்களை விட த் தான் மேலானவன் என்பது அவன் நினைப்பு. அவன் வெறுமனே ஆணைகள் இட்டுக்கொண்டிருந்தான்; எழுதப்பட்ட துண்டுச்சீட்டு ஏதாவது கண்டுபிடிக்கப்பட்டுவிட்டால் அறியாமை மிகுந்த எழுதப் படிக்கத் தெரியாத அவனது குழுவினர் அதை அவனிடம் கொண்டுபோய்க் கொடுத்துவிடுவார்கள்.

என் பாட்டியிடம் பெரிய ட்ரங்க் பெட்டி நிறையப் படுக்கை விரிப்புகளும் மேசை விரிப்புகளும் இருந்தன. அதை அவர்கள் திறந்துபார்த்தவுடன் ஆச்சரியப்பட்டு "இந்த சபிக்கப்பட்ட நீக்ரோக்களுக்கு இவ்வளவு படுக்கை விரிப்புகளும் மேசை விரிப்புகளும் எப்படிக் கிடைத்தன?" எனக் கூவினார்கள்.

என் பாட்டி, எங்களுக்குப் பாதுகாப்பாக வெள்ளைக் காரர் இருக்கும் துணிச்சலில் "நான் உங்கள் வீட்டிலிருந்தெல்லாம் இதைச் சுருட்டிக்கொண்டு வந்துவிடவில்லை என்பதை உறுதி செய்துகொள்ளலாம்" என்றார்.

மேல்கோட்டுப் போடாமல் கடுகடுத்த முகத்துடன் இருந்த ஒருவன் "இதோ பாருங்கள் அம்மா! உங்களிடம் இவை எல்லாம் இருப்பதால் நீங்கள் உங்களைப் பெரிய ஆளாக நினைத்து விட்டீர்கள் போலிருக்கிறது. நியாயமாக இவையெல்லாம் வெள்ளைக்காரர்களுக்கு மட்டுமே உரியவை" என்றான்.

அப்போது "நாங்கள் அவற்றைக் கைப்பற்றிவிட்டோம். நாங்கள் அவற்றைக் கைப்பற்றிவிட்டோம்! இவையெல்லாம் இவளுக்கு வந்த கடிதங்கள்!" என்று ஒட்டுமொத்தமாக எழுந்த கூச்சல் அவன் பேச்சை இடைமறித்தது.

அங்கே கைப்பற்றப்பட்டிருந்த கடிதத்திற்காக எல்லோரும் ஓடினார்கள், சோதனைக்கப்புறம் அது என் தோழியால் எனக்கு எழுதப்பட்ட கவிதைகள் என்பது தெரிந்தது. என் பொருட்களைப் பத்திரப்படுத்தியபோது இதைக் கவனிக்காமல் இருந்துவிட்டேன். அவர்களுடைய தலைவனுக்கு இந்தக் கடிதங்களில் உள்ள விஷயங்கள் தெரிவிக்கப்பட்டபோது அவர்கள் மிகவும் ஏமாற்றமடைந்ததாகத் தெரிந்தது. அவன் அதை "யார் எழுதினார்கள்?" என்று என்னை விசாரித்தான். "அது என் நண்பர்களில் ஒருவர்" என்றேன்.

"உன்னால் படிக்க முடியுமா?" என்று அவன் கேட்டான். "முடியும்" என்று நான் சொன்னவுடன் அவன் கீழ்த்தரமான வசைகளைப் பொழிந்துவிட்டு கடிதத்தைத் துண்டுதுண்டாகக் கிழித்தான்.

"உன்னுடைய கடிதங்கள் எல்லாவற்றையும் என்னிடம் கொண்டு வா" என்றான் ஆணையிடும் குரலில். "என்னிடம் எதுவும் இல்லை" என்று அவனிடம் சொன்னேன். "பயப்படாதே" என்று சொல்லிவிட்டு இளக்காரமான தொனியில் "அவை எல்லாவற்றையும் என்னிடம் கொண்டு வா! உனக்கு எவரும் எந்தத் தீங்கும் இழைக்க மாட்டார்கள்" என்றான்.

நான் அவன் சொல்லுக்குக் கட்டுப்பட்டு நகர்ந்துவிட வில்லை, அவனுடைய இதமான குரல் மாறிச் சபதங்களும் பயமுறுத்தல்களும் தொடர்ந்தன. "யார் எழுதியது? அரை விடுதலை பெற்ற நீக்ரோக்களா?" என அவன் விசாரித்தான். "இல்லையில்லை. என்னுடைய கடிதங்கள் எல்லாம் வெள்ளையர்களிடமிருந்தே வந்தவை. அவர்கள் அக்கடிதங்

களைப் படித்தவுடனேயே கிழித்துப்போடச் சொல்லி விட்டார்கள். நான் சிலவற்றைப் படிக்காமலேயே எரித்து விட்டேன்" என்றேன்.

குழுவில் இருந்த சிலரது ஆச்சரியக் கூச்சல் எங்கள் உரையாடலை நிறுத்தியது. பழங்காலச் சம்பிராதயப்படி நடக்கும் விருந்துகளில் அலங்காரமாக வைக்கப்படும் வெள்ளிக்கரண்டிகள் அவர்களால் கண்டுபிடிக்கப்பட்டிருந்தன. என் பாட்டி ஊரிலிருக்கும் பெண்களுக்காகப் பழப்பாகுகளையும் இரவு விருந்துகளுக்காக உணவையும் தயாரித்துத் தரும் பழக்கம் உள்ளவர். அதனால் அவரிடம் ஜாடி ஜாடியாகப் பழப்பாகு இருந்தது. அவை பூட்டி வைக்கப்பட்டிருந்த அலமாரியும் சோதனைக்குள்ளாயிற்று. அதிலுள்ளவை ருசி பார்க்கப்பட்டன. அங்கிருந்தவர்களில் ஒருவன் அதைத் தாராளமாக எடுத்துச் சாப்பிட்டுவிட்டு அருகில் இருந்தவனின் தோளைத் தட்டி "நன்றாக இருக்கிறது, இந்தப் பழப்பாகுகளையே சாப்பிட்டுக் கொண்டிருந்தால் இந்த நீக்ரோக்கள் இதை வைத்தே வெள்ளையர்களை ஒழித்துக்கட்டிவிட்டாலும் ஆச்சரியப் படுவதற்கில்லை" என்றான்.

நான் ஜாடியை எடுப்பதற்காக என் கைகளை நீட்டி அவர்களிடம் "இந்த இனிப்புச்சாமான்களைத் தின்பதற்காக நீங்கள் இங்கே அனுப்பி வைக்கப்படவில்லை" என்றேன்.

"பின் வேறு எதற்காக நாங்கள் அனுப்பப்பட்டிருக் கிறோமாம்?" என்று சிலிர்த்துக்கொண்டு அந்தக் குழுவின் தலைவன் என்னைக் கேட்டான். நான் அந்தக் கேள்விக்குப் பதில் சொல்லாமல் தட்டிக்கழித்தேன். வீட்டுச் சோதனை முடிந்தது. எங்களைத் தண்டிக்கும்படியாக எதுவும் அவர்களுக்குக் கிடைக்கவில்லை. அவர்கள் தோட்டத்திற்குப் போய்த் தேடுதல் வேட்டை நடத்தி அங்கிருந்த செடிகொடிகளை மிதித்துத் துவம்சம் செய்தார்கள். அங்கும் எதுவும் கிடைக்கவில்லை. தலைவன் அவர்களையெல்லாம் ஒன்றாக வருமாறு அழைத்தான்; சிறிதுநேர ஆலோசனைக்குப் பின் வெளியேறுமாறு அவர்களுக்கு உத்தரவு பிறப்பிக்கப்பட்டது. அவர்கள் வாசலைக் கடந்து செல்லும்போது அந்தத் தலைவன் எங்களைத் திரும்பிப் பார்த்து "இந்த வீடு தரையோடு தரையாக எரிக்கப்பட வேண்டும்; வீட்டில் உள்ளவர்கள் ஒவ்வொருவருக்கும் முப்பத்தொன்பது கசையடிகள் கொடுத்தாக வேண்டும்" என்று சாபமிட்டான். இந்த அமர்க்களத்திற்குப் பின், மறுநாள் அணிய வைத்திருந்த மாற்றுஉடைகளைத் தவிர வேறெதையும் இழக்காமல் நல்லபடி யாக நாங்கள் தப்பித்துவிட்டோம்.

மாலைநேரம் நெருங்க நெருங்கக் குழப்பங்கள் அதிக மாயின. படை வீரர்கள் குடிபோதையில் மிகவும் அதிகக் கொடுமைகளை இழைத்தனர். ஓலங்களும் கதறல்களும் தொடர்ச்சியாகக் காற்றை நிறைத்தன. வெளியே போகத் துணிவின்றி ஜன்னல் திரைகளுக்கிடையே நான் எட்டிப் பார்த்தேன். ஒரு கூட்டம் கறுப்பினத்தவர் பலரை இழுத்துச் செல்வதையும் ஒவ்வொரு வெள்ளைக்காரனும் தனது துப்பாக்கியைத் தூக்கிப் பிடித்து "ஓலத்தை நிறுத்தாவிட்டால் உடனடியாகச் சுட்டுவிடுவேன்" என்று பயமுறுத்தியதையும் பார்த்தேன். அந்தக் கைதிகளுக்கு இடையே மதிப்பிற்குரிய கறுப்பின மதகுரு ஒருவரும் இருந்தார். அவருடைய வீட்டில் சில பொதிகளில் இரும்புக் குண்டுகள் இருந்திருக்கின்றன, அவற்றை அவருடைய மனைவி தனது தராசில் எடைக்கற்களாகப் பல ஆண்டுகளாகப் பயன்படுத்தி வந்திருக்கிறார். இதைக் குற்றமாக்கி அவர்கள் அவரை கோர்ட் ஹவுஸ் க்ரீன் என்ற இடத்தில் வைத்துச் சுடப்போகிறார்கள். போதையில் தள்ளாடிக் கொண்டிருக்கும் ஒரு கும்பல் நீதியை நிலைநிறுத்துபவர்களாகத் தங்களை நினைத்துக்கொண்டிருந்தார்கள். ஒரு நாகரிக சமுதாயத்தில் இப்படி ஒரு கண்கொள்ளாக்காட்சி!

வெள்ளை இனத்தவருக்குள்ளேயே சற்று பண்பட்ட மனநிலையில் இருந்தவர்கள் அப்பாவி மக்களையும், துன்புறுத்தப்பட்டவர்களையும் காப்பாற்றப் பெரும் முயற்சி எடுத்தார்கள். தகாத நிகழ்வுகளோடு தொடர்புடைய சிலரைக் கலகம் தொடர்பான ஆரவாரம் ஓயும்வரை சிறையிலடைப்பதில் வெற்றியும் பெற்றார்கள். கடைசியில் வெள்ளைக்காரக் குடிமக்களும் தம்மைக் காப்பாற்றிக்கொள்வதற்காக அழைக்கப் பட்ட கூட்டத்தினரின் அடாத செயல்களால் தங்களது உடைமைகளைக் கூடப் பாதுகாத்துக்கொள்ள முடியாது என்பதைத் தெரிந்துகொண்டார்கள். அவர்கள் அந்தக் குடிகாரக் கூட்டத்தினரை ஒருசேர விரட்டிவிட்டு அந்த ஊரின் பாதுகாப்புக்கான ஏற்பாடுகளைத் தாமே செய்து கொண்டார்கள்.

மறுநாள் ஊரின் எல்லையின் வெளியே வசிக்கும் கறுப்பின மக்களைச் சோதிப்பதற்காக ரோந்துப் படைகள் அமைக்கப் பட்டன. அப்படையினர் தங்களது அநியாயமான செயல்களைத் தங்குதடையின்றி நிறைவேற்றிக்கொண்டிருந்தார்கள். அலறித் துடித்துக்கொண்டிருக்கும் அப்பாவியான ஒரு நீக்ரோவைக் குதிரை வீரன் ஒருவன், சேணத்தோடு சேர்த்துக் கட்டிக் குதிரையின் வேகத்தோடு அங்குள்ள சிறைச்சாலை மந்தை வரை ஓடிவரும்படி சாட்டையால் சொடுக்கிக்கொண்டே

போவதைப்பார்த்தேன். இரக்கமில்லாமல் கொடுக்கப்பட்ட கசையடியால் நடக்கவே முடியாமல் போனவர்களை உப்பு நீரால் கழுவி வண்டியில் தூக்கிப் போட்டுக்கொண்டு சிறைக்கு எடுத்துச் சென்றார்கள். சாட்டையடியைத் தவிர்க்க நினைத்த கறுப்பினத்தவன் ஒருவன், சதித்திட்டம் குறித்துத் தகவல் தருவதாகக் கூறினான். ஆனால் அவனுக்கு அது பற்றி எதுவுமே தெரியாது என்பது விரைவில் வெளிப்பட்டுவிட்டது. அவன் நேட் டர்னர் என்ற பெயரைக்கூடக் கேள்விப்பட்டதில்லை. அந்த அப்பாவி மனிதன் தன்னைக் காப்பாற்றிக்கொள்ள இட்டுக்கட்டிக் கூறிய கதையினால் தான் மட்டுமல்லாமல் தனது கறுப்பின மக்களையும் அதிகத் துன்பத்திற்கு ஆளாக்கிவிட்டான். கிட்டத்தட்ட பதினைந்து நாட்கள்வரை இந்த அவலம் நீடித்தது.

பகல்நேர ரோந்துகள் மேலும் சில வாரங்களுக்கு நீடித்தன. சூரியன் மறையும்போது இரவுக் காவலர் பதிலுக்கு நியமிக்கப் பட்டார். அடிமைப்பட்ட, மற்றும் விடுதலை பெற்ற கறுப்பின மக்களுக்கு எதிராகப் புனையப்பட்ட எந்தக் குற்றங்களும் நிரூபிக்கப்படவில்லை. நேட் டர்னர் பிடிபட்டதும் அடிமை உடைமையாளர்களின் கோபம் தணிந்துபோயிற்று. சிறை செய்யப்பட்டவர்கள் விடுதலையானார்கள். அடிமைகள் தங்கள் உடைமையாளரிடம் அனுப்பப்பட்டார்கள். சுதந்திர மானவர்கள் தங்களது பாழ்படுத்தப்பட்ட வீடுகளுக்கு அனுப்பப்பட்டார்கள். பண்ணைகளில் போக்குவரத்து, கறாராகத் தடை செய்யப்பட்டது. அடிமைகள் காட்டில் இருக்கும் தங்களது சிறிய தேவாலயத்திற்கும் அதனுள்ளே இருக்கும் கல்லறை களுக்கும் போய்வர அனுமதி கோரி இறைஞ்சினார்கள். அங்கு போய் ஒருவரையொருவர் சந்தித்துத் துதிப்பாடல்களைக் கூட்டாகப் பாடித் தங்கு தடையில்லாமல் மனமுருகப் பிரார்த்திப்பதைவிடப் பெரிய சந்தோஷம் அளிப்பது அவர்களுக்கு வேறெதுவுமில்லை. ஆனால் அவர்களின் வேண்டுகோள் நிராகரிக்கப்பட்டதோடு மட்டுமில்லாமல் தேவாலயமும் இடிக்கப்பட்டது. வெள்ளையர்களின் தேவாலயங்களில் கறுப்பினத்தவர்க்கென்று தனியாக ஒதுக்கீடு செய்யப்பட்ட இடங்களில் அவர்கள் அனுமதிக்கப்பட்டார்கள். அங்கே கூட்டுப் பிரார்த்தனை முடிந்து, தேவ ஆசீர்வாதம் வழங்கப்பட்ட பின்னர் "இப்பொழுது கீழே வாருங்கள் என் கறுப்புத்தோழர்களே!" என மதகுரு அழைப்பார். அவர்களும் தேவஅழைப்பை ஏற்று "ஆண்டவன் உங்களின் பிதா, நீங்கள் அனைவரும் சகோதரர்கள்!" என்று தற்போதைக்கு மௌனமாகிச் செயலற்றுப்போய்விட்ட ஏசுவை நினைத்து ரொட்டியையும் திராட்சை ரசத்தையும் தமக்குள் பங்கிட்டுக்கொள்வார்கள்.

13

தேவாலயமும் அடிமை முறையும்

நேட் டர்னரின் கலகத்தால் உருவான பதற்றம் சற்றுத் தணிந்தவுடன் அடிமைகள் தங்களது எஜமானர்களைக் கொல்வதைத் தடுப்பதற்காக அவர்களுக்குப் போதுமான மதபோதனைகளை வழங்கியாக வேண்டும் என்ற முடிவுக்கு அடிமை உடைமையாளர்கள் வந்தார்கள். அடிமைகளுக் கெனத் தனியான ஞாயிற்றுக்கிழமைக் கூட்டங் களை எபிஸ்கோபல் தேவாலயக் குருவானவர் தாமே நடத்தித்தர முன்வந்தார். அவரிடம் இருந்த கறுப்பின உறுப்பினர்களின் எண்ணிக்கை குறைவாக இருந்ததும் அவர்கள் மிகுந்த மரியாதைக்குரியவர் களாக இருந்ததும் அவருக்கு அனுகூலமாக இருந்தது என்பது என் அனுமானம். கறுப்பினத்தவரின் வழிபாட்டிற்குப் பொருத்தமான இடத்தைத் தேர்ந்தெடுப்பதில் சிக்கல் இருந்தது. மெதாடிஸ்ட் மற்றும் பேப்டிஸ்டு தேவாலயங்கள் மதிய வேளை களில் கருப்பர்களைத் தங்கள் வளாகங்களுக்குள் வர அனுமதித்தன; ஆனால், அங்கே இருந்த தரை விரிப்புகளும் ஜெபநிலை முழங்கால் திண்டுகளும், எபிஸ்கோபல் தேவாலயங்களில் இருந்தவற்றைப் போல விலை உயர்ந்தவை அல்ல. இறுதியில் சுதந்திரமான கறுப்பின உறுப்பினர் ஒருவரது வீட்டிலேயே மதபோதனைக் கூட்டங்களை நடத்திக்கொள்வது என்று தீர்மானிக்கப்பட்டது.

எனக்குப் படிக்கத்தெரியும் என்பதால் நானும் வழிபாட்டிற்கு அழைக்கப்பட்டேன். ஞாயிறு மாலையில் இருளில் என்னை மறைத்துக்கொண்டு நான் வெளியே கிளம்ப ஆயத்தமானேன். பகல் வெளிச்சத்தில் நான் அரிதாகத்தான் வெளியில் போவேன். வழியில் ஒவ்வொரு திருப்பத்திலும் டாக்டர் ஃப்ளின்டை எதிர்கொள்ள வேண்டியிருக்குமோ என்ற அச்சத்துடனேயே போவேன். அவன் நிச்சயமாக என்னை வீட்டிற்குத் திருப்பி அனுப்பிவிடுவான் அல்லது தன் அலுவலகத்திற்கு வரச்சொல்லி நான் போட்டிருக்கும் தொப்பியையோ அல்லது அணிந்திருக்கும் ஏதோ ஒரு பொருளையோ யார் கொடுத்தார்கள் என்று விசாரிப்பான். ரெவ் திரு. பைக் கூட்டம் நடக்கும் இடத்திற்கு வந்தபோது அங்கே இருபதுபேர்தான் இருந்தார்கள். மதகுரு ஜெபநிலையில் முழங்கால் மடித்துத் தன் இருக்கையில் உட்கார்ந்தார். பின்னர் அங்கு வந்திருந்தவர்களில் யாருக்கெல்லாம் படிக்கத் தெரியுமோ அவர்களெல்லோரும் தங்கள் புத்தகங்களை விரித்துவைத்துக்கொள்ளும்படியும் அதில் தனக்கு விருப்பமான பகுதியைக் கொடுத்து அவர்களைத் திருப்பிப் படிக்கும்படியும் பதில் சொல்லும்படியும் கேட்டுக் கொண்டார்.

அவர் படிக்க அளித்த பகுதி: "வேலைக்காரர்களே, நீங்கள் சரீரத்தின்படி உங்கள் எஜமானர்களாய் இருக்கிறவர்களுக்குப் பயத்தோடும் நடுக்கத்தோடும் கபடமற்ற மனதோடும் கிறிஸ்துவிற்குக் கீழ்ப்படிகிறதுபோல் கீழ்ப்படியுங்கள்" என்பதாகும்.

பக்திமானான திரு. பைக் தன்னுடைய தலைமயிர் நெட்டுக்குத்தாக நிற்கும்வரை தடவி வாரிவிட்டுக்கொண்டு ஆழ்ந்த புனிதமான குரலில் சொல்லத் தொடங்கினார்: "வேலைக்காரர்களே, செவிகொடுங்கள். எனது உபதேசத்திற்குச் செவிசாயுங்கள். நீங்கள் அதிகாரத்திற்கு எதிராக நிற்கும் பாவிகள். உங்கள் இருதயங்கள் அனைத்துப் பாவங்களாலும் நிரம்பியுள்ளது. பிசாசானவன் உங்களைத் தூண்டுகிறான்."

நீங்கள் உங்கள் தீயவழிகளை விட்டு விலகுவதில்லை. பட்டணத்தில் உள்ள நீங்கள் உங்கள் எஜமானர்களின் முதுகிற்குப் பின்னால், பார்வைக்கு மட்டும் ஊழியம் செய்வதைப்போல நடிக்கிறீர்கள்; அதற்குப் பதிலாக உங்களது எஜமானர்களுக்கு மனப்பூர்வமாய் ஊழியம் செய்யுங்கள். அது விண்ணுலகத் தந்தைக்கு சந்தோஷத்தைத் தரும். நீங்கள் சோம்பலாக இருக்கிறீர்கள். வேலைகளைத் தள்ளிப்போடுகிறீர்கள். உங்கள் எஜமானர்களின் உணவை உண்டு களிப்படைகிறீர்கள். தேவன் உங்களைக் கவனிக்கிறார். நீங்கள் பொய் சொல்கிறீர்கள்.

தேவன் கேட்கிறார். நீங்கள் அவரைத் துதித்தலில் ஈடுபடுவதற்கு மாறாக எங்கோ போய் மறைந்துகொண்டு எஜமானரின் உணவை உண்டுகொண்டு சில நயவஞ்சகச் சோதிடர்களுடன் சேர்ந்து சுற்றித் திரிகிறீர்கள் அல்லது முதிய பெண்ணிடம் அதிருஷ்டச்சீட்டுகளைத் தேர்ந்தெடுத்துத் தரச்சொல்கிறீர்கள். உங்கள் எஜமானர்கள் உங்களைப் பார்க்கத் தவறினாலும் கடவுள் பார்க்கிறார். அவர் தண்டிப்பார். ஓ! உங்கள் இதயத்தில் எவ்வளவு ஒழுக்கக்கேடுகள்! உங்கள் எஜமானர்களின் வேலை முடிந்த பிற்பாடு நீங்கள் ஒன்றுசேர்ந்து அமைதியாயிருந்து, உங்களைப் போன்ற பாவஜீவன்களிடம் ஆண்டவன் காட்டும் நற்கருணை குறித்து யோசிக்கிறீர்களா? மாறாக நீங்கள் உங்களுக்குள் சண்டையிட்டுக்கொள்கிறீர்கள்.¹ சிறு முடிச்சுகளில் கிழங்குகளைச் சேகரித்து வீடுகளின் படிக்கருகில் புதைத்து ஒருவருக்கொருவர் சூனியம் வைத்துக்கொள்கிறீர்கள். தேவன் பார்க்கிறார். நீங்கள் உங்கள் எஜமானர்களிடமிருந்து திருடிய சோளத்தை விற்பதற்காக ரகசியமாக ஒவ்வொரு கடையாகப் போகிறீர்கள்; கிடைக்கும் பணத்தில் மதுவை வாங்கி அருந்து கிறீர்கள். தேவன் பார்க்கிறார். நீங்கள் பின்வாசல் வழியாகவோ புதர்களுக்கு இடையிலோ காசுகளைத் தேடுகிறீர்கள். உங்கள் எஜமானர்கள் பார்க்கவில்லை என்றாலும் தேவன் பார்க்கிறார். நீங்கள் தண்டிக்கப்படுவீர்கள். நீங்கள் உங்களின் தீயவழிகளை விட்டுவிலகிக் கீழ்ப்படிதலுள்ள வேலைக்காரர்களாயிருங்கள். நீங்கள் உங்கள் முதிய எஜமானருக்கும் இளைய எஜமானருக்கும், முதிய எஜமானிக்கும் இளைய எஜமானிக்கும் கீழ்ப்படியுங்கள். நீங்கள் மண்ணுலகத்திலுள்ள உங்கள் எஜமானர்களுக்குக் குற்றம் இழைத்தால் நீங்கள் விண்ணுலகில் உள்ள எஜமானர்களின் கோபத்திற்கு ஆளாவீர்கள். நீங்கள் தேவப்பிதாவின் கட்டளை களுக்குக் கீழ்ப்படிபவராக இருங்கள். நீங்கள் இங்கிருந்து போகும் போது பேசுவதற்காகத் தெருமுனைகளில் நின்றுவிடாதீர்கள். நேராக வீட்டிற்குப் போங்கள். உங்கள் எஜமானரும் எஜமானி யும் நீங்கள் திரும்பிவிட்டதை உறுதிசெய்துகொள்ளட்டும்."

தேவஆசீர்வாத ஜெபம் அறிவிக்கப்பட்டது. நாங்கள் சகோதரர் பைக்கின் பைபிள் போதனைகள், மிகவும் வேடிக்கை யாக இருந்ததால் மீண்டும் அவர் பேச்சைக் கேட்கவேண்டும் என்று முடிவுசெய்துகொண்டோம். அடுத்த பரிசுத்த ஓய்வுநாள் மாலையிலும் நான் போய் ஏறக்குறைய அந்தப் பிரசங்கத்தையே மறுபடியும் கேட்டேன். கூட்டம் முடியும் தறுவாயில் ரெவ. பைக், நண்பரின் வீட்டில் கூடுவது மிகவும் அசௌகரியமாக இருப்பதால் ஒவ்வொரு ஞாயிறு அன்று மாலையும் தன்னுடைய வீட்டின் சமையலறையிலேயே எங்களைச் சந்திப்பது அவருக்கு மகிழ்ச்சியாக இருக்கும் என்று சொல்லிவிட்டார்.

நான் ரெவ். பைக் அவர்களின் பிரசங்கத்தைக் கேட்பது இதுதான் கடைசித் தடவை என்ற எண்ணத்துடன் வீட்டிற்குப் போனேன். அவருடைய சபை உறுப்பினர்கள் சிலர் அவர் வீட்டைப் பழுதுபார்த்தபொழுது அவருடைய சமையலறை யில் மிகவும் உயரமான இரண்டு மெழுகுவர்த்திகளைப் பார்த்தார்கள். தற்போதைய பாதிரியாரான ரெவ். பைக் அந்த வீட்டிற்குச் சொந்தக்காரராக ஆவது வரை அந்தளவு உயரத்தில் பைன் மரத்துண்டுகளைத் தவிர வேறெதையும் அந்த உறுப்பினர்கள் அதுநாள் வரை பார்த்ததில்லை. பாதிரியார் தனது சொகுசான வசிப்பிடத்திலிருந்து கீழே இறங்கி வருவதற்கு வெகுநேரத்திற்கு முன்பே அடிமைகள் அங்கிருந்து புறப்பட்டுப்போய் மெதாடிஸ்ட்டுகளின் வழிபாட்டுக் கோஷங் களில் கலந்துகொண்டு ஆனந்திக்கத் தொடங்குவார்கள். அவர்கள் மத நிகழ்ச்சிகளில் சந்தித்துக்கொள்ளும்போதும், பாடல்களைப்பாடும் போதும் மகிழ்ந்திருப்பதைப்போல வேறு எப்போதும் மகிழ்ச்சியாகக் காட்சியளிக்கமாட்டார்கள். இறைப்பற்றுத் தற்பெருமை கொண்ட ரெவ். பைக் அவர்களை யும், காயப்பட்ட சமாரியர்களைப் பார்த்தால்கூட இரக்கப் படாமல் பாராமுகமாகக் கடுகடுத்த முகத்துடன் எப்போதும் இருக்கும் கிறிஸ்தவர்களையும் விட, அந்த அடிமைகளில் பலர் உண்மையானவர்கள்; மோட்சக் கதவுக்கு மிகவும் பக்கத்தில் இருப்பவர்கள்.

அடிமைகள் தங்களுக்கான பாடல்களையும் தோத்திரங் களையும் தாங்களே புனைந்துகொள்வார்கள்; பாடல்களின் வடிவம் குறித்துக் கவலைப்பட்டு மண்டையை உடைத்துக் கொள்ளமாட்டார்கள். அவர்கள் அடிக்கடி,

சுறுசுறுப்பில் பழுத்தவன் கிழச்சாத்தான்
பாதையில் தடைக்கற்களை உருட்டுகிறான்
ஆயினும் இயேசு என் ஆத்ம நேசர்
புரட்டித்தள்ளுவார் அவற்றை அல்லோ
இளமையில் மடிந்தே போயிருந்தால்
வளமாய் வாழ்த்துமோ என் திக்கு வாய்
முதுமையில் முயன்று நின்றிடும் நான்
மோட்சமண்ணில் அடிவைக்க இருப்பதுவோ
சின்னஞ்சிறு வழிதான்

என்ற பாடலைப் பாடுவார்கள்.

நான் ஒருமுறை மெதாடிஸ்டுகளின் வகுப்புக் கூட்டத்தில் கனத்த இதயத்துடன் கலந்துகொண்டபொழுது, சமீபத்தில் எதையோ இழந்துவிட்ட துக்கத்துடனும் என்னைவிட அதிகமான கனத்த இதயத்துடனும் இருந்த ஓர் ஏழைப்பெண்ணின் அருகில் உட்கார நேர்ந்தது எனக்கு இப்போதும் நன்றாக நினைவில்

இருக்கிறது. அந்த ஊர் போலிஸ்காரன் ஒருவன்தான் அன்றைய வகுப்புத் தலைவன். அவன் அடிமைகளை வாங்கி விற்பனை செய்பவன்; தேவாலயத்து உறுப்பினர்களான சகோதர, சகோதரிகளைப் பொதுக் கசையடித்தூண்களிலோ, சிறையிலோ அல்லது சிறைக்கு வெளியிலோ கசையால் அடிப்பவன். அவனுக்கு ஐம்பது காசுகள் கிடைத்தால் போதும்; எங்கு வேண்டுமானாலும் கிறிஸ்துவ அலுவலகத்தைத் தொடங்கி விடுவான். வெள்ளை முகமும் கருத்த இதயமும் கொண்ட இவன் எங்கள் அருகில் வந்து துன்பத்தில் இருந்த அந்தப் பெண்ணிடம், "சகோதரியே! உன் ஆத்மாவோடு ஆண்டவர் எவ்வாறு உறவாடுகிறார் என்பதை எங்களுக்குச் சொல்வாயா? நீ முன்பைப் போலவே தற்போதும் அவரை நேசிக்கிறாயா?" என்று கேட்டான்.

அவள் எழுந்து நின்றாள். கெஞ்சும் குரலில், "என் கடவுளே, எஜமானரே! எனக்கு உதவுங்கள். எனது தாங்கும் சக்தியைவிட என் பாரம் அதிகமாக இருக்கிறது. கடவுள் என்னிடமிருந்து தொலைந்துபோய்விட்டார். நான் துன்பத்திலும் இருட்டிலும் மூழ்கிக்கிடக்கிறேன்" என்றாள். அவள் தன் மார்பில் அடித்துக் கொண்டு மேலும் தொடர்ந்தாள். "இங்கே எனக்கு என்ன இருக்கிறது என்பதை நான் எப்படிச்சொல்வேன்? அவர்கள் என் எல்லாக் குழந்தைகளையும் பறித்துக்கொண்டார்கள். சென்ற வாரம் என் கடைசிக் குழந்தையையும் கொண்டுபோய் விட்டார்கள். அவர்கள் அவளை எங்கே விற்றார்கள் என்பது ஆண்டவனுக்கு மட்டும்தான் தெரியும். அவளுக்குப் பதினாறு வயதாகும்வரை அவர்கள் அவளை என்னிடம் விட்டு வைத்திருந்தார்கள். அதற்குப் பிறகு அவளை... ஐயோ! ஐயோ! அவளுடைய சகோதர, சகோதரிகளுக்காகப் பிரார்த்தியுங்கள். இனிமேல் நான் வாழ்வதற்கு ஒன்றும் இல்லை. கடவுள் என் ஆயுளைக் குறைத்துவிடட்டும்."

தனது உடம்பின் ஒவ்வொரு சதையும் துடிதுடிக்க அவள் கீழே உட்கார்ந்தாள். அந்தப் பெண்ணிற்கு நேர்ந்த பேரிழப்பைக் கேட்டு விம்மி அழுதுகொண்டிருந்தவர்கள் தனது மகிழ்ச்சியைப் பார்த்துவிடாதபடி அந்தப் போலிஸ்காரன் தனது முகத்தைக் கைக்குட்டையால் மறைத்துக்கொண்டான். அதன் பின் குரலில் வேண்டுமென்றே துக்கத்தை வரவழைத்துக் கொண்டு "சகோதரியே! தேவன் அளிக்கும் ஒவ்வொரு ஆசீர்வாதக் காரியமும் உனது ஆத்ம தேவைகளைப் பரிசுத்தப் படுத்த வேண்டும் எனப் பிரார்த்தித்துக்கொள்" என்று சொன்னான்.

எங்கள் திருச்சபைக்குழுவினர் சுற்றித்திரியும் சுதந்திரப் பறவைகள் போல உற்சாகக் குரலில் பாடத்தொடங்கினர்.

வைத்த குறி சரியென மகிழ்ந்தான் சாத்தான்
ஆனால் கிட்டியது என் பாவம், தப்பியது என் ஆத்மா
மெனென்க. ஆமெனென்க.
முதுகில் என் பாவம் சுமந்த சாத்தானே
முனங்கி முனங்கிச் சென்றான் நரகமே
ஆமெனென்க. ஆமெனென்க.
மண்ணில் சாத்தான் ஆலயமும்
விண்ணில் எந்தன் தேவாலயமும்
ஆமெனென்க. ஆமெனென்க.

ஏழை அடிமைகளுக்கு இவையெல்லாம் விலைமதிப்பற்ற தருணங்கள். நீங்கள் அவர்களை அந்தப் பொழுதில் பார்த்தால் அவர்கள் எப்போதுமே மகிழ்ச்சியாக இருப்பதாக நினைத்து விடுவீர்கள். இந்த நேரத்து இசைப் பாடல்களும் இறை கோஷங்களும் அளிக்கும் மகிழ்ச்சி அந்த வாரம் முழுவதும் அவர்கள் அனுபவிக்கும் ஊதியமில்லாத வேலைகளாலும் கசையடிகள்பற்றிய தொடர் அச்சங்களால் விளையும் துன்பங்களிலிருந்தும் அவர்களைப் பாதுகாத்துவிடாது.

எனக்கு நினைவுதெரிந்த நாளிலிருந்து அடிமை உடைமை யாளர்களுக்குக் கடவுள் மாதிரி இருந்த எபிஸ்கோபல் தேவாலயப் போதகர் தனது குடும்பம் மிகப்பெரியது என்பதால் எங்கே அதிகப் பணம் கிடைக்கிறதோ அங்கே போக வேண்டியவனாகவே தான் இருப்பதாகக் கூறிவிடுவார். இந்நிலையில் மிகவும் மாறுபட்ட ஒரு போதகர் அவரது இடத்திற்கு மாறுதல் பெற்று வந்தார். இந்த மாறுதல் கறுப்பினத்தவருக்கும் உடன்பாடானதாகத்தான் இருந்தது; அதனால் அவர்கள், “கடவுள் நமக்காக நல்ல மனிதர் ஒருவரை அனுப்பியுள்ளார்” என்று தங்களுக்குள் சொல்லிக் கொண்டார்கள். அவர்கள் அவரை நேசித்தார்கள்; அவருடைய புன்னகைக்காகவும் நல்ல வார்த்தைகளுக்காகவும் குழந்தைகள் அவரை விரும்பினார்கள். அடிமைஉடைமையாளர்களுக்கும் அவருடைய செல்வாக்கைப் பற்றித் தெரிந்திருந்தது. அவர் சபைக் குருமார்களின் இருப்பிடத்திற்கு ஐந்து அடிமைகளை அழைத்துவந்தார். அவருடைய மனைவி அவர்களுக்கு எழுதப் படிக்கக் கற்றுக்கொடுத்தார்; அது அவருக்கும் அடிமை களுக்கும் பயனுள்ளதாக இருந்தது. அங்கே அவர் வசதியாகத் தங்கியவுடன் தன்னைச் சுற்றியுள்ள அடிமைகளின் தேவைகளை அறிந்துகொள்வதற்காகத் தன் கவனத்தைத் திருப்பினார். அவர் மற்ற தேவாலயப் போதகர்களிடமும் ஒவ்வொரு ஞாயிற்றுக் கிழமையும் கறுப்பின மக்களுக்காகச் சிறப்பு வழிபாட்டுக் கூட்டங்கள் நடத்தவேண்டும் என்றும் அருளுரைகள் அடிமை களுக்குப் புரியும்படி அமைய வேண்டும் என்றும் வலியுறுத்தி னார். பல விவாதங்களுக்கும் தொடர் கோரிக்கைகளுக்கும்

ஓர் அடிமைச் சிறுமியின் வாழ்க்கை நிகழ்வுகள் ❃ 147 ❃

பின்னர் ஞாயிற்றுக்கிழமை மாலைவேளைகளில் தேவாலயத்தின் பார்வையாளர் வரிசையில் அடிமைகள் உட்காருவதற்கு அனுமதி வழங்கப்பட்டது. இதுவரை தேவாலயத்திற்குப் போகும் வழக்கமில்லாதவர்கள்கூட இப்போது மிகுந்த மகிழ்ச்சியோடு நற்செய்திப் பிரசங்கங்களைக் கேட்பதற்காகப் போனார்கள். பிரசங்கங்கள் எளிமையாக இருந்ததால் அவர்கள் அதைப் புரிந்துகொண்டார்கள். அடிமைகள் மனிதர்களாக விளிக்கப்பட்டது அதுவே முதல் முறை. வெள்ளைத் திருச்சபை உறுப்பினர்கள் அதிருப்தி அடைய அதிக நாட்கள் ஆகவில்லை. வெள்ளைக்காரர்களைவிட நீக்ரோக்களுக்குத்தான் நல்ல அருளுரைகளை வழங்குவதாக அவர் மீது குற்றம் சுமத்தினார்கள். அவரும் கறுப்பினத்தவருக்குத் தான் விரும்பியளிக்கும் அருளுரைகளுக்காக மிகவும் உழைக்க வேண்டியிருப்பதாகவும் அடிமைகள் அறியாமையில் உழன்று வளர்ந்து வந்திருப்பதால் அவர்களுக்குப் புரியுமாறு தன்னை மாற்றிக்கொள்வது கடினமான வேலையாக இருந்தது என்பதையும் நேர்மையாக ஒப்புக்கொண்டார். தேவாலய உறுப்பினர்களுக்கு இடையே கருத்து வேறுபாடு ஏற்பட்டது. சிலர் தங்களுக்கு மாலைநேரத்திலும் அடிமைகளுக்கு மதிய நேரத்திலும் அருளுரை வழங்கப்பட வேண்டுமென்று விரும்பினர். இத்தகைய சச்சரவுகளுக்கிடையே போதகரின் மனைவி நோய்வாய்ப்பட்டுச் சில நாட்களில் இறந்தும்போய் விட்டார். அவர் இறக்கும் தறுவாயில் அவருடைய அடிமைகள் எல்லோரும் அவர் படுக்கையைச் சூழ்ந்துகொண்டுவிட்டார்கள்.

"நான் உங்களுக்கு நன்மை செய்ய முயன்றேன்; உங்கள் மகிழ்ச்சியை மேம்படுத்த முயன்றேன். அதில் நான் தோற்றுப் போயிருக்கலாம்; ஆனால் அது உங்கள் நலவாழ்வில் எனக்கு அக்கறையில்லாமல் போனதால் அல்ல. எனக்காக அழ வேண்டாம். உங்கள் முன்னால் காத்திருக்கும் புதிய கடமை களுக்குத் தயாராகுங்கள். நான் உங்கள் அனைவரையும் விடுவித்துவிடுகிறேன். நாம் மேலும் நல்லதொரு உலகத்தில் மீண்டும் சந்திப்போம்" என்றார்.

அவரால் விடுவிக்கப்பட்ட அந்த அடிமைகள், வசதியாக வாழ்வதற்குத் தேவையான பொருளுதவி கொடுத்து அனுப்பி வைக்கப்பட்டார்கள். அந்த உண்மையான கிறிஸ்துவப் பெண்மணியின் நினைவைக் கறுப்பின மக்கள் நெடுங்காலத் திற்குப் போற்றிப் பாதுகாப்பார்கள். அவர் இறந்த பிறகு அவர் கணவர் தனது பிரிவுபசார அருளுரையைப் போதித்தார்; அவர் பிரிந்து சென்றபோது பலரும் கண்ணீர் வடித்தனர்.

பல வருடங்கள் கழித்து எங்கள் ஊரைக் கடந்து செல்ல நேர்ந்த பொழுது, அவர் தனது முன்னாளைய திருச்சபை உறுப்பினர்களுக்கு அருளுரை வழங்கினார். தனது மதியவேளை அருளுரையின்போது அவர் கறுப்பினத்தவர் கூட்டத்தில் பேசினார். அப்போது அவர் "என் நண்பர்களே! உங்களோடு மீண்டும் பேசுகின்ற வாய்ப்பு கிடைத்தது மிகுந்த மன மகிழ்ச்சியைத் தருகிறது. எனது திருச்சபையில் உள்ள கறுப்பினத்தவர்களுக்காக ஏதாவது செய்தாக வேண்டுமென்று பெருமுயற்சி செய்கிறேன்; ஆனால் எதுவும் கைகூடவில்லை. நான் இன்னும் அவர்களுக்கென்று ஒரேயொரு அருளுரைகூட வழங்கவில்லை. கடவுளின் சொற்படிக் கேட்டு நடக்க முயலுங்கள், என் நண்பர்களே! உங்கள் தோல் என்னுடையதைவிடக் கருப்பாக இருக்கலாம்; கடவுள் மனிதர்களை அவர்களுடைய இதயத்தை வைத்தே தீர்ப்பளிக்கிறார், தோலின் நிறத்தை வைத்து அல்ல" என்றார். இது தென்மாகாண தேவாலய மேடைக்குப் பொருத்தமில்லாத பேச்சு. அது அடிமை உடைமை யாளர்களை மிகவும் புண்படுத்தியது. மதகுருவும் அவருடைய மனைவியும் தங்கள் அடிமைகளை முட்டாள்களாக்கி விட்டார்கள்; மதகுருவானவர் நீக்ரோக்களுக்கு ஒரு முட்டாளைப்போலத்தான் போதனை செய்தார் என்றார்கள்.

எனக்குத் தெரிந்த கறுப்பின முதியவர் ஒருவரின் இறையுணர்வும் குழந்தையைப் போன்ற இறைநம்பிக்கையும் பார்ப்பதற்கு மிகவும் அருமையாக இருக்கும். தனது ஐம்பத்து மூன்றாவது வயதில் அவர் பாப்டிஸ்டு தேவாலயத்தில் இணைந்தார். அவருக்குப் படிக்கக் கற்றுக்கொள்ள வேண்டு மென்று அதிக ஆர்வம் இருந்தது. ஆண்டவனுக்குச் சிறப்பாகச் சேவை செய்வது எப்படி என்பதைப் பைபிளைப் படிக்கக் கற்றால்தான் தெரிந்துகொள்ள முடியும் என்பது அவர் எண்ணம். அவர் என்னிடம் வந்து தனக்குக் கற்பிக்கும்படி கெஞ்சினார்; தன்னிடம் பணம் இல்லாததால் எனக்குப் பணம் தர முடியாது என்றும் ஒவ்வொரு பருவத்திலும் அந்தப் பருவத்தில் விளையும் பழங்களை எனக்குத் தருவதாகவும் அவர் என்னிடம் கூறினார். நான், "அடிமைகள் கல்வி கற்பது சட்டத்திற்குப் புறம்பானது என்பதும் அடிமைகள் தங்களுக்குள் படிப்பித்துக்கொண்டால் கசையடிகளும் சிறைத்தண்டனையும் வழங்கப்படும் என்பதும் தெரியாதா" என்று அவரிடம் கேட்டேன். இது அவர் கண்களில் நீரை வரவழைத்துவிட்டது. "நீங்கள் கவலைப்பட வேண்டாம் ஃப்ரெட் மாமா. நீங்கள் கேட்பதை நான் மறுக்க மாட்டேன். உங்களுக்கு இங்குள்ள சட்டத்தைப் பற்றி மட்டுமே நான் சொன்னேன். அதுவும் அதன் ஆபத்தை கூறி உங்களை நீங்கள்

பாதுகாத்துக்கொள்ள வேண்டும் என்பதற்காகத்தான் நான் அதைச் சொன்னேன்" என்று அவரிடம் கூறினேன்.

சந்தேகம் எதுவும் வந்துவிடாதபடி, வாரத்திற்கு மூன்று நாட்கள் வந்து படிப்பதற்கு ஏற்றபடி தன்னால் திட்டமிட முடியும் என்றார். நான் எவரும் குறுக்கிட்டுவிடமுடியாத ஓர் அமைதியான மூலையைத் தேர்ந்தெடுத்து அவருக்கு ஆங்கில எழுத்துக்களைக் கற்றுத்தரத் தொடங்கினேன். அவருடைய வயதோடு ஒப்பிட்டால் அவர் கற்கும் வேகம் மிகவும் வியப்பளிப்ப தாக இருந்தது. இரண்டிரண்டு எழுத்துக்களைச் சேர்த்து வாசிக்கக் கற்றவுடனேயே அவர் பைபிள் வாசகங்களை எழுத்துக் கூட்டிப் படிக்க விரும்பினார். அப்போது அவர் முகத்தில் ஏற்பட்ட மகிழ்ச்சியின் ஒளி என் மனதிற்கு உண்மையான உவகையூட்டியது. சில வார்த்தைகளைப் படித்த பின், "அருமப் பொண்ணே ! நான் இந்த நல்ல புத்தகத்தப் படிக்கிறபோது கடவுளுக்குக் கிட்டப் போய்ட்ற மாதிரி இருக்கு. வெள்ளக்கார மனுசனுக்கு எல்லா வசதியும் இருக்கு. அவன் சொலபமா படிச்சிடுவான். ஆனா என்ன மாதிரி வயசான கறுப்பின மனுசனுக்கு அது சொலபமில்ல. நான் இந்தப் புத்தகத்த மட்டுந்தான் படிக்கணும்னு ஆசப்படறேன். அப்பத்தான் வாழ்றது எப்டினு நான் தெரிஞ்சிப்பேன். அதுக்கப்பறம் நாஞ்சாகறதப் பத்திக் கவலைப்பட மாட்டேன்" என்றார்.

நான் அவர் மிகவும் வேகமாகக் கற்றுக்கொள்வதைப் பற்றிச் சொல்லி அவருக்கு உற்சாகமூட்ட, முயன்றேன். அவரோ "பொறுமையா இரு கொழந்த, நான் மொள்ளமாத்தான் கத்துக்கிறேன்" என்று சொல்லிவிட்டார். நான் பொறுமையாக இருக்கத் தேவையே இல்லை. அவரது நன்றியுணர்ச்சியும் என்னிடம் கற்றதால் அவருக்கு ஏற்பட்ட மகிழ்ச்சியும், நான் சந்தித்த தொல்லைகளை எல்லாம் ஈடுசெய்துவிட்டன.

ஆறாம் மாத இறுதியில் அவர் புதிய ஏற்பாட்டினைப் படிக்கத் தொடங்கிவிட்டார். அதில் உள்ள எந்த வசனத்தையும் அவரால் புத்தகத்திலிருந்த பக்கங்களிலிருந்து கண்டுபிடித்து விட முடியும். ஒரு நாள் அவர் வழக்கத்திற்கு மாறாக, நேர்த்தியாக வசனங்களை ஒப்பித்த பொழுது நான், "ஃப்ரெட் மாமா ! உங்களால் எப்படி இவ்வளவு நன்றாகப் பாடங்களைப் படிக்க முடிகிறது ?" என்று கேட்டேன்.

அதற்கு அவர், "கடவுள் உன்னக் காப்பத்தட்டும் கண்ணு ! நான் எழுத்துக்கூட்டிப் படிப்பதெல்லாம் எனக்குப் புரிய வெச்சிடுங்கன்னு கடவுளைக் கேக்கவேண்டிய மாதிரியான பாடத்தை எல்லாம் நீ சொல்லித்தரவில்லை ! அவர் எனக்கு உதவுறார்; அவர் நாமத்தத் துதிப்போம்" என்றார்.

நல்லவரான ஃப்ரெட் மாமா மாதிரி ஆயிரக்கணக்கானோர் ஜீவதண்ணீர் தேடித் தாகத்துடன் இருக்கிறார்கள்; ஆனால் சட்டம் அதை அவர்கள் பெறுவதைத் தடுக்கிறது; தேவாலயங் களும் அதைத் தடுத்து வைத்துக்கொண்டுதான் இருக்கின்றன. வெளிநாட்டில் உள்ள, மெய்விளக்கம் பெறாதவர்களுக்கு பைபிளை அனுப்பிவிட்டு இங்குள்ள மெய்விளக்கம் பெறாதவர்களுக்குப் பைபிளைத் தர மறுத்துவிடுகிறார்கள். கிறிஸ்தவ மதபோதகர்கள் வெளிநாடுகளில் உள்ள இருண்ட மூலைகளுக்கெல்லாம் போய்வருவதில் எனக்கும் மகிழ்ச்சிதான். அதோடு அவர்கள் நம் நாட்டு இருண்ட மூலைகளைக் கண்டுகொள்ளாமல் விட்டுவிடக்கூடாது என்றும் நான் கேட்டுக்கொள்கிறேன். ஆப்பிரிக்காவில் உள்ள இரக்கமற்ற கொடியவர்களுடன் பேசுவது போலவே அமெரிக்க அடிமை உடைமையாளருடன் பேசுங்கள். மனிதர்களைக் கடத்துவது குற்றம் என அவர்களிடம் சொல்லுங்கள். தங்கள் சொந்தக் குழந்தைகளையே விற்பது பாவகாரியம் என்பதை அவர்களுக்குச் சொல்லுங்கள். அவர்கள் தங்கள் மகள்களிடமே முறைதவறி நடப்பது முற்றிலும் அடாத செயல் என்று அவர்களிடம் சொல்லுங்கள். எல்லோரும் சகோதரர்களே என்றும் தனது சகோதரனுக்கான அறிவு வெளிச்சத்தைத் தடைசெய்ய எந்த மனிதனுக்கும் உரிமையில்லை என்பதையும் அவர்களிடம் சொல்லுங்கள். ஆத்மாவின் தாகத்தைத் தீர்க்கும் வாழ்வின் ஊற்றை மூடிவிட்டதற்காக அவர்கள் ஆண்டவனுக்குப் பதில் சொல்ல வேண்டியிருக்கும் என்றும் அவர்களிடம் சொல்லுங்கள்.

இத்தகைய தொண்டினை மகிழ்ச்சியோடு ஏற்றுச் செயல்படுத்தும் மனிதர்களும் இருக்கத்தான் செய்கிறார்கள். ஆனால் அப்படிப்பட்டவர்களின் எண்ணிக்கை மிகவும் குறைவு. அவர்களைத் தென்மாகாணத்தவர்கள் வெறுப்பார்கள்; தங்கள் மண்ணிலிருந்தே அவர்களைத் துரத்திவிடுவார்கள் அல்லது அவர்களுக்கு முன்னால் இருந்தவர்களைப்போலச் சிறையில் அடைத்துக் கொன்றுவிடுவார்கள். வயல் அறுவடைக்குத் தயாராகி, அறுப்பவருக்காகக் காத்திருக்கிறது. ஃப்ரெட் மாமா, சிறைக்கும் சாட்டையடிக்கும் அஞ்சிஅஞ்சித் திருட்டுத்தன மாகச் சுவீகரித்துக்கொண்ட இந்தத் தேவபொக்கிஷத்தை அவருடைய கொள்ளுப் பேரன்கள் ஒருவேளை சுதந்திரமாகப் பெற்றுக்கொண்டுவிடலாம்.

தேவாலயப் போதகர்கள் அறிவற்றவர்களா அல்லது கபடதாரிகளா? சிலர் அப்படியும், சிலர் இப்படியும் இருப்பார்கள் என்பது என் எண்ணம். அவர்கள் ஏழைகளிடத்திலும் கடைநிலையில் இருப்பவர்களிடமும் உண்மையான அக்கறை காட்டியிருந்தால் அவர்கள் கண்கள் அவ்வளவு எளிதாகக்

குருடாக்கப்பட்டிருக்காது. முதல்முறையாகத் தென்மாகாணங்களுக்குச் செல்லும் ஒரு தேவாலயப் பாதிரியார் ஓரளவாவது அடிமைத்தனம் தவறானது என்ற உணர்வோடுதான் போவார். அதை முன்னுணர்ந்த அடிமைஉடைமையாளன் அதற்கேற்றபடி தனது வேலையைக்காட்டத் தொடங்குவான். அவன் தன்னை அவர் ஏற்றுக்கொள்வதற்கு என்னவெல்லாம் செய்ய முடியுமோ அதையெல்லாம் செய்வான்; இறையியல்பற்றிப் பேசுவான்; மற்ற அன்பான உறவுகள் பற்றிப் பேசுவான். அந்தப் புனிதப் பாதிரியாரிடம் ஒரு மேசை நிறைய ஆடம்பரப் பொருட்களைக் கொடுத்து ஆசி வழங்கும்படி கோருவான். இரவுச் சாப்பாட்டுக்குப் பின்னர் அவர் தேவாலய வளாகத்தைச் சுற்றி நடந்து செல்வார்; அங்கு அவர் அழகான மரங்களையும், பூத்துக் குலுங்கும் கொடிகளையும் எஜமானர்களுக்கு மிகவும் வேண்டியவர்களாக இருக்கும் அடிமைகளின் வசதியான குடில்களையும் பார்ப்பார். தென்மாகாணத்தவன் இத்தகைய அடிமைகளுடன் அவரை உரையாட அழைப்பான். அவர் அந்த அடிமைகளிடம், “விடுதலை பெற விரும்புகிறீர்களா?” என்று கேட்பார்; அப்போது அவர்கள் “இல்லையில்லை எஜமான்” என்று சொல்வார்கள். அவரைத் திருப்திப்படுத்த இதுவே போதும். அவர் தனது ஊருக்குத் திரும்பி “அடிமைத்தனம் பற்றிய தென்மாகாணப் பார்வை” என்ற புத்தகத்தை வெளியிட்டு அடிமை ஒழிப்பாளர்கள் தென்மாகாணத்து அடிமைகள் படும் துன்பங்களைக் குறித்து மிகைப்படுத்திச் சொல்லுவதாகக் குறைகூறுவார். அவர், தான் தென்மாகாணங்களுக்குச் சென்றதாகவும், அடிமைத்தனம்பற்றி நேரடியாகப் பார்த்து அறிந்ததாகவும், அது மிகவும் அழகானதொரு தந்தைவழிச் சமூகமாக இருப்பதாகவும், அடிமைகள் தங்களுக்கு விடுதலை வேண்டுமென்று கேட்கவில்லை என்றும், அவர்கள் அல்லலூயா கூட்டங்கள் நடத்திக்கொண்டு சமய உரிமைகள் பெற்றவர்களாக இருப்பதாகவும் மக்களிடம் உறுதியாகக் கூறுவார்.

இருளடைந்து கிடக்கும் பண்ணைகளில் அரைப் பட்டினியோடு கருக்கலிலிருந்து காரிருள் வரை உழைத்துத் துன்புறுபவர்களைப் பற்றியோ, அடிமை உடைமையாளர்கள் தங்கள் கைகளிலிருந்து பறித்துக்கொண்டுவிடும் குழந்தைகளுக்காகத் தாய்மார்கள் கதறுவதைப் பற்றியோ, இளம் பெண்கள் ஒழுக்கக்கேடுகளில் சிதைக்கப்படுவதைப் பற்றியோ, சவுக்கடிக்கம்பங்களின் கீழ் இரத்தம் தேங்கிக் கிடப்பதைப் பற்றியோ, வேட்டைநாய்கள் மனிதச் சதையைக் கடித்துக் குதறிப் பிய்த்தெடுக்கப் பயிற்சி கொடுக்கப்படுவதைப் பற்றியோ, ஆண்பிள்ளைகள் பஞ்சுக் கடைசல் இயந்திரங்களில் முடுக்கி

வைக்கப்பட்டு சாகடிக்கப்படுவதைப் பற்றியோ அவருக்கு என்ன தெரியும்? அடிமை உடைமையாளர்கள் இது போன்ற எதையும் அவருக்குக் காட்டியிருக்க மாட்டார்கள்; அடிமைகளும் அவரோடு பேசும்பொழுது இத்தகைய விஷயங்களை எல்லாம் அவரிடம் சொல்லத் துணியமாட்டார்கள்.

கிறிஸ்தவத்திற்கும் தென்மாகாணத்தில் உள்ள இத்தகைய தொரு மதத்திற்கும் அதிக வேறுபாடு இருக்கிறது. தேவாலயத்திற்கு வரும் ஒரு மனிதன் பகிர்ந்துண்பதற்கான மேசையின் அருகில் செல்லும்பொழுது அவன் தேவாலய கஜானாவுக்குப் பணம் கொடுத்துவிட்டால் அதற்காக அவன் உறிஞ்சி எடுத்த இரத்தத்தின் விலைபற்றிக் கவலைப்படாமல் அவன் மிகவும் நல்ல கிறிஸ்தவன் எனப் பாராட்டப்படுவான். ஒரு மத போதகருக்கு அவரது மனைவியல்லாமல் வேறு ஒரு பெண் மூலம் குழந்தை பிறந்திருந்தால் அந்தப் பெண் வெள்ளை இனத்தவளாக இருந்துவிட்டால் அவர் பணியிலிருந்து உடனடியாக நீக்கப் படுவார்; ஆனால் அதே சமயம் அந்தப் பெண் கறுப்பினத்தவளாய் இருந்தால் அவரைத் தங்கள் மேய்ப்பராகத் தொடரச் செய்து கொள்வதில் அவர்களுக்குத் தடை எதுவும் இருக்காது.

டாக்டர் ஃப்ளின்ட் எபிஸ்கோபல் தேவாலயத்தில் இணைந்திருப்பதாக என்னிடம் அவர்கள் சொன்னபோது எனக்கு அது அதிர்ச்சியாக இருந்தது. அந்த மதம் ஆண்களை நல்லவர்களாக ஆக்கும் இயல்பு உடையது என்ற எண்ணம் எனக்கு இருந்தது. ஆனால் அவன் எனக்குக் கொடுத்த தாங்க முடியாத துன்பங்களை எல்லாம் நான் தாங்கிக்கொள்ள நிர்ப்பந்திக்கப்பட்டதென்னவோ அவன் அந்த எபிஸ்கோபல் தேவாலயத்தில் உறுப்பினராக இணைந்ததற்குப் பிறகுதான். அவன் அங்கு இணைந்தது உறுதியானதற்கு மறுநாள் அவன் என்னோடு பேசியதை வைத்துப் பார்த்தபொழுது அவன் சாத்தானிடமிருந்தோ சாத்தானின் செயல்பாடுகளிலிருந்தோ விலகிவிட்டதற்கான எந்த அறிகுறியும் இருப்பதாக எனக்குத் தோன்றவே இல்லை. அவனுடைய வழக்கமான பேச்சுக்களின் போது தற்போது அவன் தேவாலயத்தில் இணைந்திருப்பதை நினைவூட்டினேன்.

“ஆமாம், லிண்டா என்னைப் பொறுத்தவரை அது எனக்குத் தேவையாகிவிட்டது” என்றான். மேலும் அவன் “எனக்கும் வயதாகிவிட்டது, எனக்கிருக்கும் சமூக அந்தஸ்துக்கும் அது தேவை. என்னைப் பற்றிப் பலரும் பலபடி பேசுவதற்கு அது முற்றுப்புள்ளி வைத்துவிடும். நீயும்கூட அந்த தேவாலயத்தில் இணைந்தால் நன்றாக இருக்கலாம் லிண்டா” என்றான் அவன்.

"அங்கே ஏற்கெனவே போதுமான அளவிற்குப் பாவிகள் இருக்கிறார்கள்" என்று சொல்லிவிட்டு "என்னைக் கிறிஸ்துவளாக வாழவிட்டாலே நான் சந்தோஷப்படுவேன்" என்றேன்.

"எனக்கு வேண்டியதை நீ செய்; நீ எனக்கு உண்மையாக நடந்து கொண்டால் என் மனைவியைப் போலவே நீயும் ஒழுக்கசீலியாக இருக்கலாம்" என்றான் அவன்.

"பைபிள் இது மாதிரியெல்லாம் சொல்லவில்லையே" என்றேன் நான் பதிலுக்கு.

கோபத்தால் கடுமையுற்ற குரலில், "நரகத்திற்கு வழிகாட்டும் உன் பைபிளைப் பற்றி எனக்கே போதிப்பதற்கு உனக்கு எவ்வளவு துணிச்சல்" என்று கூச்சலிட்டுவிட்டு "என்னுடைய நீக்ரோ நீ! உனக்கு என்ன பிடிக்கும் என்ன பிடிக்காது என்று முடிவெடுப்பதற்கு உனக்கு என்ன உரிமை இருக்கிறது? நான் உன் எஜமானன். நீ எனக்குக் கீழ்ப்படிந்தாக வேண்டும்" என்றான்.

மண்ணில் சாத்தான் ஆலயமும்
விண்ணில் எந்தன் தேவாலயமும்

என்று அடிமைகள் பாடுவதில் வியப்பேதுமில்லை.

14

மற்றுமொரு பந்தம்

குழந்தை பிறந்ததிலிருந்து நான் என் எஜமானன் வீட்டிற்குத் திரும்பப் போகவில்லை. அந்தக் கிழவன் அவனது நேரடியான அதிகாரத்திலிருந்து நான் நீக்கப்பட்டுவிட்டதால் எல்லை மீறிப் பேசுவான்; ஆனால் அவன் மனைவி நான் வீட்டுக்குத் திரும்பிவந்தால் கொன்றுவிடப்போவதாகச் சொன்னது நல்லதாகப் போய்விட்டது; அவனுக்கும் அவள் பேச்சில் கொஞ்சமும் சந்தேகம் கிடையாது. சில நாட்கள் வராமல் இருந்துவிடுவான். அதன் பிறகு திரும்பவும் வந்து அவனுடைய அசாத்திய சகிப்புத்தன்மையையும் என்னுடைய நன்றிகெட்டத்தனத்தையும் பற்றி அவனுடைய பழைய பிலாக்கணத்தைப் பாடத் தொடங்குவான். நானே என்னைத் தாழ்த்திக்கொண்டுவிட்டேன் என்று என்னை நம்பச் செய்வதற்காக வீணாகப் படாதபாடுபடுவான். அந்த விஷமத்தனமான கயவன் அதே பல்லவியைத் திரும்பத் திரும்பப் பாட வேண்டிய அவசியமே இல்லை. ஏற்கெனவே நான் போதுமான அளவு அதற்காக வருத்தப்பட்டு விட்டேன். ஏதும் அறியாத என் பச்சிளங்குழந்தையே எப்பொழும் என் அவமானத்திற்குச் சாட்சியாக இருந்துகொண்டிருக்கிறது. அவன் என்மீது வைத்திருந்த நல்ல அபிப்ராயத்தை நான் சீர்குலைத்து விட்டதாக அவன் பேசும்போது எரிச்சலுடன் மௌனமாகக் கேட்டுக்கொள்வேன்; ஆனால் மனதிற்குள் இனிமேல் நல்லவர்களும் ஒழுக்கசீலர்களும் என்னை மதிக்க மாட்டார்களே என்று கதறிக் கண்ணீர் வடிப்பேன். ஐயோ! அடிமைத்தனம் தனது

விஷப்பிடியிலேயே இன்னும் என்னை வைத்துக்கொண்டிருக்கிறது. நான் மதிக்கப்படத்தக்கவளாக இருப்பதற்கு வாய்ப்பேயில்லை. நல்லபடியாக வாழ்க்கை நடத்துவதற்கான எந்த அறிகுறியும் எனக்கு இல்லை.

சில சமயங்கள் என் எஜமானன் அவனுடைய அன்பான சலுகைகளை இனியும் நான் ஏற்றுக்கொள்ள மறுத்தால் என் குழந்தையை விற்றுவிடப்போவதாகப் பயமுறுத்துவான்.

"உன் அகந்தையை அதுதான் அடக்கும்" என்றும் கூறுவான்.

"எனக்கு அகந்தையா? நான் ஏற்கெனவே குப்பையில் கிடக்கவில்லையா?"

ஆனால் அவனுடைய அச்சுறுத்தல்கள் என் இதயத்தை நொறுக்கிப் போட்டன. அவன் அதனை நிறைவேற்றுவதற்குச் சட்டம் இடமளிக்கிறது என்பது எனக்குத் தெரியும்; அடிமை உடைமையாளர்கள் மிகவும் தந்திரமாகத் 'தாயின் நிலையையே பிள்ளைகளும் தொடர்வார்கள், தந்தையினுடையதை அல்ல" எனச் சட்டம் போட்டுக்கொண்டு தங்களுடைய காமுக நடத்தைகள் தங்கள் பணத்தாசைக்குக் குறுக்கே வந்துவிடாமல் பார்த்துக்கொண்டார்கள். இந்தப் புரிதல் என்னுடைய அப்பாவிக் குழந்தையை மேலும் நெருக்கமாக என் மார்போடு இறுக அணைத்துக்கொள்ளச்செய்தது. அடிமை வியாபாரியின் கைகளுக்குப் போய்விடக்கூடிய விதி அவனுக்கு இருப்பதை நினைக்கும்போது பயங்கரமான எண்ணங்கள் என் இதயத்தில் கடந்து போகும். அப்போது நான் என் மகனிடம், "ஐயோ என் மகனே! அவர்கள் உன்னை ஒரு நடுக்கும் குளிர் அறைக்குள் தள்ளிப் பிறகு நாயைப் போல ஒரு குழியில் போட்டுப் புதைத்துவிடுவார்களோ என்னவோ" என்று அரற்றுவேன்.

நான் மீண்டும் தாயாகப் போகிறேன் என்பதைத் தெரிந்துகொண்டவுடன் டாக்டர் ஃப்ளின்ட் அடங்காத கோபம் கொண்டான். வீட்டிலிருந்து அவசரமாக வெளியே போன அவன் தோட்டத்துச் செடிகளை வெட்டும் கத்திரியோடு திரும்பி வந்தான். எனக்கு நேர்த்தியான தலைமுடி இருந்தது; அதை நான் பாங்குற அமைத்துக்கொண்டு பெருமையடைவதைப் பற்றி அவன் அடிக்கடி என்னைச் சீண்டிக்கொண்டே இருப்பான். அவன் கூச்சலிட்டுக்கொண்டும் சபித்தபடியும் என் தலைமுடி எல்லாவற்றையும் மழுங்கக் கத்தரித்துவிட்டான். நான் அவனுடைய வசைகள் சிலவற்றிற்குப் பதில் சொன்னபோது அவன் என்னை அறைந்தான். சில மாதங்களுக்கு முன் உணர்ச்சி வசப்பட்டு என்னைப் படியிலிருந்து கீழே தள்ளிவிட்டான்; அப்போது ஏற்பட்ட பலத்த காயம் காரணமாக என்னால் பல

நாட்களுக்குப் படுக்கையில் திரும்பிப் படுத்துக்கொள்ளக்கூட முடியாமல் போயிற்று. அந்தச் சமயத்தில் அவன், "லிண்டா! ஆண்டவன் மீது ஆணையாக நான் இனிமேல் உனக்கு எதிராகக் கையை ஓங்க மாட்டேன்" என்று சொல்லியிருந்தான்; அவன் தனது வாக்கை மறந்துபோயிருப்பான் என்று எனக்குத் தெரியும்

என் நிலைமையைப் பார்த்தவுடன் அவன் பாதாளத்தில் இருந்து புறப்பட்ட படபடப்பான சைத்தானாகவே ஆகிவிட்டான். அவன் நாள்தோறும் வந்தான். எந்தப் பேனாவாலும் விவரிக்க முடியாத நிந்தனைகளுக்கு என்னை ஆளாக்கினான். அவை கீழ்த்தரமானவையாகவும் அருவருக்கத்தக்கவையாகவும் இருந்ததால் அவற்றை என்னால் விவரிக்க முடியுமென்றாலும் விவரிக்க மாட்டேன். நான் என்னால் முடிந்தவரை அவை என் பாட்டியின் கவனத்திற்குப் போகாதவாறு பார்த்துக்கொண்டேன். என்னைப் பற்றிக் கவலைப்பட முடியாத அளவிற்குப் பாட்டிக்கு ஏற்கெனவே அளவுக்கு அதிகமான கவலைகள் இருந்தன. அந்த டாக்டர் என்னிடம் வன்முறையைக் கையாளும்பொழுதும் ஒரு மனிதனின் நாக்கூசும்படியான கொடுமையான சாபங்களை வீசும்பொழுதும் பாட்டியால் எல்லா நேரங்களிலும் அமைதியாக இருக்க முடியாது. அது இயற்கைதான்; ஒரு தாயைப்போல அவர் என்னைப் பாதுகாக்க முயற்சி செய்வார். ஆனால் அதுவே விஷயத்தை மேலும் சிக்கலாக்கிவிடும்.

எனக்குப் பிறந்தது பெண்குழந்தை என்று என்னிடம் சொன்னபோது என் மனம் முன்பைவிடக் கனத்துப் போயிற்று. அடிமைத்தனம் ஆண்களுக்கும் கொடுமையானதுதான்; ஆனால் பெண்களுக்கோ அது கொடுமையிலும் கொடுமையானது. அத்தனை அடிமைகளுக்கும் இருக்கும் பொதுவான துன்பங்களோடு கூடுதலாக அவர்கள் நடத்தை பிறழ்தல், துன்பத்திற்கு ஆளாதல், அவமானத்திற்குள்ளாதல் போன்ற பெண்களுக்கே உரித்தான இழிவான துன்பங்கள் அனைத்தையும் கூடுதலாக அனுபவிக்க நேரிடும்.

டாக்டர் ஃப்ளின்ட் அவனாகவே சொல்லிக்கொண்டிருப்பதுபோல் இந்தப் புதுக் குற்றத்திற்காக நான் சாகும் வரை என்னைத் துன்புறுத்தப் போவதாகச் சபித்தான்; என் மீது அவனுடைய அதிகாரம் இருக்கும்வரை அவன், தான் சொன்ன படிதான் செய்வான். என் குழந்தை பிறந்த நான்காம் நாள் அவன் திடீரென்று என் அறைக்குள் நுழைந்து என்னை எழுந்து நின்று குழந்தையைத் தூக்கிக்கொண்டு தன்னிடம் வரும்படி ஆணையிட்டான். என்னைக் கவனித்துக்கொண்டிருந்த தாதி எனக்குப் பத்திய உணவு தயாரிப்பதற்காகச் சென்றிருந்தாள்; நான் மட்டும் தனியாக இருந்தேன். வேறு வழியின்றி நான் எழுந்திருந்து

ஓர் அடிமைச் சிறுமியின் வாழ்க்கை நிகழ்வுகள்

குழந்தையைத் தூக்கிக்கொண்டு அவன் உட்கார்ந்திருக்கும் இடம்வரை போனேன்.

"நான் உன்னைத் திரும்பிப் போ என்று சொல்லும்வரை நீ அங்கேயே நில்!" என்றான். என் குழந்தை தன் அப்பாவின் சாயலிலும், அப்பாவழிப் பாட்டியான திருமதி சாண்ட்ஸின் சாயலிலும் இருந்தாள். அவன் இதைக் கவனித்துவிட்டான்; நான் அவன் முன்பு பலவீனமாக நடுங்கிக்கொண்டு நின்றபோது, என் மீதும் என் சிறுகுழந்தை மீதும் அவனால் எவ்வளவு முடியுமோ அவ்வளவு கேவலமான அருவருப்பான வார்த்தைகளை வீசினான். கல்லறைக்குள்ளே இருக்கும் அந்தக் குழந்தையின் பாட்டிகூட அவன் சாபத்திலிருந்து தப்பவில்லை. அவனுடைய வசைமொழிகளுக்கு இடையே நான் மயக்கமடைந்து நிலை தடுமாறி அவன் காலடியிலேயே விழுந்துவிட்டேன். அப்போது தான் அவன் தன் சுயநினைவுக்கு வந்தான். என் கையிலிருந்த குழந்தையை எடுத்துப் படுக்கையில் விட்டுவிட்டு வேறெவரும் அறைக்குள் வருவதற்குள் என் முகத்தில் தண்ணீர் தெளித்து என்னைப் பலமாக உலுக்கி எழுப்பி நினைவு திரும்பச் செய்தான். பாட்டி உள்ளே நுழையும் சமயத்தில் அவன் சட்டென்று வீட்டை விட்டுப் புறப்பட்டுப் போய்விட்டான். அவன் என்னை இவ்வாறு நடத்தியதால் என் உடல்நிலை மிகவும் மோசமடைந்தது. நான் என் தோழிகளிடம் அந்த டாக்டருக்குச் சொல்லி அனுப்புவதைவிட என்னைச் சாகவிட்டுவிடுங்கள் என்று கெஞ்சினேன். அவனுக்கு எதிரில் இருப்பதைவிடப் பயம் தருவது வேறெதுவும் இல்லை. நான் உயிர் பிழைத்துவிட்டேன். என் சிறு குழந்தைகளை எண்ணி நான் மகிழ்ச்சி அடைந்தேன். இந்தப் பந்தம் மட்டும் இல்லையென்றால் நான் பத்தொன்பது ஆண்டுகளே வாழ்ந்திருந்தாலும் சாவினால் கிடைக்கும் விடுதலையால் சந்தோஷம் அடைந்திருப்பேன்.

என் குழந்தைகளுக்குப் பெயர் சூட்டச் சட்டத்தில் இடம் இல்லை என்பது எப்பொழுதும் என்னை உறுத்திக்கொண்டே இருந்தது. என் பிள்ளைகளின் தந்தை தன் பெயரைச் சூட்ட முன்வந்தார்; நான் அதை ஏற்றுக்கொள்ள விரும்பினாலும் என் எஜமானன் உயிரோடு இருக்கும்வரை அந்த மாதிரியெல்லாம் செய்யும் துணிச்சல் எனக்கில்லை. அதோடு ஞானஸ்நானத்தின் போது அதை ஏற்றுக்கொள்ளமாட்டார்கள் என்பதும் எனக்குத் தெரியும். ஏதாவது ஒரு கிறிஸ்தவப் பெயரை அவர்கள் சூட்டிக் கொள்ளலாம். நாங்கள் எங்களிடமிருந்து பிரிந்து எங்கோ போய்விட்ட அன்பிற்குரிய பெஞ்சமின் பெயரில் என் பையனை அழைக்கலாம் என முடிவு செய்தோம்.

என் பாட்டி தேவாலயத்தைச் சேர்ந்தவர்தான்; அவருக்குக் குழந்தைகளுக்கு அங்கே பெயர் சூட்ட வேண்டும் என்று மிகுந்த

ஆசை. டாக்டர் ஃப்ளின்ட் அதைத் தடை செய்வான் என்று எனக்குத் தெரியும்; அதனால் நான் அத்தகைய செயல்கள் எதையும் மேற்கொள்ள விரும்பவில்லை. ஆனால் எனக்கு ஒரு நல்வாய்ப்புக் கிடைத்தது. நகருக்கு வெளியே ஒரு நோயாளியைப் பார்ப்பதற்கு அழைப்பு வந்து அவன் அங்குப் போகவேண்டிவந்ததால் ஒரு ஞாயிற்றுக்கிழமையன்று அவன் தேவாலயத்திற்கு வர முடியாமல் போய்விட்டது. "இதுதான் சமயம்" என்று கூறி என் பாட்டி, "நாம் குழந்தைகளைத் தேவாலயத்திற்குக் கூட்டிச் சென்று பெயர் சூட்டுவோம்" என்றார்.

நான் தேவாலயத்திற்குள் நுழைந்தபோது என் அம்மாவைப் பற்றிய நினைவுகள் எனக்கு வந்ததால் என் உற்சாகம் குறைந்து போனது. நான் குழந்தையாக இருந்தபோது என் அம்மா எந்தவித மான அவமான உணர்வும் இல்லாமல் என்னை ஞானஸ்நானம் செய்வதற்கு வழங்கினார். அவருக்குத் திருமணமாகி இருந்தது. அடிமைத்தனம் ஓர் அடிமைக்கு வழங்கியிருக்கும் சட்டப்பூர்வ மான உரிமைகள் அவருக்கு இருந்தன. திருமண ஒப்பந்தங்கள் அவரைப் பொறுத்தவரை புனிதமானதாக இருந்தன; அவர் அதனை ஒரு போதும் மீறவே இல்லை. ஆனால் தன்னுடைய பேரக்குழந்தைகளுக்கு எத்தகைய மாறுபட்ட சூழ்நிலையில் ஞானஸ்நானம் தரப்படுகிறது என்பதைப் பார்க்க நல்லவேளை யாக அவர் உயிரோடு இல்லை என்று நான் சந்தோஷப்பட்டேன். என் தாயின் குழந்தைகளிடமிருந்து என் குழந்தைகள் ஏன் வேறுபடுத்தப்பட வேண்டும்? அவருடைய எஜமானன் அவர் குழந்தையாக இருந்தபோதே இறந்துவிட்டான். திருமணமாகும் வரை அவர் தனது எஜமானியுடன்தான் இருந்தார். அவர் எப்போதும் எஜமானனின் அதிகாரத்தின் கீழ் இருக்கவில்லை. அதனால் அடிமைகள் மீது செலுத்தப்படும் கொடுமைகளிலிருந்து ஒருவகையில் அவர் தப்பித்துவிட்டிருந்தார்.

என் குழந்தைக்குப் பெயர் சூட்டப்படும்போது என் அப்பாவின் பழைய எஜமானி முன்வந்து தனது பெயரைச் சூட்டச சொல்லுமாறு கேட்டுக்கொண்டார். நான் என் அப்பாவின் பின்னொட்டுப் பெயரையும் என் குழந்தைகளின் பெயரோடு சேர்த்துக்கொண்டேன். அவருக்கும் குழந்தைகள் மீது எந்தவிதமான சட்டப்பூர்வமான உரிமையும் கிடையாது. என் தந்தைவழித் தாத்தாவோ ஒரு வெள்ளைக்காரர். அடிமைகளின் பூர்விகம்தான் எவ்வளவு சிக்கலான முடிச்சாகிவிட்டது! என் அப்பாவை நான் மிகவும் நேசித்தேன்; ஆனால் அவர் பெயரை என் குழந்தைகளுக்குச் சூட்டுவதற்கு நான் சங்கடப்பட்டேன்.

நாங்கள் தேவாலயத்தை விட்டுப் புறப்பட்டபோது என் தந்தையின் பழைய எஜமானி என்னைத் தனது வீட்டிற்கு

வருமாறு அழைத்தார். அவர் என் குழந்தையின் மார்பில் ஒரு தங்கச் சங்கிலியை அணிவித்தார். அவரது இத்தகைய அன்புக்கு நான் நன்றி கூறினேன். இருந்தாலும் நான் அந்த அடையாளத்தை விரும்பவில்லை. அந்தக் கண்ணிகள் தங்கத்தால் ஆனவை யாகவே இருந்தாலும் என் பெண் எந்தச் சங்கிலியும் அணியக் கூடாது என்பதுதான் என் விருப்பம். தன் இரும்பினால் ஆன்மாவைத் துளைக்கும் அந்த அடிமைச்சங்கிலிகளின் வலிக்கு என் மகள் ஆளாகி விடக்கூடாது என மனமுருக எத்தனை முறை வேண்டியிருப்பேன்!

15

தொடர் கொடுமைகள்

என் குழந்தைகள் அருமையாக வளர்ந்து விட்டார்கள்; டாக்டர் ஃப்ளின்ட் என்னிடம் அடிக்கடி மகிழ்ச்சியான குரலில், "இந்தப் பொடிசுகள் ஒரு நாள் எனக்குக் கணிசமான வருமானத்தைத் தரப்போகிறார்கள்" என்பான்.

கடவுள் எனக்குத் துணையாக இருப்பதால், டாக்டரின் கைகளுக்கு என் குழந்தைகள் போய்விட மாட்டார்கள் என்று எனக்குள் நான் நினைத்துக் கொள்வேன். அவன் அதிகாரத்திற்குள் அகப்படுவதை விட அவர்கள் கொல்லப்படுவதே மேல் என்பது என் எண்ணம். நானும் என் குழந்தைகளும் விடுவிக்கப்படுவதற்கான பணம்கூடக் கிடைத்து விடலாம்; ஆனால் அதனால் எனக்கு எந்தப் பலனும் இல்லை. டாக்டர் ஃப்ளின்ட் பணத்தாசை பிடித்தவன்தான்; ஆனால் அவனுக்கிருந்த அதிகார வெறியோ அதைவிட மிகவும் அதிகம். நீண்ட ஆலோசனைகளுக்குப் பிறகு என் நண்பர்கள் வேறொரு முயற்சி செய்து பார்க்கலாம் என முடிவு செய்தார்கள். ஓர் அடிமை உடைமையாளர் டெக்ஸாஸுக்குப் போவதாக இருந்தார்; தொள்ளாயிரம் டாலரில் தொடங்கி ஆயிரத்து இருநூறு டாலர்கள் வரை கொடுத்து என்னை வாங்கிக்கொள்ளுமாறு அவரிடம் பேசி ஏற்பாடு செய்தோம். என் எஜமானன் அதை ஏற்க மறுத்து விட்டான்.

"ஐயா, இவள் எனக்குச் சொந்தமானவள் இல்லை, என் மகளின் சொத்து; அவளை விற்கும்

ஒர் அடிமைச் சிறுமியின் வாழ்க்கை நிகழ்வுகள்

உரிமை எனக்கு இல்லை. அவளுடைய கள்ளக்காதலன் அனுப்பித்தான் நீங்கள் வந்திருக்கிறீர்களோ என்பது என் சந்தேகம். அப்படியானால் நீங்கள் அவனிடம் போய் எவ்வளவு பணம் கொடுத்தாலும் அவளை வாங்க முடியாது; அவளுடைய குழந்தைகளையும் வாங்க முடியாது என்று சொல்லிவிடுங்கள்" என்று கூறிவிட்டான்.

அடுத்த நாளே டாக்டர் என் வீட்டிற்கு வந்துவிட்டான். அவன் உள்ளே நுழைந்தவுடனேயே என் இதயம் படபடக்கத் துவங்கிவிட்டது. அந்தக் கிழவன் அவ்வளவு கம்பீரமாக நடந்து வந்து இதுவரை நான் பார்த்ததே இல்லை. அவன் தானாகவே உட்கார்ந்துகொண்டு ஏளனமாக என்னைப் பார்த்தான். என் குழந்தைகள் அவனைப் பார்த்தவுடன் பயப்படத் தொடங்கி விட்டார்கள். என் சின்னவள் அவனைப் பார்க்க நேரும் போதெல்லாம் கண்களை மூடிக்கொண்டு என் தோளில் முகத்தைப் புதைத்துக்கொள்வாள்; தற்போது ஐந்து வயதை நெருங்கிக்கொண்டிருக்கும் பென்னியோ, "இந்த மோசமான மனிதன் எதற்காக இங்கே அடிக்கடி வருகிறான்? நம்மைப் புண்படுத்துவதுதான் அவனுக்கு நோக்கமா?" என்று எப்போதும் கேட்பான். இந்த மாதிரிப் பிரச்னைகளை எல்லாம் தீர்த்து வைக்கத் தக்க வயதை அடையும் முன்பே அவன் விடுதலை பெற்றுவிடுவான் என்ற நம்பிக்கையோடு நான் என் அன்பு மகனைக் கைகளில் இறுக அணைத்துக்கொள்வேன். இப்பொழுதோ டாக்டர் வந்து கடுகடுத்த முகத்துடன் உம்மென்று உட்கார்ந்துகொண்டவுடன் குழந்தை தனது விளையாட்டை விட்டுவிட்டு என்னோடு ஒட்டிக் கொண்டான். ஒருவழியாக அந்தக் கொடுமைக்காரன் பேசினான்.

"ஆக நீ கைவிட்டுவிடப்பட்டாயல்லவா? நான் எதிர்பார்த்த தற்கு மாறாக எதுவும் நடந்துவிடவில்லை. சில வருஷங்களுக்கு முன்பே நீ இப்படித்தான் நடத்தப்படுவாய் என்று நான் சொன்னதை நினைத்துப்பார். அவனுக்கு நீ அலுத்துவிட்டாய் அல்லவா? ஹா ஹா ஹா, உத்தமியான இந்த அம்மாவுக்கு அதைக் கேட்கப் பிடிக்கவில்லை இல்லையா? ஹா ஹா ஹா!" என்னை உத்தமி எனக் குறிப்பிடும்போது அவன் குரலில் குத்தல் தொனி இருந்தது. முன்புபோலத் தற்போது அவனுக்குப் பதில் அளிக்கும் தெம்பு என்னிடம் இல்லை. அவன் மேலும், "அப்படியானால் நீ வேறொரு சூழ்ச்சியைத் தொடங்கி விட்டாய். உன்னுடைய புதிய கள்ளக்காதலன் என்னிடமிருந்து உன்னை வாங்கிக்கொள்கிறேன் என்று சொன்னான். ஆனால் நீ நிச்சயமாக இதில் வெற்றிபெறப் போவதில்லை. நீ என்னுடையவள்; வாழ்நாள் முழுவதும் என்னவள்தான். உன்னை அடிமைத்தளையிலிருந்து விடுவிக்க வேறெந்த மனிதனாலும்

முடியாது. நான் அதைச் செய்திருப்பேன்; ஆனால் நீ என் அன்பான சலுகையை நிராகரித்துவிட்டாய்” என்றான்.

நான் எந்தவிதமான சூழ்ச்சியிலும் ஈடுபட விரும்பவில்லை என்றும் என்னை வாங்குவதாகச் சொன்ன மனிதனை நான் ஒருபோதும் பார்த்ததில்லை என்றும் அவனிடம் சொன்னேன். “நீ என்னிடமே பொய் சொல்கிறாயா?” என்று கூச்சலிட்ட அவன் இருக்கையில் உட்கார்ந்து இருந்த என்னை இழுத்த படியே “நீ திரும்பவும் அவனைப் பார்த்ததே இல்லை என்று சொல்வாயா?” என்று கேட்டான். “நான் அப்படித்தான் சொல்கிறேன்” என்றேன்.

அவன் சாபங்கள் இட்டுக்கொண்டே என் கையை இறுக்கிப் பிடித்தான். பென் அலறத் தொடங்கினான்; நான் அவனைப் பாட்டியிடம் போய்விடும்படி சொன்னேன்.

“டேய்! சின்னப்பயலே, ஓரடிகூட எடுத்துவைக்காதே!” என்றான் அவன். குழந்தை என் அருகில் வந்து என்னைக் காப்பாற்றுவதுபோல் தன் கைகளால் என்னை வளைத்துப் பிடித்துக்கொண்டான். ஏற்கெனவே ஆத்திரத்தில் இருந்த எஜமானனுக்கு இது மிகவும் அதிகப்படியாகத் தோன்றியிருக்க வேண்டும். அவனைப் பிடித்துச் சுழற்றி அறைக்குள்ளே தூக்கி எறிந்தான். என் குழந்தை இறந்துபோயிருப்பான் என்ற கவலை யுடன் அவனைத் தூக்குவதற்கு ஓடினேன்.

“அதற்குள் வேண்டாம்! தானாக எழுந்திருக்கும்வரை அவன் அங்கேயே கிடக்கட்டும்” என்று கூச்சல் போட்டான். “என்னைப் போகவிடுங்கள், என்னைப் போகவிடுங்கள்! இல்லையென்றால் மொத்த வீட்டையும் இங்கே வரவழைத்து விடுவேன்” என்று அலறியபடி நான் குழந்தையிடம் போக முயன்றேன். அவனோ மீண்டும் என்னை இறுக்கிப்பிடித்தான். யாரோ கதவைத் திறந்தார்கள்; அவன் என்னை விட்டுவிட்டான். நினைவிழந்த என் குழந்தையை எடுத்தேன். நான் திரும்பிப் பார்த்தபோது என்னைத் துன்புறுத்திய டாக்டர் போய் விட்டிருந்தான். வெளுத்து அசைவில்லாமல் கிடந்த சிறுகுழந்தை யிடம் பரபரப்பாகக் குனிந்தேன்; அவனது பழுப்புக் கண்கள் திறந்துகொண்டபோது நான் அடைந்த ஆனந்தத்தை எப்படி விவரிப்பேன்!

அந்த டாக்டரின் பழைய துன்புறுத்தல்கள் எல்லாம் மீண்டும் தொடங்கிவிட்டன. காலை, மதியம், இரவு என எல்லா நேரங்களிலும் அவன் வந்தான். பெயர் தெரியாத ஓர் அடிமை உடைமையாளனுடன் இணைந்து அவனுக்கு எதிராக நான் சூழ்ச்சி செய்துகொண்டிருக்கிறேன் என்ற சந்தேகம் அவனுக்கு;

என்னையும் அந்தக் கற்பனை மனிதனையும் ஃப்ளின்ட் கண்காணித்ததுபோல் எந்தவொரு பொறாமைக்காரனும் தன் காதல்எதிரியைக் கண்காணித்திருக்கமாட்டான். அவன் வரும் பொழுது பாட்டி வெளியில் போயிருந்தால் அந்த டாக்டர் ஒவ்வொரு அறையாக என் கற்பனைக் காதலனைத் தேடிக் கொண்டிருப்பான்.

டாக்டர் ஃப்ளின்ட் இவ்வாறு பாட்டியின் வீட்டிற்கு வந்து போய்க்கொண்டிருந்த சமயத்தில் ஒரு வியாபாரியிடம் சில நாட்களுக்கு முன் அவன் விற்றுவிட்டிருந்த ஓர் இளம் பெண்ணை அங்கே பார்த்துவிட்டான். அவளை விற்றதற்கு, அவள் எஜமானனின் கங்காணியிடம் மிகவும் நெருக்கமாக இருந்தாள் என்று அவன் காரணம் கற்பித்தான். அவனிடம் இருந்தபோது அவளுடைய வாழ்க்கை மிகமிகக் கொடுமையாக இருந்ததால், தான் விற்கப்பட்டதில் அவளுக்கும் மகிழ்ச்சிதான். அவளுக்கு அம்மாவும் இல்லை; நெருங்கிய சொந்தங்களும் இல்லை. அவள் பல ஆண்டுகளுக்கு முன்பே அவளுடைய மொத்தக் குடும்பத்திலிருந்தும் பிய்த்தெடுக்கப்பட்டாள். அவளை வாங்கிய வியாபாரி, மற்ற அடிமைகளுடன் சேர்த்து அவளை அழைத்துச்செல்லும் வரை பாதுகாப்புக் கருதி அவள் தனது நண்பர்களுடன் இருக்க அனுமதித்திருந்தான். இந்த மாதிரியான சலுகைகள் கிடைப்பது அரிது. அது அந்த அடிமைக்கான உணவு, சிறைக்கான கட்டணம் போன்ற செலவுகளை ஓரளவுக்குத்தான் குறைக்கும் என்றாலும் ஓர் அடிமை வியாபாரிக்கு அது மிகவும் கணிசமான தொகைதான்.

டாக்டர் ஃப்ளின்ட் தான் விற்றுவிட்ட அடிமைகளை மீண்டும் சந்திப்பதை வெறுப்பான். அவன் ரோஸை, வீட்டைவிட்டு வெளியே போகச் சொன்னான்; அவன் இப்போது அவளுடைய எஜமானன் இல்லை; அவளும் அவனைப் பொருட்படுத்த வில்லை. ஒரு சமயம் அவனால் கசக்கி எறியப்பட்ட ரோஸ் தற்போது வெற்றிபெற்றவளாகி விட்டாள். அவனுடைய சாம்பல் பூத்த கண்கள் கோபமாக அவளைச் சுட்டன; அந்த அளவுக்குத் தான் அவள்மீது அவன் அதிகாரம்!

"இந்தப் பெண் எப்படி இங்கே வந்தாள்? நான் அவளை விற்றுவிட்டேன் என்று உனக்குத் தெரிந்த பிறகும் அவளை இங்கே அனுமதிக்க உனக்கு என்ன உரிமை இருக்கிறது" என்று கூச்சலிட்டான்.

"இது என் பாட்டியின் வீடு, பாட்டியைப் பார்க்க ரோஸ் வந்திருக்கிறாள். நேர்மையான காரணத்துடன் இங்கு வரும் எவரையும் தடுக்க எனக்கு உரிமையில்லை" என்று நான் பதில் சொன்னேன்.

அவன் என்னைப் பலமாக அறைந்தான்; ரோஸ், இப்போது அவனுடைய அடிமையாக இருந்திருந்தால் அவள் மீது அந்த அடி விழுந்திருக்கும். இத்தகைய பலமான சத்தங்களால் பாட்டியின் கவனம் ஈர்க்கப்பட்டதால் அவர் சரியான நேரத்தில் இரண்டாவது அடி என்மீது விழுவதற்குள் அறைக்குள் வந்து விட்டார். தன் சொந்த வீட்டில் நடக்கும் இம்மாதிரியான அடாவடித்தனத்தைக் கண்டிக்காமல் விட்டுவிடும் பெண்ணல்ல அவர். டாக்டர், நான் அகந்தை கொண்டவளாக இருந்தேன் என்று விவரிக்கத் தொடங்கினான். பாட்டியின் ஆத்திரம் படிப்படியாகக் கூடிக்கொண்டே போய்க் கடைசியில் வார்த்தைகளாய் வெடித்தது.

"என் வீட்டைவிட்டு வெளியே போ! வீட்டிற்குப் போ! போய் உன் மனைவியையும் பிள்ளைகளையும் கவனி. என் வீட்டைக் கண்காணிப்பதைவிட உனக்கு வேறு வேலைகள் இருக்கின்றன" என்று கத்திவிட்டார்.

அவன் என் குழந்தைகளின் பிறப்பைப் பற்றிப் பேசிப் பாட்டியை முகஞ்சுளிக்கச் செய்துவிட்டதோடு நான் நடத்திக் கொண்டிருக்கும் வாழ்க்கைக்குத் துணைபோவதாகவும் அவரை ஏசினான். ஃப்ளின்டின் மனைவியின் வற்புறுத்தல்தான் லிண்டா இங்கு இருப்பதற்குக் காரணம்; அதனால் அவளைக் குற்றம் சொல்வது தேவையற்றது; உண்மையில் டாக்டரைத் தான் குற்றம் சொல்லவேண்டும்; எங்களுடைய எல்லாத் துன்பங்களுக்கும் காரணம் அவன்தான் என்று பாட்டி சொல்லிவிட்டார். பேசப்பேசப் பாட்டியின் ஆத்திரம் மேலும் அதிகரித்துக்கொண்டே போயிற்று. "நான் என்ன சொல்கிறேன் என்றால் டாக்டர் ஃப்ளின்ட், உங்களுக்கு வாழ்வதற்கு இன்னும் அதிக வருஷங்கள் இல்லை; நீங்கள் பிரார்த்தனை செய்தால் நல்லது. அது உங்களுடைய கறைகள் அத்தனையையும் அதற்கும் மேலாக உங்கள் ஆத்மாவின் கறையையும் கழுவிவிடும்."

"நீங்கள் யாரோடு பேசுகிறீர்கள் தெரியுமா?" அவன் கேட்டான். "நான் யாரோடு பேசுகிறேன் என்பது எனக்கு நன்றாகவே தெரியும்" என்று பாட்டி பதிலளித்தார்.

அவன் கடும்கோபத்துடன் வீட்டைவிட்டு வெளியேறினான். நான் என் பாட்டியைப் பார்த்தேன். எங்கள் கண்கள் சந்தித்தன; கோப வெளிப்பாடுகள் மறைந்து போய்விட்டாலும் அவை துன்பம்நிறைந்தும், இடைவிடாத சச்சரவுகளால் களைப்படைந்தும் காணப்பட்டன. அப்போதும் அவருக்கு என் மீது இருந்த அன்பு குறைந்துவிடவில்லை; அப்படிக் குறைந்திருந்தாலும் அவர் அதை எப்போதும் காட்டியதுமில்லை. அவர் எப்போதும் அன்பானவர். எப்பொழுதும் என் துன்பங்களுக்காக இரக்கம்

கொள்பவர். அடிமைத்தனம் என்ற பிசாசு மட்டும் இல்லாம லிருந்தால் அந்த எளிய வீட்டில் அமைதியும் திருப்தியும் நிறைந்திருந்திருக்கும்.

குளிர்காலம் டாக்டரின் தொந்தரவு இல்லாமல் கடந்து விட்டது. எழிலார்ந்த இளவேனிற்காலம் வந்துவிட்டது. இயற்கை தனது பேரன்பை மீட்டெடுத்துக்கொண்டது; மனித ஆத்மாவும் அதற்கேற்பத் தன்னைப் புதுப்பித்துக்கொள்ள வேண்டும். தாழ்ந்து கிடந்த எனது நம்பிக்கைகள் பூத்திருக்கும் புதுமலர்களைப் போலவே புத்துயிர்பெற்றன. என் நலனை விடவும் என் குழந்தைகளின் நலனுக்காக நான் விடுதலை குறித்து மீண்டும் கனவு காணத் தொடங்கினேன். நான் மீண்டும் மீண்டும் திட்டமிட்டேன். எனது திட்டங்களுக்கு எதிராகப் பல தடைகள்; அவற்றைக் கடந்து செல்லும் வழிகள் ஏதும் தென்படவில்லை; ஆனாலும் நான் நம்பிக்கையுடன்தான் இருந்தேன்.

அந்த டாக்டர் கயவன் மீண்டும் வந்தான். அவன் வந்த போது நான் வீட்டில் இல்லை. என் நண்பர் ஒருவர் சிறுவிருந்து ஒன்றிற்காக என்னை அழைத்திருந்தார்; அவரது அழைப்பை ஏற்று நான் போயிருந்தேன். நான் கலக்கம் அடையும்படி ஒரு தகவலாளி அவசரமாக வந்து டாக்டர் ஃப்ளின்ட் என் பாட்டி வீட்டிற்கு வந்திருப்பதாகவும் என்னைப் பார்க்க வேண்டு மென்று வற்புறுத்துவதாகவும் சொன்னான். அவர்கள் அவனிடம் நான் எங்கே இருக்கிறேன் என்பதைச் சொல்லவில்லை; சொல்லி யிருந்தால் அவன் அங்கேயே வந்து என் நண்பரின் வீட்டில் குழப்பம் விளைவித்திருப்பான். என் நண்பர்கள் கொடுத்திருந்த கறுப்புநிற அங்கியைப் போர்த்திக்கொண்டு வீட்டிற்கு விரைந்தேன். என் வேகம் எனக்கு உதவவில்லை; டாக்டர் கோபத்தோடு தன் வீட்டிற்குத் திரும்பிப் போய்விட்டான். விடியலை எண்ணிக் கவலையுடன் இருந்தேன். ஆனால் அதை என்னால் தாமதப்படுத்த முடியாது; அது இதமாகவும் பளிச்சென்றும் வந்துவிட்டது. விடிந்த உடனேயே டாக்டர் வந்து, முதல்நாள் இரவு நான் எங்கே போயிருந்தேன் என்று கேட்டான். நான் சொன்னேன். அவன் என்னை நம்பாமல் உண்மையை உறுதிசெய்ய என் நண்பரின் வீட்டிற்கு ஆள் அனுப்பினான். நான் உண்மை பேசியதில் தான் திருப்தியடைந்துவிட்டதைச் சொல்ல மீண்டும் மதியம் வந்தான். அவன் எகத்தாளமான மனநிலையில் இருப்பதுபோல் தெரிந்ததால் என்னை ஏதாவது சொல்லி ஏளனம் செய்வான் என்று நான் எதிர்பார்த்தேன்.

“உனக்குக் கொஞ்சம் உல்லாசம் தேவைப்பட்டிருக்கலாம். ஆனால் நீக்ரோக்கள் இருக்கும் இடத்திற்கு எப்படிப்போனாய் என்பதுதான் எனக்கு ஆச்சரியம். உனக்கான இடம் அது

இல்லையே. அப்படிப்பட்ட மக்கள் இருக்குமிடத்திற்குப் போக உனக்கு அனுமதியுண்டா?" என்று கேட்டான்.

என் வெள்ளைக்கார நண்பனின் மீது வீசியெறியப்பட்ட இந்த மறைமுக அவதூறை நான் புரிந்துகொண்டேன். ஆனால் நானோ "என் நண்பர்களைப் பார்க்கத்தான் போனேன், அவர்களுடன் யார் இருந்திருந்தாலும் எனக்கு ஒன்றுதான்" என்று சாதாரணமாகப் பதிலளித்தேன்.

அவன் மேலும், "சமீப காலமாக நான் உன்னை எப்போதாவதுதான் பார்க்கிறேன். ஆனால் உன்மீதான என் ஆர்வம் மாறவேயில்லை. உன்னிடத்தில் எனக்கு இனிமேல் இரக்கமே கிடையாது என்று அவசரத்தில் சொல்லிவிட்டேன். நான் சொன்னதை திரும்பப் பெற்றுக்கொள்கிறேன். லிண்டா! உனக்கும் உன் குழந்தைகளுக்கும் விடுதலை வேண்டும் என்று நீ விரும்புகிறாய். அதை என் மூலமாகத்தான் நீ பெற முடியும். நான் சொல்ல வருவதை நீ ஏற்றுக்கொண்டால் நீயும் அவர்களும் விடுதலையாகிவிடுவீர்கள். உனக்கும் அவர்களுடைய தந்தைக்கும் இடையில் எந்தத் தொடர்பும் இருக்கக்கூடாது. நீயும் உன் குழந்தைகளும் சேர்ந்து வாழ்வதற்காக வீடு ஒன்றை நான் வாங்குவேன். என் குடும்பத்திற்காகத் தையல் போன்ற எளிதான வேலைகளை மட்டும் நீ செய்தால் போதும். நான் உனக்கு அளிக்கவிருக்கும் சலுகைகளை நீ யோசித்துப் பார். லிண்டா! வீடும் விடுதலையும்! நடந்தவைகளை மறந்துவிடுவோம். எப்போதாவது உன்னிடம் நான் கடுமையாக நடந்துகொண் டிருந்தால் உன் அடங்காத்தனம்தான் அதற்குக் காரணம். என் குழந்தைகள்கூட எனக்குக் கீழ்ப்படிந்துதான் நடக்க வேண்டும் என்று எதிர்பார்ப்பேன் என்பதும் உனக்குத் தெரியும். நான் இன்னும் உன்னைக் குழந்தையாகவே பாவிக்கிறேன்."

அவன் என் பதிலுக்காகப் பேச்சை நிறுத்தினான், நான் மௌனமாக இருந்துவிட்டேன்.

"ஏன் பேச மாட்டேன் என்கிறாய் இன்னும் எதற்காகக் காத்திருக்கிறாய்?" என்றான்.

"ஒன்றுமில்லை, ஐயா!"

"அப்படியென்றால் என் சலுகையை ஏற்றுக் கொள்கிறாயா?"

"இல்லை, ஐயா."

கட்டுக்கடங்காமல் போய்க்கொண்டிருந்த தனது கோபத்தை அடக்குவதில் வெற்றிகண்ட அவன், "நீ

யோசிக்காமல் பதில் சொல்லிவிட்டாய். ஆனால் நான் சொல்லும் இரண்டு திட்டங்களில் நல்ல திட்டத்திற்கு நீ உடன்படாவிட்டால் மோசமான திட்டத்தை ஏற்றுக்கொள்ள நீ தயாராக இருக்க வேண்டும். ஒன்று, நான் உனக்குக் கொடுப்பதை நீ ஏற்றுக்கொள்ள வேண்டும்; அல்லது நீயும் உன் குழந்தைகளும் இளைய எஜமானனின் பண்ணைக்கு அனுப்பப்படுவீர்கள்; உன் இளைய எஜமானிக்குத் திருமணம் ஆகும்வரை நீங்கள் அங்குதான் இருக்க வேண்டும். உன் குழந்தைகளும் மற்ற நீக்ரோக் குழந்தைகளைப் போலவே நடத்தப்படுவார்கள். இதைப்பற்றி யோசிக்க உனக்கு ஒரு வாரம் அவகாசம் தருகிறேன்" என்றான்.

அவன் ஒரு குறுக்குப்புத்திக்காரன். அவனை நம்பக்கூடா தென்று எனக்குத் தெரியும். இப்போதே பதிலளிக்கத் தயாராக இருப்பதாக நான் அவனிடம் சொன்னேன்.

"ஆனால் அதை நான் ஒத்துக்கொள்ளமாட்டேன். நீ முன்யோசனையில்லாமல் திடீரென்று முடிவு எடுக்கிறாய். நீ சரியானதைத் தேர்ந்தெடுத்தால் நீயும் உன் குழந்தைகளும் இன்றிலிருந்து ஒரு வாரத்தில் விடுதலை பெறுவீர்கள்; நினைவு வைத்துக்கொள்" என்று சொன்னான்.

எப்படிப்பட்ட பூதாகரமான சவால்கள் என் குழந்தை களின் மீது விதிக்கப்பட்டிருக்கின்றனவோ! என் எஜமானனின் சலுகை ஒரு சதிவலை என்பது எனக்குத் தெரியும்; நான் அதற்குள் சிக்கிக்கொண்டுவிட்டால் தப்பிக்கவே முடியாது. அவனுடைய உறுதிமொழியைப் பொறுத்தமட்டில் அவன் எனக்கு விடுதலைப் பத்திரம் வழங்கினாலும் அதற்குச் சட்டப் பூர்வமான அருகதை எதுவும் இல்லாமல் செய்துவிடக் கூடியவன் அவன் என்பது எனக்கு நன்றாகத் தெரியும். அதனால் அவன் சொன்ன அடுத்த வழி எனக்குத் தவிர்க்க முடியாததாக ஆகிவிட்டது. நான் பண்ணைக்குச் செல்லலாம் என்று முடிவெடுத்தேன். ஆனால் நான் அவன் அதிகாரத்தின் கீழேயே முற்ற முழுக்க இருப்பது எப்படி என்றும் அதன் விளைவு எவ்வளவு அதிர்ச்சிகரமானதாக இருக்கும் என்றும் யோசித்தேன். நான் அவன் முன் மண்டியிட்டாலும் என் குழந்தைகளுக்காக வாவது என்னை விட்டுவிடும்படி மன்றாடினாலும் அவன் தன் காலாலேயே என்னைப் புறந்தள்ளிவிடுவான்; என் பலவீனம் அவனுக்கு வெற்றிக்களிப்பாக ஆகிவிடும்.

அந்த வாரம் முடிவதற்கு முன்பே இளைய ஃப்ளின்ட் தனது இனத்தைச் சேர்ந்த ஒரு பெண்ணை மணந்துகொள்ளப் போவதாக நான் கேள்விப்பட்டேன். நான் அவன் வீட்டில் எந்த மாதிரியான வேலைக்காகப் போகிறேன் என்பதை முன்கூட்டியே

அனுமானித்துக் கொண்டேன். நான் ஒருமுறை பண்ணை வீட்டிற்கு ஏதோவொரு தண்டனை கொடுத்து அனுப்பப்பட்ட போது, தன் மகன்மீது இருந்த பொறாமை காரணமாக அந்தத் தகப்பன் என்னைத் தனது வீட்டிற்கு உடனடியாக வந்துவிடும் படி சொன்னது நினைவுக்கு வந்தது. நான் என் மனத்தைத் தயார்ப்படுத்திக்கொண்டுவிட்டேன். நான் என் எஜமானனின் திட்டங்களை முறியடித்து என் பிள்ளைகளைக் காப்பாற்றியாக வேண்டும் அல்லது அந்த முயற்சியில் நான் அழிந்துபோக வேண்டும் என்று முடிவெடுத்துவிட்டேன். என் திட்டங்களை நான் எனக்குள்ளேயே வைத்துக்கொண்டேன்; இல்லை யென்றால் அந்தப் பிசாசுகள் என் திட்டங்களைக் குலைத்து விடுவார்கள்; நானும் அவர்கள் அறிவுரைகளை நிராகரித்து அவர்கள் மனதைப் புண்படுத்தமாட்டேன்.

முடிவெடுக்க வேண்டிய நாளன்று வந்த டாக்டர் நான் புத்திசாலித்தனமான முடிவெடுத்திருப்பேன் எனத் தான் நம்புவதாகக் கூறினான்.

“பண்ணைவீட்டிற்கே போய்விடுகிறேன் ஐயா!” என்று நான் பதிலளித்தேன்.

“உன் முடிவு உன் குழந்தைகளுக்கு எவ்வளவு முக்கியமானது என்பது தெரியுமா உனக்கு?” என்றான் அவன்.

“நான் அவர்களிடமும் சொல்லிவிட்டேன்” என்றேன்.

“ரொம்ப நல்லது. பண்ணைக்கே போ. என் சாபங்களும் உன்னைத் தொடரும்” எனப் பதிலளித்தான். “உன் மகன் வேலைக்கு அமர்த்தப்படுவான், விரைவில் விற்கவும்படுவான்; உன் மகளும் நல்ல விலைக்காக வளர்க்கப்படுவாள். உங்கள் வழியிலேயே போய்க்கொள்ளுங்கள்!” திருப்பிச் சொல்ல முடியாதபடியான சாபங்களை இட்டுக்கொண்டே அவன் அறையைவிட்டு வெளியேறினான்.

நான் அங்கேயே அசையாமல் நின்றதால் பாட்டி என்னிடம் வந்து “லிண்டா குழந்தாய்! நீ அவனிடம் என்ன சொன்னாய்?” என்று கேட்டார்.

“நான் பண்ணைக்கே போவதாகச் சொன்னேன்” என்றேன்.

“நீ போகத்தான் வேண்டுமா? ஏதாவது செய்து அதைத் தடுத்துவிட முடியாதா?” என்றார் அவர்.

அது பயன் இல்லாத முயற்சி என்று அவரிடம் சொன்ன போது, தளர்ந்துவிட வேண்டாம் என்று பாட்டி கெஞ்சினார்.

அவர் டாக்டரிடம் போய்ப் பேசப்போவதாகவும் அந்தக் குடும்பத்திற்காக எத்தனை காலம் எவ்வளவு விசுவாசமாகத் தான் பணியாற்றினார் என்பதையும், அவனது மனைவி, குழந்தையாக இருந்தபோது அவளுக்குப் பாலூட்டியதால் தன் சொந்தக் குழந்தைக்கே பாலூட்ட முடியாமல் போனதை அவனுக்கு நினைவூட்டப்போவதாகவும் சொன்னார். நான் அந்த வீட்டிலிருந்து வந்து வெகுகாலம் ஆகிவிட்டதால் அங்குள்ளவர்கள் நான் இல்லாததை உணரமாட்டார்கள் என்றும் என் உழைப்பு நேரத்திற்கான பணத்தை அவர்களுக்குத் தந்துவிடுவதாகவும் அதன் மூலம் இன்னும் கூடுதலான வலிமை யுள்ள பெண்ணை அவர்கள் வாங்கிவிடலாம் என்றும் அவனிடம் சொல்லவிருப்பதாகவும் அவர் பேசினார். நான் அவரைப் போகவேண்டாமென்று கெஞ்சினேன்.

ஆனால், "என் பேச்சைக் கேட்பான் லிண்டா" என்று பிடிவாதமாகச் சொல்லிவிட்டுப் பாட்டி அங்கே போனார்; நான் எதிர்பார்த்ததைப்போலவே அவர் நடத்தப்பட்டார். அவன் நிதானமாகப் பாட்டி சொன்னதை எல்லாம் கேட்டு விட்டு அவரது வேண்டுகோளை நிராகரித்தான். அவன் பாட்டி யிடம் தான் செய்தவை எல்லாம் என் நன்மைக்காகத்தான் என்றும் நான் என் நிலைமையைப் புரிந்துகொள்ளாமல் அதிகப் பிரசங்கித்தனமாக நடந்துகொள்கிறேன் என்றும் கூறிவிட்டான். பண்ணைவீட்டில் நான் எப்படி நடந்துகொள்கிறேனோ அதற்கேற்றபடிதான் நான் நடத்தப்படுவேன் என்றும் சொல்லி விட்டான்.

பாட்டி மிகவும் மனம் தளர்ந்துவிட்டார். எனது நம்பிக்கை இரகசியமானது; களத்தில் இறங்கித் தன்னந்தனியாக நான் போராடியாகவேண்டும். ஒரு பெண்மையின் பெருமிதமும் என் பிள்ளைகளின் மீதான ஒரு தாயின் பாசமும் என்னிடம் இருக்கின்றன; இந்த இருண்ட காலத்திற்குப் பின் ஒளிமயமான விடியல் அவர்களுக்குத் தோன்றியாக வேண்டும் என்று நான் தீர்மானித்துக்கொண்டேன். என் எஜமானனோ அதிகாரத்தையும், சட்டத்தையும் தன் பக்கபலமாக வைத்திருக்கிறான். நான் என் உறுதியான நம்பிக்கையைப் பக்கபலமாக வைத்திருக்கிறேன். இரண்டும் ஒன்றுக்கொன்று சளைத்தவை இல்லை அல்லவா?

16

பண்ணைவீட்டு அவலங்கள்

மறுநாள் விடியற்காலையில் நான் என் சின்னக் குழந்தையோடு பாட்டியின் வீட்டை விட்டுப் புறப்பட்டேன். என் மகனுக்கு உடம்பு சரியில்லை; அதனால் அவனை அங்கேயே விட்டு விட்டேன். அந்தப் பழைய வண்டி குலுங்கிச் செல்லும்போதெல்லாம் பல சோகமான நினைவுகள் எனக்கு வந்தன. இதுவரை நான் தனி ஆளாகத் தான் துன்பப்பட்டேன்; இப்பொழுது என் சின்னக் குழந்தையும் அடிமையாக நடத்தப்படுவாள். அந்தப் பெரிய வீட்டிற்குப் பக்கத்தில் வண்டி போனபோது, பழிவாங்கப்படும் நோக்கத்தோடு முன்பு ஒருமுறை நான் அங்கே அனுப்பப்பட்டதை நினைத்துக் கொண்டேன். இப்போது எதற்காக நான் இங்கே அனுப்பப்பட்டிருக்கிறேன் என்று யோசித்தேன். என்னால் யூகிக்க முடியவில்லை. எனது வேலைகள் தொடர்பான கட்டளைகளுக்கு மட்டும்தான் நான் கீழ்ப்படிய வேண்டும் என்று தீர்மானித்தேன். ஆனால் அங்கே தங்கப்போகும் காலத்தை எவ்வளவு குறைத்துக்கொள்ள முடியுமோ அந்த அளவுக்குக் குறைத்துக்கொண்டுவிட வேண்டும் என்பதில் உறுதியாக இருந்தேன். எங்களுக்காகக் காத்திருந்த திரு. ஃப்ளின்ட் அன்றைய வேலைகளுக்கான கட்டளைகளைப் பெறுவதற்காகத் தன்னைப் பின்தொடர்ந்து மேல்தளத்திற்கு வருமாறு கூறினான். என் சின்னஞ்சிறு எல்லென் கீழ்த்தளத் தில் சமையற்கட்டில் விடப்பட்டாள். மிகுந்த கரிசனத்தோடு வளர்க்கப்பட்ட அவளுக்கு இது பழக்கமற்ற சூழல். எல்லென் தனியாக முற்றத்தில்

விளையாடட்டும் என்று என் இளைய எஜமானன் சொல்லி விட்டான். குழந்தையைக் கண்டாலே வெறுக்கும் அந்த இளைய எஜமானனின் அன்பான வெளிப்பாடு இது. புதுமணப் பெண்ணை வரவேற்பதற்காக வீட்டைத் தயார் செய்வதுதான் என் வேலை. போர்வைகள், மேசைவிரிப்புகள், துவாலைகள், திரைச்சீலைகள், தரைவிரிப்புகள் போன்றவற்றின் நடுவில் என் விரல்கள் ஊசியில் சுறுசுறுப்பாக இயங்கிக்கொண்டு இருப்பதைப் போலவே என் மூளையும் சுறுசுறுப்பாகத் திட்டமிட்டுக் கொண்டிருந்தது. மதியம்தான் நான் எல்லென் இருக்கும் இடத்திற்குப் போக நேரம் கிடைத்தது. அவள் அழுதபடியே தூங்கிவிட்டிருந்தாள்.

“நான்தான் இவளை இங்கே கொண்டுவந்தேன்; நகர்ப்புறப் பழக்கங்களை எல்லாம் சீக்கிரத்தில் அவளிடமிருந்து போக்கி விடுவேன். அவளுடைய மோசமான நடத்தைகளுக்கு ஒரு வகையில் அப்பாவைத்தான் குறைசொல்ல வேண்டும். அவர் அவளை எப்போதோ வசக்கியிருக்க வேண்டும்” என்று திரு. ஃப்ளின்ட் தனது அண்டைவீட்டுக்காரனுடன் பேசிக்கொண் டிருந்ததைக் கேட்டேன். என் காதில் விழவேண்டும் என்பதற் காகவே இதைப் பேசிய அவன் சரியான ஆணாக இருந்தால் என் முகத்துக்கு நேராகத்தான் இப்படிப் பேசியிருக்க வேண்டும். அவன் என் முகத்துக்கு நேராகப் பேசியிருந்த விஷயங்களைக் கேட்டிருந்தால் அந்த அண்டைவீட்டுக்காரன் அதிர்ச்சியடைந் திருப்பானோ மாட்டானோ! இந்த இளைய ஃப்ளின்ட் ஓர் அப்பா பிள்ளை!

அவன் என்னை, ‘நீ உன் இடம் தெரிந்து நடந்துகொள்’ என்று சொல்லிக்காட்டிவிடாதபடி என் வேலைகளைச் செய்ய வேண்டுமென்று நான் தீர்மானித்துக்கொண்டேன். என் துன்பங்களுக்கு இடையிலும் இரவுபகல் பார்க்காமல் நான் வேலை செய்தேன். என் குழந்தையின் அருகில் படுத்திருக்கும் பொழுது, மற்ற சிறுபிள்ளைகள் இளைய எஜமானனிடம் நாள்தோறும் அடிபடுவதைப்போல இவளும் அடிபடுவதைப் பார்ப்பதைவிட இவள் இறந்துபோவதைப் பார்ப்பது எவ்வளவோ மேல் என்று நான் நினைத்துக்கொள்வேன். தங்கள் பிள்ளைகள் நாள்தோறும் இளைய எஜமானனிடம் அடிபடும் பொழுதும் அதை எதிர்க்கத் துணிவில்லாதவர்களாகத் தாய்மார்களின் உணர்ச்சிகள் கசையடிகளால் மழுங்கடிக்கப் பட்டுவிட்டன. நானும் அதைப்போலப் ‘பக்குவப்பட்டுவிட’ இன்னும் எவ்வளவு துன்பப்பட வேண்டியிருக்குமோ!

நானும் என்னால் முடிந்த அளவு திருப்தியாக இருப்பதாகக் காட்டிக்கொள்ள முயன்றேன். சிலவேளைகளில் என் வீட்டிற்கு

ஒருசில வரிகள் எழுதி அனுப்ப வாய்ப்புக் கிடைக்கும்; அப்போது கிளறிவிடப்படும் பழைய நினைவுகளால் என் மக்களைப் பற்றி நினைக்காததுபோலவும் அவர்கள்மீது அக்கறை இல்லாதது போலவும் காட்டிக்கொள்வது சிரமமாகிவிடும். நான் எவ்வளவு முயன்றாலும், திரு. ஃப்ளின்ட், 'சந்தேகக் கண்களோடு பார்க்கப்பட வேண்டியவள் இவள்' என்றே என்னைப் பற்றி நினைத்தான். எல்லென் புதிய வாழ்வின் சோதனைகளால் நொந்துபோய்விட்டாள். என்னிடமிருந்து பிரிக்கப்பட்டு, யாருடைய பராமரிப்பும் இன்றித் தனியாகச் சுற்றித் திரிந்து கொண்டிருந்ததால் அவள் அழுதழுது நோய்வாய்ப்பட்டு விட்டாள். ஒரு நாள், நான் வேலை செய்துகொண்டிருக்கும் இடத்திற்கு எதிரில் உள்ள ஜன்னலுக்குக் கீழே உட்கார்ந்து கொண்டு அவள் சோகமாக அழுத அழுகை எந்தத் தாயின் உள்ளத்தையும் உருக்கிவிடும். நான் என் இதயத்தை இரும்பாக்கிக்கொள்ள வேண்டியிருந்தது. சிறிது நேரத்தில் அழுகை நின்றுவிட்டது. நான் வெளியே எட்டிப் பார்த்தேன். அவள் எங்கோ போய்விட்டிருந்தாள். மதியமானவுடன் நான் அவளைத் தேடிப் புறப்பட்டேன். அந்தப் பெரிய வீடு தரை மட்டத்திலிருந்து இரண்டு அடி உயர்த்திக் கட்டப்பட்டிருந்தது. நான் அதற்குக் கீழே பார்த்துக்கொண்டே போகும்போது பாதி வழியில் அவள் நன்றாகத் தூங்கிக்கொண்டிருந்ததைப் பார்த்தேன். அவளை என் கைகளில் சுமந்தபோது அவள் மீண்டும் எழுந்திருக்காமலேயே இருந்துவிட்டால் அவளுக்கு எவ்வளவு நல்லது என்று நான் எனக்குள் யோசித்துக்கொண்டிருந்ததை அப்படியே சத்தமாக வாய்விட்டுச் சொல்லிவிட்டேன். யாரோ ஒருவர் என்னருகில் வந்து "என்னிடமா பேசுகிறாய்?" என்று வினவியதைக் கேட்டுத் திகைத்துப்போனேன். நான் திரும்பிப்பார்த்தபோது திரு. பிளின்ட் நின்றுகொண்டிருந்தான். அவன் அதற்கு மேல் எதுவும் பேசவில்லை; முறைத்துப் பார்த்து விட்டுத் திரும்பிப்போய்விட்டான். அன்று இரவு அவன் எல்லென்னுக்கு பிஸ்கெட்டும் ஒரு குவளை இனிப்பான பாலும் அனுப்பினான். இந்தக் கருணை எனக்கு ஆச்சரியமாக இருந்தது. அன்று மதியம் அந்த வீட்டின் கீழேயிருந்து ஊர்ந்து வந்து கொண்டிருந்த ஒரு பெரிய பாம்பை அவன் அடித்திருந்தான் என்று பின்னால் அறிந்தேன்; அதுதான் வழக்கமில்லாத வழக்க மாக அவன் கருணையைத் தூண்டியிருக்கிறது என்பதையும் தெரிந்துகொண்டேன்.

மறுநாள் காலையில், பலகைகளை ஏற்றிக்கொண்டு நகரத்திற்குப் புறப்படவிருந்த பழைய வண்டி ஒன்றில் நான் எல்லென்னை ஏற்றிப் பாட்டி வீட்டிற்கு அனுப்பிவிட்டேன்.

ஓர் அடிமைச் சிறுமியின் வாழ்க்கை நிகழ்வுகள்

"என் முன்னனுமதி பெற்றுத்தான் நீ அவளை அனுப்பியிருக்க வேண்டும்." என்று திரு. ஃப்ளின்ட் என்னைக் கண்டித்தான்.

"என் குழந்தைக்கு உடம்பு சரியில்லாமல் போய்விட்டது. இப்போது அவளை நன்கு கவனித்துக்கொள்ள எனக்கு நேரமில்லை. அதனால்தான் அவளைப் பாட்டி வீட்டிற்கு அனுப்பினேன்" என்று நான் பதில் சொல்லிவிட்டேன். சில நாட்களிலேயே அதிக அளவு வேலைகளைச் செய்து முடித்து விட்டேன் என்பது அவனுக்கும் தெரியும். அதனால் 'போனால் போகட்டும்' என்று என்னை விட்டுவிட்டான்.

நான் வீட்டிற்குப் போவதற்காகத் திட்டமிட்டபொழுது பண்ணைக்கு வந்து மூன்று வாரங்கள் ஆகியிருந்தன. எல்லோரும் தூங்கிய பிறகு இரவில்தான் நான் புறப்பட்டுப் போக முடியும். நான் நகரத்திலிருந்து ஆறு மைல் தூரத்தில் இருந்தேன். நான் போகவேண்டிய வழியோ இருளடைந்து கிடக்கும். அதனால் அடிக்கடி தன் அம்மாவைப் பார்ப்பதற்காக நகரத்திற்குச் சென்று வரும் எனக்குத் தெரிந்த ஓர் இளைஞனுடன் நான் புறப்படுவதாக இருந்தது. ஒரு நாள் இரவில் எல்லாம் அமைதியாகிவிட்ட நேரத்தில் நாங்கள் புறப்பட்டோம். அச்சம் எங்கள் பாதங்களுக்கு வேகம் தந்ததால் எங்கள் பயணத்திற்கு அதிக நேரம் ஆகவில்லை. நான் பாட்டி வீட்டை அடைந்தேன். பாட்டியின் படுக்கையறை தரைத்தளத்தில் இருந்தது. தட்ப வெப்பநிலை இதமாக இருந்ததால் ஜன்னல் திறந்தே இருந்தது. என் சத்தம் கேட்டு அவரும் விழித்துக்கொண்டார். அவர் என்னை உள்ளே அழைத்துவிட்டு, வெளியில் போவோர் வருவோர் பார்த்துவிடுவார்கள் என்பதால், ஜன்னலைச் சாத்தி விட்டார். விளக்கு கொண்டுவரப்பட்டது. மொத்த வீடும் என்னைச் சூழ்ந்துகொண்டது. சிலர் புன்னகைத்தனர், சிலர் கண்ணீர்விட்டனர். நான் என் குழந்தைகளைப் பார்க்கப் போனேன்; அவர்களது மகிழ்ச்சியான உறக்கத்திற்காகக் கடவுளுக்கு நன்றி சொன்னேன். அவர்களுக்குப் பக்கத்தில் சாய்ந்துகொண்ட பொழுது கண்ணீர் வந்தது. நான் புறப்படத் தயாரானபோது பென்னி புரண்டு படுத்தான். நான் திரும்பிப் பார்த்து "அம்மா இங்கே இருக்கிறேன்" என இரகசியமாக அவனிடம் சொன்னேன். தன் சிறு கையால் கண்களைத் தேய்த்தபடி படுக்கையில் எழுந்து உட்கார்ந்துகொண்டு என்னை ஆசையாகப் பார்த்தான். அது நான்தான் எனத் தெரிந்துகொண்ட திருப்தியில் "அம்மா! நீ செத்துப்போகவில்லையே? பண்ணை வீட்டில் உன் தலையை வெட்டிவிடவில்லையே?" என்று கேட்டான்.

நேரம் வேகமாகப் போய்விட்டது. என் வழிகாட்டி எனக்காகக் காத்திருந்தார். நான் பென்னியைப் படுக்கையில் விட்டுவிட்டு அவன் கண்ணீரைத் துடைத்த பின் "சீக்கிரம் திரும்பி வருவேன்" என்று வாக்குறுதி கொடுத்தேன். நாங்கள் பண்ணையை நோக்கி வேகமாய் நடையைக் கட்டினோம். பாதி தூரத்திலேயே நான்கு ரோந்துக் குழுக்களைச் சேர்ந்தவர்கள் வந்துகொண்டிருப்பது தெரிந்தது. நல்லவேளை! அவர்கள் எங்கள் கண்களுக்குத் தென்படுவதற்கு முன்பே அவர்களது குதிரைகளின் குளம்படிச்சத்தம் கேட்டதால் பெரிய மரத்திற்குப் பின்னால் ஒளிந்துகொள்ள எங்களுக்கு நேரம் கிடைத்தது. அண்மையில் மது அருந்தியிருந்தார்கள் என்பது ஊளையிட்டுக் கொண்டும் கூச்சலிட்டுக்கொண்டும் அவர்கள் எங்களைக் கடந்து போனபோது தெரிந்தது. அவர்கள் தங்கள் நாய்களுடன் வரவில்லை என்பதற்காக நாங்கள் நன்றி சொல்லிக் கொண்டோம். நாங்கள் வேகமாக நடந்தோம். நாங்கள் பண்ணையை அடைந்தபோது கைஇயந்திரங்களில் மாவு அரைக்கும் சத்தம் கேட்டது. அடிமைகள் தங்கள் சோளத்தை அரைத்துக்கொண்டிருந்தார்கள். அடிமைகளை வேலைக்கு வரும்படி அழைப்புவிடுக்கும் சங்கொலிக்கு முன்னதாகவே பத்திரமாகப் பண்ணையை அடைந்துவிட்டோம். என் வழிகாட்டிக்குத் தன்பங்கு சோளத்தை அரைக்க நேரமிருக்காது என்று எனக்குத் தெரியும்; ஆனாலும் அவர் நாள் முழுவதும் வயலில் பாடுபட வேண்டும் என்பதால் நான் என் சின்னப் பொட்டலத்தில் கொண்டுவந்திருந்த உணவை அவரோடு பகிர்ந்துகொண்டேன்.

வீட்டில் இருக்கும் வேலையாட்கள் சும்மா இருந்துவிடக் கூடாது என்பதற்காகத் திரு. ஃப்ளின்ட் அடிக்கடி மேற்பார்வை செய்வான். அவனுக்கு வேலைபற்றி எதுவும் தெரியாததாலும், என் ஏற்பாடுகளில் திருப்தி ஏற்பட்டதாலும் வேறு ஒருவரை வேலைக்கு அமர்த்தாமல் முழு வேலையையும் மேற்பார்வை செய்யும் பொறுப்பும் எனக்கே தரப்பட்டது. அவனது பண்ணை யில் அவன் செய்யவேண்டிய வேலைகளில் பங்கேற்கவும் அடிமைகளுக்கான ஆடைகளைத் தைப்பதற்காகவும் நான் பண்ணையிலேயே தங்கிவிட வேண்டிய அவசியம் இருப்பதாக இளைய ஃப்ளின்ட் முன்பெல்லாம் வலியுறுத்திச் சொல்லி யிருந்தாலும், முதிய ஃப்ளின்ட்டுக்குத் தன் மகனைப் பற்றி மிகவும் நன்றாகவே தெரிந்திருந்ததால் அவன் அதற்குச் சம்மதித்ததில்லை.

ஒருமாதகாலமாக நான் பண்ணையில் வேலைசெய்து கொண்டிருந்தபோது திரு. ப்ளின்ட்டின் வயது முதிர்ந்த அத்தை

அவனைப் பார்க்க வந்திருந்தார். இவர்தான் என் பாட்டியை ஐம்பது டாலர் கொடுத்து ஏலத்தில் எடுத்து அவரை விடுதலை செய்தவர். செல்வி. ஃபேன்னி என்று நாங்கள் அனைவரும் அழைக்கும் இந்த மூதாட்டியைப் பாட்டி மிகவும் நேசித்தார். அவர் அடிக்கடி எங்களுடன் தேநீர் அருந்த பாட்டியின் வீட்டிற்கு வருவார். அந்த மாதிரியான சமயங்களில் மேசை மீது பனி போன்ற வெள்ளைநிற மேசைவிரிப்பு விரிக்கப்பட்டுப் பாட்டி யிடமிருக்கும், பழமையான விருந்துப்பாத்திர வகைகளிலிருந்து சீனக்களிமண் குவளைகளும் வெள்ளி மேசைக் கரண்டிகளும் எடுத்து மேசை மீது வைக்கப்படும். சூடான கேக்குகளும் தேநீர் ரஸ்குகளும் சுவையான இனிப்புப் பண்டங்களும் அங்கு வைக்கப்பட்டிருக்கும். பாட்டி இரண்டு கறவை மாடுகள் வைத்திருந்தார்; அதில் அவர் செய்யும் புதிய பாலாடைகள் செல்வி ஃபேன்னிக்கு மிகவும் பிடித்தமானவை. அவர், அந்தப் பாலாடைகள்தான் ஊரிலேயே மிகச் சுவையானவை எனப் பாராட்டிப் பேசுவார். இரண்டு மூதாட்டிகளுக்கும் மிகவும் இனிமையான பொழுது அது. இருவரும் சேர்ந்து வேலை களைப் பகிர்ந்துகொண்டோ பேசிக்கொண்டோ இருப்பார்கள். பழைய நிகழ்வுகளை நினைவுபடுத்திப் பேசிக்கொண்டிருக்கும் சமயங்களில் தங்கள் கண்ணாடிகள் கண்ணீரால் மங்கிப்போய் விட அவற்றை அவர்கள் அடிக்கடிக் கழற்றித் துடைத்துக் கொள்வார்கள். செல்வி ஃபேன்னி விடைபெற்றுப் போகும் போது அவரது பை, பாட்டியின் சிறந்த கேக்குகளால் நிரப்பப் படும்; விரைவில் கட்டாயம் மீண்டும் வரவேண்டும் என்ற வேண்டுகோளும் வைக்கப்படும்.

ஒரு காலத்தில் டாக்டர் ஃப்ளின்டின் மனைவியும் எங்களோடு தேநீர் அருந்தவரும்போது, மார்த்தா அத்தையின் சிறந்த விருந்துணவுக்கு அவளுடைய குழந்தைகளுக்கும் அழைப்பு விடுக்கப்படும். அவளுடைய பொறாமைக்கும் வெறுப்புக்கும் நான் ஆளான பின்பு, எனக்கும் என் குழந்தை களுக்கும் பாதுகாப்பு அளித்ததற்காக என் பாட்டியின் மீது அவளுக்குக் கோபம். அவள் என் பாட்டியைத் தெருவில் பார்த்தால்கூடப் பேசுவதில்லை. சிறுகுழந்தையாக இருந்த போது தன்னிடம் பால்குடித்து வளர்ந்த பெண்ணிடம் பகைமை பாராட்ட முடியாத என் பாட்டியின் உணர்வுகள் இதனால் புண்பட்டன. செல்வி ஃபேன்னியுடனான எங்கள் தொடர்பை, டாக்டரின் மனைவி தன்னால் முடிந்திருந்தால் தடுத்து மகிழ்ந்திருப்பாள். ஆனால் அதிர்ஷ்டவசமாக செல்வி ஃபேன்னி ஃப்ளின்ட்டுகளின் வீட்டுப்பணத்தை நம்பியிருக்கவில்லை. சுதந்திரமாக வாழ்வதற்குப் போதுமான எல்லாம் அவரிடம்

இருந்தன. அவரைப் பொறுத்தவரை தாராளமான வேறு எவருடைய கொடைகளையும் விட அவையே அவருக்கு மிகவும் அதிகம்.

செல்வி ஃபேன்னி, மனதால் எனக்கு மிகவும் நெருங்கியவராய் இருந்ததால் பண்ணை வீட்டில் அவரைப் பார்த்ததில் எனக்கு மிக்க மகிழ்ச்சி. அவருடைய பரந்த விசுவாசமிக்க இதயத்தின் பரிவு அந்த வீட்டில் அவர் இருக்கும்போது எனக்கு மிகவும் இனிமையான அனுபவமாக இருந்தது. அவர் ஒரு வாரம் தங்கியிருந்தார்; நான் அவரோடு நிறையப் பேசினேன். அந்த வீட்டிற்கு வந்ததன் முக்கிய நோக்கமே நான் எவ்வாறு நடத்தப்படுகிறேன் என்பதைத் தெரிந்துகொள்ளத்தான் என்றும் எனக்கு ஏதாவது உதவ முடியுமா என்று பார்ப்பதற்காகவும்தான் என்று என்னிடம் அவர் சொன்னார். அவர் எனக்கு எந்தவிதத்திலாவது உதவ முடியுமா என்று கேட்டார். அவரால் முடியும் என்று நான் நம்பவில்லை என்று கூறினேன். அவர் தனக்கே உரிய வகையில் "நீயும் உன் பாட்டியின் குடும்பத்தினர் அனைவரும் கல்லறையில் நிம்மதி காணும்போதுதான் என்னால் உங்களைக் குறித்து நிம்மதி அடைய முடியும்" என்று என்னைத் தேற்றினார். ஆனால் நானும் என் குழந்தைகளும் மரணத்தால் அல்ல, விடுதலையின் மூலமாகவே அவருக்கு நிம்மதியளிக்கத் திட்டமிட்டுக்கொண்டிருக்கிறேன் என்பதை அந்த இனிய மூதாட்டி கனவில்கூட நினைத்துப்பார்த்திருக்கமாட்டார்.

மீண்டும் மீண்டும் நகரத்திற்கும் வீட்டிற்கும் பன்னிரண்டு மைல் தூரம் முழுவதும் இருட்டிலேயே நான் பயணித்துக் கொண்டே இருந்தேன்; அப்பயணங்களின்போதெல்லாம் நானும் என் குழந்தைகளும் தப்பிக்க வழி இருக்கிறதா என்பதைப் பற்றியே யோசித்துக்கொண்டே இருந்தேன். என் நண்பர்களும் தங்கள் அறிவுக்கு எட்டியவரை எங்களை வாங்குவதற்கான எல்லா ஏற்பாடுகளையும் செய்துபார்த்தார்கள். ஆனால் அவர்களுடைய திட்டங்கள் எல்லாம் தோல்வியடைந்தன. டாக்டர் ஃப்ளின்ட்டுக்கு நான் தப்பிவிடுவேனோ என்ற சந்தேகம் இருந்ததால் எங்கள் மேல் உள்ள பிடியைத் தளர்த்தி விடக் கூடாது என்பதில் அவன் உறுதியாக இருந்தான். நான் தனியாக இருந்தால் தப்பித்துவிடுவேன்; ஆனால் என் விடுதலையைவிடவும் நிராதரவான என் குழந்தைகளின் விடுதலைக்காகவே நான் பெரிதும் ஏங்கினேன். என் விடுதலை என்பது எனக்கு விலை மதிப்பற்ற வரம் என்பதை நான் அறிந்தே இருந்தாலும் குழந்தைகளை அடிமைத்தனத்திலேயே வைத்துவிடக்கூடிய ஆபத்தான வழிகளை நான் மேற்கொள்ள மாட்டேன். அவர்களுக்காக நான் பொறுத்துக்கொள்ளும்

ஒவ்வொரு சோதனையும் மேற்கொள்ளும் ஒவ்வொரு தியாகமும் அவர்களை என் இதயத்தோடு நெருங்கச்செய்தன. எல்லை யில்லாத புயல் இருட்டில் என்னைத் திரும்பத்திரும்பத் தாக்கும் கன்னங்கருத்த அலைகளைத் திருப்பித் தாக்குவதற்கான புதிய வலிமையை அவை எனக்குத் தந்தன.

திரு. ஃப்ளின்டின் புதுமனைவி இந்தப் புதிய வீட்டின் உரிமையை ஏற்றுக்கொள்வதற்கு ஆறு வாரங்கள் ஆகலாம் என்று சொன்னார்கள். எல்லா ஏற்பாடுகளும் முடிந்துவிட்டன. திரு. ஃப்ளின்டும், நான் என் வேலையை நன்றாகச் செய்திருப்பதாகச் சொன்னான். அவன் சனிக்கிழமை போய்விட்டு அடுத்துவரும் புதன்கிழமை தனது மணப்பெண்ணோடு திரும்புவான் என்ற எதிர்பார்ப்பு இருந்தது. அவனிடமிருந்து நான் தொடர்ந்து செய்ய வேண்டியிருந்த பல வேலைகளுக்கான ஆணைகளைப் பெற்ற பிறகு தொடர்ந்துவரும் ஞாயிற்றுக்கிழமையன்று நான் என் ஊருக்குப் போய்விட்டு வருவதற்கு அவனிடம் அனுமதி கேட்டேன். எனக்கு விடுமுறை வழங்கப்பட்டது; அதற்கு நான் மிகவும் நன்றியுடையவள். முதல்முறையாக விடுமுறை வேண்டும் என்று அன்றுதான் அவனிடம் கேட்டேன். அதுவே கடைசித் தடவையாகவும் இருக்க வேண்டும் என்பது என் ஆசை. என் மனதில் நான் உருவாக்கிவைத்திருக்கும் திட்டத்தைச் செயல் படுத்த ஓர் இரவுக்கு மேல் கால அவகாசம் எனக்குத் தேவைப் பட்டது; அப்படியிருக்க முழு ஞாயிற்றுக்கிழமையும் விடுமுறை கிடைத்தது எனக்கு நல்வாய்ப்பாக அமைந்தது. என் ஓய்வுத் திருநாளை நான் என் பாட்டியுடன் கழித்தேன். அன்றைய நாள் போல அமைதியான அழகியநாள் சொர்க்கத்திலிருந்துகூட இறங்கிவந்துவிட முடியாது. எனக்கு அது உணர்ச்சிகளின் கொந்தளிப்பான நாள். ஒருவேளை மனதுக்கு இனிய பழமை யான அந்த நிழல்தரும் கூரையின் கீழ் நான் கழிக்கும் கடைசி நாளாகக்கூட அது இருந்துவிடலாம். ஒருவேளை இதுதான் என் முழு வாழ்விலும் எனக்குக் கிடைத்த முதிய விசுவாசமிக்க நண்பருடன் பேசும் கடைசிப்பேச்சாகக்கூட இருக்கலாம். ஒருவேளை இதுதான் நானும், என் குழந்தைகளும் ஒன்றாகச் சேர்ந்து இருக்கப்போகும் கடைசித் தடவையாகவும் இருந்து விடலாம். அவர்கள் அடிமைகளாக இருப்பதைவிட அது பரவாயில்லை. என் வெள்ளைநிறக் குழந்தைக்கு அடிமைத் தனம் தரக் காத்திருக்கும் பேராபத்து குறித்து எனக்குத் தெரியும்; அதிலிருந்து அவளைக் காப்பாற்றுவேன்; அல்லது அந்த முயற்சியில் அழிந்துபோவேன். அடிமைகள் புதைக்கப்படும் தோட்டத்தில் உள்ள என் ஏழைப் பெற்றோரின் கல்லறையில் இந்தச் சபதத்தை எடுப்பதற்காகப் போனேன்.

'அங்கே கொடுமைக்காரன் தொல்லை கொடுப்பதை நிறுத்து கிறான்: அங்குதான் கொடுமைக்கு ஆளானவர் ஆறுதல் பெறுகிறார்; அங்குதான் கைதிகள் ஒன்றாக இளைப்பாறுகிறார்கள்; தங்களை அடக்குபவர்களின் குரல்கள் அங்கே அவர்களுக்குக் கேட்காது; அங்குதான் வேலைக்காரன் தன் எஜமானனிடமிருந்து விடுதலை பெறுகிறான்.' என் பெற்றோர்களின் கல்லறை களுக்கு அருகில் நான் மண்டியிட்டுப் பிரார்த்தித்தேன்; எனக்கு வந்த சோதனைகள் எல்லாவற்றையும் பார்க்கவும் நான் இழைத்துவிட்ட பாவத்திற்காக வேதனைப்படவும் என் பெற்றோர்கள் இப்போது உயிருடன் இல்லை என்பதற்காக எப்பொழுதும்போல் நான் கடவுளுக்கு நன்றி சொன்னேன். என் அம்மா இறந்தபோது அவரது ஆசீர்வாதத்தை நான் பெற்றேன்; பல வேதனையான நேரங்களிலெல்லாம் அவருடைய குரல் சில சமயம் என்னைக் கண்டிப்பதுபோலவும், சிலசமயம் எனது புண்பட்ட மனதிற்காகப் பாசமிக்க சொற்களை இரகசியமாகச் சொல்வதுபோலவும் எனக்குக் கேட்பதாகத் தோன்றும். நான் என் குழந்தைகளை விட்டுவிட்டுப் போய்விட்டால், நான் என் அம்மாவைப் பற்றி நினைப்பதைப்போல அவர்கள் என்னைப் பற்றி முழு நிறைவுடன் நினைக்க வழியில்லையோ என்று நினைத்து நான் பலதடவை அழுதிருக்கிறேன்.

கல்லறைத்தோட்டம் காட்டுக்குள் இருந்தது. மங்கிய மாலை வெளிச்சமும் அரிதாகக் கேட்கும் பறவையின் கீச்சொலியும் தவிர வேறெதுவும் அங்கு நிலவிய மயான அமைதியைக் குலைத்துவிடவில்லை. அந்தப் பவித்திரமான காட்சிகளால் என் உணர்வுகள் பொங்கி எழுந்தன. நான் பத்து ஆண்டுகளுக்கும் மேலாக இந்த இடத்திற்கு அடிக்கடி வந்துகொண்டே இருந்திருந்தாலும் இப்போதைப்போலப் புண்ணிய பூமியாக அது எப்போதும் எனக்குப் புலப்பட்ட தில்லை. என் அம்மாவின் கல்லறைமேல் என் அப்பா நட்டிருந்த மரத்தின் கருங்கட்டை மட்டுமே இருந்தது. அப்பாவின் கல்லறை யின் அடையாளமாக அதன் மீது அவர் பெயர் எழுதியிருந்த சின்னப்பலகை இருந்தது. அதில் உள்ள எழுத்துக்கள் எல்லாம் பெரும்பாலும் அழிந்துபோயிருந்தன. நான் மண்டியிட்டு அவற்றை முத்தமிட்டேன். நான் மேற்கொள்ளப்போகும் ஆபத்து நிறைந்த நடவடிக்கைக்கு வழிகாட்டுமாறு இறைவனிடம் பிரார்த்தனை செய்தேன். நேட் டர்னரின் கலகத்திற்கு முன், அடிமைகள் வழிபாடு நடத்தச் சந்திக்கும் இடமாக இருந்து, தற்போது இடிக்கப்பட்டுப் பாழடைந்துபோன கட்டிடத்தைக் கடந்து செல்லும்போது நான் விடுதலையையோ அல்லது கல்லறையையோ அடையும்வரை ஓயக்கூடாது என்னும்

என் அப்பாவின் குரல் அந்த இடத்திலிருந்து வந்து என்னை வாழ்த்தியது. நான் புதிய நம்பிக்கை பெற்று விரைந்தேன். கல்லறைகளுக்கு அருகில் நான் செய்த அந்தப் பிரார்த்தனையால் ஆண்டவர் மீதான என் நம்பிக்கை மேலும் வலுவடைந்தது.

என் நண்பர் ஒருவர் வீட்டில் ஒளிந்து இருந்துகொண்டு தேடுதல் முடிவது வரை சில வாரங்கள் அங்கேயே இருந்துவிட வேண்டும் என்பது என் திட்டம். ஃப்ளின்ட் விரக்தியடைந்து, எனது விற்பனை மதிப்புக் குறைந்துபோய்விடும் என்ற அச்சத்தாலும், தொடர்ந்து என் குழந்தைகளும் காணாமல் போயிருப்பதைப் பார்த்தும் எங்களை விற்கச் சம்மதித்துவிடுவான் என்பது எனது நம்பிக்கை; எங்களை யாராவது வாங்கிவிடுவார்கள் என்பதும் எனக்குத் தெரியும். நான் எத்தனை காலம் குழந்தைகளை விட்டுப் பிரிந்திருக்க வேண்டியிருக்கும் என்று நினைத்தேனோ அத்தனை காலத்திற்கும் என் குழந்தைகள் சௌகரியமாக இருப்பதற்கான ஏற்பாடுகளை எனது சக்திக்கேற்றவரையில் செய்துவைத்தேன். நான் என்னுடைய பொருட்களை எடுத்து வைத்துக்கொண்டிருக்கும்போது அறைக்குள் வந்த என் பாட்டி நான் என்ன செய்துகொண்டிருக்கிறேன் என்று என்னைக் கேட்டார். நான் என் சாமான்களை ஒழுங்குபடுத்திக்கொண்டிருக்கிறேன் என்று பதில் சொன்னேன். நான் உற்சாகமாக இருப்பதாகக் காட்டிக்கொள்ளவும் பேசவும் முயன்றாலும் பாட்டியின் பார்வை என் மனதின் ஆழத்தில் புதைந்திருந்த என் எண்ணத்தைக் கண்டுபிடித்துவிட்டது. அவர் என்னைத் தன்பக்கமாக இழுத்து வைத்துக்கொண்டு உட்காரச் சொன்னார். அவர் என்னை ஆதரவாகப் பார்த்து "லிண்டா! நீ உன் வயதான பாட்டியைக் கொன்றுவிட நினைக்கிறாயா? நீ ஏதுமறியாத உன் சின்னஞ்சிறு குழந்தைகளை விட்டுவிட்டுப் போகலாமா? எனக்கும் வயதாகிவிட்டது, நான் முன்பு உனக்குச் செய்ததுபோல உன் குழந்தைகளுக்கு இப்போது என்னால் செய்ய முடியாது" என்றார்.

நான் எங்காவது போய்விட்டால் குழந்தைகளின் தந்தைக்கு அவர்களது விடுதலையைப் பெற்றுத்தர அது ஏதுவாக இருக்கும் என்று நான் பதில் சொன்னேன்.

"ஐயோ! என் பெண்ணே! நீ அவனை அதிகமாக நம்பிவிடாதே. உன் குழந்தைகளுக்கு நீ பக்கபலமாக இரு. சாகும்வரை அவர்களுக்காகப் பாடுபடு" என்றார் என் பாட்டி. மேலும் தனது குழந்தைகளைப் பாதுகாக்காத தாயை எவரும் மதிக்க மாட்டார்கள். அதோடு நீ அவர்களை விட்டுவிட்டுப் போனாலும் உன்னால் ஒருக்காலும் நிம்மதியாக இருக்க முடியாது. நீ போனால் நான் இருக்கப்போகும் கொஞ்ச காலத்திற்கு என்னைத் தவிக்க

விட்டுவிடுவாய். உன்னைப் பிடித்துத் திரும்பக் கூட்டிவந்துவிடுவார்கள். அதற்குப் பின் உன் கஷ்டங்கள் மிகவும் பயங்கரமானவையாக ஆகிவிடும். பெஞ்சமினை நினைத்துப்பார். விட்டுவிடு லிண்டா. கொஞ்சநாள் பொறுத்துப்பார். நாம் எதிர்பார்ப்பதைவிட எல்லாம் நல்லபடியாக முடிந்துவிடும்" என்றார் பாட்டி.

என் விசுவாசமிக்க, அன்பு நிறைந்த முதியவரின் இதயத்திற்கு நான் கொடுக்கப்போகும் துன்பத்தை நினைத்துப் பார்க்கும்போது என் துணிச்சல் மறைந்துவிட்டது. நான் இன்னும் கொஞ்சகாலம் பொறுத்திருக்க முயற்சி செய்வதாகவும் நான் அவருக்குத் தெரியாமல் அவர் வீட்டிலிருந்து எதையும் எடுத்துச் செல்லமாட்டேன் என்றும் அவருக்கு உறுதியளித்தேன்.

எப்போதெல்லாம் என் குழந்தைகள் என் முழங்காலில் ஏறி மடியில் தலைவைத்துக்கொள்கிறார்களோ அப்போதெல்லாம் என் பாட்டி, "பாவம் இந்தக் குழந்தைகள், அம்மா இல்லாமல் என்ன செய்வார்கள்? நீங்கள் அவளை நேசிப்பது போல் அவள் உங்களை நேசிக்கவில்லை" என்று சொல்வார். எனது பாசமின்மையை இடித்துக் காட்டுவதைப்போல் அவர் என் குழந்தைகளைத் தன் நெஞ்சோடு சேர்த்து அணைத்துக் கொள்வார். நான் அவர்களை என் உயிரினும் மேலாக நேசிக்கிறேன் என்பதும் அவருக்குத் தெரியும். அன்று இரவு நான் கடைசித் தடவையாக அவரோடு தூங்கினேன். அந்த நினைவு பல ஆண்டுகளுக்கும் மேலாக என்னை வாட்டிக்கொண்டிருந்தது.

திங்களன்று நான் பண்ணைக்குத் திரும்பினேன். மணமக்கள் திரும்பும் விசேஷமான நாளுக்கான ஏற்பாடுகளில் மும்முரமாக ஈடுபட்டேன். புதனும் வந்தது. அது ஓர் அழகிய நாள். அடிமைகளின் முகங்களெல்லாம் சூரிய வெளிச்சம்போலப் பிரகாசித்தன. பாவம் அவர்கள்; மிகுந்த மகிழ்ச்சியோடு இருந்தார்கள். புதுமணப்பெண் சிறிய பரிசுகள் தருவாள் என்றும் அவள் நிர்வாகத்தில் தங்களுக்கு நல்லகாலம் பிறக்கும் என்ற எதிர்பார்ப்பிலும் இருந்தார்கள். எஜமானர்கள்மீது அப்படிப்பட்ட நம்பிக்கைகள் எல்லாம் எனக்குக் கிடையாது. அடிமை உடைமையாளர்களின் இளம் மனைவிமார்கள், அவர்களுடைய அதிகாரத்தையும் முக்கியத்துவத்தையும் தங்கள் அடிமைகளிடத்தில் கொடுமையாக நடந்துகொள்வதன் மூலமே நிறுவிக்கொள்ளவும் பாதுகாத்துக்கொள்ளவும் முடியும் என்று நம்புவார்கள். நான் இளைய ஃப்ளின்ட்டின் மனைவி பற்றிக் கேள்விப்பட்டவரையில் அடிமைகளிடம் அவளது அதிகாரம் எஜமானனுடையதையும் கங்காணியினுடையதையும் விடக் குறைந்த அளவு கொடுமையானதாக இருக்கக் காரணம் ஏதும் இருப்பதாக எனக்குத் தெரியவில்லை. உண்மையில் பூமியில்

இருப்பவர்களிலேயே கறுப்பினத்தவர்தான் மிகவும் உற்சாக மான, மன்னிக்கத் தெரிந்த மனிதர்கள். அவர்களுடைய எஜமானர்கள் தாங்கள் பாதுகாப்பாக உறங்க முடிவதற்காக இவர்களுடைய பரந்த உள்ளத்திற்குக் கடன்பட்டிருக்கிறார்கள்; ஆனால் அந்த எஜமானர்களோ தங்கள் அடிமைகள் அனுபவிக்கும் துன்பங்களுக்காகத் தங்கள் நாயிடமும் குதிரையிடமும் காட்டும் இரக்கத்தைவிடவும் குறைந்த அளவு இரக்கத்தையே காட்டுவார்கள்.

நான் மணமகளையும் மணமகனையும் வரவேற்க மற்றவர் களுடன் கதவருகில் நின்றேன். அவள் மிகவும் அழகான, மென்மையான தோற்றம் கொண்ட பெண்; தனது புது வீட்டைப் பார்த்த உடனேயே அவள் முகம் பூரித்துப்போனது. மகிழ்ச்சியான எதிர்காலம் குறித்த பிம்பங்கள் அவள் மனதில் வந்துபோவதாக எனக்குத் தோன்றியது. அது என்னை வருத்தியது; எவ்வளவு விரைவில் அவளது வாழ்வின் ஒளியை மேகங்கள் சூழ்ந்துவிடும் என்பதை நான் அறிவேன். அவள், அந்த வீட்டின் ஒவ்வொரு பகுதியையும் ஆராய்ந்து பார்த்துவிட்டு, நான் செய்த ஏற்பாடு களால் மிகுந்த மகிழ்ச்சி அடைந்திருப்பதாகக் கூறினாள். முதிய திருமதி. ஃப்ளின்ட் எனக்கெதிராக அவளைத் திருப்பிவிட்டு விடலாம் என்ற அச்சத்தால் இளைய திருமதி. ஃப்ளின்ட்டைத் திருப்திப்படுத்த என்னால் முடிந்த அளவு செய்தேன்.

இரவு விருந்து வரை எல்லாம் நன்றாகவே நடந்தன. என் வாழ்க்கையில் முதன்முதலாகப் பணியாற்ற நேர்ந்த அந்த இரவு விருந்தில், அங்கு வந்திருந்த விருந்தினர்களுக்கிடையில் டாக்டர் ஃப்ளின்ட்டும் அவனுடைய மனைவியும் இல்லாமல் இருந்திருந்தால் எனக்கு ஏற்பட்ட சங்கடத்தில் பாதியளவு குறைந்திருக்கும். நான் வீட்டைச் செம்மைப்படுத்திக்கொண் டிருந்த காலம் முழுவதும் திருமதி ஃப்ளின்ட் பண்ணைக்கு வராமலேயே இருந்தது எனக்குப் புதிராகவே இருந்தது. நான் அவளைக் கடந்த ஐந்து ஆண்டுகளாக நேருக்கு நேராகப் பார்க்கவேயில்லை. இப்போதும் அவளைப் பார்க்க நான் விரும்பவில்லை. எனது தற்போதைய நிலைமைக்கு அவளது பிரார்த்தனையின் விசேஷ பலன்தான் காரணம் என்று அவள் சந்தேகத்திற்கிடமின்றி நினைப்பாள். நான் ஏளனப்படுத்தப் பட்டு, மிதிக்கப்பட்டுக் கிடப்பதைப் பார்த்துக்கொண்டிருப்பதை விட வேறெதுவும் அவளைத் திருப்திப்படுத்தாது. அவள் தான் நினைத்த இடத்தில் என்னை வைத்துவிட்டாள்: ஒழுக்க மில்லாத எஜமானனின் அதிகாரத்தின் கீழ். அவள் தனது இடத்தில் வந்து உட்கார்ந்தபோது அவள் என்னோடு பேசவே இல்லை; ஆனால் சாப்பாட்டுத்தட்டை நான் அவளிடம் தந்த

போது அவளது ஏளனமான வெற்றிப்புன்னகை, எத்தகைய வார்த்தைகளையும்விட அதிகம் பேசியது. அந்தக் கிழ டாக்டரும் தனது நடவடிக்கைகளில் நிதானமாக இருக்கவில்லை. அவன் என்னை அங்குமிங்குமாக அலைக்கழித்தான். அதோடு "உன் எஜமானி" என்று சொல்லும்போதெல்லாம் ஒருவித வினோதமான அழுத்தம் கொடுத்துப் பேசினான். நான் அவமானப்படுத்தப்பட்ட படை வீரனைப் போலக் கடுமையாக அங்குமிங்கும் துரத்தப்பட்டேன். விருந்து முடிந்து கடைசிக் கதவையும் மூடிய பிறகு களைத்துப்போனவர்களுக்காக இரவு நேரத்தை ஒதுக்கித் தந்த கடவுளுக்கு நன்றி சொல்லிக் கொண்டே நான் என் தலையணையில் தஞ்சமடைந்தேன்.

மறுநாளே என் புதிய எஜமானி, வீட்டுப் பொறுப்பை ஏற்றுக்கொண்டுவிட்டாள். நான் குறிப்பிட்ட வேலைக்கான பணியாளாக நியமிக்கப்பட்டிருக்கவில்லை. அதனால் என்னிடம் சொல்லப்படும் எந்த வேலையையும் நான் செய்தாக வேண்டும். திங்கள்கிழமை மாலை வந்தது. வேலை அதிகம் இருக்கும் நேரம் அது. அன்று இரவுதான் அடிமைகள் அந்த வாரத்திற்கான தங்களது உணவுப்பொருட்களைப் பெற்றுக்கொள்வார்கள். ஒவ்வொரு ஆணுக்கும், மூன்று பவுண்டு மாமிசம், எட்டு லிட்டர் சோளம், ஒரு டஜன் மீன்கள் வழங்கப்படும். பெண்களுக்கு ஒன்றரைப் பவுண்டு மாமிசம், எட்டு லிட்டர் சோளம் வழங்கப் படும். ஆண்களுக்கு வழங்கப்பட்ட அதே அளவு மீன்கள் பெண்களுக்கும், பன்னிரண்டு வயதுக்கு மேற்பட்ட குழந்தை களுக்குப் பெண்களுக்கு வழங்கப்படும் உணவுப்பொருட்களில் பாதியளவும் உணவுப் பங்கீடாகத் தரப்படும். வயல்வேலை களைப் பார்ப்பவர்களின் மேற்பார்வையாளரால் மாமிசம் துண்டுகளாக்கப்பட்டு, நிறுக்கப்பட்டு மாமிசக்கிடங்கின் வாசலில் இருக்கும் பலகைகளில் அடுக்கிவைக்கப்படும். முதல் மேற்பார்வையாளர் "இந்த மாமிசத்துண்டை யார் எடுத்துக் கொள்கிறார்கள்?" என்று கேட்கும்போது கட்டிடத்தின் பின்பக்கமாகச் சென்ற இரண்டாவது மேறபாாவையாளர் எவரது பெயரையாவது சொல்லிக் கூப்பிடுவார். மாமிசம் வழங்குவதில் பாரபட்சம் இருந்துவிடக் கூடாது என்பதற்காகத் தான் இந்த வழிமுறை. தனது பண்ணையில் வேலைகள் எவ்வாறு நடந்துகொண்டிருக்கின்றன என்று மேற்பார்வையிடுவதற்காக வெளியில் வந்த அந்த இளம் எஜமானி தனது இயல்பை வெளிப்படுத்திவிட்டாள். தங்கள் பங்கு உணவுக்காகக் காத்திருந்தவர்களில் ஃப்ளின்டின் மூன்று தலைமுறையினருக் காக அவர்களது வீட்டில் விசுவாசமாக உழைத்துவந்திருந்த முதியவரும் ஒருவர். அவர் தனக்குப் பங்காகக் கிடைக்கும்

உணவுப் பொருட்களைப் பெறுவதற்காகத் தள்ளாடி வந்து கொண்டிருந்தபொழுது இளைய எஜமானி, மிகவும் வயதாகி விட்ட அந்த முதியவருக்கு உணவுப்பொருட்கள் தரத் தேவை யில்லை என்று சொல்லிவிட்டாள். வயதாகி வேலை செய்ய முடியாமல் போன நீக்ரோக்கள் புல்லைத்தான் மேய்ந்தாக வேண்டும். பாவம் அந்த முதியவர்! கல்லறைக்குள் ஓய்வு பெறுவதற்கு முன்பே இப்படிப்பட்ட கொடுமைக்கு ஆளாக வேண்டிவந்துவிட்டது.

நானும் என் எஜமானியும் நன்றாகவே ஒத்துப்போய் விட்டோம். அந்த வார இறுதியில் மூத்த திருமதி ஃப்ளின்ட் மறுபடியும் பண்ணைக்கு வந்து தனது மருமகளுடன் நீண்ட நேரம் இரகசியமாகப் பேசிக்கொண்டிருந்தாள். அவர்களது கலந்தாய்வு எனக்குள் சந்தேகங்களைக் கிளப்பியது. இளைய திருமதி ஃப்ளின்ட் நான் பண்ணையிலேயே இருக்க வேண்டும் என்று விரும்பியதால் அவள் அந்தக் கிழட்டு டாக்டரின் மனைவியிடம் நான் ஒரே ஒரு நிபந்தனையின்பேரில் மட்டும்தான் பண்ணையி லிருந்து வெளியேற முடியும் என்று சொல்லிவிட்டாள்; நான் நம்பிக்கைக்குரியவள் என்பதை அவள் புரிந்துகொண்டு நடந்திருந்தால் அந்த நிபந்தனையை நான் ஏற்றுக்கொள்வதைப் பற்றி அவள் பயந்திருக்க மாட்டாள். அவள் வீட்டிற்குத் திரும்பிப் போவதற்காக வண்டியில் ஏறியபோது, "எவ்வளவு சீக்கிரம் முடியுமோ அவ்வளவு சீக்கிரம் அவர்களைக் கூப்பிட்டு வைத்துக் கொள்ள மறந்துவிடாதே" என இளம் ஃப்ளின்டிடம் கூறினாள். என் மனது அவர்களைத் தொடர்ந்து கவனித்துக்கொண்டே இருந்ததால் அவள் என் குழந்தைகளைப் பற்றித்தான் பேசுகிறாள் என்பதை நான் சட்டென்று புரிந்துகொண்டேன். அடுத்தநாள் நான் தேநீர்மேசை மீது விரிப்பைப் போட்டுக்கொண்டிருந்த சமயத்தில் அங்கு வந்த டாக்டர் "இனிமேலும் காத்திருக்க வேண்டாம், நாளைக்கே அவர்களை வரவழைத்துவிடு", என்று சொல்லிக்கொண்டிருந்ததைக் கேட்டேன். அவர்களது திட்டம் என்னவாக இருக்கும் என்று யோசித்தேன். என் குழந்தைகள் அந்தப் பண்ணையிலேயே இருக்கும்பட்சத்தில் அது என்னை அந்த இடத்திலேயே பிணைத்துவைத்து எங்கள் எல்லோரையும் தன்மானமற்ற அடிமைகளாய்ச் சிதைத்துப்போடுவதற்குத் தோதுவாக இருக்கும் என்பது அவர்கள் நினைப்பு. டாக்டர் அங்கிருந்து போனபிறகு எங்கள் பாட்டியின் மீதும் அவர் குடும்பத்தின் மீதும் வெளிப்படையாக நட்புப் பாராட்டும் நல்ல மனிதர் ஒருவர் அங்கு வந்தார். ஊதியமும் இல்லாமல், அரைகுறை ஆடைகளுடன் அரைப்பட்டினியாகக் கிடக்கும் ஆண், பெண்களின் உழைப்பால் கிடைத்த விளைச்சலைக்

காட்டுவதற்காகத் திரு. ஃப்ளின்ட் அவரைப் பண்ணையைச் சுற்றிக்காட்டக் கூட்டிச்சென்றான். அவர்கள் எண்ணமெல்லாம் பருத்தி விளைச்சல் பற்றித்தான். அது போதுமான அளவு பாராட்டியவுடன் அந்த மனிதர் தனது நண்பர்களுக்குக் காண்பிக்கத் தேவையான மாதிரிகளைச் சேகரித்துக்கொண்டு திரும்பி வந்தார். அவருக்குக் கைகழுவத் தண்ணீர் கொண்டு போகும்படி என்னைப் பணித்தார்கள். நான் தண்ணீர் எடுத்துக் கொண்டு அங்கே போனபோது அவர் "லிண்டா! உனக்கு இந்தப் புதிய வீடு பிடித்திருக்கிறதா?" என்று கேட்டார். நான் அவரிடம், "நான் எதிர்பார்த்தபடிதான் இங்கு எல்லாமே இருக்கின்றன" என்றேன். அவர் என்னிடம் "அவர்கள் நீ இங்கே நிம்மதியாக இருப்பதாக நினைக்கவில்லை. அதனால் அவர்கள் நாளைக்கே உன் குழந்தைகளை உன்னுடன் இருப்பதற்காக இங்கே கூட்டிக்கொண்டு வந்துவிடுவார்கள். உனக்காக வருந்து கிறேன், லிண்டா. அவர்கள் உன்னை அன்பாக நடத்துவார்கள் என நம்புகிறேன்" என்றார். நான் அவருக்கு நன்றிகூடத் தெரிவிக்க முடியாமல் அவசரமாக அங்கிருந்து கிளம்பி விட்டேன். நான் சந்தேகப்பட்டது சரியாகிவிட்டது. என் குழந்தை களை அடிமைகளாகப் பழக்குவதற்காகப் பண்ணைக்குக் கூட்டி வரப்போகிறார்கள்.

எனக்குச் சரியான சமயத்தில் இந்தத் தகவலைச் சொன்னதற்காக இன்றுவரையிலும் அந்தப் பெரிய மனிதருக்கு நான் நன்றியுடையவளாக இருக்கிறேன். அந்தத் தகவல் உடனடி யாகச் செயலில் இறங்கச் சொல்லி என்னை உசுப்பியது.

17

தப்பித்தல்

திரு. ஃப்ளின்ட் தன் வீட்டில் போதுமான வேலைக்காரர்கள் இல்லாததால் நானும் போய் விடக்கூடாது என்று நினைத்துத் தனது அடாத செயல்களைத் தவிர்த்துக்கொண்டான். முழு ஈடுபாட்டுடன் இல்லை என்றாலும் என் வேலை களை நான் விசுவாசத்துடன்தான் செய்துவந்தேன். நான் வீட்டைவிட்டுப் போய்விடுவேனோ என்ற கவலை அவர்களுக்கு இருந்தது வெளிப்படை யாகவே எனக்குத் தெரிந்தது. இரவுநேரத்தில் நான் வேலைக்காரர்களுக்கான குடியிருப்பில் போய்த் தூங்காமல் தனது பெரிய வீட்டிலேயே தூங்க வேண்டுமென்று அவன் விரும்பினான். அவன் மனைவியும் இந்த ஏற்பாட்டிற்கு ஒப்புக் கொண்டாள்; ஆனால் என் படுக்கையை இந்தப் பெரிய வீட்டிற்குள் தூக்கிக்கொண்டு வந்தால் அதிலிருந்து சிதறும் இறகுகளால் அவர்கள் வீட்டுத் தரைவிரிப்பு பாழாகிவிடும் என்று அவள் கூறி விட்டாள். நான் அந்த வீட்டிற்கு வந்தபோது எனக்கும் என் குழந்தைகளுக்கும் தேவையான படுக்கை வசதிகள்பற்றி அவர்கள் அக்கறை காட்ட மாட்டார்கள் என்பது எனக்குத் தெரியும். அதனால் எங்கள் படுக்கையை நானே எடுத்துவந்தேன்; இப்போது நான் அதைப் பயன்படுத்திக்கொள்ள முடியாமல் என்னைத் தடுத்துவிட்டார்கள். நானும் அவர்கள் சொன்னபடியே செய்தேன். அவர்கள் என் குழந்தைகளைக் கூட்டிக்கொண்டுவந்து அவர்களைத் தங்கள் அதிகாரத்தின்கீழ் வைத்துக்

கொள்வதன் மூலம் என் மீதான தங்கள் ஆதிக்கத்தை வலிமையாக்கிக்கொள்ளப்போகிறார்கள் என்பது உறுதியாகிவிட்டது. அதனால் நான் அன்று இரவே அங்கிருந்து புறப்பட்டுவிட வேண்டும் என்று தீர்மானித்தேன். இது பாசமிக்க என் நல்ல பாட்டிக்கு எத்தகைய மனவேதனை தரும் என்பது எனக்குத் தெரியும். என் குழந்தைகளுக்கு விடுதலை கிடைத்தாக வேண்டும்! அதனால் அவருடைய அறிவுரையை என்னால் ஏற்கமுடியவில்லை. நான் நடுங்கும் கால்களுடன் என் மாலைநேர வேலைகளைச் செய்து முடிக்கப்போனேன். திரு. ஃப்ளின்ட் தனது அறையிலிருந்து என்னைக் கூப்பிட்டுக் "கதவுகளை ஏன் இன்னும் பூட்டவில்லை?" என்று இரண்டு தடவை கேட்டுவிட்டான். நான் "இன்னும் என் வேலை முடியவில்லை" என்று பதில் சொன்னேன். "உனக்கு அதற்குப் போதுமான நேரம் இருந்ததே! இனிமேல் எனக்குப் பொறுப்பாகப் பதில் சொல்." என்றான். மூன்றாம் மாடிக்குச் சென்று நடு இரவு வரை காத்திருந்தேன். காலம்தான் எவ்வளவு மெதுவாக நகர்கிறது! மிகவும் இக்கட்டான இந்தத் தருணத்தில் என்னைக் கைவிட்டுவிட வேண்டாம் என்று ஆண்டவரை எவ்வளவு மனமுருக வேண்டியிருப்பேன். பகடைஉருட்டுதல் போலவே நான் ஏற்றுக்கொண்ட சவால்கள் இருந்திருக்கின்றன. ஓ! ஒரு வேளை இதில் நான் தோற்றுவிட்டால் நானும் என் அப்பாவிக்குழந்தைகளும் என்ன ஆவோமோ! நான் செய்த தவறு காரணமாக அவர்கள் கடுந்துன்பத்துக்கு ஆளாகிவிடுவார்கள்.

பன்னிரண்டு மணி தாண்டி அரைமணி நேரம் ஆனவுடன் நான் மெதுவாக இரகசியமாகக் கீழ்த்தளத்திற்கு வந்தேன். ஏதோ சத்தம் கேட்பதுபோலத் தோன்றியதால் நான் இரண்டாம் தளத்தில் சற்று நிதானித்தேன். பிறகு, வரவேற்பறை வரை என் வழியைக் கண்டுகொண்டு ஜன்னல் வழியாக வெளியே பார்த்தேன். கும்மிருட்டாக இருந்ததால் எதையும் என்னால் பார்க்க முடியவில்லை. நான் ஜன்னலை மிகவும் மெதுவாகத் திறந்து வெளியே குதித்துவிட்டேன். சற்றே பெரியபெரிய மழைத்துளிகள் விழுந்துகொண்டிருந்தன. கும்மிருட்டு கலக்க மூட்டியது. எனக்கு வழிகாட்டிப் பாதுகாக்குமாறு ஆண்டவரிடம் முழந்தாளிட்டுச் சின்னதாக ஒரு பிரார்த்தனை செய்துகொண்டேன். தட்டுத்தடுமாறிச் சாலையை அடைந்து நகரத்தை நோக்கி மின்னல்வேகத்தில் விரைந்து நான் என் பாட்டியின் வீட்டை அடைந்தேன். ஆனால் அவரைப் பார்க்கும் தைரியம் எனக்கில்லை. அவர் என்னிடம், "லிண்டா! நீ என்னைக் கொல்லப் பார்க்கிறாய்" என்பார். அது என் துணிச்சலைத் துடைத்துப் போட்டுவிடும். நான் அந்த வீட்டில் சில ஆண்டுகளாக வசித்து வரும் பெண்ணான சாலியின் அறை ஜன்னலை மெதுவாகத்

தட்டினேன். அவர் விசுவாசமிக்க தோழி, என்னைப் பற்றிய இரகசியத்தைக் காப்பாற்றுவார் என்பது எனக்குத் தெரியும். அவரை எழுப்புவதற்காகச் சில தடவை மீண்டும் ஜன்னலைத் தட்டினேன். கடைசியில் அவர் கதவைத் திறந்தார். நான் அவரிடம் ரகசியமாக "சாலி! நான் தப்பியோடி வந்திருக்கிறேன். சீக்கிரம் உள்ளே விடு" என்றேன். அவர் மெதுவாகக் கதவைத் திறந்து, "ஐயோ! ஆண்டவன் சத்தியமாக அப்படியெல்லாம் எதுவும் செய்துவிடாதே. உன் பாட்டி உன்னையும் உன் குழந்தைகளை யும் வாங்குவதற்கு முயற்சிசெய்துகொண்டிருக்கிறார். திரு. சாண்ட்ஸ் சென்ற வாரம் இங்கு வந்திருந்தார். அவர் ஏதோ வேலை விஷயமாகப் போய்க்கொண்டிருப்பதாகவும் உன்னை யும் குழந்தைகளையும் வாங்கும் முயற்சியைத் தொடரலாம் என்றும் அதற்காகத் தன்னால் இயன்ற அத்தனை உதவிகளையும் செய்து தருவதாகவும் சொன்னார். தயவுசெய்து ஓடிவிடாதே, லிண்டா! உன் பாட்டி பலவிதத் தொல்லைகளுக்கு ஆளாக நேர்ந்துவிடும்." என்றாள்.

நான் அவளிடம், "சாலி! அவர்கள் நாளை என் குழந்தை களைப் பண்ணைக்குத் தூக்கிச் சென்றுவிடப்போகிறார்கள். நான் அவர்கள் பிடிக்குள் இருக்கும்வரை குழந்தைகளை அவர்கள் யாரிடமும் விற்கவும் மாட்டார்கள். இப்போது சொல்! நான் பண்ணைக்குத் திரும்பலாமா?" என்றேன்.

"வேண்டாம் குழந்தை, வேண்டாம்" என்ற அவள் "நீ போய்விட்டாய் என்று தெரிந்தால் அவர்கள் உன் குழந்தைகளைத் தூக்கிச் செல்லமாட்டார்கள். ஆனால், நீ எங்கே ஒளிந்து கொள்வாய்? அவர்களுக்கு இந்த வீட்டின் ஒவ்வொரு அங்குலமும் தெரியும்" என்றாள்.

"எனக்கு மறைவிடம் இருக்கிறது என்பது மட்டும் உனக்குத் தெரிந்திருந்தால் போதும்" என்று நான் அவளிடம் சொன்னேன். நான் அவளை வெளிச்சம் வந்ததும் என் அறைக்குச் சென்று என் துணிமணிகள் எல்லாவற்றையும் என் டிரங்குப் பெட்டியி லிருந்து எடுத்து அவளுடைய பெட்டிக்குள் அடைத்துவைத்து விடும்படி சொன்னேன். ஏனென்றால் காலையில் விரைவாகவே திரு. ஃப்ளின்ட்டும் போலீஸ்காரரும் என் அறையைச் சோதனை யிட வந்துவிடுவார்கள்" என்றேன். ஏற்கெனவே விம்மிக் கொண்டிருக்கும் எனக்கு என் குழந்தைகளைப் பார்த்தால் மேலும் துக்கம் தாங்க முடியாததாக ஆகிவிடும் என்ற அச்சம் இருந்தது. ஆனாலும் எதிர்காலம் குறித்த நிச்சயமற்ற சூழலில் அவர்களை ஒரு முறையாவது பார்க்காமல் என்னால் போக முடியாது. என் மகன் பென்னியும் குழந்தை எல்லென்னும்

தூங்கிக்கொண்டிருந்த படுக்கையின் மீது குனிந்தேன். பாவம் சின்னஞ்சிறுசுகள்! அம்மாவும் அப்பாவும் இங்கே இல்லை. அவர்களுடைய தந்தை குறித்த நினைவுகள் எனக்கு வந்தன. அவர் அவர்களிடம் பாசத்துடன் இருக்கவே விரும்பினார்; ஆனால் குழந்தைகள்தான் எல்லாமே என நினைக்கும் என் பெண்மனது அவருக்குக் கிடையாது. தூங்கிக்கொண்டிருந்த அந்த அப்பாவிச் சிறு குழந்தைகளுக்காக நான் முழந்தாளிட்டுப் பிரார்த்தித்தேன். மென்மையாக அவர்களை முத்தமிட்டு விட்டுத் திரும்பிவிட்டேன்.

நான் தெருக்கதவைத் திறக்கும் சமயத்தில் சாலி தன்கையை என் தோள் மீது வைத்து, "நீ தனியாகப் போகப்போகிறாயா? உன் மாமாவைக் கூப்பிடட்டுமா?" என்று கேட்டாள்.

"வேண்டாம், சாலி! எனக்காக யாரும் தொல்லைக்கு உள்ளாவதை நான் விரும்பவில்லை" என்று கூறிவிட்டேன்.

நான் இருட்டிலும் மழையிலும் புகுந்து புறப்பட்டுவிட்டேன். நான் என்னை மறைத்துவைக்கவிருக்கும் நண்பரின் வீட்டை அடையும்வரை ஓடினேன்.

அடுத்த நாள் காலை விடியும்போதே என்னைப் பற்றி விசாரிப்பதற்காகத் திரு. ஃப்ளின்ட் என் பாட்டியின் வீட்டிற்கு வந்துவிட்டான். பாட்டி என்னைப் பார்க்கவில்லை என்றும் நான் பண்ணையில்தான் இருக்கிறேன் என்றுதான் அவர் நினைத்துக்கொண்டிருப்பதாகவும் அவனிடம் சொல்லிவிட்டார். அவருடைய முகத்தை உற்றுப் பார்த்த அவன்,

"அவள் ஓடிப்போனதைப் பற்றி உனக்கு ஒன்றுமே தெரியாதா?" என்று கேட்டான். அவர் அதைப் பற்றித் தனக்கு ஒன்றும் தெரியாது என்று உறுதியாகக் கூறிவிட்டார். அதைத் தொடர்ந்து அவன், "எந்தக் காரணமும் இன்றி அவள் ஓடிப் போய்விட்டாள். நாங்கள் அவளை அன்பாகவே நடத்தினோம். என் மனைவிக்கு அவளை மிகவும் பிடித்திருந்தது. நாங்கள் அவளை விரைவில் கண்டுபிடித்துக் கூட்டிக்கொண்டுவந்துவிடுவோம். அவளுடைய குழந்தைகள் உன்னுடன்தான் இருக்கிறார்களா?" என்று கேட்டான்.

"அவர்கள் இங்குதான் இருக்கிறார்கள்" என்று பாட்டி சொன்னவுடன் "இதைக் கேட்க எனக்கு மிகவும் மகிழ்ச்சியாக இருக்கிறது; அவர்கள் இங்கிருக்கும் பட்சத்தில் அவள் வெகுதூரம் போய்விட முடியாது. என்னுடைய நீக்ரோக்களில் எவராவது இந்தக் கேவலமான விவகாரத்தில் ஈடுபட்டிருந்தால் அவர்களுக்கு நான் ஐந்நூறு சவுக்கடிகள் கொடுப்பேன்" என்றான். அவன்

தன் தந்தையின் வீட்டிற்குப் புறப்பட்டுக்கொண்டிருந்தபொழுது பாட்டியைத் திரும்பிப்பார்த்து மிகவும் இணக்கமான குரலில், "லிண்டாவை நாங்கள் திரும்பக் கூட்டி வந்தவுடன் அவள் தன்னுடய குழந்தைகளுடனேயே இருக்கட்டும்" என்றான்.

நான் தப்பித்துவிட்டேன் என்ற செய்தி முதிய ஃப்ளின்டைக் கடும் சினத்திற்கு ஆளாக்கிவிட்டதால் அவன் கண்டபடி உளறிக்கொண்டு அங்குமிங்குமாக அலைந்து திரிந்தான். அன்றையதினம் அவர்களுக்கு ஓய்வு ஒழிச்சல் இல்லாத நாளாகிவிட்டது. எங்கள் பாட்டியின் வீட்டைத் தலைகீழாகப் புரட்டிப்போட்டுத் தேடுதல் வேட்டை நடத்தினார்கள். என் ட்ரங்குப் பெட்டி காலியாக இருந்ததால் என்னுடைய துணிமணிகளை நான் எடுத்துச் சென்றுவிட்டேன் என்று அவர்கள் முடிவுகட்டினார்கள். பத்துமணிக்கு முன்னதாக வடதிசை நோக்கிப் பயணப்படும் கப்பல்கள் எல்லாம் முழுமையாகச் சோதனையிடப்பட்டன. "தப்பி ஓடும் அடிமைகளுக்கு அடைக்கலம் தருவோருக்கு எதிரான சட்டங்கள்" கப்பலில் பயணப்படத் தயாரானவர்களுக்கும் படித்துக் காட்டப்பட்டது. நகரத்தில் இரவுநேரக் கண்காணிப்பு தீவிரப்படுத்தப்பட்டது. என் பாட்டிக்கு இது எவ்வளவு மனக்கவலையைத் தரப்போகிறது என்பதை அறிந்திருந்த நான் அவருக்குத் தகவல் ஏதாவது அனுப்பலாமா என்றுகூட யோசித்தேன்; ஆனால் முடியவில்லை. பாட்டியின் வீட்டிற்கு வந்துபோவோர் எல்லோரும் மிகத் தீவிரமாகக் கண்காணிக்கப்பட்டனர்.

என் பாட்டியால் குழந்தைகளைப் பாதுகாக்கும் பொறுப்பை ஏற்றுக்கொள்ள முடியாவிட்டால் அவனே குழந்தைகளை அழைத்துச் செல்வதாக டாக்டர் சொன்னான். அப்போது தன்னால் குழந்தைகளைப் பார்த்துக்கொள்ள முடியும் என்று பாட்டி மிகுந்த விருப்பத்துடன் சொல்லிவிட்டார். அடுத்த நாளும் தேடுதல் வேட்டை தொடர்ந்தது. இரவு நேரத்திற்கு முன்னதாகவே சில மைல்கள் சுற்றளவில் உள்ள அனைத்துப் பொது இடங்களிலும் தெருக்களின் ஒவ்வொரு மூலையிலும் பின்வரும் விளம்பரச் சுவரொட்டி ஒட்டப்பட்டது.

300 டாலர் வெகுமதி!

இந்த விளம்பரதாரரிடமிருந்து, லிண்டா என்ற பெயருடைய இருபத்தொரு வயதான புத்திக்கூர்மையும் திறமையும் உடைய ஒரு முலட்டோபெண் தப்பியோடிவிட்டாள். ஐந்துஅடி நான்கு அங்குல உயரம், கருமையான கண்கள், சுருண்டு கொண்ட, ஆனால் நேராக்கிவிட முடிகின்ற கருத்த தலைமுடி. முன்பல் ஒன்றில் சிறு சொத்தை விழுந்திருக்கும். எழுதப்

படிக்கத் தெரிந்த அவள், சுதந்திர மாகாணங்களுக்குத் தப்பியோடிவிட முயற்சி செய்யும் வாய்ப்புள்ளது. சட்டத்தில் வரையறுக்கப்பட்ட தண்டனைகளின்படி மேற்குறிப்பிட்ட அடிமையைத் தங்களிடம் வைத்துக்கொள்வதிலிருந்தும் வேலைக்கு அமர்த்திக்கொள்வதிலிருந்தும் அனைவரும் தடை செய்யப்படுகிறார்கள் – இந்த மாகாணத்திற்குள்ளேயேயிருந்து அவளைப் பிடித்துக் கொடுப்பவர்களுக்கு *150 டாலரும்*, வெளிமாகாணத்திலிருந்து கூட்டிக்கொண்டு வந்து என்னிடமோ சிறையிலேயோ சேர்ப்பிப்பவர்களுக்கு *300 டாலரும்* வெகுமதியாக வழங்கப்படும்.

டாக்டர் ஃப்ளின்ட்.

18

ஆபத்தான மாதங்கள்

என்னைத் தேடும் முயற்சி நான் எதிர்பார்த்ததைவிடவும் மும்முரமாகத் தொடர்ந்து கொண்டிருந்தது. தப்பிப்பது முடியாத காரியம் என்று நான் நினைக்கத் தொடங்கிவிட்டேன். எனக்கு அடைக்கலம் தந்த தோழிக்கு என்னால் ஆபத்து வந்துவிடுமோ என்று நான் பதற்றமடைந்தேன். அதன் விளைவுகள் பயங்கரமாக இருக்கும் என்பது எனக்குத் தெரியும். நான் பிடிபட்டுவிடுவேன் என்பதற்காக நான் அஞ்சியது உண்மைதான். ஆனால் என்னிடம் அன்பு காட்டிய தோழிக்கு என்னால் ஏற்பட்டுவிடக் கூடிய ஆபத்தைவிடவும் நான் பிடிபடுவதே மேல் என்று நினைத்தேன். அடுத்து என்ன நடக்குமோ என்ற ஆழ்ந்த மனவேதனையுடன் ஒரு வாரம் கழிந்தது. தேடுதல் வேட்டைக்காரர்கள் அருகில் எங்காவது வந்திருப்பது தெரிந்தால் அவர்கள் என் மறைவிடத்தைக் கண்டுபிடித்துவிட்டார்கள் என்ற முடிவுக்கே நான் வந்துவிடுவேன். நான் வீட்டைவிட்டுப் புறப்பட்டுப்போய் அடர்த்தியான புதர்களுக்கிடையில் மறைந்துகொண்டேன். மிகுந்த அச்சத்தால் ஏற்பட்ட மன உளைச்சலுடன் அங்கே இரண்டு மணி நேரம் இருந்தேன். திடீரென்று அருகில் ஊர்ந்து வந்த ஏதோவொன்று என் கால்களைக் கவ்வியது. அப்போது எனக்கு ஏற்பட்ட பயத்தில் அந்த ஜந்துவை ஒரு போடு போட்டேன். அது தன் பிடியை விட்டது. ஆனால் அதைக் கொன்று விட்டேனா இல்லையா என்பது எனக்குத் தெரியாது. மிகவும் இருட்டாக இருந்ததால் அது என்ன பூச்சி என்பதும் எனக்குப் புலப்படவில்லை; எனக்குத்

தெரிந்ததெல்லாம் அது தொடுவதற்குக் குளிர்ச்சியாக இருக்கும் தீங்கிழைக்கக்கூடிய ஏதோவொரு ஜந்து என்பது மட்டும்தான். தொடர்ந்து எனக்கு ஏற்பட்ட வலியிலிருந்து அது ஏதோ ஒரு விஷக்கடி என்பது மட்டும் தெரிந்தது. அதனால் நான் உடனடியாக என் மறைவிடத்திலிருந்து கிளம்பித் தட்டுத் தடுமாறி வீட்டிற்குத் திரும்பிப்போக வேண்டியதாயிற்று. என்னால் தாங்க முடியாத அளவுக்கு வலி அதிகமாகிவிட்டது; நான் படும் வேதனையைப் பார்த்த என் தோழி அதிர்ந்துபோனார். நான் அவரிடம் சாம்பலையும் வினிகரையும் கலந்து இளஞ்சூட்டில் 'பத்து' தயாரிக்கச் சொல்லி அதை ஏற்கெனவே வீங்கிப்போயிருந்த என் காலின் மீது வைத்துக் கட்டினேன். அதனால் வலி கொஞ்சம் குறைந்தது; வீக்கம் குறையவேயில்லை. வலியைவிட நான் ஊனமாகிவிடுவேனோ என்ற பயம் அதிகமாக இருந்தது. அடிமைகளுக்கிடையில், பாம்பு, பல்லி போன்றவற்றின் விஷக்கடிகளுக்கு மருத்துவம் பார்ப்பதில் தேர்ச்சிபெற்ற மூதாட்டியிடம் என் தோழி மருந்து கேட்டு வந்தார். அவர் பன்னிரண்டு தாமிரக் கம்பிகளை வினிகரில் செங்குத்தாக நிறுத்தி இரவு முழுவதும் ஊறவைத்து அந்த ஊறலை வீக்கத்தின் மீது பூச வேண்டும் என்று சொல்லியனுப்பினார்.

நான் மிகவும் ஜாக்கிரதையாக என்னைப் பற்றிய சில செய்திகளை என் உறவினர்களுக்கு வெற்றிகரமாகத் தெரியப் படுத்தினேன். அவர்கள் ஏற்கெனவே மிகவும் கடுமையாக அச்சுறுத்தப்பட்டிருந்தனர்; நான் தப்ப முடியும் என்பதில் அவர்களுக்கு நம்பிக்கையில்லை; அதனால் நான் என் எஜமானனிடம் திரும்பிப் போகவேண்டுமென்றும் அவனிடம் மன்னிப்புக் கேட்டு என்னை ஒரு முன்மாதிரியாக அவன் ஆக்கிக்கொள்ளும்படி செய்ய வேண்டும் என்றும் எனக்கு அறிவுரை கூறினார்கள். ஆனால் அப்படிப்பட்ட அறிவுரைகளை நான் ஏற்றுக்கொள்ளவில்லை. நான் இந்த ஆபத்தான முயற்சியில் இறங்கும்போதே 'நடப்பது நடக்கட்டும், திரும்பிப் போவது என்ற பேச்சுக்கே இடமில்லை' என்றே தீர்மானித்திருந்தேன்.

'விடுதலை அல்லது வீரமரணம்' என்பதே என் குறிக்கோள். நான் இருபத்து நான்கு மணிநேரமும் டாக்டர் ஃப்ளின்டின் வீட்டில் அனுபவித்துக்கொண்டிருந்த துன்பங்களை என் நண்பர்களுக்கு மிகவும் கஷ்டப்பட்டு விவரித்தவுடன்தான் அவர்கள் நான் என் எஜமானனிடம் இனியும் திரும்பிப் போக அவசியமே இல்லை என்று கூறிவிட்டார்கள். எவ்வளவு சீக்கிரம் முடியுமோ அவ்வளவு சீக்கிரம் ஏதாவது செய்தாக வேண்டும்; உதவி கேட்டு எங்கே போவது? அவர்களுக்கும் தெரியவில்லை. எங்களுக்கு உதவி செய்வதற்கென்றே அந்த ஆபத்து நேரத்தில் ஒரு நண்பரை ஆண்டவர் அனுப்பிவைத்தார்.

எங்கள் பாட்டிக்குப் பழக்கமான பல பெண்களுக்கிடையே சிறுவயது முதலே நட்பு பாராட்டிவந்த தோழி ஒருவர் இருந்தார். அவருக்கு எங்கள் அம்மாவையும் அவரது பிள்ளைகளான எங்களையும் நன்கு தெரியும். எங்கள் நலன் மீது அவருக்கு அக்கறை இருந்தது. அவர் வழக்கமாக எப்போதும் வருவதைப் போல இந்த இக்கட்டான தருணத்திலும் பாட்டியைப் பார்க்க வந்திருந்தார். அவர் பாட்டியின் சோகமான கவலை படிந்த முகத்தைக் கூர்ந்து பார்த்து, "லிண்டா இப்போது எங்கிருக்கிறாள்? அவள் பத்திரமாக இருக்கிறாளா? உங்களுக்கு அவளைப் பற்றித் தெரியுமா?" என்று கேட்டார். பாட்டி பதிலேதும் சொல்லாமல் தலையை மட்டும் ஆட்டிவைத்தார்.

"மார்த்தா அத்தை! அவளைப் பற்றிய எல்லா விஷயங்களையும் என்னிடம் சொல்லுங்கள். ஒருவேளை உங்களுக்கு என்னால் ஏதாவது உதவி செய்ய முடியுமா என்று பார்க்கிறேன்" என்றார் அந்தக் கருணை நெஞ்சம் கொண்ட சீமாட்டி. இந்தச் சீமாட்டியின் கணவர் நிறைய அடிமைகள் வைத்திருப்பவர்; அடிமைகளை விற்பார், வாங்குவார். இந்தச் சீமாட்டியும் தன் பெயரில் கணிசமான எண்ணிக்கையில் அடிமைகளை வைத்திருந்தார். ஆனால் அவர்களை அவர் மிக அன்பாக நடத்தினார். தன்னிடம் இருந்த அடிமைகளை விற்பதற்கு அவர் ஒரு நாளும் அனுமதித்ததில்லை. அவர் மற்ற அடிமை உடைமையாளர்களின் மனைவிகள் மாதிரி இருக்கவில்லை. எங்கள் பாட்டி அவர் முகத்தைக் கூர்ந்து நோக்கினார். அவரது முகத்தில் தெரிந்த ஏதோவொன்று "என்னை நம்பு" என்றது. பாட்டியும் நம்பிவிட்டார். அவர் என்னைப் பற்றிய முழுக் கதையையும் கவனமாகக் கேட்டுவிட்டுச் சிறிது நேரம் உட்கார்ந்து யோசித்தார். கடைசியில் அவர், "மார்த்தா அத்தை, உங்கள் இருவரையும் பார்த்தால் பாவமாக இருக்கிறது. லிண்டா சுதந்திர மாகாணங்களுக்குச் செல்ல வாய்ப்பு ஏதேனும் இருந்தால் சில காலத்திற்கு அவளை நான் மறைத்து வைத்துக்கொள்வேன். ஆனால், நான் அவ்வாறு செய்வதற்கு நீங்கள் என் பெயரை எங்கும் குறிப்பிடமாட்டேன் என்று முதலில் உளமார உறுதி கூறவேண்டும். இது மாதிரியான விஷயங்கள் வெளியே தெரிந்தால் நானும் என் குடும்பமும் அழிந்துவிடுவோம். எங்கள் வீட்டிலும் என் சமையற்காரரைத் தவிர வேறெவருக்கும் இது தெரியக்கூடாது. அவர் மிகவும் நம்பிக்கையானவர். அவரை நம்பி என் உயிரையும் என்னால் பணயம் வைக்க முடியும். மேலும் அவருக்கும் லிண்டாவைப் பிடிக்கும் என்று எனக்குத் தெரியும். இது மிகவும் ஆபத்தான வேலைதான். ஆனாலும் எந்தக் கெடுதலும் வந்துவிடாது என்று நம்புகிறேன். இருட்டிய உடனே ரோந்துக்காரர்கள் வருவதற்கு முன்பு தயாராக

இருக்கும்படி லிண்டாவுக்குச் சொல்லியனுப்புங்கள். நான் ஏதாவது வேலை சொல்லி வீட்டு வேலைக்காரர்களை வெளியில் அனுப்பிவிடுவேன், பெட்டி லிண்டாவைச் சந்திக்கச் செல்வாள்” என்றார். நாங்கள் சந்திக்கவிருந்த இடம் தேர்ந்தெடுக்கப்பட்டு ஒப்புக்கொள்ளப்பட்டது. இத்தகைய மேன்மையான செயலுக்கு எப்படி நன்றி சொல்வது என்றே பாட்டிக்குத் தெரியவில்லை. ஆழமான உணர்வுகளுக்கு ஆட்பட்ட அவர் முழந்தாளிட்டுக் குழந்தையைப் போலத் தேம்பினார்.

நான் என் தோழியின் வீட்டைவிட்டுக் குறித்த நேரத்தில் புறப்பட்டு, எனக்காகக் காத்திருக்கும் நண்பர் இருக்கும் இடத்திற்குப் போகும்படி எனக்குத் தகவல் தரப்பட்டது. எச்சரிக்கை உணர்வு காரணமாக எவருடைய பெயரும் குறிப்பிடப்படவில்லை. நான் யாரைச் சந்திக்கப்போகிறேன், எங்கே போகப்போகிறேன் என்பதையெல்லாம் நான் ஊகிக்க வழியேயில்லை. இப்படி எதுவும் தெரியாமல் கண்கள் கட்டப் பட்டவளாகப் புறப்பட்டுப்போவதை நான் விரும்பவில்லை என்றாலும் எனக்கு வேறு எந்த வழியுமில்லை. நான் இருக்கும் இடத்திலேயே தொடர்ந்து இருக்கவும் முடியாது. நான் என்னை மறைத்துக்கொண்டு துணிச்சலாகக் குறிப்பிட்ட இடத்திற்குப் போனேன். அங்கே என் தோழி பெட்டி நின்றுகொண்டிருந்தாள். அவளை நான் அங்கே கொஞ்சமும் எதிர்பார்க்கவில்லை. நாங்கள் மௌனமாக விரைந்தோம். என் கால்வலி மிக மோசமாக இருந்ததால் பயணத்தைத் தொடராமல் விட்டுவிடலாமா என்று கூடத் தோன்றியது. ஆனால் அச்சம், எனக்கு ஆற்றலைத் தந்தது. நாங்கள் எவர் கண்ணிலும் படாமல் வீட்டிற்குள் நுழைந்து விட்டோம். அவளுடைய முதல் வார்த்தையே “பொண்ணே நீ இப்ப பத்திரமா இருக்கே. எந்தப் பிசாசும் இந்த வீட்ல வந்து உன்னத் தேடாது. நான் உன்ன எஜமானியின் வீட்டுக்குள்ள பத்திரமான எடத்துல கூட்டிட்டுப் போனவொடனெ சுடச்சுட ருசியா ராத்திரிசாப்பாடு கொண்டு வர்றேன். ரொம்பப் பயந்துட்டே! இப்ப உனக்கு நல்ல சாப்பாடு வேணடியிருக்கும்னு எனக்குத் தெரியும்” என்றாள். சமையல்காரராக இருந்த பெட்டியின் வாழ்க்கை அனுபவம் அவளைச் சாப்பாடுதான் வாழ்க்கையில் இன்றியமையாத விஷயம் என்று நினைக்க வைத்திருந்தது. ஆனால் இரவுச் சாப்பாட்டைப் பற்றி நினைக்கவும் தோன்றாதபடி என் நெஞ்சு எவ்வளவு நிறைந்திருந்தது என்பதை அவள் அறிந்திருக்க வாய்ப்பில்லை.

எங்களைப் பார்க்க வந்த எஜமானி, மாடியில் உள்ள தனது அறைக்கு அருகில் இருந்த சிறிய அறைக்கு என்னை அழைத்துச் சென்றார். அவர் என்னிடம் “லிண்டா நீ இங்கே

பத்திரமாக இருக்கலாம். பயன்படாத சாமான்களைப் போட்டு வைத்திருப்பதற்காகத்தான் நான் இந்த அறையைப் பயன்படுத்து கிறேன். இங்கே வேலைக்காரப்பெண்கள் வருவது வழக்க மில்லை; இங்கிருந்து ஏதாவது சத்தம் கேட்டாலொழிய அவர்களுக்கு எந்தச் சந்தேகமும் வராது. நான் இந்த அறையை எப்போதும் பூட்டித்தான் வைத்திருப்பேன். சமையற்காரப் பெண்ணிடம்தான் சாவி இருக்கும். ஆனால் நீ எனக்காகவும் உன் சொந்த நன்மைக்காகவும் மிகவும் கவனமாக இருந்தாகவேண்டும். இல்லையென்றால் நானும் என் குடும்பமும் அழிந்துவிடுவோம். நான் காலையில் அந்தப் பெண்களை வேலையில் ஈடுபடுத்தி யிருப்பேன். அதனால் உன் அறைக்குக் காலைச் சாப்பாடு கொண்டுவரப் பெட்டிக்கு வாய்ப்புக் கிடைக்கும். இரவில் அவளால் மீண்டும் வர முடியாது. நான் எப்போதாவது சில சமயங்களில் உன்னைப் பார்க்கவருவேன். நீ தைரியமாக இரு. இதே நிலைமை நீண்ட காலம் நீடிக்காது என்பது என் நம்பிக்கை" என்றார். பெட்டி சுவையான, சூடான சாப்பாட்டுடன் வந்தாள். எஜமானி, அவள் இறங்கிவரும்வரை நிலைமைகளைக் கட்டுக்குள் வைத்திருப்பதற்காக வேகமாகக் கீழே போய்விட்டார். என் இதயம் நன்றிப்பெருக்கால் நிறைந்துவிட்டது. வார்த்தைகள் தொண்டை யில் சிக்கிக்கொண்டன; நான் எனக்குப் புகலிடம் தந்தவரின் பாதங்களை முத்தமிட்டிருக்கவேண்டும். அந்தக் கிறிஸ்துவப் பெண்ணின் இதயத்திற்குக் கடவுளின் ஆசிர்வாதம் எப்போதும் இருக்கட்டும்!

அந்த நகரத்திலேயே மிகவும் அதிர்ஷ்டசாலியான அடிமை நான்தான் என்ற உணர்வுடன் அன்று இரவு நான் தூங்கச் சென்றேன். காலைநேர வெளிச்சம் என் சிறுஅறையை நிரப்பியது. எனக்குப் பாதுகாப்பான இடத்தைத் கொடுத்ததற் காகத் தேவப்பிதாவுக்கு நன்றி செலுத்தினேன். என் ஜன்னலுக்குக் கீழே இறக்கை மெத்தைகள் அடுக்கிவைக்கப்பட்டிருந்தன. அதன் பின்னால் நான் பத்திரமாக மறைந்துகொண்டு டாக்டர் ஃப்ளின்ட் தன் அலுவலகத்திற்குப் போகும் தெருவைப் பார்த்துக் கொண்டிருக்க முடியும். அங்கிருந்து அவனைப் பார்க்கும்போது எனக்கு ஏற்படவிருக்கும் கணநேர மனநிறைவிற்காக நான் ஆவலுடன் காத்திருந்தேன். இதுவரை நான் அவனை ஏமாற்றி அதில் வெற்றியும் பெற்றுவிட்டேன். அடிமைகள் தந்திரசாலிகளாக இருக்கிறார்கள் என்று யார்தான் குற்றம்சாட்ட முடியும்? அவர்கள் அப்படிப்பட்ட வழியில் போகத் தொடர்ந்து வற்புறுத்தப்படு கிறார்கள். சர்வாதிகாரிகளின் பலத்திற்கு எதிராக ஒடுக்குமுறைக்கு ஆளான வலிமையற்றவர்களின் ஒரே ஆயுதம் அதுதானே.

என் குழந்தைகளை வாங்குவதற்காகக் காத்துக்கொண் டிருப்பவர் யார் என்பது தெரிந்திருந்ததால் எனது எஜமானன்

என் குழந்தைகளை விற்றுவிட்டான் என்ற செய்திக்காக நாள்தோறும் நம்பிக்கையுடன் நான் காத்திருந்தேன். ஆனால் டாக்டர் ஃப்ளின்ட் பணத்தைவிடப் பழிவாங்குவதையே பெரிதாக நினைத்தான். அதனால் அவன் என்னைப் பற்றிய விவரங்களை என் உறவினர்களிடமிருந்து வாங்கிவிடவேண்டும் என்ற முயற்சியில், என் தம்பி வில்லியம், அவர்கள் வீட்டில் இருபது ஆண்டுகள் பணியாற்றிய என் சித்தி, சிறுவன் பென்னி, தற்போதுதான் இரண்டு வயதைத் தாண்டிய குழந்தை எல்லென் ஆகியோர் அனைவரையும் சிறையில் அடைத்து விட்டான். என்னை அவன் திரும்பக்கொண்டுவரும்வரை அவர்களில் ஒருவரையும் பார்க்கவே முடியாது என்று பாட்டி யிடம் அவன் சூளுரைத்தான். அவர்கள் சில நாட்களுக்கு இந்தச் செய்தியை எனக்குத் தெரியாமல் மறைத்துவைத்திருந்தார்கள். வெறுக்கத்தக்க சிறையில் என் சிறு குழந்தைகள் அடைக்கப் பட்டிருக்கிறார்கள் என்பதைக் கேட்டவுடனேயே அவர்களைப் போய்ப்பார்த்துவிட வேண்டும் என்றே எனக்கு முதலில் தோன்றியது. அவர்களை விடுவிக்க வேண்டும் என்பதற்காகவே நான் பலவித அபாயங்களையும் எதிர்கொண்டுவரும் வேளையில் நானே அவர்களுடைய சாவுக்குக் காரணமாகிவிடுவேனா? அந்த எண்ணமே எனக்கு வேதனையாக இருந்தது. எனக்கு உதவிசெய்துகொண்டிருப்பவர், சிறையில் உள்ள என் குழந்தை களை என் சித்தி நன்றாகப் பார்த்துக்கொள்வார் என்று கூறி என்னைத் தேற்ற முயன்றார்.

அனாதையாகிவிட்ட தனது சகோதரியின் குழந்தைகளிடம் எப்போதும் பரிவுகாட்டிவந்த என் அன்புச்சித்தி, எங்களிடம் அன்பு காட்டிய ஒரே குற்றத்திற்காகச் சிறையில் அடைக்கப் பட்டிருப்பது எனக்கு மேலும் வேதனை தந்தது. என் வாழ்க்கை என் குழந்தைகளைச் சுற்றியே இருக்கிறது என்பதை நன்கு உணர்ந்த என் நண்பர்கள் நான் யோசிக்காமல் ஏதாவது செய்துவிடுவேனோ என்று பயந்துவிட்டார்கள் போலிருக்கிறது. என் தம்பி வில்லியத்திடமிருந்து எனக்கொரு தகவல் வந்தது. எழுத்துக்கள் தெளிவாக இல்லாவிட்டாலும் “அன்பு அக்கா! நீ எங்கே இருந்தாலும் இங்கு மட்டும் வந்துவிடாதே என்று கெஞ்சிக் கேட்டுக்கொள்கிறேன். உன்னைவிட நாங்கள் எல்லோரும் நலமாகவே இருக்கிறோம். உன் வருகை எங்கள் எல்லோரையும் அழித்துவிடும். அவர்கள் ‘இத்தனைநாட்கள் நீ எங்கேஇருந்தாய்’ என்று கேட்டுக்கேட்டு உன்னைத் துன்புறுத்து வார்கள்; அல்லது கொன்றுவிடுவார்கள். உன்னுடைய அல்லது உன் குழந்தைகளின் நன்மைக்காக இல்லாவிட்டாலும் உன்னால் யாருடைய வாழ்க்கை பாழாகிவிடுமோ அவர்களுக்காக வாவது நீ உன் நண்பர்களின் அறிவுரைகளை ஏற்றுக்கொள்.” என்று எழுதியிருந்தான்.

பாவம் வில்லியம்! அவன் எனக்குத் தம்பியாக இருப்பதால் தான் துன்பப்படுகிறான். நான் அவன் அறிவுரையை ஏற்றுக் கொண்டு அமைதியாக இருந்துவிட்டேன். திருமதி ஃப்ளின்ட்டுக்கு என் சித்தியில்லாமல் நீண்ட காலம் சமாளித்துக்கொள்ள முடியாது என்பதால் அவர் அந்த மாதக் கடைசியிலேயே சிறையிலிருந்து விடுவிக்கப்பட்டார். என் எஜமானி தனது வீட்டு வேலைகளையும் சாப்பாட்டு வேலைகளையும் மேற்பார்வை செய்ததிலேயே மிகவும் களைத்துப்போய்விட்டாள். என் குழந்தைகள் சிறையில்தான் இருந்தார்கள். வில்லியம் அவனால் முடிந்தவரை அவர்களைச் சௌகரியமாகப் பார்த்துக் கொண்டான்.

பெட்டி சிலசமயம் குழந்தைகளைப் பார்ப்பதற்காகச் சிறைச்சாலைக்குப் போய் வந்து அவர்களைப் பற்றிய செய்திகளைக் கொண்டுவருவாள். சிறைக்கு உள்ளே போக அவளுக்கு அனுமதி கிடையாது; ஆனாலும் வில்லியம், என் குழந்தைகளை ஜன்னல் கம்பிகளுக்குப் பக்கத்தில் தூக்கிக் காண்பித்து அவளோடு பேசச் சொல்வான். அவள், அவர்களது மழலைப் பேச்சுகளை என்னிடம் திருப்பிச் சொல்லும்போதும், தங்கள் அம்மாவைப் பார்க்க வேண்டும் என்று ஆசையாக இருக்கிறது என்று குழந்தைகள் சொல்லியிருந்ததைக் கேட்கும் போதும் எனக்குக் கண்ணீர் பெருக்கெடுக்கும். வயதான பெட்டி உடனே, "அடக்கடவுளே! இப்ப எதுக்கு நீ அழறே? அவங்க ஒன்னக் கொன்னேபோட்டுருவாங்க. இப்படியெல்லாம் பயப்படக் கூடாது. பயந்தா இந்த ஒலகத்துல வாழவே முடியாது" என்பாள்.

நல்ல இதயம் கொண்ட மூதாட்டி! அவளுக்குக் குழந்தைகள் இல்லை. அவளுடைய கழுத்தைக் கரங்களால் கட்டிக்கொள்ளும் சின்னக்குழந்தைகள் அவளுக்கு இல்லை; அவர்களுடைய மென்மையான கண்கள் அவளுடைய கண்களை ஆசையுடன் பார்த்ததில்லை. எந்த இனிய குரலும் அவளை 'அம்மா' என்று அழைத்ததில்லை. எத்தகைய துன்பத்திலும் வாழ்வதற்கான தேவை இருக்கிறது என்ற உணர்வைத் தரும் வகையில் தன் சின்னஞ்சிறு குழந்தைகளை அவள் தன் நெஞ்சோடு அணைத்துக்கொண்டதில்லை. அப்படியிருக்கும்போது அவள் என் உணர்வுகளை எப்படிப் புரிந்துகொள்வாள்? பெட்டியின் கணவருக்குக் குழந்தைகள் என்றால் கொள்ளைப் பிரியம். கடவுள் ஏன் தங்களுக்குக் குழந்தைகளைக் கொடுக்க மறுத்துவிட்டார் என்பதுதான் அவருடைய ஆதங்கம். அவர் பெட்டியைச் சந்திக்க வரும்போது எல்லென்னை ஜெயிலிலிருந்து டாக்டர் ஃப்ளின்ட்டின் வீட்டிற்குக் கூட்டிக்கொண்டுபோய்விட்டார்கள் என்ற தகவலை மிகவும் வருத்தத்துடன் சொன்னார். எல்லென் ஜெயிலில் அடைக்கப்படுவதற்குச் சிலநாட்களுக்கு முன்

அவளுக்கு அம்மை போட்டிருந்தது; அதனால் அவள் கண்கள் பாதிக்கப்பட்டிருந்தன. டாக்டர், மருத்துவம் பார்க்க அவளைத் தன் வீட்டிற்குக் கூட்டிக்கொண்டு போயிருந்தான். என் குழந்தைகளுக்கு டாக்டரிடமும் அவன் மனைவியிடமும் பயம். அவர்கள் அந்த வீட்டிற்குள் போனதே இல்லை. பாவம் எல்லென்! அவள் தன்னை மீண்டும் சிறைக்கே அனுப்பச் சொல்லி நாள்முழுவதும் அழுதுகொண்டே இருந்திருக்கிறாள். குழந்தைகளின் உணர்வுகள் உண்மையானவை. அவள் ஜெயிலில் இருக்கும்போது தன்னை நேசிப்பவர்கள் அங்கு இருக்கிறார்கள் என்பது அவளுக்குத் தெரிந்திருந்தது. அவளுடைய கூச்சலும் தேம்பலும் திருமதி ஃப்ளின்ட்டுக்கு எரிச்சலை உண்டாக்கின. இருட்டுவதற்கு முன்பாகவே ஓர் அடிமையைக் கூப்பிட்டு அவள் "இங்கே பார்! பில்! இந்தப் பொடிசை ஜெயிலுக்கே திரும்பக் கூட்டிக் கொண்டு போய்விடு. இவள் கூச்சலை என்னால் தாங்க முடியவில்லை. சத்தம் போடாமல் இருந்தாலாவது இந்த வெட்கங் கெட்ட குட்டியை நான் வீட்டில் வைத்துக்கொள்வேன். அவள் என் மகளுக்கான அடிமைப்பெண்ணாகத் தயாராகிவிடுவாள். அவள் இந்த வெள்ளை மூஞ்சியோடு இங்கேயே தங்கிவிட்டால் ஒன்று அவளை நான் கொன்றுவிடுவேன் அல்லது அவளைப் பாழாக்கிவிடுவேன். காற்றும் தண்ணீரும் எவ்வளவு தூரத்திற்கு அவர்களைத் தூக்கிப்போக முடியுமோ அவ்வளவு தூரத்தில் டாக்டர் அவர்களை விற்றுவிடுவார் என நம்புகிறேன். அவர்களுடைய அம்மா, அந்தச் சீமாட்டி ஓடிப்போய் என்ன கண்டாளோ! ஒரு பசு தன் கன்றிடம் வைத்திருக்கும் அளவு பாசம்கூட அவளுக்குத் தன் பிள்ளைகளிடம் கிடையாது. அப்படி இருந்திருந்தால் அவள் எப்போதோ தன் குழந்தைகளைப் பார்க்க ஜெயிலுக்கு வந்து இந்தச் செலவுகளையும் தொல்லைகளையும் தவிர்த்திருப்பாள். ஒன்றுக்கும் உதவாத ஆத்திரக்காரி! அவள் பிடிபட்டுவிட்டால் சங்கிலியால் கட்டி ஒரு ஆறு மாதத்திற்காகவது ஜெயிலில் வைத்துவிட்டு அதற்கப்புறம் எங்கேயாவது கரும்புப் பண்ணைக்கு விற்றுவிட வேண்டும். அவளை எப்படியாவது அடக்கிவிடுவேன். பில்! இன்னும் எதற்காக அங்கே நின்று கொண்டிருக்கிறாய்? அந்தக் குட்டியோடு ஏன் இன்னும் நீ கிளம்பிப் போகவில்லை? தெருவில் எந்த நீக்ரோவையும் இவளோடு பேசவிடாதே, கவனம்!" என்றாளாம்.

இந்த மாதிரியான பேச்சுக்கள் எல்லாம் என் காதுக்கும் எட்டின. என் குழந்தையைக் கொல்லவோ அல்லது பாழாக்கி விடவோ போவதாகத் திருமதி ஃப்ளின்ட் சொல்லியிருந்தாள் என்பதைக் கேட்டு எனக்குள் நான் சிரித்துக்கொண்டேன். இரண்டாவது விஷயம் நடப்பதற்கு வாய்ப்பு மிகமிகக் குறைவு என நான் எனக்குள் நினைத்துக்கொண்டேன். ஜெயிலுக்கு அவள்

திருப்பி அனுப்பப்படுவதுவரை எல்லென் கூச்சல் போட்டு அழுதது கடவுள் அவளுக்கு அருளியிருந்த விசேஷமான முன்னெச்சரிக்கை நடவடிக்கைகளில் ஒன்று என்றே நான் எப்பொழுதும் நினைத்துக்கொள்வேன்.

அன்று இரவே டாக்டர் ஃப்ளின்ட் ஒரு நோயாளியைப் பார்க்கப்போய்விட்டு விடியும்வரை வீடு திரும்பவில்லை. பாட்டி வீட்டைத் தாண்டிச்செல்லும்போது வீட்டுக்குள் வெளிச்சம் இருப்பதைப் பார்த்த அவன் “லிண்டா சம்பந்தப் பட்ட ஏதோ ஒரு விஷயமாகத்தான் இருக்க வேண்டும்” என்று தனக்குள் நினைத்துக்கொண்டான். அவன் கதவைத் தட்டினான்; கதவு திறக்கப்பட்டது.

“ஏன் இவ்வளவு சீக்கிரம் எழுந்தீர்கள்? நான் உங்கள் வீட்டில் வெளிச்சம் வருவதைப் பார்த்தேன். அதனால் சற்று நேரம் இங்கே வந்து உங்களிடம் லிண்டா எங்கு இருக்கிறாள் என்பதைக் கண்டுபிடித்துவிட்டேன் என்பதைச் சொல்லிவிட்டுப் போகலாம் என்று நினைத்தேன். எங்கே, என்ன செய்ய வேண்டும் என்பது எனக்குத் தெரியும். இன்று மதியம் பன்னிரண்டு மணிக்குள் அவள் என்னிடம் இருப்பாள்” என்றான். அவன் போனவுடன் பாட்டியும் மாமாவும் பயந்துபோய் ஒருவரையொருவர் பார்த்துக் கொண்டார்கள். இதைத் தங்களைக் கலங்கச் செய்வதற்காக அவன் பயன்படுத்தும் வெற்று உத்திகளுள் ஒன்றாகக் கருதுவதா, வேண்டாமா என்று அவர்களுக்குத் தெரியவில்லை. ‘எதுவும் சரியாகத் தெரியாததால் அவர்கள் இந்தச் செய்தியை என் தோழி பெட்டியிடம் தெரிவித்துவிடுவது நல்லது’ என்று நினைத்தார்கள். தனது எஜமானியைக் கலவரப்படுத்த விரும்பாமல் தானே இச்சிக்கலைக் கையாண்டுவிடுவது என்று பெட்டி தீர்மானித்துவிட்டாள். அவள் என்னிடம் வந்து விரைவில், எழுந்து ஆடையைச் சீர் செய்துகொள்ளச் சொன்னாள். நாங்கள் படிகளில் இறங்கி முற்றத்தைக் கடந்து சமையல்கட்டிற்குள் போனோம். அவள் கதவை மூடிவிட்டுக் கீழே இருந்த ஒரு பலகையைத் தூக்கினாள். ஓர் எருமைத் தோலையும் தரைவிரிப்பையும் அதன்மேல் போட்டுப் போர்வையை என் மேல் போட்டாள்.

“அவங்களுக்கு ஒன்னப் பத்தி ஏதாவது தெரியுமான்னு எனக்குத் தெரியுறதுவரை நீ இங்கயே இரு. அவங்க பன்னெண்டு மணிக்கு முன்னாலே உன்னப் பிடிச்சிடுவோம்னு சொல்லியிருக்காங்க. நீ எங்க இருக்கேன்னு அவங்களுக்குத் தெரிந்திருந்தாலும் இப்ப அவங்களால கண்டுபிடிக்க முடியாது. இந்தத் தடவ அவங்க ஏமாந்துதான் போகப்போறாங்க. அவ்ளோதான் நான் சொல்வேன். ஒருவேள அவங்க வந்தாலும்

நீ இங்கயே என் சாமான்களுக்கு நடுவுலயே இரு" என்றாள். அந்த ஆழமற்ற குழிப் படுக்கையில் என் கண்களில் படிந்திருந்த தூசியைத் தட்டக் கையைத் தூக்கும் அளவிற்கே இடம் இருந்தது; பெட்டியோ ஆடை அணியும் அறைக்கும் கணப்பு அறைக்கும் இடையில் மணிக்கு இருபது தடவையாவது நடந்திருப்பாள். அவள் தனியாக இருக்கும்போதெல்லாம் டாக்டர் ஃப்ளின்ட் வகையறாக்களைப் பற்றி வெறுப்பாகப் பேசிக்கொண்டே இருப்பாள். இடையிடையே "இந்த நீக்ரோ இந்தத் தடவ அவங்களுக்குச் சரியான பதிலடி கொடுப்பா" என்று தனக்குத் தானே சிரித்தபடி சொல்லிக்கொள்வாள். வீட்டு வேலைக் காரர்கள் வரும் சமயங்களில் அவர்கள் பேச்சையெல்லாம் கேட்டு நான் பயந்துவிடுவேனோ என்று சூட்சுமமான வழிகள் எதை யாவது கையாண்டு அவர்களை வெளியே போகச்செய்து விடுவாள். என்னைப் பற்றிப் பேசப்படும் கதைகளில் நான் இந்த ஊரிலேயே இங்கோ, அங்கோ, எங்கோ இருப்பதாகப் பேசிக்கொள்வதைத் தான் கேள்விப்பட்டதாக அவள் என்னிடம் சொன்னாள். அந்த வீட்டு வேலைக்காரர்கள் "லிண்டா இந்த ஊரிலேயே தங்கிவிடுவதற்கு அவள் ஒன்றும் முட்டாளல்ல" என்றும், "ஃபிலடெல்ஃபியாவிற்கோ, நியூயார்க்கிற்கோ எப்போதோ போய்விட்டிருப்பாள்" என்றும் பதில் சொல்லி விடுவார்களாம். எல்லோரும் படுக்கைக்குப் போய்த் தூங்கிய பின், பெட்டி, பலகையைத் தூக்கிவிட்டு "பொண்ணே வெளிய வா அவங்களுக்கு ஒன்னப் பத்தி எதுவும் தெரியாது. அது வெள்ளக்காரப் பசங்க நீக்ரோக்களக் கலங்கடிக்கணும்னு அவுத்துவிட்ட பொய்" என்றாள்.

இந்தச் சாகசத்தை அடுத்துச் சில நாட்களிலேயே என்னைக் கலக்கமடையச் செய்யும் நிகழ்ச்சி ஒன்று நடந்தது. மாடிப்படி களுக்கு மேலே எனக்கான இடத்தில் நான் மிகவும் அமைதியாக அமர்ந்துகொண்டிருந்தபோது உற்சாகமான காட்சிகள் என் மனக்கண்களில் மிதந்து வந்தன. என் குழந்தைகளைப் பணயம் வைத்து என்னைக் கண்டுபிடித்துவிடலாம் என்ற அவனது நம்பிக்கைகள் எல்லாம் தகர்ந்துபோய்விட்டதால் டாக்டர் ஃப்ளின்ட் சோர்ந்துபோய் என் குழந்தைகளை விற்கத் தயாராகி விடுவான் என்று எண்ணினேன். அவர்களை வாங்கத் தயாராக இருப்பது யார் என்பது எனக்குத் தெரியும். அப்போது என் இரத்தத்தை உறைய வைக்கும் குரலை நான் கேட்டேன். எனக்கு மிகவும் பரிச்சயமானதும் என்னை அச்சத்தில் தள்ளுவதுமான என் எஜமானனுடைய குரலை உடனடியாக அறிந்து கொள்ளாமல் என்னால் இருக்க முடியாது. அவன் இந்த வீட்டில்தான் இருக்கிறான்; என்னைப் பிடித்துக்கொண்டுபோக வந்துவிட்டான் என்ற முடிவுக்கு நான் வந்துவிட்டேன். நான்

பயந்துபோய்ச் சுற்றும்முற்றும் பார்த்தேன். போலீஸ்காரனும் அவனுடன் வந்திருக்கலாமென்றும் அவர்கள் இந்த வீட்டில் என்னைத் தேடிக்கொண்டிருக்கலாமென்றும் எனக்குத் தோன்றியது. என் அச்சத்திற்கிடையிலும் எனக்கு உதவி செய்தவருக்கு நான் எத்தகைய சங்கடத்தை ஏற்படுத்திவிட்டேன் என்று நான் யோசிக்கத் தவறவில்லை. என் கசப்பான வாழ்வில் நான் என் நண்பர்களுக்கெல்லாம் துன்பம் கொடுத்துக் கொண்டே இருப்பதுதான் மிகவும் சங்கடமான விஷயமாக எனக்குத் தோன்றியது. சிறிது நேரங்கழித்துக் காலடிச்சத்தம் நெருங்கி வருவதும் என் அறையின் கதவு சாவியால் திறக்கப்படும் சத்தமும் கேட்டது. நான் கீழே விழுந்துவிடாதபடி சுவரோடு ஒட்டி நின்றுகொண்டேன். நான் துணிந்து தலையை நிமிர்த்திப் பார்த்தேன். எனக்கு உதவி செய்பவர் தனியாக அங்கே நின்று கொண்டிருந்தார். நான் எதுவும் பேச முடியாதவளாகி அப்படியே தரையில் சாய்ந்துவிட்டேன்.

"நீ உன் எஜமானின் குரலைக்கேட்டிருப்பாய் என்று நினைக்கிறேன். நீ பயந்துபோயிருப்பாய் என்று எனக்குத் தெரியும்; அதனால்தான் நீ பயப்பட வேண்டாம் என்று சொல்வதற்கு நான் இங்கே வந்தேன்" என்றார் அவர். "இப்போதுநீ அந்தக் கிழவனைச் சாக்காக வைத்து நன்றாக வாய்விட்டுச் சிரித்துக்கொள்ளலாம். நீ நியூயார்க்கில்தான் இருக்கிறாய் என்று அவன் உறுதியாக நம்புவதால் உன்னைத் தேடி அங்கே போக ஐந்நூறு டாலர் கடன் கேட்டு வந்திருந்தான். என் சகோதரி வட்டிக்குக் கொடுக்கக் கொஞ்சம் பணம் வைத்திருந்தாள். அவன் அதை வாங்கிக்கொண்டு இன்று இரவு நியூயார்க்குக்குப் போகப்போகிறானாம். இப்போதைக்கு நீ பத்திரமாக இருப்பதாக நினைத்துக்கொள். தன்னிடமிருந்து தப்பிப் பறந்த பறவையைத் தேடுவதற்காகத் தனது சட்டைப்பையைத்தான் அந்த டாக்டர் காலியாக்கிக்கொள்ளப்போகிறான்!" என்றார்.

19

குழந்தைகள் விற்பனை

தான் போன வேலை முடியாமலேயே டாக்டர் நியூயார்க்கிலிருந்து திரும்பிவிட்டான். அதிகமான பணம் செலவு செய்தும் தனது நோக்கம் நிறைவேறாததால் மனம் தளர்ந்தான். என் தம்பியையும் குழந்தைகளையும் இரண்டு மாதங்களாகச் சிறையில் வைத்திருப்பதால் அவனுக்குக் கூடுதல் செலவு வேறு. அவன் இவ்வாறு நொந்துபோயிருக்கும் வேளைதான் தங்களது திட்டத்தைச் செயல்படுத்தச் சரியான தருணம் என என் நண்பர்கள் எண்ணினார்கள். திரு. சாண்ட்ஸ் ஒரு தரகரை அனுப்பி என் தம்பி வில்லியத்திற்குத் தொள்ளாயிரம் டாலர்களும் என்னுடைய இரு குழந்தைகளுக்கும் சேர்த்து எண்ணூறு டாலர் களும் தருவதாகப் பேசச் சொன்னார். அன்றைய நாளில் இது அதிகபட்ச விலைதான். இருந்தாலும் டாக்டர் விற்க மறுத்துவிட்டான். பணம் மட்டும் தான் அவனுடைய குறிக்கோளாக இருந்திருந்தால் பென்னியின் வயதில் இருப்பவனை இருநூறு டாலர்களுக்கே டாக்டர் விற்றிருப்பான்; ஆனால் அவனுக்குத் தன் பழிவாங்கும் நடவடிக்கையை விட்டுவிட மனமில்லை. அவனுக்குப் பணத்தேவை அதிகமாக இருந்ததால் இந்த விஷயத்தைப் பற்றியே அவன் திரும்பத் திரும்ப யோசித்துக்கொண்டே யிருந்தான். எல்லென்னைப் பதினைந்து வயது வரைக்கும் தன்னிடம் வைத்திருக்க முடிந்தால் அவளை அவன் மிகவும் அதிகமான விலைக்கு விற்றுவிட முடியும்; ஆனால் அவள் இறந்துவிடவோ அல்லது அவளை யாராவது திருடிக்கொண்டு

போய்விடவோ கூடும் என்பதைப் பற்றியும் அவன் யோசித்து இருப்பான் என்று நினைக்கிறேன். எப்படியானாலும் தரகர் தரவிருக்கும் விலைக்கு ஒப்புக்கொண்டுவிடுவதே நல்லது என்ற முடிவுக்கு அவன் வந்துவிட்டான். தரகரை வழியில் பார்த்த அவன், எப்போது அவர் ஊரைவிட்டுக் கிளம்பப்போகிறார் என்று கேட்டிருக்கிறான். "இன்றே, பத்துமணிக்கே!" என்று அவர் பதில் சொல்லியிருக்கிறார். உடனே அவன் "ஆ! இவ்வளவு சீக்கிரமாகவா? நீங்கள் சொன்ன விலையைப் பற்றி யோசித்துப் பார்த்தேன்; மூன்று நீக்ரோக்களுக்கும் சேர்த்து ஆயிரத்துத்தொள்ளாயிரம் டாலர்கள் தருவதாக இருந்தால் அவர்களை நீங்கள் வாங்கிக்கொள்ளலாம் என்ற முடிவுக்கு நான் வந்துவிட்டேன்" என்றான்.

சிறிது நேர பேரத்திற்குப் பிறகு வணிகர், டாக்டரின் ஒப்பந்தத்தை ஏற்றுக்கொண்டார். தான் ஊரிலிருக்கப்போகும் கொஞ்ச நேரத்தில் ஏராளமான ஒப்பந்தங்களை முடிக்க வேண்டி யிருப்பதால் விற்பனைப் பத்திரத்தை உடனடியாக எழுதிக் கையொப்பமிட்டுத் தந்துவிடவேண்டும் என்று வணிகர் சொல்லி விட்டார். டாக்டர் ஜெயிலுக்குப் போய் வில்லியத்திடம், "இனி மேல் ஒழுங்காக நடந்துகொள்வதாக வாக்குறுதி கொடுத்தால் என்னிடமே நீ மீண்டும் வேலைக்குச் சேர்ந்துவிடலாம்" என்று சொல்லியிருக்கிறான்; அதற்கு அவன் தன்னை விற்றுவிடலாம் என்று பதில் சொல்லிவிட்டான்.

"நன்றிகெட்ட போக்கிரி, உன்னை விற்கத்தான் போகிறேன்!" என்று டாக்டர் கூச்சலிட்டுவிட்டு வந்தான். ஒருமணி நேரத்திற் குள்ளாகவே பத்திரங்கள் கையொப்பமிடப்பட்டு முத்திரை யிட்டுத் தரப்பட்டன. என் தம்பியும் குழந்தைகளும் வணிகரிடம் ஒப்படைக்கப்பட்டார்கள்.

வெகுவேகமாக ஒப்பந்தம் நிறைவேற்றப்பட்ட பின்தான் டாக்டருக்கு அவனுடைய வழக்கமான எச்சரிக்கை உணர்வு தலைதூக்கியது. அவன் வணிகரிடம் போய் "ஐயா! நீங்கள் அந்த நீக்ரோக்களில் எவர் ஒருவரையும் இந்த மாகாணத்திலேயே விற்க நேர்ந்தால் நீங்கள் எனக்கு ஆயிரம் டாலர்கள் அபராத மாகத் தர வேண்டியிருக்கும் என்ற நிபந்தனையை விற்பனைப் பத்திரத்தில் சேர்க்க வேண்டும்" என்று சொன்னான்.

"நீங்கள் மிகவும் தாமதமாக வந்துவிட்டீர்கள். பேரம் முடிந்துவிட்டது" என்று வணிகர் சொல்லிவிட்டார். திரு சாண்ட்ஸிடம் இம்மூவரையும் ஏற்கெனவே விற்றுவிட்டதை டாக்டரிடம் அவர் சொல்லவில்லை.

"உனது கும்பலைப் பின் தெருக்கள் வழியாக ஊரைவிட்டு அழைத்துச் செல்லும்போது 'அந்தப் போக்கிரி வில்லியத்தின்'

கையில் விலங்கு மாட்டிவிடு” என்று டாக்டர், வணிகரிடம் சொல்லியிருக்கிறான். டாக்டரின் விருப்பங்களுக்கு ஒத்துழைக்குமாறு ஏற்கெனவே அவரிடம் இரகசியமாகச் சொல்லப்பட்டிருந்தது. குழந்தைகள் வணிகரின் சொத்தாக ஆகிவிட்டதால் மீண்டும் அவர்களைப் பார்க்கவே முடியாமல் போய்விடுமோ என்று நினைத்து என் வயதான அன்புச் சித்தி அவர்களை வழியனுப்புவதற்காக ஜெயிலுக்குப் போயிருந்தார். அவர் பென்னியை மடியில் உட்காரவைத்துக்கொண்டபோது அவன் “நான்ஸி சித்தி நான் உங்களுக்கு ஒன்று காட்டுகிறேன்” என்று சொல்லியிருக்கிறான். அவன் அவரை ஒரு கதவின் பக்கமாகக் கூட்டிக்கொண்டு போய் நீண்ட வரிசையில் எழுதப் பட்டிருந்த குறியீடுகளைக் காட்டி “வில் மாமா எனக்கு எண்ணுவதற்குச் சொல்லித் தந்தார். நான் இங்கேயிருந்த ஒவ்வொரு நாளும் இந்த இடத்தில் ஒரு குறி போட்டுவந்தேன். இப்போது அறுபது நாட்களாகிவிட்டன. ரொம்ப நாளாகி விட்டது. வணிகர் வேறு என்னையும் எல்லென்னையும் எடுத்துக்கொண்டுபோகப்போகிறார். ரொம்பக் கெட்டவர் அவர். பாட்டியின் குழந்தைகளை அவர் எடுத்துக்கொள்வது ரொம்பத் தப்பு. எனக்கு என் அம்மாவிடம் போக வேண்டும்” என்று சொல்லியிருக்கிறான்.

குழந்தைகள் உங்களிடம்தான் அனுப்பப்படுவார்கள் என்று முன்பே பாட்டியிடம் சொல்லிவைத்துவிட்டார்கள்; ஆனால் குழந்தைகள் எங்கோ அனுப்பப்படப்போகிறார்கள் என்று நினைப்பது மாதிரி பாட்டி நடந்துகொள்ள வேண்டும் என்றும் அவரிடம் முன்னதாகச் சொல்லிவைத்தார்கள். அதன் படியே அவர் குழந்தைகளுக்கான துணி மூட்டையோடு ஜெயிலுக்குப் போயிருந்தார். அங்கே அவர் போய்ச் சேர்ந்தபோது அடிமைகளின் கூட்டத்திற்கு நடுவே வில்லியத்தின் கையில் விலங்கு மாட்டப்பட்டும் குழந்தைகள் வணிகரின் வண்டியில் ஏற்றப்பட்டுக்கொண்டும் இருந்தார்கள். அந்தக் காட்சி உண்மைச் சம்பவமாகவே பாட்டிக்குத் தோன்றியிருக்கிறது. எங்கோ, ஏதோ தவறு நடந்துவிட்டதோ அல்லது தான் ஏமாற்றப் பட்டுவிட்டோமோ என்று பாட்டிக்குப் பயமாகி மயங்கி விழுந்துவிட அவர் வீட்டிற்குத் தூக்கி வரப்பட்டார்.

அந்த வண்டி ஒரு உணவுவிடுதியில் நிறுத்தப்பட்டபோது சில பெரிய மனிதர்கள் அங்கு வந்து வில்லியத்தை வாங்கிக் கொள்வதாகச் சொல்லியிருக்கிறார்கள். வணிகரோ தான் ஏற்கெனவே அவனை விற்றுவிட்டதை அவர்களிடம் சொல்லாமல் வில்லியத்தைத் தான் விற்கப்போவதில்லை என்று கூறிவிட்டார். எங்கே விற்கப்படப்போகிறோம் என்பதைக்கூட அறியாத ஆடுமாடுகளைப் போல அடிமை

மனிதர்கள் ஓட்டிச்செல்லப்படப்போகும் அந்தக் கொடுமையான நேரமும் வந்துவிட்டது. மனைவியரிடமிருந்து கணவர்களும் குழந்தைகளிடமிருந்து பெற்றோரும் கல்லறைக்குப் போவதற்கு முன் மீண்டும் சந்திக்கவே முடியாதபடி பிய்த்தெறியப் பட்டார்கள். அந்த இடம் முழுக்கச் செய்வதறியாது கைகளைப் பிசைதலாலும் நம்பிக்கைகள் தகர்ந்த ஓலத்தாலும் நிறைந்து இருந்தது.

டாக்டர் ஃப்ளின்ட்டுக்கு அந்த வண்டி ஊரைவிட்டுப் புறப்பட்டுப் போவதைப் பார்த்து ஏகப்பட்ட மகிழ்ச்சி; திருமதி ஃப்ளின்ட்டுக்கும் அவர்களைக் காற்றும் நீரும் எவ்வளவு தூரம் அடித்துக்கொண்டு போகுமோ அவ்வளவு தூரத்திற்கு அனுப்பிவிட்டதில் மிகவும் திருப்தி. ஒப்பந்தத்தின்படி என் மாமா ஒரு பழைய பண்ணை வீட்டிற்குப் போய்ச்சேரும்வரை அவர்களுடைய வண்டியைப் பின்தொடர்ந்தார். அங்கே அந்த வணிகர் வில்லியத்தின் கைகளிலிருந்து விலங்கைக் கழற்றும் பொழுது "நீ மிகவும் கெட்டிக்காரப் பையன், நானே உன்னை என்னோடு வைத்துக்கொள்ள வேண்டும் என்றுதான் நினைத்தேன். ஆனால் உன்னை வாங்கிவிட்ட அந்தப் பெரிய மனிதர், நீ மிகவும் கெட்டிக்காரன், நேர்மையானவன் என்று கூறியிருந்தார். அதனால் உன்னை நான் நல்ல வீட்டில்தான் கொடுத்தாக வேண்டும். நாளைக்கே உன் பழைய எஜமானன் கண்டபடி பேசிவிட்டு இந்தக் குழந்தைகளை விற்ற தான் ஒரு கிழட்டு முட்டாள் எனத் தன்னைத்தானே ஏசிக்கொள்வான். அவன் இக்குழந்தைகளின் தாயாரைக் கண்டுபிடிக்கவே மாட்டான் என்று நான் உறுதியாகச் சொல்வேன். அவள் வடக்கே போக வழிகண்டுவிட்டாள் என்று நான் நினைக்கிறேன். நான் உனக்கு நல்ல திருப்பத்தை ஏற்படுத்தித் தந்திருக்கிறேன். அதை நீ ஞாபகத்தில் வைத்துக்கொள். நான் அடுத்த இலையுதிர்காலத்தில் இங்கு வரும்போது நீ மிகவும் அழகான இளம்பெண்களை எனக்கு ஏற்பாடு செய்து தரவேண்டும். அதுதான் எனது கடைசிப் பயணமாக இருக்கும். ஈரநெஞ்சு படைத்தவர்களுக்கு இந்த நீக்ரோ வியாபாரம் சரிப்பட்டு வராது. சரி! கிளம்புங்கள் பசங்களா!" என்று இவர்களுக்கு விடைகொடுத்துவிட்டார். அந்தக் கும்பல் புறப்பட்டுப் போனது. அவர்கள் எல்லோரும் எங்கே போவார்களோ? அது கடவுளுக்குத்தான் வெளிச்சம்.

எனக்கு அடிமை வியாபாரிகள் என்றாலே வெறுப்பும் அருவருப்பும்தான். அவர்களை நான் பூமியிலேயே மிகவும் கேவலமான மனிதர்களாகத்தான் நினைக்கிறேன். ஆனால் நியாயமாகப் பார்த்தால் இந்த மனிதர் கொஞ்சம் நல்லுணர்வு கொண்டவர் என்று நான் சொல்லியாக வேண்டும். ஜெயிலில் வில்லியத்தைப் பார்த்தவுடனேயே அவருக்கு மிகவும் பிடித்து

விட்டதால் தானே வாங்கிக்கொள்ள வேண்டும் என்று நினைத்திருக்கிறார். என் குழந்தைகளின் கதையைக் கேட்ட பின்பு அவர்களை டாக்டர் ஃப்ளின்ட்டின் அதிகாரத்திலிருந்து மீட்பதற்கு கட்டணம் எதுவும் இல்லாமலேயே உதவி செய்யத் தயாராகிவிட்டார்.

என் மாமா ஒரு வண்டி எடுத்துக்கொண்டுபோய் வில்லியத்தையும் குழந்தைகளையும் ஊருக்குக் கூட்டிக் கொண்டுவந்துவிட்டார். எந்தப் பாட்டியாக இருந்தாலும் அவருடைய வீட்டிற்கு இது ஒரு கொண்டாட்டமான வேளை தானே! திரைச்சீலைகள் மூடப்பட்டன, மெழுகுவர்த்திகள் ஏற்றப்பட்டன. மகிழ்ச்சி நிறைந்த பாட்டி குழந்தைகளைத் தன் நெஞ்சோடு அணைத்துக்கொண்டார். அவர்களும் அவரைத் தழுவிக்கொண்டார்கள், முத்தமிட்டார்கள், கைதட்டி ஆரவாரம் செய்தார்கள். பாட்டியோ முழந்தாளிட்டுத் தனது மனப்பூர்வ மான நன்றியைத் தெரிவித்து ஆண்டவருக்குப் பிரார்த்தனை செலுத்தினார். குழந்தைகளின் அப்பாவும் சிறிது நேரம் அங்கே இருந்தார். குழந்தைகளுக்கும் அவருக்கும் இடையிலான தந்தைப் பாசத்தை மற்ற அடிமை உடைமையாளர்கள் ஏளன மாகவே பார்ப்பார்கள் என்றாலும், அவருடைய உதவியால் உண்டாகியிருந்த உண்மையான கொண்டாட்டத்தில் தானும் கலந்து மகிழ்ந்தார்.

எனக்கு அந்தக் கொண்டாட்டத்தில் எந்தப் பங்கும் இல்லை. அந்த நாளின் நிகழ்ச்சிகள் எதுவும் என் கவனத்திற்குக் கொண்டுவரப்படவில்லை. இப்போது நான் என் அருகில் நேர்ந்த ஒரு சம்பவத்தை உங்களிடம் சொல்லப்போகிறேன்; நீங்கள் ஒருவேளை இது அடிமைகளிடம் இருக்கும் மூடநம்பிக்கை என்றுகூட நினைத்துவிடலாம். ஜன்னலுக்குப் பக்கத்தில் இருந்த தரையில் நான் வழக்கமாக உட்காரும் இடத்தில் உட்கார்ந்திருந்தேன். யாருடைய கண்ணிலும் படாமலேயே தெருவில் என்ன நடக்கிறது என்பதை என்னால் பார்க்க முடியும். வீட்டில் உள்ளவர்கள் எல்லோரும் தூங்கிவிட்டார்கள். எங்கும் ஒரே அமைதி. நான் என் குழந்தைகளைப் பற்றி நினைத்துக்கொண்டே அங்கே உட்கார்ந்திருந்தபோது மிக மெல்லிய வாத்திய இசை கேட்டது. இசைக் குழுவினர் "வீடு, இனிய வீடு" என்ற பாடலைப் பாடிக்கொண்டே வந்தார்கள். அந்தப் பாடல் இசையாக இல்லாமல் குழந்தைகளின் அழுகை யொலியைப்போல மாறும்வரைதான் நான் அதைக் கேட்டேன். என் இதயமே வெடித்துவிடும்போலிருந்தது. உட்கார்ந்திருந்த நான் எழுந்து மண்டியிட்டேன். எனக்கு முன்னால் இருந்த தரையில் நிலவொளி கீற்றாக விழுந்திருந்தது. அந்த ஒளிக்கு

இடையில் என் குழந்தைகளின் மாயத்தோற்றம் தெரிந்தது. பார்த்துக்கொண்டிருக்கும்போதே அது மறைந்தும் போய் விட்டது. ஆனால் நான் அதைத் தெளிவாகப் பார்த்தேன். சிலர் அதனைக் கனவென்பார்கள்; சிலர் அதனைக் காட்சி என்பார்கள். எனக்கு அதை எப்படிச் சொல்வதென்று தெரியவில்லை; ஆனாலும் அது என் மனதில் ஆழமாகப் பதிந்துவிட்டது. என் குழந்தைகளுக்கு ஏதோ நடந்துவிட்டது என்று எண்ணிக் கவலை ஏற்பட்டது.

நான் பெட்டியைக் காலையிலிருந்தே பார்க்கவில்லை. இப்போது அவள் கதவை மெதுவாகச் சாவியால் திறக்கும் சத்தம் கேட்டது. அவள் உள்ளே நுழைந்தவுடனேயே அவள் மீது தாவி என் குழந்தைகளின் ஆவியை என் அறையில் பார்த்ததாலும் அவர்களுக்கு ஏதோ நடந்துவிட்டது என்று எனக்கு நிச்சயமாகத் தோன்றுவதாலும் அவர்கள் இறந்துவிட்டார்களா அல்லது விற்கப்பட்டுவிட்டார்களா என்று எனக்குத் தெரிந்தாக வேண்டும் என்றும் அவளிடம் நான் கெஞ்சினேன்.

அவள் தன் கைகளால் என்னைக் கட்டி அணைத்துக் கொண்டு, “கடவுளே! குழந்தை நீ! ஒனக்கு எவ்வளவு கஷ்டம்! இன்னிக்கு ராத்திரி ஒன்னோட தூங்கறேன். இல்லேன்னா நீ கூச்சல் போட்டு எஜமானியின் வாழ்வைச் சிதைச்சுடுவே. ஏதோ ஒன்னப் பலமா பாதிச்சிருக்கு. நீ எப்ப அழுகைய நிறுத்துவியோ அப்ப ஒன்னோடு பேசுறேன். கொழைந்தங்க நல்லா சந்தோஷமாத்தான் இருப்பாங்க. நானே போய் அவங்களப் பாக்கிறேன்; அப்ப ஒனக்குத் திருப்தியா இருக்குமா? அருமைப் பெண்ணே, கொஞ்சம் அமைதியா இரு! யாரோட காதிலயாவது விழுந்துடப் போகுது” என்றாள். நான் அவள் சொன்னபடியே செய்தேன். அவள் படுத்தாள்; உடனே உறங்கியும் போனாள். என் கண்ணிமைகள் மட்டும் மூடவேயில்லை.

விடியற்காலையிலேயே பெட்டி எழுந்து சமையற் கட்டுக்குப் போய் விட்டாள். நேரம் போய்க்கொண்டே இருந்தது. இரவுநேரம் நான் பார்த்த காட்சி என் மனதில் திரும்பத் திரும்பச் சுற்றிச் சுழன்றுகொண்டே இருந்தது. சிறிது நேரம் கழித்து வீட்டின் நுழைவுவாயிலில் இரண்டு பெண்களின் பேச்சுக்குரல் கேட்டது. ஒரு குரல் அந்த வீட்டில் வேலை செய்யும் பெண்ணுக்குரியது என்று தெரிந்தது. அவளோடு வந்த மற்றொரு பெண், “உனக்குத் தெரியுமா? லிண்டா ப்ரென்டின் குழந்தைகள் நேற்று ஒரு வியாபாரியிடம் விற்கப்பட்டு விட்டார்கள். பழைய எஜமானன் ஃப்ளின்ட்டுக்கு அவர்களை ஊரைவிட்டே துரத்திவிட்டதில் ஏகப்பட்ட மகிழ்ச்சி. ஆனால் அவர்கள் திரும்பவும் ஊருக்கே வந்துவிட்டதாகவும்

சொல்கிறார்கள். இதெல்லாம் குழந்தைகளின் அப்பாவின் வேலை என்று நான் நினைக்கிறேன். அவர் வில்லியத்தையும் வாங்கி விட்டதாகச் சொல்கிறார்கள். கடவுளே! பழைய எஜமானன் ஃப்ளின்ட் இதை எப்படி எடுத்துக்கொள்வானோ! நான் மார்த்தா அத்தை வீட்டுப் பக்கமாகப் போய் இதைப்பற்றித் தெரிந்துகொண்டு வந்துவிடுவேன்" என்றாள்.

நான் என் அழுகைச் சத்தம் வெளியில் கேட்டுவிடக்கூடா தென்று என் உதடுகளை இரத்தம் வருமளவுக்கு இறுகக் கடித்துக்கொண்டேன். என் குழந்தைகள் பாட்டியிடம்தான் இருக்கிறார்களா அல்லது வியாபாரி எங்கோ கொண்டுபோய் விட்டாரா? என்ன நேர்ந்ததோ என்ற எதிர்பார்ப்பு தாங்க முடியாததாக இருந்தது. பெட்டி எப்போது வருவாளோ? எப்போது விஷயத்தைச் சொல்வாளோ என்று காத்துக்கொண் டிருந்தேன். ஒரு வழியாக அவளும் வந்தாள். நானும் அதிக ஆர்வத்தோடு என் காதில்பட்டவற்றை அவளிடம் திரும்பச் சொன்னேன். அவள் முகம் புன்னகையால் விரிந்தது.

"அடக்கடவுளே! லிண்டா நீ ஒரு சரியான முட்டாள்! நான் அதப்பத்தி எல்லாத்தையும் உங்கிட்ட சொல்லப்போறேன். அந்தப் பெண்கள் காலைச் சாப்பாடு சாப்பிட்டுட்டு இருக்காங்க. எஜமானி தானே வந்து உங்கிட்ட எல்லாத்தையும் சொல்லப் போறதாச் சொன்னாங்க. பாவப்பட்ட பிறவி நீ! நான் உன்னைக் காத்திருக்க வைக்கப்போறதில்ல. நானே உங்கிட்ட சொல்லிடறேன். உன் தம்பியையும் உன் கொழந்தங்களையும் அவங்களோட அப்பாவே வாங்கிட்டாரு. நான் பழைய எஜமானன் ஃப்ளின்ட்டைப் பத்தி நெனச்சு நெனச்சு இப்ப சிரிப்பேன். கடவுளே! அவன் எப்படியெல்லாம் பேசப் போறானோ; இந்தத் தடவ அவன் சரியா மாட்டிக்கிட்டான். எப்படியோ இப்ப நான் கீழே போறேன். இல்லைனா அந்தப் பெண்கள் இங்க வந்தா நான் மாட்டிப்பேன்" என்று சொல்லி விட்டுப்போனாள்.

பெட்டி சிரித்துக்கொண்டே போய்விட்டாள். என் குழந்தைகள் விடுதலை பெற்றுவிட்டார்கள் என்பது உண்மையாய் இருக்க முடியுமா என்று என்னை நானே கேட்டுக்கொண்டேன். நான் அவர்களுக்காகப் பாடுபட்டது வீணாகவில்லை. நன்றி கடவுளே!

என் பாட்டியின் வீட்டிற்கே குழந்தைகள் திரும்பி வந்துவிட்டார்கள் என்பதைத் கேட்டு எல்லோரும் ஆச்சரியப் பட்டார்கள். அந்தச் செய்தி ஊரெங்கும் பரவியது. எல்லோரும் குழந்தைகளுக்கு அன்பு ஆசிகள் வழங்கினார்கள்.

டாக்டர் ஃப்ளின்ட் என் குழந்தைகளின் உடைமை யாளர்கள் யார் என்பதைத் தெரிந்துகொள்வதற்காகப் பாட்டி யின் வீட்டிற்கே போய்விட்டான். பாட்டியும் தகவலைச் சொல்லிவிட்டாள்.

“இப்படித்தான் ஆகும் என்றுதான் நானும் எதிர்பார்த்தேன்” என்ற அவன் “எனக்கும், இதைக்கேட்டு சந்தோஷம்தான். சமீபத்தில் லிண்டாவைப் பற்றிச் செய்தி கிடைத்தது. அவள் விரைவில் கிடைத்துவிடுவாள். நீ அவள் விடுதலையாகி விடுவாள் என்று மட்டும் ஒருபோதும் நினைக்காதே. நான் உயிரோடு இருக்கும்வரைக்கும் அவள் என் அடிமையாகத்தான் இருப்பாள். நான் செத்த பின்பும் அவள் என் குழந்தைகளின் அடிமையாகிவிடுவாள். நீயோ ஃபிலிப்போ அவள் தப்பியோட ஏதாவது செய்தீர்கள் என்று எனக்குத் தெரிந்தால் நான் ஃபிலிப்பைக் கொன்றுவிடுவேன். நான் வில்லியத்தைத் தெருவில் எங்காவது பார்த்தால் அவனும் என்னைப் பார்ப்பதாகத் தெரிந்தால் கசையால் அடித்துச் சாவுக்குப் பக்கத்தில் கொண்டு போய் நிறுத்திவிடுவேன். அந்தப்போக்கிரிகள் என் கண்ணில் படாமல் பார்த்துக்கொள்” என்றான்.

அவன் வீட்டிற்குப் புறப்பட்டபோது, பாட்டி அவன் என்னவெல்லாம் செய்தான் என்பதைப் பற்றி அவனுக்கு நினைவுபடுத்தியிருக்கிறார். அவன் அவரை அடித்துக் கீழே தள்ளிவிடுவதைப் போலப்பார்த்துவிட்டுப் போனான்.

மகிழ்ச்சியாக இருக்கவும் நன்றி பாராட்டவும் எனக்குக்கூட நேரம் வாய்த்துவிட்டது. என் குழந்தைப்பருவம் தொடங்கி இதுநாள்வரை முதல் தடவையாக இப்போதுதான் நான் உண்மையான மகிழ்ச்சியை அனுபவித்திருக்கிறேன். நான் இந்தக் கிழ டாக்டரின் பயமுறுத்தல்கள் பற்றியெல்லாம் கேள்விப் பட்டேன். ஆனால் முன்பு மாதிரி என்னைத் தொல்லைக் குள்ளாக்கும் வலிமை இப்போது அவற்றுக்கு இல்லை. என் மேல் கவிந்திருந்த கருமேகங்கள் கலைந்தோடிவிட்டன. அடிமைத்தனம் என்னை என்ன பாடுபடுத்தினாலும் என் குழந்தைகளை அது பாதிக்காது. என் குழந்தைகள் காப்பற்றப்பட்டுவிட்டார்கள். இனி நான் இறந்தாலும் கவலையில்லை. குழந்தைகளின் நன்மைக் காகவே எல்லாம் நடக்கிறது என்ற என் எளிய மனது நம்பிய படியே நடந்திருக்கிறது. எப்போதுமே சந்தேகத்தைவிட நம்பிக்கையே நன்மைதரும்.

20

புதிய ஆபத்து

முன் எப்போதையும்விட ஆத்திரமடைந்த டாக்டர் என் உறவினர்களைப் பழிவாங்க முற்பட்டான். நான் தப்பியோட உதவி செய்தார் என்ற காரணத்தைக் காட்டி என் மாமா ஃபிலிப்பை அவன் கைதுசெய்துவிட்டான். நீதிமன்றத்திற்கு அழைத்துச் செல்லப்பட்டபோது அங்கே, நான் தப்பிக்க எண்ணிக்கொண்டிருந்ததைப்பற்றி அவருக்கு உண்மையாகவே எதுவும் தெரியாது என்றும் நான் பண்ணையிலிருந்து புறப்பட்டதிலிருந்து அவர் என்னைப் பார்க்கவேயில்லை என்றும் உறுதியாகச் சொல்லிவிட்டார். மாமாவைப் பிணையில் விடவேண்டுமானால் லிண்டாவின் விஷயம் எதிலும் தலையிடுவதில்லை என்ற உறுதிமொழியையும் பிணைத்தொகையாக ஐந்நூறு டாலர்கள் தரவேண்டுமென்றும் டாக்டர் கேட்டான். சில பெரிய மனிதர்களும் மாமாவைப் பிணையில் எடுக்க முன்வந்தார்கள்; ஆனால், பிணைத்தொகை இல்லாமலேயே விடுதலை வாங்கிவிட முடியும் என்பதால் தற்போதைக்கு அவர் சிறைக்குப்போனால் பரவாயில்லை எனத் திரு. சாண்ட்ஸ் கூறிவிட்டார்.

மாமா கைதான செய்தி பாட்டியின் காதுகளுக்குப் போயிற்று; அவர் அதைப் பெட்டியிடம் கூறினார். பெட்டி மிகுந்த கருணையோடு தரையில் பலகைக்கு அடியில் மீண்டும் என்னை மறைத்து வைத்துவிட்டாள். முன்னும் பின்னும் நடந்துகொண்டும் தனது சமையல் வேலையைச் செய்து

கொண்டும் அவள் தனக்குத்தானே உரக்கப் பேசுவது போலத் தோன்றினாலும், உண்மையில் என்ன நடக்கிறது என்பதை எனக்குத் தெரியப்படுத்தும் நோக்கமும் அவளுக்கு இருந்தது. என் மாமாவின் சிறைவாசம் சில நாட்களே நீடிக்கும் என்ற நம்பிக்கை எனக்கு இருந்தாலும் நான் பதற்றமாகவே இருந்தேன். மாமாவைத் தவறு செய்யத் தூண்டுவதற்கும் அவரை அவமானப்படுத்துவதற்கும் தன்னால் முடிந்த அத்தனையையும் டாக்டர் ஃப்ளின்ட் செய்வான் என்று நான் நினைத்தேன். அப்போது என் மாமா சுயகட்டுப்பாடிழந்து தண்டனைக்குரிய குற்றங்கள் எதையாவது செய்துவிடுவாரோ என்று எனக்கு அச்சமாக இருந்தது; அப்படி ஏதாவது நடந்த பின்பு அவர் நீதிமன்றத்திற்கு அழைத்துச் செல்லப்பட்டால் வெள்ளை மனிதனுக்கு எதிராகக் கூறப்படும் எந்த ஒரு புகாருக்கும் மதிப்பிருக்காது என்பதை நான் நன்கு அறிந்திருந்தேன். என்னைத் தேடும் பணி மீண்டும் முடுக்கிவிடப்பட்டது. நான் கண்ணுக்கெட்டிய தூரத்தில்தான் இருக்கிறேன் என்ற சந்தேகம் எப்படியோ அவர்களுக்கு ஏற்பட்டிருந்தது. நான் தங்கியிருந்த வீட்டைக்கூட அவர்கள் சோதனைபோட்டார்கள். நான் அவர்களுடைய காலடிச்சத்தத்தையும் குரல்களையும் கேட்டேன். இரவில் எல்லோரும் தூங்கியபின் பெட்டி என்னை மறைவிடத்திலிருந்து விடுவித்தாள். எனக்கேற்பட்ட அச்சம், உடலைச் சுருக்கிக்கொண்டிருந்த நிலை, தரையின் ஈரப்பதம் எல்லாம் சேர்ந்து நான் சில நாட்கள் நோய்வாய்ப்பட்டிருந்தேன். என் ஃபிலிப் மாமா சிறையிலிருந்து விடுவிக்கப்பட்டார்; அதற்குப் பின்னரும் என் உறவினர்கள் எங்கள் நண்பர்கள் ஆகிய அனைவரது நடவடிக்கைகளும் தொடர்ந்து மிகவும் உன்னிப்பாகக் கண்காணிக்கப்பட்டன.

நான் தற்போது இருக்கும் இடத்திலேயே தொடர்ந்து தங்க இயலாது என்பதை நாங்கள் அனைவரும் உணர்ந்துவிட்டோம். நான் நினைத்திருந்ததைவிட ஏற்கெனவே அதிக நாட்கள் தங்கி விட்டேன்; அங்கே என்னுடைய இருப்பு எனது அன்பான நலவிரும்பிக்குத் தொடர்ந்த பதற்றத்தை உண்டாக்கும் என்பது எனக்குத் தெரியும். அதே வேளையில் என் நண்பர்கள் நான் தப்பித்துச் செல்வதற்காகப் பல திட்டங்களை வகுத்திருந்தாலும் எனது கொடுங்கோலனின் இடைவிடாத கண்காணிப்பு அத்திட்டங்களை நடைமுறைப்படுத்த முடியாமல் செய்து கொண்டிருந்தது.

ஒரு நாள் காலையில் யாரோ ஒருவர் என் அறைக்குள் வர முயற்சி செய்த சத்தம் கேட்டு மிகவும் அதிர்ச்சியடைந்தேன். அந்த நபர் சில சாவிகளை மாற்றி மாற்றிப் போட்டுக் கதவைத்

திறக்க முயன்றும் எதுவும் பொருந்தி வரவில்லை. நான் உடனே அது வீட்டுப்பணிப்பெண்களில் ஒருவராக இருக்கலாம் என ஊகித்துக்கொண்டேன். அவள், அறையிலிருந்து ஏதாவது சத்தம் வருவதைக் கேட்டிருக்கலாம் அல்லது பெட்டி இந்த அறைக்கு வந்துபோவதைப் பார்த்திருக்கலாம் என்று நான் நினைத்தேன். என் தோழி வழக்கமான நேரத்தில் என் அறைக்குள் வந்தபோது நான் அவளிடம் நடந்ததைச் சொன்னேன். "அது யாருன்னு எனக்குத் தெரியும். அதப் பத்திக் கவலப்படாதே. அது அந்த ஜென்னிதான். அந்த நீக்ரோவுக்கு எப்போதும் சந்தேகம்தான்" என்றாள் பெட்டி. நான் உடனே, "எதையாவது பார்த்தோ கேட்டோ இருக்கலாம்; அது அவளது சந்தேகத்தைத் தூண்டி யிருக்கலாம்" என்றேன்.

"இருக்கும்! இருக்கும் பொண்ணே! ஆனா அவ எதையும் பாக்கவுமில்லை எதையும் கேக்கவுமில்லை. அவ எதையோ எதிர்பார்த்துட்டு இருந்திருக்கா, அவ்வளவுதான். அவ என்னோட கவுனை வெட்டித்தச்சது யார்னு தெரிஞ்சிக்க ஆசப்பட்டிருப்பா. ஆனா அவளுக்கு ஒண்ணும் தெரியாது. அது மட்டும் நிச்சயம். நான் எஜமானிகிட்டச் சொல்லி அவளச் சரிபண்ணிடுவேன்" என்றாள்.

நான் சற்றுநேரம் யோசித்துப் பார்த்துவிட்டு "பெட்டி, நான் இன்றிரவே இங்கிருந்து புறப்பட்டாகவேண்டும்" என்றேன்.

"நீ நெனக்கறது மாதிரியே செய் பெண்ணே! அந்த நீக்ரோ எப்போதாச்சும் தடால்னு கதவத் தெறந்துட்டு வந்துடு வாளோன்னு எனக்கும் ரொம்ப பயமாத்தான் இருக்கு" என்றாள் பெட்டி.

இந்த நிகழ்ச்சியை அவள் தன் எஜமானியிடம் சொன்ன வுடன் அவர் என் மாமா ஃபிலிப்பைப் பார்த்துவிட்டு வருவ தாகவும் அதுவரை ஜென்னிக்குச் சமையற்கட்டில் வேலை கொடுத்து அங்கேயே இருக்கும்படி பார்த்துக்கொள்ளும்படியும் சொன்னார். மாமாவும் தனது நண்பர் ஒருவரை அன்று மாலையே அனுப்பிவைப்பதாகவும் அந்த எஜமானியிடம் சொன்னார். எஜமானியும் மாமாவிடம் நான் இங்கேயே தொடர்ந்து இருப்பது ஆபத்தானது என்றும் விரைவில் வடமாகாணத்திற்கு நான் சென்றுவிடுவேன் எனத் தான் நம்புவதாகவும் சொன்னார். ஆனால் என் நிலைமையில் இருப்பவர்களுக்கு வட மாகாணத்திற்குப் போவதென்பது அவ்வளவு சுலபமல்ல. நான் அந்தக் கரையைக் கடந்துபோவதில் ஆபத்து எதுவும் இருக்காது என்பதை உறுதியாகத் தெரிந்துகொண்ட பின் அவர் தனது சகோதரனுடன் தங்குவதற்காக ஜென்னியை அழைத்துக் கொண்டு தனது கிராமத்திற்குப் புறப்பட்டுப் போனார். அவர்

என்னை வழியனுப்பி வைக்க வருவதற்கு அஞ்சியதால் பெட்டி யிடம் எனக்குத் தனது அன்பான வழியனுப்புச்செய்தியைக் கூறுமாறு சொல்லிவிட்டுப் போனார். அவருடைய வண்டி, வாசலிலிருந்து உருண்டு செல்லும் சத்தம் எனக்குக் கேட்டது. தப்பியோடி நடுங்கிக்கொண்டுவந்த இந்த ஏழைக்கு உரிய நேரத்தில் மிகவும் தாராளமாக உதவிய அந்த நல்ல நண்பரை அதற்குப் பின் நான் சந்திக்கவேயில்லை. அவரும் ஓர் அடிமை உடமையாளர்தான் என்றாலும் இன்றுவரை என் நெஞ்சம் அவருக்கு வாழ்த்துச் சொல்லிக்கொண்டேதான் இருக்கிறது.

நான் எங்கே போய்க்கொண்டிருக்கிறேன் என்பதைப் பற்றிக் கொஞ்சமும் யோசிக்கவேயில்லை. பெட்டி எனக்காக மாலுமியின் உடைகளான ஜாக்கெட், தார்பாலின் தொப்பி ஆகியவற்றைக் கொண்டு வந்தாள். நான் போகும்போது எனக்குத் தேவைப்படும் என்று சொல்லி ஒரு சிறு மூட்டையை அவள் என்னிடம் கொடுத்தாள்.

"நீ சுதந்திரமான மாகாணங்களுக்குப் போகப்போறேங் கிறதுல எனக்கு சந்தோஷம். இந்த வயசான பெட்டியை மறந்துடாதே. ஒருவேளை நானே அங்கே வந்தாலும் வந்துடுவேன் போய்ட்டு வா" என்று உற்சாகமான குரலில் வழியனுப்பி வைத்தாள்.

நான் அவளுடைய கனிவான உபசரிப்புகளுக்கு எவ்வளவு நன்றியுடையவளாக இருக்கிறேன் என்று சொல்ல முயற்சி செய்தபோது, அவள் இடைமறித்து "எனக்கு நன்றியெல்லாம் சொல்லத் தேவயில்லை. ஒனக்கு உதவி செஞ்சதுல எனக்கு ரொம்ப சந்தோஷம். நம்ம நல்ல இறைவன் ஒனக்கான வாசலத் தொறந்து வைப்பார்னு நான் நம்புறேன். நான் கீழே வாசல் வரைக்கும் உன்னோடு வரப்போறேன். ஒன் கையக் கால்சட்டைப்பைக்குள் வச்சிக்கிட்டு மாலுமி மாதிரி நடந்து போ" என்றாள்.

நான் அவளுக்குத் திருப்தி ஏற்படும் வகையில் நடந்து கொண்டேன். வாசலில் பீட்டர் என்ற கறுப்பின இளைஞன் எனக்காகக் காத்திருந்தான். அவனைப் பல வருடங்களாக எனக்குத் தெரியும். அவன் என் அப்பாவிடம் பயிற்சிப்பணியாளாக இருந்தவன், நல்லொழுக்கம் உடையவன். அவனை நம்பிச் செல்வதில் எனக்குப் பயமில்லை. பெட்டி அவசர அவசரமாக வழியனுப்பிவைக்க நாங்கள் நடையைக் கட்டினோம்.

"தைரியமாக இரு லிண்டா! என்னிடம் கத்தி இருக்கிறது. என்னுடைய பிணத்தைத் தாண்டாமல் எவனும் உன்னைத் தூக்கிச் சென்றுவிடமுடியாது" என்றான் என் நண்பன் பீட்டர்.

நான் வீட்டைவிட்டு வெளியே வந்து அதிக நாட்கள் ஆகிவிட்டன, சுத்தமான காற்று என்னை மீட்சிபெறச் செய்தது. ரகசியக் குரலை விடச் சற்று அதிகமான சத்தத்தில் ஒரு மனிதக்குரல் என்னோடு பேசுவதைக் கேட்பதும் மகிழ்ச்சியாக இருந்தது. எனக்குத் தெரிந்த மனிதர்கள் பலரும் என்னைக் கடந்து போனபோதிலும் நான் மாறுவேடத்தில் இருந்ததால் அவர்களுக்கு என்னை அடையாளம் தெரியவில்லை. பீட்டர் கத்தியை எடுக்கும் சூழ்நிலை வந்துவிடக்கூடாதே என்று நான் எனக்காகவும் பீட்டருக்காகவும் ஆழமாகப் பிரார்த்தித்தேன். நாங்கள் படகுத்துறை வரை நடந்தோம். என் சித்தி நான்ஸியின் கணவர் கடல் பணியாளர். அவரிடம் எங்கள் ரகசியம் குறித்துச் சொல்லவேண்டியது அவசியமாகிவிட்டது. அவர் என்னைத் தன் படகில் ஏற்றிக்கொண்டு அதிக தூரம் போகாமல் நடுவில் ஓர் இடத்தில் இருந்த கப்பலில் ஏற்றிவிட்டார். அங்கு நாங்கள் மூன்றுபேர் மட்டுமே இருந்தோம். இப்போது அவர்கள் என்னை என்ன செய்யப்போகிறார்கள் என்று நான் கேட்டு விட்டேன். விடியும் வரை அங்கேயே தங்கியிருக்க வேண்டும் என்றும் ஃபிலிப் மாமா எனக்கான மறைவிடத்தைத் தயாரிக்கும் வரை பக்கத்தில் உள்ள பாம்புகள் நிறைந்த சதுப்புநிலத்தில் மறைந்திருக்க வேண்டும் என்றும் அவர்கள் என்னிடம் சொன்னார்கள். அந்தக் கப்பல் வடக்கு நோக்கிப்போய்க்கொண் டிருந்ததால் கண்டிப்பாக அது தேடுதலுக்கு உட்பட்டுவிடும். காலை நான்கு மணியளவில் நாங்கள் மீண்டும் படகில் அமர்ந்துகொண்டோம். சதுப்புநிலம் வரை மூன்று மைல் தூரம் படகு சென்றது. ஒரு முறை விஷக்கடியை அனுபவித்த எனக்குப் பாம்புகளைப் பற்றிய பயம் அதிகமாக இருந்தது, அதனால் நான் இந்த மறைவிடத்திற்குள் போகவே பயந்தேன். ஆனால் வேறு வழியில்லாததால் அடிமைத்தனத்தின் அடக்குமுறைகளால் பெரும் தொல்லைகளை அனுபவித்துவரும் என் நண்பர்களின் உதவியை நான் நன்றியுடன் ஏற்றுக்கொண்டேன்.

பீட்டர் முதலில் இறங்கிக் கையிலிருந்த நீளமான கத்தியால் மூங்கிலையும் முட்புதர்களையும் வெட்டி வழி உண்டாக்கினான். அவன் திரும்பிவந்து மூங்கில் புதர்களுக்கு நடுவில் எனக்காக அவன் ஏற்படுத்தி வைத்திருந்த இருப்பிடத் திற்கு என்னைத் தன் கைகளில் தூக்கிக்கொண்டு போனான். அங்குப் போவதற்கு முன்பே நூற்றுக்கணக்கான கொசுக்கள் எங்களை மொய்த்துவிட்டன. ஒரு மணி நேரத்திற்குள்ளாகவே அவற்றின் விஷக்கடிகள் எனது தோற்றத்தையே பரிதாபத்திற் குரியதாக மாற்றிவிட்டன. வெளிச்சம் வரவர ஒன்றன்பின் ஒன்றாகப் பாம்புகள் எங்களைச் சுற்றி ஊர்ந்துவருவதைப் பார்த்தேன். நான் என் வாழ்க்கையில் பாம்புகளைப் பார்த்துப்

பழகியவள்தான் என்றாலும் இங்கேயிருந்த பாம்புகள் நான் இதுவரை பார்த்த பாம்புகள் எல்லாவற்றையும்விட மிகவும் பெரியவை. இன்றும் அந்தக் காலைநேரத்தை நினைத்தால் நான் நடுங்கிவிடுகிறேன். மாலைநேரம் நெருங்கநெருங்க எங்களைச் சுற்றிச்சுற்றி வந்த பாம்புகளின் எண்ணிக்கையும் அதிகமாயிற்று; அவை எங்கள் மீது ஏறிவிடாமல் தடுத்துக்கொள்வதற்காக நாங்கள் தொடர்ந்து அவற்றைத் தடியால் அடித்து விரட்டிக் கொண்டே இருந்தோம். மூங்கில்கள் மிக உயரமாகவும் அடர்த்தியாகவும் வளர்ந்திருந்ததால் அவற்றின் ஊடாகச் சிறிது தூரம் தாண்டி இருக்கும் எதையும் பார்க்க முடியாது. படகுக்குச் செல்வதற்கு வழி தெரியாமல் போய்விடுமோ என்ற பயத்தில் இருட்டுவதற்குச் சற்று முன்னதாகவே நாங்கள் சதுப்புநில முகப்பில் எங்கள் இருக்கைகளை அமைத்துக்கொண்டோம். சற்றுநேரத்திலேயே எங்களால் முன்பே ஏற்றுக்கொள்ளப்பட்ட சமிக்கைகளான சுக்கான் திருப்பும் ஓசையையும் மெலிதான சீழ்க்கை ஒலியையும் நாங்கள் கேட்டோம். உடனே நாங்கள் படகில் ஏறி மீண்டும் கப்பலை அடைந்தோம். சதுப்பு நிலத்தின் வெப்பம், கொசுத்தொல்லை, பாம்புகளால் தொடர்ந்து ஏற்பட்ட பயம் போன்றவை காரணமாக அனலாகக் கொதித்த காய்ச்சலால் அன்று இரவு நான் கடும் தொல்லைக்கு ஆளானேன். ஒருவழி யாக நான் தூங்கத் தொடங்கியவுடனேயே அவர்கள் என்னிடம் வந்து அந்தப் பயங்கரமான சதுப்புநிலத்திற்குப் புறப்படும் நேரம் வந்துவிட்டது என்று சொன்னார்கள். என்னால் எழுந்து நிற்கக்கூட முடியவில்லை. ஆனால் சதுப்பு நிலத்தில் இருந்த அந்த விஷம் நிறைந்த பெரிய பாம்புகளைவிட நாகரிகமடைந்து விட்டதாகச் சொல்லிக்கொள்ளும் வெள்ளைக்காரச் சமூகத்தில் உள்ள மனிதர்களுக்கே நான் மிகவும் பயந்தேன். இந்த முறை பீட்டர் கொசுக்களை விரட்டப் புகைபோடுவதற்காக ஏராளமான புகையிலையைக் கொண்டு வந்திருந்தான். அதன் புகை கொசுத்தொல்லையிலிருந்து நாங்கள் விரும்பியதைப்போலவே எங்களைப் பாதுகாத்தாலும் புகையிலையின் நெடியால் எனக்குக் குமட்டலும் தலைவலியும் வந்துவிட்டன. இருட்டியவுடன் நாங்கள் மீண்டும் கப்பலுக்கு வந்தோம். நான் பகல் முழுவதும் நோய்வாய்ப்பட்டு இருந்ததால் பிசாசே கூட நேரடியாக ரோந்துக்கு வந்தாலும் அன்று இரவே வீட்டிற்குத் திரும்பிவிட வேண்டும் என்று பீட்டர் வலியுறுத்திக் கூறிவிட்டான். எங்கள் பாட்டியின் வீட்டிலேயே எனக்கு மறைவிடம் ஏற்பாடாகி விட்டதாக அவர்கள் என்னிடம் சொன்னார்கள். அந்த வீட்டின் மூலைமுடுக்குகள்கூட ஃப்ளின்ட் குடும்பத்தினருக்கு அத்துப்படியாக இருக்கும்பட்சத்தில் அங்கே நான் எப்படி ஒளிந்துகொள்வேன் என்பதை என்னால் கற்பனை செய்துகூடப்

பார்க்க முடியவில்லை. அவர்கள் என்னிடம் "பொறுத்திருந்து பார்" என்று சொன்னார்கள். நாங்கள் படகில் ஏறிக் கரையை அடைந்தோம். மிகவும் துணிச்சலாகப் பாட்டியின் வீட்டிற்குத் தெருக்களின் வழியே நடந்தோம். நான் மாலுமி உடை அணிந்து கொண்டு கரியைப் பூசி முகத்தைக் கருப்பாக்கிக் கொண்டிருந்தேன். நான் எனக்குத் தெரிந்தவர்கள் பலரையும் கடந்து சென்றேன். என் கைகளை உரசிக்கொள்ளும் அளவுக்கு நெருக்கமாக என் குழந்தைகளின் தந்தை வந்தபோதும் அவருக்கு என்னை அடையாளம் தெரியவில்லை.

"நீ இந்த நடைப்பயணத்தை நன்றாகப் பயன்படுத்திக் கொள்; ஏனென்றால் இது மாதிரியான வேறொரு வாய்ப்பு விரைவில் உனக்குக் கிடைக்கப் போவதில்லை." என்றான் என் நண்பன்.

எனக்கு அவன் குரல் சோகமாக ஒலிப்பதுபோல் தோன்றியது. மிகவும் மட்டமான ஒரு பொந்துதான் வெகுகாலத் திற்கு எனக்கான வீடாக இருக்கப்போகிறது என்பதை அந்தக் கருணையுள்ளம் கொண்ட என் நண்பன் என்னிடம் சொல்லாமல் மறைத்துவிட்டான்.

ஓர் அடிமைச் சிறுமியின் வாழ்க்கை நிகழ்வுகள்

21

பரண்துளைக்குப் பின்னால் நான்[1]

சில ஆண்டுகளுக்கு முன்பு பாட்டியின் வீட்டோடு சேர்த்து ஒரு கொட்டகையும் கட்டப் பட்டிருந்தது. அதன் உத்திரங்களுக்கு நடுவில் சில பலகைகளும் பொருத்தப்பட்டிருந்தன. கூரைக்கும் பலகைகளுக்கும் இடையே எலிகளும் சுண்டெலி களும் மட்டுமே பயன்படுத்திக்கொண்டிருந்த சிறுபரண் ஒன்று இருந்தது. தென்மாகாணத்தில் உள்ள வழக்கத்தின்படி பலகைகளால் வேயப்பட்ட ஒருபக்கம் சாய்ந்த கூரைவீடு அது; அதில் ஒன்பதுக்கு ஏழு என்ற அளவில் ஒரு பரண் இருந்தது. அதன் அதிக பட்ச உயரம் மூன்றடி. அதில் போடப்பட்டிருந்த பலகை அப்படியே சாய்ந்து வந்து கூரையோடு இணைந்துவிடும். காற்றோ வெளிச்சமோ வருவதற்கு அங்கே வழி கிடையாது. தச்சரான ஃபிலிப்மாமா சாமான் வைக்கும் அறையோடு தொடர்புகொள்ள ஏதுவாக ஒரு ரகசியக் கதவை மிகத்திறமையாக உருவாக்கியிருந்தார். நான் சதுப்புநிலத்தில் காத்திருந்த போதே அவர் இதைச் செய்து முடித்திருந்தார். சாமான் அறைக்குச் செல்வதற்கு வீட்டுக் கூடத்தி லிருந்து வழி இருந்தது. வீட்டிற்கு வந்தவுடன் நான் இந்தப் பரணுக்கு அனுப்பப்பட்டேன். நான் வீட்டிற்குள் வந்துவிட்ட தகவல் இந்த இரகசியக் கதவின்வழியாகப் பாட்டிக்கும் உடனடியாகத் தெரிவிக்கப்பட்டது. ஒரே புழுக்கம்; முழு இருட்டு. தரையில் ஒரு படுக்கை விரிக்கப்பட்டிருந்தது. நான் ஒரு பக்கமாகப் படுத்தால் மட்டுமே சௌகரியமாகத்

ஹேரியட் ஜேகப்ஸ்

தூங்க முடியும், கூரை ஒரேயடியாகச் சரிந்திருந்ததால் புரண்டு படுக்கும்போது கூரை தலையில் இடிக்கும். எலிகளும் சுண்டெலி களும் என் படுக்கையின் மீது ஓடிக்கொண்டிருந்தன. நான் ஒரேயடியாகக் களைத்திருந்ததால் புயலே அடித்தால்கூட எழுந்திருக்க முடியாதவளாக அடித்துப் போட்டதுபோலத் தூங்கிவிட்டேன். பொழுது விடிந்தது. என் இருப்பிடத்தில் இரவும் பகலும் ஒரேமாதிரியாக இருந்ததால் என் காதில் விழுந்த சத்தங்களை வைத்தே நான் விடிந்துவிட்டதைத் தெரிந்து கொண்டேன். நான் வெளிச்சமில்லாததைவிடக் காற்றில்லாமல் தான் துன்பப்பட்டேன். ஆனால் எனக்கென்று எந்த வசதியும் இல்லாமல் போய்விடவில்லை. என் குழந்தைகள் பேசும் சத்தத்தை நான் கேட்டேன். அது என் கண்களில் கண்ணீரை வரவழைத்தது. அவர்களோடு பேச நான் எவ்வளவு ஏங்கினேன். நான் அவர்களுடைய முகங்களைப் பார்க்க ஆசைப்பட்டேன். ஆனால் நான் வெளியே பார்ப்பதற்கு ஓர் ஓட்டையோ அல்லது ஒரு விரிசலோகூட இருக்கவில்லை. இந்தத் தொடர் இருட்டு என்னைச் செயலிழக்கச் செய்தது. ஒருதுளி வெளிச்சம்கூட இல்லாமல் இரவும் பகலும் உடலைச் சுருக்கிக்கொண்டு இருப்பது கொடுமையாகத் தோன்றியது. அடிமையாக இருப்பதற்குப் பதிலாக நான்தான் இதைத் தேர்ந்தெடுத்தேன். நான் என் அடிமை வாழ்க்கையில் வசதியாகவே இருந்ததாகக்கூட வெள்ளைக் காரர்கள் கருதலாம். என்னைப் பொறுத்தவரை மற்ற அடிமை களோடு ஒப்பிடும்போது என் அடிமைவாழ்வு சற்று எளிதாகவே இருந்தது. நான் கொடுமைப்படுத்தப்பட்டு அளவுக்கதிகமான வேலை செய்ய நிர்ப்பந்திக்கப்பட்டதில்லை; தலை முதல் கால்வரை கசையடிகளால் துன்புறுத்தப்பட்டதில்லை; நான் ஒருபோதும் ஒரு பக்கத்திலிருந்து மறுபக்கம் திரும்ப முடியாதபடி அடித்துக் காயப்படுத்தப்பட்டதில்லை; நான் தப்பியோடி விடாதபடி என் பாதநரம்புகள் கத்தரிக்கப்பட்டதில்லை; பண்ணை வயல்களில் கருக்கலிலிருந்து காரிருள்வரை உழன்ற போதிலும் காலோடு பிணைக்கப்பட்ட கட்டையை இழுத்துக் கொண்டு நடக்கும்படி துன்புறுத்தப்பட்டதில்லை; காய்ச்சிய இரும்பால் என் மீது முத்திரை குத்தப்பட்டதில்லை அல்லது வேட்டைநாய்களால் நான் கிழிக்கப்பட்டதில்லை. நான் டாக்டர் ஃப்ளின்ட்டின் கைகளில் அகப்படும்வரை அன்புடனும் பாசத்துடனும் பராமரிக்கப்பட்டேன். அதனால் விடுதலை வேண்டும் என்று நான் நினைத்ததேயில்லை. என் அடிமை வாழ்வு ஒப்பீட்டளவில் கொடூரங்கள் இல்லாததாக இருந்தாலும் அடிமை வாழ்வில் வாழும்படி நிர்ப்பந்திக்கப்பட்ட இந்தப் பெண்ணின் மீது ஆண்டவன் கருணை காட்டினார்.

என் மாமா திட்டமிட்டு உருவாக்கி வைத்திருந்த ரகசியக் கதவின் மூலமாக எனக்குச் சாப்பாடு அனுப்பப்பட்டது; பாட்டியோ, ஃபிலிப் மாமாவோ நான்ஸி சித்தியோ தங்களுக்கு முடிந்தபோதெல்லாம் அங்கு வந்து என்னோடு பேசும் வாய்ப்பை ஏற்படுத்திக்கொண்டார்கள். ஆனால் பகல் வேளையில் இது பாதுகாப்பானதல்ல. இவையெல்லாம் இரவிலேயே நடக்க வேண்டியவை. நிமிர்ந்த வாக்கில் நகர இயலாத நிலையில் நான் உடற்பயிற்சிக்காகத் தவழ்ந்து போய்க்கொண்டிருந்தேன். ஒரு நாள் என் தலை எதன் மீதோ மோதிக்கொண்டது; என்னவென்று பார்த்தால் அது ஒரு துளை போடும் கருவி. ரகசியக்கதவைப் பொருத்தியபோது மாமா அதை அங்கேயே விட்டுவிட்டுப் போயிருந்திருக்கலாம். நான் புதையலைக் கண்ட ராபின்ஸன் க்ரூஸோ மாதிரி மகிழ்ந்தேன். அது என் சிந்தனையில் ஓர் அதிர்ஷ்டகரமான எண்ணத்தை உண்டாக்கிவிட்டது. “எனக்குக் கொஞ்சம் வெளிச்சம் கிடைக்கும். நான் என் குழந்தைகளைப் பார்ப்பேன்” என்று எனக்குள்ளேயே சொல்லிக்கொண்டேன். நான் மற்றவருடைய கவனத்தைக் ஈர்த்துவிடுவேனோ என்ற அச்சத்தில் பகல் வேளையில் அந்த வேலையைத் தொடங்கத் துணியவில்லை. அந்த இருட்டில் தட்டித் தடவிப் பார்த்துக் குழந்தைகளை அடிக்கடி பார்க்க ஏதுவாகத் தெருவை நோக்கி இருக்கும் பக்கத்தைத் தேர்ந்தெடுத்து அங்கே அந்தத் துளை போடும் கருவியைச் சொருகி வைத்துவிட்டு மாலை வரை காத்திருந்தேன்.

நான் ஒன்றின் மேல் ஒன்றாக இடைவெளிவிட்டு மூன்று வரிசையாகத் துளைகள் போட்டேன். ஓர்அங்குல நீளமும் ஓர் அங்குல அகலமும் உள்ள துளைகளைப்போடுவதில் வெற்றி பெற்றேன். அதற்குப் பக்கத்தில் உட்கார்ந்துகொண்டு இரவில் நெடுநேரம்வரை அந்தச் சிறு துளையின் வழியாக வரும் காற்றைச் சுவாசிப்பேன். காலை வேளைகளில் என் குழந்தை களைப் பார்த்துக்கொண்டிருப்பேன். நான் அந்தத் தெருவில் முதன்முதலாகப் பார்த்தது டாக்டர் ஃப்ளின்டைத்தான். அதை ஒரு அபசகுனமாகக் கருதும் மூடநம்பிக்கை எனக்கு இருந்ததால் நான் அப்படியே நடுங்கிவிட்டேன். பல பழக்கமான முகங்கள் கடந்துபோயின. கடைசியாகக் குதூகலமாகச் சிரிக்கும் குழந்தை களின் சத்தம் கேட்டது. ஏதோ நான் அங்கே இருப்பது அவர்களுக்குத் தெரியும் என்பது மாதிரியும் அதனால் உண்டாகும் சந்தோஷத்தை உணர்ந்துவிட்டதைப் போலவும் இரண்டு இனிய முகங்கள் தலையை நிமிர்த்தி என்னைப் பார்த்தன. நான் அங்கேதான் இருக்கிறேன் என்று அவர்களிடம் சொல்லி விடலாமா என்று தவித்தேன்.

என் உடல்நிலை இப்போது சற்றே முன்னேறி இருந்தது. ஆனால் ஊசிபோல என் தோலைத் துளைக்கும் நூற்றுக்கணக்கான

சிறு சிவப்புப் பூச்சிகளின் கடி, தாங்க முடியாத எரிச்சலைக் கொடுத்தது. கடைசியில் என் அருமைப் பாட்டி தந்த மூலிகைக் கஷாயங்களாலும் குளிர்ச்சியான மருந்துகளாலும் அவற்றை நான் போக்கடித்துக்கொண்டேன். அந்தப் பரண் மேல் போடப் பட்டிருந்த மெல்லிய பலகைகளால் சுட்டெரிக்கும் கோடைச் சூரியனின் தாக்கத்திலிருந்து என்னைப் பாதுகாக்க முடிய வில்லை. ஆனாலும் அங்கே எனக்கு ஆறுதல் இருந்தது. அங்கு நான் போட்டிருந்த துளைகளின் வழியே என் குழந்தைகளை எட்டிப்பார்க்க முடிந்தது. துளைகளுக்குச் சற்று அருகில் அவர்கள் வரும்போது அவர்களுடைய குரல்களைக் கேட்க முடிந்தது. டாக்டர் ஃப்ளின்ட்டின் வீட்டில் தான் கேட்டுத் தெரிந்து கொள்ள முடிந்த எல்லாத் தகவல்களையும் நான்ஸி சித்தி எனக்குச் சொல்லுவார். எங்கள் அண்டைவீட்டில் பிறந்து வளர்ந்து அவன் வீட்டு அசுத்தக் காற்றைச் சுவாசித்துவிட்டு இப்போது நியூயார்க்கில் வசிக்கும் கறுப்பினப்பெண்ணுக்கு டாக்டர் ஃப்ளின்ட் கடிதம் எழுதியிருந்தான் என்பதை நான்ஸி சித்தி மூலம் தெரிந்துகொண்டேன். அதில் அவன் என்னைப் பற்றித் தகவல் எதையாவது தெரிந்து சொன்னால் உரிய வெகுமதி தருவதாகக் கூறியிருந்தான். அந்தப் பதில் கடிதத்தில் என்ன இருந்தது என்று எனக்குத் தெரியாது. ஆனால் கடிதம் வந்த உடனேயே ஏதோ இன்றியமையாத வேலை இருப்பதாகச் சொல்லி டாக்டர் அவசரமாக நியூயார்க்கிற்குப் புறப்பட்டுப் போனான். அவன் நீராவிப் படகுக்குப் போகும்போது நான் அவனைத் துளைகள் வழியே பார்த்தேன். அவனுக்கும் எனக்கும் இடையில் மைல் கணக்காக விரிந்த நீரும் நிலமும் இருக்கப் போகிறது என்று நினைத்து மனநிம்மதி அடைந்தேன். நான் சுதந்திர மாகாணத்திற்குத் தப்பிச் சென்றுவிட்டேன் என்ற அவனது நம்பிக்கை, அதைவிடப் பெரிய மனநிறைவை எனக்களித்தது. என்னுடைய அந்தச் சின்னப் பரண் முன்பை விட இப்போது குறைந்த அளவு துன்பத்தையே தருவதுபோலத் தோன்றியது. அவனுடைய முந்தைய நியூயார்க் பயணத்தில் நடந்ததுபோலவே இந்த முறையும் எந்தவித உருப்படியான தகவல்களும் கிடைக்காமல் அவன் திரும்பிவிட்டான். அடுத்த நாள் காலை அவன் எங்கள் வீட்டைக் கடந்து போகும்போது பென்னி வாசலில் நின்றுகொண்டிருந்தான். டாக்டர் ஃப்ளின்ட் என்னைத் தேடுவதற்காகத்தான் போயிருந்தான் என்பதைக் கேட்டிருந்த பென்னி, “டாக்டர் ஃப்ளின்ட், நீங்கள் என் அம்மாவை வீட்டிற்குக் கூட்டிக்கொண்டுவந்தீர்களா? நான் அவரைப் பார்க்க வேண்டும்” என்று அவனைக் கேட்டான். அதைக் கேட்ட டாக்டர் சினத்தோடு தரையைக் காலால் உதைத்து “தள்ளிப்போ! கேடுகெட்ட சின்னப்பயலே! போகா விட்டால் உன் தலையைச் சீவிவிடுவேன்” என்று சீறினான்.

பயந்துபோன பென்னி, “நீங்கள் என்னைச் சிறையில் போட முடியாது. இப்போது நான் உங்களுடைய அடிமையில்லை” என்று சொல்லிக்கொண்டே வீட்டுக்குள் ஓடிவிட்டான். நல்லவேளை இந்த வார்த்தைகள் டாக்டரின் காதுகளுக்குப் போகாதபடி காற்று தடுத்துவிட்டது. நான் அடுத்த இரகசியச் சந்திப்பின் போது பாட்டியிடம் இந்த நிகழ்ச்சியைச் சொல்லி முன்கோபி யான அந்தக் கிழவனிடம் மரியாதைக் குறைவாகப் பேசக் குழந்தைகளை அனுமதிக்க வேண்டாம் என்று கூறினேன்.

இலையுதிர்காலம் வந்துவிட்டது; வெப்பம் தணிந்தது. என் கண்கள் குறைந்த வெளிச்சத்திற்குப் பழகிவிட்டன. நான் கவனத்துடன் உருவாக்கியிருந்த துளைகளின் பக்கத்தில் வாகாக அமர்ந்தபடி படித்துக்கொண்டோ தைத்துக்கொண்டோ இருந்தேன். அது அப்போதைய எனது அலுப்பூட்டும் வாழ்வுக்குப் பெரும் ஆறுதலாக இருந்தது. ஆனால் குளிர்காலம் வந்தபோது அந்த மெல்லிய தகடுகளின் வழியாகப் புகுந்த குளிரால் நான் பயங்கரமாகப் பாதிக்கப்பட்டேன். வடமாகாணங்களில் இருப்பது போல இங்குக் குளிர்காலம் கொடுமையானதாகவோ நீண்டதாகவோ இருப்பதில்லை என்றாலும் இங்குள்ள வீடுகள் குளிரைத் தாங்கும் வகையில் கட்டப்படவில்லை; நான் இருக்கும் மறைவிடமும் வசதியில்லாததாக இருந்தது. என் அன்பான பாட்டி எனக்குப் போர்வைகளும் சூடான பானங்களும் கொண்டுவந்துகொடுத்தார். என் வசதிக்காக நான் அடிக்கடி படுக்கையில் நாள் முழுவதும் கிடக்க வேண்டியிருந்தது. அப்படியும் என் முன்னெச்சரிக்கைகள் எல்லாவற்றையும் மீறி எனது தோள்களும் பாதங்களும் குளிரால் பாதிக்கப்பட்டன. அப்பப்பா! அந்தக் கொடும் நாட்கள், எதையும் பார்க்க முடியாமலும் எனது சலிப்பூட்டும் இறந்த காலத்தையும் உறுதி யற்ற எதிர்காலத்தையும் நினைப்பதைத் தவிர வேறொன்றையும் நினைக்க முடியாமலும் செய்துவிட்டன. போதுமான அளவுக்கு என்னைப் போர்த்திக்கொண்டு தெருவில் போவோர் வருவோரைப் பார்ப்பதற்கு வசதியாக உட்கார்ந்துகொள்ள முடிந்த இளங்குளிர்காலம் வந்ததற்கு நான் நன்றி கூறிக்கொண்டேன். தென் மாகாணத்தவர்களுக்குத் தெருவில் நின்று கூடிப்பேசும் வழக்கம் உண்டு. என் காதில் விழவேண்டும் என்ற நோக்கத்துடன் பேசப்படாத அப்படிப்பட்ட எதேச்சையான பல உரையாடல் களை நான் கேட்டேன். தப்பியோடிவிட்ட ஏழை அடிமைகளை எப்படிப் பிடிப்பதென்ற அடிமை வேட்டையர்களின் விவாதங் களும் என் காதில் விழுந்ததுண்டு. சிலசமயம் என் குழந்தைகள் வாசலில் விளையாடுவதைப் பார்க்கும்போது, அவர்கள் டாக்டர் ஃப்ளின்ட்டைப் பற்றியும், என்னையும், என் குழந்தைகளைப்

பற்றியுமே பேசிக்கொண்டிருப்பதுபோல எனக்குத் தோன்றும். "கிழட்டு ஃப்ளின்ட்டிடம் அவளைப் பிடித்துத் தருவதற்காக நான் என் சுண்டுவிரலைக்கூட அசைக்க மாட்டேன்" என்று ஒருவன் சொன்னான். மற்றொருவனோ "வெகுமதிக்காக நான் எந்த நீக்ரோவை வேண்டுமானாலும் பிடித்துத் தந்துவிடுவேன். ஒரு மனிதன் அவன் எப்படிப்பட்ட மிருகமாய் இருந்தாலும் அவனது உடைமையின் பாதுகாப்பைக் கோரும் உரிமை அவனுக்கு உண்டு" என்றான். நான் சுதந்திர மாகாணங்களுக்குப் போய்விட்டதாக அவர்கள் நினைப்பது அந்த மாதிரியான பேச்சிலிருந்து எனக்குப் புலப்பட்டது. நான் உள்ளூரிலேயே இருக்கக்கூடும் என்ற கருத்தை மிக அரிதாகவே யாராவது சொன்னார்கள். நான் பாட்டியின் வீட்டில் இருப்பதாகச் சிறு சந்தேகம் வந்தால்கூட அந்த வீடு எரித்துத் தரைமட்ட மாக்கப்பட்டுவிடும். ஆனால் அங்கே நான் ஒளிந்திருக்கக்கூடும் என்ற எண்ணம் எவருக்கும் வரவேயில்லை. அடிமைத்தனம் நிலவும் அந்த ஊரில் நான் ஒளிந்துகொள்வதற்குப் பாதுகாப்பான வேறு எந்த நல்ல இடமும் எனக்கு இல்லை.

டாக்டர் ஃப்ளின்ட்டும் அவன் குடும்பத்தினரும் என் குழந்தைகளிடம் நயமாகப் பேசியும் பரிசுப்பொருட்கள் வாங்கிக் கொடுத்தும் என்னைப் பற்றி ஏதாவது கேள்விப்பட்டதுண்டா என்று பலமுறை அவர்களிடம் கேட்டிருக்கிறார்கள். ஒருநாள் டாக்டர் என் குழந்தைகளைக் கடைக்குக் கூட்டிக்கொண்டு போய்ப் பளபளப்பான வெள்ளிச் சாமான்களையும் அழகான கைக்குட்டைகளையும் வாங்கிக் கொடுத்துவிட்டு, "உங்களுடைய அம்மா எங்கிருக்கிறாள் என்று சொல்லுங்கள்" என்று கேட்டிருக்கிறான். எல்லென் பதில் சொல்லாமல் தள்ளிப்போய் விட்டாள். ஆனால் பென்னியோ "டாக்டர் ஃப்ளின்ட், எங்கள் அம்மா எங்கே இருக்கிறார் என்று எனக்குத் தெரியாது. ஒருவேளை அவர் நியூயார்க்கில் இருக்கலாம். நீங்கள் அடுத்த தடவை அங்கே போகும்போது அவரை இங்கே வரச் சொல்லுங்கள். எனக்கு அவரைப் பார்க்க வேண்டும் போலிருக் கிறது. ஆனால் நீங்கள் அவரை ஜெயிலில் போட்டாலோ அல்லது அவருடைய தலையைச் சீவி விடுவதாகச் சொன்னாலோ அவரைத் திரும்பி அங்கேயே போகச் சொல்லிவிடுவேன்" என்று வாய் ஓயாமல் கடகடவென்று பேசிவிட்டான்.

22

கிறிஸ்துமஸ் கொண்டாட்டங்கள்

கிறிஸ்துமஸ் நெருங்கிக்கொண்டிருந்தது. பாட்டி நான் கேட்டிருந்த பொருட்களை எனக்கு வாங்கித் தந்தார். அவற்றை வைத்து நான் என் குழந்தைகளுக்கு ஆடைகளையும் சில விளையாட்டுச் சாமான்களையும் தயாரிப்பதில் மும்முரமாகிப் போனேன். பணிக்காகப் புதிய ஆட்களைத் தேர்வு செய்யும் நாள் அருகாமையில் இல்லாமல் இருந்திருந்தால் இன்னும் சில நாட்களில் குடும்ப உறுப்பினர் அனைவரும் பிரித்துப் போடப்படும் அபாயம் இல்லாமல் இருந்திருக்குமானால் ஏழை அடிமைகளுக்கும்கூடக் கிறிஸ்துமஸ் பண்டிகை, மகிழ்ச்சியான காலம்தான். அடிமைத் தாய்மார்கள் கூடத் தங்கள் சின்னஞ்சிறு குழந்தைகளின் மனதில் மகிழ்ச்சி ஏற்படுத்த முயற்சி செய்வார்கள். பென்னி, எல்லென் இருவரது கிறிஸ்துமஸ் காலுறைகளும் நிரப்பப்பட்டுவிட்டன. சிறைப்பட்டிருந்த இந்த அம்மாவுக்குக் குழந்தைகளின் வியப்பையும் மகிழ்ச்சியையும் நேரில் பார்க்கும் நல்வாய்ப்பு இல்லை. ஆனால் அவர்கள் புத்தாடைகளுடன் தெருவில் போவதைத் துளைகளின் வழியே காணும் மகிழ்ச்சி எனக்குக் கிடைத்தது. பென்னி தன் விளையாட்டுத்தோழனிடம், “உனக்கு சான்டா கிளாஸ் ஏதேனும் கொண்டுவந்துதந்தாரா” என்று கேட்பதைப் பார்த்தேன். “ஆமாம். ஆனால் சான்டாகிளாஸ் உண்மையான மனிதன் அல்ல. குழந்தைகளின் அம்மாக்கள்தான் காலுறைகளுக்குள்

பொருளை வைக்கிறார்கள்” என்றான் அந்தச் சிறுவன். “இல்லை. அப்படி இருக்காது. எங்கள் அம்மா எப்போதோ இங்கிருந்து போய்விட்டதால் சான்டாதான் எனக்கும் எல்லென்னுக்கும் புத்தாடைகள் கொண்டுவந்து கொடுத்திருக்கிறார்” என்றான் பென்னி.

அவனுடைய அம்மாதான் இந்த உடைகளை எல்லாம் தைத்தாள் என்றும் அந்த வேலை செய்யும்போது அவள் அதன் மீது எவ்வளவு கண்ணீர் வடித்தாள் என்பதையும் அவனிடம் சொல்லிவிட மாட்டோமா என்று நான் ஏங்கினேன்.

ஜான் கன்னாஸ் இல்லாவிட்டால் கிறிஸ்துமஸ் கொண்டாட்டத்தில் சுவாரஸ்யமே இருக்காது. ஜான் கன்னாஸைப் பார்ப்பதற்குக் குழந்தைகள் எல்லோரும் விடியற் காலையிலேயே எழுந்துவிடுவார்கள்.[1] பெரும்பாலும் அடித்தட்டு மக்களான பண்ணை அடிமைகளின் குழுக்கள் அவை. முரட்டு ஆடைகளை அணிந்துகொண்டு வலைகளைப் போர்த்திக்கொண்டு உடலில் பல வண்ணக் கோடுகளையும் போட்டுக்கொண்ட இரண்டு விளையாட்டு வீரர்கள் அக்குழுக் களில் இருப்பார்கள். மாட்டின்வால் அவர்களது பின்புறத்தில் ஒட்டப்பட்டிருக்கும். தலையோ கொம்புகளால் அலங்கரிக்கப் பட்டிருக்கும். ஆட்டுத்தோல் போர்த்தப்பட்டிருக்கும் பெட்டி யானது கம்போ பெட்டி என்று அழைக்கப்படும். அதிலிருந்து வரும் பன்னிரண்டு தாளங்களுக்கு ஏற்றவாறு மற்ற இசைக் கருவிகள் முழங்க நடனக்காரர்கள் ஆடிக்கொண்டுவருவார்கள். இந்த விழாவிற்கான பாடல்கள் ஒரு மாதத்திற்கு முன்பே இயற்றப்பட்டுவிடும். ஒவ்வொன்றிலும் நூறுபேர் கொண்ட இந்தக் குழுக்கள் விடியற்காலையிலேயே புறப்பட்டு வந்து மதியம் பன்னிரண்டு மணி வரை பணம் கேட்டு யாசித்துக்கொண்டு ஊரை வலம் வர அனுமதிக்கப்படுவார்கள். ஓரிரு காசுகளோ ஒரு கிளாஸ் மதுபானமோ கிடைக்கக்கூடிய எந்த வீட்டின் கதவும் தட்டப்படாமல் இருக்காது. அவர்கள் வெளியில் இருக்கும்போது மது அருந்தமாட்டார்கள் ஆனால் அதைக் குவளையில் வீட்டிற்கு எடுத்துப்போய்க் குடித்துக் களிப்பார்கள். இந்த மாதிரியான கிறிஸ்துமஸ் நன்கொடைகள் இருபது டாலரிலிருந்து முப்பது டாலர் வரைக்கும்கூடக் கிடைக்கலாம். ஒரு வெள்ளைக்காரனோ அல்லது அவனது குழந்தையோ இத்தகைய சில்லறைகளைத் தராமல் இருப்பது மிகவும் அரிது. அப்படி ஏதும் தராமல் இருந்து விட்டால் அவன் காதுபடவே

ஏழை எஜமானன் என்றுதான் அவர்கள் சொன்னார்கள்
ஏழையாகிவிட்டார் என்றுதான் அவர்கள் சொன்னார்கள்
காசில்லை அவரிடம் என்றுதான் அவர்கள் சொன்னார்கள்

ஒரு ரூபாய்க்குக்கூடப் பஞ்சம் என்றுதான் அவர்கள் சொன்னார்கள்
கடவுள் உங்களை ஆசீர்வதிப்பார்; என்றுதான் அவர்கள்
சொன்னார்கள்

என்று ஏளனம் செய்து அந்தக் குழுவினர் பாடத் தொடங்கி விடுவார்கள்.

கிறிஸ்துமஸ் திருநாள் வெள்ளையர்களுக்கும் கருப்பர் களுக்கும் ஒரு விருந்து உபசாரத் திருநாள். சில ஷில்லிங்குகள் மட்டுமே வைத்திருக்கும் அடிமைகள்கூட அந்தப் பணத்தை நல்ல உணவுக்காகச் செலவழிக்கத் தயங்கமாட்டார்கள். “உங்கள் அனுமதியுடன் ஐயா!” என்றெல்லாம் சொல்லாமலேயே பல வான்கோழிகளும் பன்றிகளும் கைப்பற்றப்படும். அவ்வாறான எதையும் கைப்பற்ற முடியாதவர்கள் தேவாங்குகளையும் பெருச்சாளிகளையும் சமைத்துச் சாப்பிடுவார்கள். என் பாட்டி பறவைகளையும் பன்றிகளையும் விற்பனைக்காக வளர்த்தார்; கிறிஸ்துமஸ் விருந்துக்காக வான்கோழியையும் பன்றியையும் வறுப்பது அவரது மாறாத வழக்கம்.

பாட்டி கிறிஸ்துமஸ் விருந்திற்கு இருவரை வீட்டிற்கு அழைத்திருந்தார். அவர்கள் வீட்டில் இருக்கும் சமயத்தில் நான் மிகவும் அமைதியாக இருக்கவேண்டுமென்று எச்சரிக்கப் பட்டேன். ஒருவன் அந்த ஊர் போலீஸ்காரன். அடுத்தவன் சுதந்திரமான கறுப்பினத்தவன். இவன் தன்னை வெள்ளைக் காரனைப்போலக் காட்டிக்கொண்டு அவர்களுக்குச் சாதகமாகக் கீழ்த்தரமான வேலைகள் எதையும் செய்துதரத் தயாராக இருப்பவன். அவர்கள் இருவரையும் வரவேற்றதில் பாட்டிக்கு ஓர் உள்நோக்கம் இருந்தது. அவர்களை அவர் வீடு முழுவதும் அழைத்துச் சென்று சுற்றிக் காண்பித்தார். கீழ்த்தளத்தில் இருந்த எல்லா அறைகளுக்குள்ளும் அவர்கள் புகுந்து புறப்பட்டுவரும்படி அவை திறந்துவைக்கப்பட்டிருந்தன. விருந்து முடிந்தபின்னர் பாட்டி என் மாமா சமீபத்தில் வாங்கி வந்த அருமையான கேலிப்பறவையைக் காட்டுவதற்காக அவர்களை அழைத்துக் கொண்டு மேல்தளத்திற்கு வந்தார். அங்கேயும் எல்லா அறைகளும் அவர்களுடைய பார்வையில் படும்படி நன்கு திறந்துவைக்கப்பட்டிருந்தன. வராந்தாவில் அவர்களுடைய பேச்சுக்குரல் கேட்டவுடன் என் இதயம் உறைந்துவிட்டது. இந்தக் கறுப்பினத்தவன் பல இரவுகள் என்னைத் தேடி அலைந்தான் என்பது எனக்குத் தெரியும். ஓர் அடிமைத் தகப்பனின் இரத்தம் தான் அவன் உடம்பிலும் ஓடிக்கொண்டிருக்கிறது என்பது எல்லோருக்கும் தெரியும்; ஆனால் அவன் தன்னை வெள்ளைக் காரனாகக் காட்டிக்கொள்ள அடிமைஉடைமையாளர்களின் கால்களை முத்தமிடக்கூடத் தயங்கமாட்டான். நான் அவனை

மிகவும் வெறுத்தேன். போலீஸ்காரனைப் பொறுத்தவரை அவன் முகமூடி தரிப்பதில்லை. அவனுடைய அலுவலகக் கடமைகள் அருவருப்பானவையாக இருந்தாலும் அவனோடு வந்திருந்த கறுப்பினத்தவனைவிட அவன் சற்று மேல்; முன்னவனைப் போலத் தன்னை வேறு ஒருவனாகக் காட்டிக்கொள்ள வேண்டிய தேவை அவனுக்கு இல்லை. ஓர் அடிமையை விலைக்கு வாங்கிக் கொள்ளும் அளவுக்குப் பணம் சேர்த்துக்கொள்ள முடிந்த எந்தவொரு ஒரு வெள்ளைக்காரனும் தான் ஒரு போலீஸ்காரனாக ஆவது தனது தகுதிக்கு இழுக்கு என்றே கருதுவான். ஆனால் அதே பதவி அவனுக்கு அதிகாரத்தைக் கொடுத்திருக்கிறது. அவன் இரவு ஒன்பது மணிக்கு மேல் அடிமை எவரையாவது வெளியில் பார்த்தால் தான் விரும்பும்வரை அவனுக்குக் கசையடி கொடுக்கலாம்; அந்த அளவுக்குப் பலராலும் விரும்பப்படும் அதிகாரபலம் அவனுக்கு உண்டு.

அந்த விருந்தினர்கள் புறப்படும் சமயத்தில் பாட்டி தான் தயார் செய்திருந்த சுவையான தின்பண்டங்களை அவர்களது மனைவிகளுக்காக அவர்கள் இருவரிடமும் கொடுத்தனுப்பினார். அவர்கள் வாசலைக் கடந்துபோவதையும் கதவு மூடப்பட்டதை யும் எனது பரண் துளைவழியேபார்த்து மகிழ்ச்சியடைந்தேன். இவ்வாறாக எனது மறைவிடத்தில் எனது முதல் கிறிஸ்துமஸ் பண்டிகை நாள் கழிந்தது.

23

இன்னமும் சிறையில்

இளவேனிற்காலம் திரும்பியபொழுது என்னுடைய பரண்துளைவழியாகப் பச்சைத் திட்டுகளைப் பார்க்க முடிந்தது. இன்னும் எத்தனைக் கோடைகளையும் குளிர்காலங்களையும் இவ்வாறு கழிக்க வேண்டுமென நான் தண்டிக்கப்பட்டிருக் கின்றேனோ என்று எனக்குள்ளேயே கேட்டுக் கொண்டேன். நான் பாய்ந்துவரும் புதுக்காற்றை சுவாசிக்கவும், சுண்டியிழுக்கும் என் கால்களை நீட்டிக்கொள்ளவும், நிமிர்ந்து நிற்பதற்கும் மண்ணின் மீது மீண்டும் கால்கள் தோய நிற்பதற்கும் ஏங்கினேன். என் உறவினர்கள் எல்லோருமே நான் தப்பிச் செல்ல வழி எதுவும் இருக்கிறதா என்று தொடர்ந்து கவனித்துக்கொண்டேதான் இருந்தார்கள்; நடைமுறைப்படுத்தக்கூடியதாகவும் ஓரளவுக் காவது பாதுகாப்பானதாகவும் இருக்கும்படியான வாய்ப்பேதும் அமையவில்லை. வெம்மை நிறைந்த கோடை மீண்டும் திரும்பியது; மெல்லியகூரையின் மீதிருந்த மரப்பூச்சு உருகி என் தலைமீது சொட்டியது.

நீண்ட இரவுகளில் சுத்தமான காற்றில்லாமல் நான் அவதிப்பட்டேன். புரளவோ நிமிரவோ எனக்கு இடமே இல்லை. பரணுக்குள் ஒரே புழுக்கமாக இருந்ததால் கொசுக்கள்கூட உள்ளே நுழைந்து ரீங்கரிக்கத் தயங்கும்; கொசுக்கள் உள்ளே வராதது மட்டும்தான் ஒரே ஆறுதல். டாக்டர் ஃப்ளின்டின் மீது எனக்கு எவ்வளவுதான் வெறுப்பு இருந்தாலும் நான் ஒரேயொரு கோடைக்காலத்தில் அனுபவித்த

ஹேரியட் ஜேகப்ஸ்

துன்பத்தை விடவும் கொடுமையான துன்பத்தை அவனுக்கு இந்த உலகிலோ அல்லது வேறோர் உலகிலோ என் சாபத்தால் கொடுத்துவிட முடியாது. ஆனால் சட்டங்களோ அவனைச் சுதந்திரமாகச் சுற்றிவர அனுமதித்திருக்கின்றன. அதே சட்டங்களின் அனுமதியோடு அவன் எனக்கிழைத்துக்கொண்டிருக்கும் கொடுமைகளிலிருந்து எந்தக் குற்றமும் செய்யாத நான் தப்பிக்க வழியேதுமின்றி இவ்வாறு முடங்கிக்கிடக்க நேர்ந்துவிட்டது. என்னை உயிரோடிருக்க வைத்திருப்பது எது என்பதே எனக்குத் தெரியவில்லை. நான் வெகுகாலத்திற்கு முன்பே செத்திருக்க வேண்டுமென்று திரும்பத் திரும்ப நினைத்துக்கொள்வேன். ஆனால் அடுத்தடுத்த இலையுதிர் காலங்களில் காற்றடித்துச் செல்லும் இலை உதிர்வுகளையும் அதற்கு அடுத்ததான குளிர் காலம் என்னை வதைத்துவிட்டுப் போவதையும் பார்த்து விட்டேன். கோடைக்காலக் கடும் இடிமழையைக்கூட என்னால் பொறுத்துக்கொள்ளமுடியும். மழைநீர் கூரையின் வழியாகக் கீழே ஒழுகும்போது நான் என் படுக்கையைப் புரட்டிப்போட்டுக் கீழே உள்ள பலகைகளின் சூட்டைத் தணித்துக்கொள்வேன். அந்தப் பருவத்தின் முடிவில் பெய்யும் மழையில் எனது ஆடைகள் திரும்பத்திரும்ப நனைந்துவிடும்; குளிர்காற்று வீசும்போது மிகவும் அசௌகரியமாக ஆகிவிடும். நைந்த கயிறுகளைக் கொண்டு கூரையில் உள்ள ஓட்டைகளை அடைத்துச் சாதாரணப் புயல்மழை உள்ளே வராமல் தடுத்துக்கொள்வேன்.

என் நிலைமை மிகவும் மோசமாக இருந்தாலும் வீட்டின் வெளியே நான் பார்க்க நேரும் காட்சிகள் இந்தக் கொடுமையான மறைவிடத்திற்குக்கூட நான் நன்றி சொல்லியாக வேண்டும் என்பதை எனக்கு உணர்த்தின. ஒரு நாள் எங்கள் வீட்டு வாசலைக் கடந்து போய்க்கொண்டிருந்த ஓர் அடிமை "அது அவனுக்குச் சொந்தமானதுதான், வேண்டுமானால் அவன் அதைக் கொல்லட்டும்" என்று புலம்பிக்கொண்டே போனதைக் கேட்டேன். அந்தப் பெண்ணைப் பற்றிய கதையைப் பாட்டி எனக்குச் சொன்னார். கறுப்பின அடிமைப் பெண்ணான இவளுக்குப் பிறந்த வெள்ளைநிறக் குழந்தைக்குத் தன் கணவனின் முகச்சாயல் இருந்ததைப் பார்த்த அவளுடைய எஜமானி அந்த அடிமைப்பெண்ணையும் அவளுடைய குழந்தையையும் திரும்ப வரவேகூடாது என்று சொல்லி வீட்டைவிட்டுத் துரத்திவிட்டாள். அந்த அடிமை தனது எஜமானனிடம் போய் நடந்ததைச் சொல்லியிருக்கிறாள். அவன் எஜமானியிடம் பேசிச் சமாதானம் செய்துவிடுவதாக அவளிடம் உறுதிகொடுத்துவிட்டு மறுநாளே அவளையும் குழந்தையையும் ஜார்ஜியாவைச் சேர்ந்த ஒரு வியாபாரியிடம் விற்றுவிட்டான்.

மற்றொரு தடவை இரண்டு ஆண்களால் துரத்தப்பட்டு ஒரு பெண் கண்மண் தெரியாமல் ஓடி வருவதைப் பார்த்தேன். அவள் ஓர் அடிமை; தனது எஜமானியின் குழந்தைகளுக்குத் தன் தாய்ப்பாலை ஊட்டிவருபவளுங்கூட. அவள் செய்த ஏதோ சில அற்பத் தவறுகளுக்காக அவள் ஆடையை உருவிக் கசையடி கொடுக்குமாறு எஜமானி கட்டளையிட்டிருக்கிறாள். அந்த அடிமை ஓடி வந்து ஆற்றில் குதித்து அந்த இழிவான கொடுமையி லிருந்து தப்பித்துவிட்டாள்.

மிஸிஸிப்பியைச் சேர்ந்த செனட்டர் ப்ரௌன், எல்லாத் தென்மாகாணங்களிலும் அடிக்கடி நிகழும் இத்தகைய கொடுமை களை அறியாதவராக இருக்க முடியாது. ஆனாலும் அவர் ஐக்கிய அமெரிக்க நாடுகளின் காங்கிரஸ் கூட்டத்தில் எழுந்து நின்று "அடிமை நிறுவனம் மிகவும் நியாயமான சமூகஅரசியல் ஆசீர்வாதமாகும். அது எஜமானருக்கும் அடிமைக்கும் ஒருசேர நன்மை பயக்கிறது என்று அறிவித்துவிட்டார்.

முதல் குளிர்காலத்தைவிட இரண்டாவது குளிர்காலம் எனக்கு அதிகமாகத் தொல்லை கொடுத்தது. என்னுடைய கைகால்களை எல்லாம் நான் அசைக்காததால் அவை மரத்துப் போய்விட்டன; குளிர்காற்றினால் அவை விறைத்துப்போய் விட்டன. அதிகக் குளிரால் தலை மிகவும் வலித்தது. என் முகமும் நாக்கும்கூட விறைத்துவிட்டதால் நான் பேசும் சக்தியையே இழந்துவிட்டேன். நான் இருக்கும் இந்நிலையில் மருத்துவரை அழைக்கக்கூட முடியாது. என் தம்பி வில்லியம் வந்து அவனால் எனக்கு எப்படியெல்லாம் உதவ முடியுமோ அப்படியெல்லாம் உதவினான். ஃபிலிப் மாமா கனிவுடன் பார்த்துக்கொண்டார். பாவம் பாட்டி! அடிக்கடி மேலும்கீழும் இறங்கி என் நிலைமை யில் முன்னேற்றம் இருக்கிறதா என்று விசாரித்துக்கொண்டே இருந்தார். என் முகத்தில் குளிர்ந்த நீர் தெளிக்கப்பட்டு உணர்வு நிலைக்குத் திரும்பியபோது நான் என் தம்பியின் கையில் இருப்பதும், அவன் நீர் நிறைந்த விழிகளால் என்னைக் குனிந்து பார்த்துக்கொண்டிருந்ததும் தெரிந்தது. நான் பதினாறு மணி நேரமாகத் தன்னுணர்வு இல்லாமல் கிடந்ததைப் பார்த்து நான் இறந்துவிடுவேனோ என்று பயந்துவிட்டதாக வில்லியம் சொன்னான். அதற்குப் பின் நான் தன்நினைவின்றி ஏதேதோ பிதற்றத் தொடங்கியிருக்கிறேன்; அந்தப் பேச்சுச் சத்தம் என்னை யும் எனக்கு வேண்டியவர்களையும் காட்டிக் கொடுத்துவிடுமோ என்று பயந்து அவர்கள் மயக்க மருந்து கொடுத்து என்னைக் கட்டுப்படுத்தி வைத்திருந்தார்கள். நான் ஆறு வாரங்கள் தளர்ந்த மனதோடும் நோயுற்ற உடலோடும் படுக்கையில் கிடந்தேன். மருத்துவரின் அறிவுரைகளை எப்படிப் பெறுவது என்பதுதான்

அப்போதைய கேள்வி. கடைசியில் வில்லியம் ஒரு மூலிகை மருத்துவரிடம் (தாம்ப்ஸோனியன்) போய் என்னுடைய உபாதைகளை எல்லாம் அவனுக்கு வந்ததாகச் சொல்லி அவர்களிடம் மூலிகைகளும் வேர்களும் களிம்பும் வாங்கிவந்தான். மருத்துவர் களிம்பினை நெருப்பில் உருக்கி உடம்பில் தடவ வேண்டும் என்று வலியுறுத்தியிருந்தார். ஆனால் நான் ஒளிந்திருக்கும் மறைவிடத்தில் நெருப்பை எப்படி உருவாக்குவது? கரியடுப்பைப் பற்றவைத்துப் பார்த்தார்கள். ஆனால் கரிப்புகை வெளியே போவதற்கு வழியே இல்லாததால் அது என் உயிருக்கே உலைவைத்துவிடும். அதற்கப்புறம் இரும்புப் பாத்திரத்தில் நெருப்புக் கங்குகளைக் கொண்டுவந்து செங்கல் மீது வைத்தார்கள். நான் மிகவும் பலவீனமாக இருந்ததால் நெருப்பின் இதமான சூட்டை உணர்வதற்கே எனக்கு அதிக நேரமாயிற்று. அந்தச் சில நெருப்புக்கங்குகளால் உண்டான இதமான உணர்வு என்னை அழவைத்துவிட்டது. அந்த மருந்துகள் நான் நலம் பெறக் கொஞ்சம் உதவின. நான் பழைய நிலைக்குத் திரும்ப மிகவும் தாமதமாயிற்று. நான் ஒவ்வொரு நாளும் அங்கேயே கிடந்ததால் எதிர்மறையான எண்ணங்கள் என் மனதில் ஓடிக்கொண்டேயிருந்தன. என்னுடைய குறுகலான சிறைவாசம்கூட நன்றிகூறத் தக்கதாகவே இருந்தது. துன்பம் தருவதாகவே இருந்தாலும் என் குழந்தைகளை மீட்பதற்காகக் கொடுக்கும் விலையாக அது இருந்ததால் நான் அதை விரும்பி ஏற்றுக்கொண்டேன். கடவுள் ஒரு கருணைமிக்க தந்தை; அவர் இப்போது நான் அனுபவிக்கும் துன்பங்களுக்கு நிகராக எனது பாவங்களை எல்லாம் மன்னித்துவிடுவார் என்று நினைத்துக்கொள்வேன். கடவுளின் அரசாங்கத்தில் நியாயமோ இரக்கமோ இல்லவே இல்லை என்று மற்றொரு சமயம் எனக்குத் தோன்றும். இந்த அடிமைத்தனமாகிய சாபம் இன்னும் ஏன் தொடர்கிறது என்றும் நான் ஏன் இளம் பருவத்திலிருந்தே அதன் காரணமாகத் துன்பப்பட்டுக்கொண்டிருக்க வேண்டும் என்றும் எனக்குள் கேட்டுக்கொள்வேன். இன்றுவரை என் ஆன்மாவால் உணர்ந்துகொள்ள முடியாத புதிர்களாகவே இவையெல்லாம் இருந்தாலும் இனிவரும் காலங்களிலாவது நிலைமைகள் தெளிவடையும் என்று நான் நம்பினேன்.

நான் நோய்வாய்ப்பட்டுக் கிடந்தபோது பாட்டியும் கவலைகளாலும் வேலைப்பளுவாலும் படுக்கையில் விழுந்துவிட்டார். எனக்கு ஒரு நல்ல தோழியாகவும் என் குழந்தைகளுக்குத் தாயாகவும் இருக்கும் அவரை இழந்துவிடுவோமோ என்ற அச்சம்தான் நான் என் வாழ்வில் இதுவரை பார்த்திருக்காத மிகப்பெரிய துயரம். நான் அவர் பிழைத்துவிட வேண்டுமென்று மிகவும் ஆழமாகப் பிரார்த்தித்தேன். இத்தனை காலமும் என்னைப் பரிவோடு பார்த்துக்கொண்ட அவருக்கு இந்த நேரத்தில் என்னால்

எந்த உதவியும் செய்ய முடியாதது எனக்கு மிகவும் வேதனையாக இருந்தது.

ஒரு நாள் ஒரு குழந்தையின் அலறல் சத்தம் என்னைக் கவலைக்குள்ளாக்கி என்னுடைய பரண்துளை வரை ஊர்ந்து செல்லும் வலிமையை எனக்குத் தந்தது. என் மகன் உடலிலிருந்து இரத்தம் ஒழுகிக்கொண்டு இருந்தது. வழக்கமாகக் கட்டிப் போடப்பட்டிருக்கும் மூர்க்கத்தனமான நாயொன்று அவனைக் கடித்துவிட்டது. ஒரு மருத்துவர் அழைக்கப்பட்டார். காயங்களில் தையல் போடும்போது என் மகன் அழுவது என் காதில் விழுந்தது. நான் கேட்டேன். அதைக் கேட்டபின்னும் அவன் அருகில்கூடப் போகமுடியாத நிலை ஒரு தாயின் மனதுக்கு எவ்வளவு வேதனை!

ஆனால் பிள்ளைப் பருவம் மழையும் சூரிய ஒளியும் மாறிமாறி வரும் ஒரு வசந்த காலம். இரவு வருவதற்கு முன்னா லேயே அவன் தெளிவடைந்து சுறுசுறுப்பாகி அந்த நாயைக் கொல்லப்போவதாகப் பயமுறுத்தத் தொடங்கிவிட்டான். அடுத்த நாளே மருத்துவர் அவனிடம் அந்த நாய் வேறொரு சிறுவனைக் கடித்ததால் அது சுட்டுக் கொல்லப்பட்டுவிட்டதாகச் சொன்ன போது அவன் அடைந்த மகிழ்ச்சிக்கு அளவேயில்லை. பென்னி யின் காயங்கள் குணமாகிவிட்டன. இருந்தாலும் அவன் சரியாக நடப்பதற்குப் பலநாட்களாயின.

என் பாட்டி நோய்வாய்ப்பட்டது தெரிந்ததும் அவருடைய வாடிக்கையாளர்களாக இருந்த பல பெண்கள் அவரைப் பார்க்க வந்தார்கள்; பாட்டிக்குத் தேவைப்படும் சிலசில வசதிகளைச் செய்து தந்ததோடு அவருக்குத் தேவையானவை எல்லாம் இருக்கின்றனவா என்று விசாரித்துவிட்டும் போனார்கள். நான்ஸி சித்தி தன் அம்மாவைப் பார்க்கப்போக வேண்டுமென்று திருமதி ஃப்ளின்டிடம் அனுமதி கேட்டபோது, “அதெல்லாம் தேவையில்லை. உன்னை நான் போகவிடமாட்டேன்” என்று பதில் சொல்லிவிட்டாள். ஆனால் அண்டை அயலிலுள்ள பெண்கள் பாட்டியின் மீது அக்கறை எடுத்துக்கொள்வதைப் பார்த்தவுடன், கிறிஸ்துவ மாண்புகளில் தான் பின்தங்கிப் போய்விடக்கூடாதென்று கருதி அவளும் புறப்பட்டு வந்தாள். ஏதோ உன்னதமான இடத்திலிருந்து இறங்கி வந்தவளைப்போலப் பாட்டியின் படுக்கைக்கு அருகில் நின்றுகொண்டாள். தான் சிறு குழந்தையாக இருந்தபோது பாலூட்டி அன்பு காட்டியவருக்குக் கொடுமையான துன்பங்களையே கைம்மாறாகக் கொடுத்த அவள், பாட்டி மிகமோசமாக நோய்வாய்ப்பட்டிருந்ததைப் பார்த்துத் திடுக்கிட்டுப்போனவளைப் போல “டாக்டர் ஃப்ளின்ட்டுக்கு ஏன் உடனே சொல்லி அனுப்பவில்லை” என்று

ஃபிலிப்மாமாவைக் கோபித்துக்கொண்டாள். பிறகு தானே அவனுக்குச் சொல்லியனுப்பினாள். அவனும் வந்தான். நான் என் மறைவிடத்தில் பத்திரமாக இருந்தாலும் அவன் என் இருப்பிடத்திற்கு மிகவும் அருகில் வந்துவிட்டதால் கலக்க மடைந்தேன். அவன் பாட்டியின் நிலைமை மிகவும் கவலைக் கிடமாக இருப்பதாகச் சொல்லிவிட்டுப் பாட்டியைக் கவனித்துக் கொள்ளும் மருத்துவர் அனுமதித்தால் பாட்டிக்குத் தானே மருத்துவம் பார்ப்பதாகக் கூறினான். அவன் எல்லா நேரமும் எங்கள் வீட்டிற்கு வருவதையும், அதிகக் கட்டணத்தை வசூலித்துவிடும் வாய்ப்பை அவனுக்குத் தருவதையும் நாங்கள் விரும்பவில்லை.

திருமதி ஃப்ளின்ட் வெளியே போகும்போது, நாய் கடித்ததால்தான் பென்னி காலை நொண்டிக்கொண்டு இருக்கிறான் என்று சாலி அவளிடம் சொன்னாள். அதற்கு அவள் "ரொம்ப சந்தோஷம். அந்த நாய் அவனைக் கொன்றிருக்க வேண்டும். அவன் அம்மாவிற்கு அனுப்ப வேண்டிய நல்ல தகவலாக அது இருந்திருக்கும். அவள் இங்கு வரும் காலம் வரத்தான் போகிறது. அவளை அந்த நாய்கள் கவ்விப்பிடித்துக் கொண்டு வந்துவிடும்" என்றாள். இப்படிப்பட்ட கிறிஸ்துவ வார்த்தைகளோடு அவளும் அவள் கணவனும் புறப்பட்டுப் போனார்கள்; அவர்கள் மீண்டும் வரவில்லை; அதில் எனக்கு மிகுந்த திருப்தி.

பாட்டி கவலைக்கிடமான நிலையைத் தாண்டிவிட்டார் என்றும் நலமாக இருக்கிறார் என்றும் ஃபிலிப் மாமா என்னிடம் சொன்னார்; அதைக் கேட்டு வார்த்தைகளால் விவரிக்க முடியாத மகிழ்ச்சியும் நன்றிப் பெருக்கும் எனக்கு ஏற்பட்டது. "பாட்டி இறந்திருந்தால் நான்தான் அதற்குக் காரணமாகிவிட்டேனோ என்ற மனவேதனை எனக்கு ஏற்பட்டிருக்கும்; கடவுள் கருணை மிக்கவர்; அப்படியெல்லாம் நேராமல் அவர் என்னைக் காப்பாற்றி விட்டார்" என்று என் நெஞ்சின் ஆழத்திலிருந்து கூறிக் கொண்டேன்.

24

காங்கிரஸ் வேட்பாளர்

கோடைக்காலம் கிட்டத்தட்ட முடியும் சமயத்தில் என்னைத் தேடி டாக்டர் ஃப்ளின்ட் மீண்டும் நியூயார்க்கிற்குச் சென்றான். காங்கிரஸ் உறுப்பினர் தேர்தலில் இரண்டு பேர் போட்டி யிட்டார்கள்; தேர்தலில் வாக்களிப்பதற்காக டாக்டர் திரும்பி வந்துவிட்டான். என் குழந்தைகளின் தந்தை ஜனநாயகக் கட்சி வேட்பாளர். அதுவரை இந்த டாக்டரும் ஜனநாயகக் கட்சியைச் சேர்ந்தவ னாகத்தான் இருந்தான். ஆனால் இப்போதோ திரு. சாண்ட்ஸைத் தோற்கடிக்கத் தன் சக்தி முழுவதை யும் டாக்டர் ஃப்ளின்ட் செலவு செய்தான். அவன் பல தரப்பட்ட மனிதர்களையும் அழைத்து ரம், பிராந்தி போன்ற ஏராளமான மதுவகைகளோடு மரத்தடியில் பெரிய விருந்து கொடுத்தான். ஏதோ ஒரு அப்பாவி போதையில் மூழ்கி உண்மையை மறைக்கத் தெரியாமல் குடியரசுக் கட்சிக்கு வாக்களிக்கப் போவதில்லை என்று உளறிவிட்டால் அந்த மனிதன் இரக்கமில்லாமல் உதைத்துத் தெருவில் தள்ளப்படுவான்.

டாக்டர் அவனது விருந்தாக வழங்கிய மதுபானங்கள் எல்லாம் வீணாகிவிட்டன. திரு. சாண்ட்ஸ் தேர்ந்தெடுக்கப்பட்டார்; அது என் மனதில் ஆதங்கத்தை உண்டாக்கியது. அவர் என் குழந்தைகளுக்கு விடுதலை வழங்கவில்லை; அவர் ஏதாவது காரணத்தால் இறந்துவிட்டால் என் குழந்தைகள் அவரது வாரிசுகளின் உடைமைகள் ஆகிவிடுவார்கள். தங்களது விடுதலையை

உறுதிசெய்யப்படாத நிலையில் தங்களுடைய தந்தை ஊரை விட்டுச்சென்றுவிட அனுமதிக்க வேண்டாம் என என் காதுகளில் அடிக்கடி இரு சிறு குரல்கள் கெஞ்சிக்கொண்டிருந்தன. அவரோடு நான் பேசியே பல வருடங்களாகிவிட்டன. நான் மாலுமி வேடத்தில் வந்த அன்று இரவுதான் அவரை நான் கடைசியாகப் பார்த்தேன்; அதற்குப் பிறகு அவரை நான் பார்க்கவே இல்லை. அவர் ஊரைவிட்டுப் புறப்படுவதற்கு முன்பு வீட்டிற்கு வந்து பாட்டியிடம் குழந்தைகள் குறித்து ஏதாவது பேசுவார் என்று எதிர்பார்த்ததால் அச்சமயத்தில் நான் என்ன செய்ய வேண்டும் என்று நான் யோசித்து வைத்துக்கொண்டேன்.

அவர் வாஷிங்டனுக்குப் புறப்படுவதற்கு முதல்நாள் மாலைநேரத்தில் நான் என்னுடைய மறைவிடத்திலிருந்து சாமான் அறைக்கு வருவதற்கு ஏற்பாடு செய்துகொண்டேன். நான் ஏடாகூடமாக முடங்கியும், விறைத்தும் இருந்ததால் ஓரிடத்திலிருந்து மற்றோரிடத்திற்கு உட்கார்ந்து உட்கார்ந்து மிகவும் சிரமப்பட்டுத்தான் நகர்ந்து வரமுடிந்தது. நான் சாமான் அறையை அடைந்தபோது எனது குதிகால்கள் ஒத்துழைக்க மறுத்துவிட்டதால் நான் அப்படியே தரையில் தளர்ந்து உட்கார்ந்துவிட்டேன். நான் என் கைகால்களை மீண்டும் பயன்படுத்தவே முடியாது என்பதைப்போல் உணர்ந்தேன். ஆனால் கீழே வருவதற்கான எனது தேவை என்னுள் இருந்த வலிமையை எல்லாம் முடுக்கிவிட்டுவிட்டது. நான் கைகால்களால் தவழ்ந்து வந்து ஒரு பெரிய பீப்பாயின் பின்னால் மறைந்து கொண்டு அவரது வருகைக்காகக் காத்திருந்தேன். கடிகாரத்தில் ஒன்பது மணி அடித்தது. நீராவிக்கப்பல் பத்து மணிக்கும் பதினொரு மணிக்கும் இடையில்தான் புறப்படும் என்று எனக்குத் தெரியும். என் நம்பிக்கைகள் தளர்ந்தன. அப்போது "எனக்காகக் கொஞ்சம் காத்திருங்கள். நான் மார்த்தா அத்தையைப் பார்த்துவிட்டு வருகிறேன்" என்று யாருடனோ பேசும் அவரது குரல் எனக்குக் கேட்டது. அவர் வெளியில் வந்து ஜன்னலைக் கடந்து செல்லும்போது நான், "கொஞ்சம் நில்லுங்கள். என் குழந்தைகளுக்காக உங்களோடு பேச வேண்டும்" என்று சொல்லிவிட்டேன். அவர் வந்தார்; தயங்கினார்; அதற்குப்பின் வாசலைக் கடந்து வெளியே போய்விட்டார். நான் ஜன்னல் கதவைப் பாதி திறந்து வைத்துவிட்டுப் பீப்பாய்க்குப் பின்னால் சரிந்து கீழே விழுந்துவிட்டேன். நான் பெரும் அவதிக்குள்ளா னேன்; ஆனால் சிலவேளைகளில் இதைவிட மோசமான வலிகளை எல்லாம் நான் அனுபவித்திருக்கிறேன். என் குழந்தைகள் அவருக்கு அவ்வளவு முக்கியமில்லாதவர்களாகிவிட்டார்களா? அவர்களுடைய துன்பத்தில் உழன்றுகொண்டிருக்கும் அம்மா தன் பிள்ளைகளுக்காகக் கெஞ்சுவதைக் காதுகொடுத்துக்கூடக்

ஓர் அடிமைச் சிறுமியின் வாழ்க்கை நிகழ்வுகள்

கேட்க முடியாத அளவுக்கு அவருக்கு இரக்கமில்லாமல் போய் விட்டதா? வேதனையான நினைவுகள் இடைவிடாமல் மனதில் சுழன்றுகொண்டிருந்ததால் யாரோ ஜன்னல் கதவைத் திறக்கும் சத்தம் கேட்கும்போதுதான் நான் அந்தக் கதவுகளுக்குக் கொக்கி மாட்ட மறந்துவிட்டேன் என்பதை உணர்ந்தேன். நான் நிமிர்ந்து பார்த்தேன். அவர் திரும்பி வந்திருந்தார். "யார் என்னைக் கூப்பிட்டது?" என்று தாழ்ந்த குரலில் கேட்டார். "நான்தான்" என்று பதில் சொன்னேன். "லிண்டாவா? எனக்கு உன் குரல்தான் என்பது தெரிந்தது. ஆனால் என் நண்பன் கேட்டுவிடுவானோ என்பதால் பதில் சொல்லப் பயமாக இருந்தது. நீ ஏன் இங்கே வந்தாய்? இந்த வீட்டில் உனக்கே நீ ஆபத்தைத் தேடிக்கொள்ளலாமா? உன்னை இங்கே அனுமதிக்க அவர்களுக்குப் பைத்தியமா பிடித்திருக்கிறது? நீங்கள் அத்தனை பேரும் அழிந்துபோவீர்கள் என்பதைத்தான் நான் கேள்விப்படப்போகிறேன்" என்றார். எனது மறைவிடத்தை அவருக்குச் சொல்லி அவர் இந்த விஷயத்தில் தலையிடுவதை நான் விரும்பவில்லை. அதனால் நான் வெறுமனே "நீங்கள் பாட்டியிடம் போய் வருகிறேன் என்று சொல்லிக்கொள்ள வருவீர்கள் என்று நினைத்ததால் என் குழந்தைகளின் எதிர்காலம் குறித்துச் சில வார்த்தைகள் உங்களிடம் பேசவேண்டும் என்பதற்காகத்தான் நான் இங்கே வந்தேன். நீங்கள் வாஷிங்டன் போய்விட்டுத் திரும்பும் ஆறு மாதங்களுக்குள் என்னென்னவோ நடந்துவிடலாம்; அதனால் ஏற்பட்டுவிடும் ஆபத்துகளைக் குழந்தைகள் எதிர்கொள்ளும்படி விட்டுவிடுவது சரியில்லை. நான் எனக்காக உங்களிடம் எதையும் கேட்கவில்லை; நான் உங்களிடம் கேட்பதெல்லாம் என் குழந்தைகளுக்கு விடுதலை கொடுங்கள்; அல்லது நீங்கள் புறப்படுவதற்கு முன் அதற்கான ஏற்பாடுகளைச் செய்துவிடுங்கள்" என்றேன். அவரும் அதைச் செய்வதாக வாக்குறுதி அளித்துவிட்டு என்னை வாங்குவதற்கான முயற்சிகளையும் மேற்கொள்ளத் தயாராக இருப்பதாகவும் என்னிடம் சொன்னார்.

காலடிச் சத்தம் நெருங்குவதைக் கேட்டு ஜன்னல் கதவை அவசரமாக மூடிவிட்டேன். நான் என்ன செய்தேன் என்பது தெரிந்தால் அதை அவர்கள் விவேகமற்ற செயல் என்று கருதி விடுவார்கள் என்பதால் என் குடும்பத்தில் உள்ளவர்களுக்குத் தெரியாமல் மீண்டும் என் மறைவிடத்திற்குத் தவழ்ந்து போய்விட விரும்பினேன். ஆனால், சாமான் அறை ஜன்னல் வழியாகத் திரு. சாண்ட்ஸ் என்னோடு பேசியதைப் பற்றியும் இரவு முழுவதும் அந்த வீட்டிலேயே என்னைத் தங்கவைத்துவிட வேண்டாமென்று பாட்டியிடம் கேட்டுக்கொள்வதற்காகவும் மீண்டும் வந்தார். அவர் நான் அங்கே வந்தது மிகவும் பைத்தியக்காரத்தனமான செயல் என்றும் அதனால் நாங்கள் எல்லோருமே அழிந்துபோக

ஹேரியட் ஜேகப்ஸ்

நேர்ந்துவிடும் என்றும் பாட்டியிடம் சொல்லிவிட்டார். நல்லவேளையாகப் பதில் கிடைக்கும்வரை காத்திருக்க அவருக்கு அவகாசமில்லை. இல்லையென்றால் இந்த அன்பான மூதாட்டி அவரிடம் என்னைப்பற்றிய எல்லா விவரத்தையும் சொல்லி யிருப்பார்.

நான் என் மறைவிடத்திற்குப் போக முயற்சி செய்தேன்; ஆனால் கீழே இறங்கி வந்ததைவிட மேலே ஏறிப்போவது மிகவும் சிரமமாக இருந்தது. இப்போது நான் வந்த வேலையும் முடிந்துவிட்டதால் எனக்கு உறுதுணையாயிருந்த கொஞ்சநஞ்ச வலிமையும் காணாமல்போய்விட்டது; நான் கையாலாகதவளாய்த் தரையில் சரிந்துவிட்டேன். என் பாட்டி நான் எடுத்துக்கொண்ட ஆபத்தான முயற்சியால் அதிர்ந்துபோய் இருட்டில் சாமான் அறைக்குள் வந்து கதவைத் தாளிட்டுவிட்டு "லிண்டா, நீ எங்கே இருக்கிறாய்?" என்று இரகசியக் குரலில் கேட்டார்.

"நான் இங்கேதான் ஜன்னலுக்குப் பக்கத்தில் இருக்கிறேன். என் குழந்தைகளின் விடுதலையைக் கேட்டுவாங்காமல் அவரை என்னால் போகவிடமுடியாது. எப்போது என்ன நடக்கும் என்று யாருக்குத் தெரியும்" என்றேன்.

"வா வா, குழந்தை! நீ இங்கே இன்னும் ஒரு நிமிடம்கூட இருக்கக்கூடாது. தவறு செய்துவிட்டாய். பாவம் நீ! நான் உன்னை ஒன்றும் சொல்ல மாட்டேன்" என்றார்.

என்னால் மற்றவர் உதவி இல்லாமல் திரும்பிப்போக முடியாது என்றும் ஃபிலிப் மாமாவை அவசியம் கூப்பிட வேண்டும் என்றும் அவரிடம் சொன்னேன். ஃபிலிப் மாமாவும் வந்தார்; என் மீது கொண்ட பச்சாத்தாபத்தால், என்னை அவர் கடுமையாகப் பேசவில்லை. அவர் என்னைப் பரிவோடு தூக்கிக் கொண்டுபோய்ப் படுக்கவைத்து தேவையான மருந்துகளைக் கொடுத்துவிட்டு "இன்னும் ஏதாவது உதவி வேண்டுமா?" என்றும் கேட்டார். அதற்குப் பின் அவர் போய்விட்டார். நான் என்னைச் சுற்றி நட்சத்திரங்கள் எதுவும் இல்லாத நள்ளிரவு இருட்டில் என் நினைவுகளோடு தன்னந்தனியாகக் கிடந்தேன்.

என்னை இப்படியேவிட்டால் வாழ்க்கை முழுவதும் நான் முடமாக இருந்துவிடுவேனோ என்று என் நண்பர்கள் அஞ்சினார்கள். என்னுடைய நீண்டகாலச் சிறை வாழ்க்கையில் நான் களைத்துவிட்டேன். என் சிறைவாசத்தின் மூலம் என் குழந்தைகளுக்கு ஏதாவது நன்மை செய்துவிட முடியும் என்ற நம்பிக்கை மட்டும் இல்லாவிட்டால் நான் செத்துப்போவதையே விரும்பியிருப்பேன். என் குழந்தைகளுக்காகத்தான் நான் இந்தச் சிறைவாசத்தை விருப்பத்துடன் ஏற்றுக்கொள்ள முன்வந்தேன்.

ஓர் அடிமைச் சிறுமியின் வாழ்க்கை நிகழ்வுகள்

25

சூழ்ச்சிக்குச் சூழ்ச்சி

டாக்டர் ஃப்ளின்ட் என்னைத் தேடுவதை இன்னமும் நிறுத்திக்கொள்வதாக இல்லை. அவ்வப் போது அவன் என் பாட்டியிடம் நான் திரும்பி வருவேன் என்றும் அவனிடம் நானாகவே சரணடைந்துவிடுவேன் என்றும் சொல்லிக்கொண் டிருந்தான்; அப்படி நான் வந்துவிட்டால் என் உறவினர்களோ அல்லது மற்றவர்களோ என்னை வாங்கிக்கொள்ளலாம் என்றும் அவன் கூறி விட்டான். அவன் தந்திரங்களை எல்லாம் நன்றாகத் தெரிந்துவைத்திருந்த எனக்கு இது ஒரு சூழ்ச்சி வலை என்பதைப் புரிந்துகொள்வது சிரமமாக இல்லை. என் நண்பர்களுடைய கருத்தும் அதுதான். அவனுடைய சூழ்ச்சிக்கு எதிராக நானும் சூழ்ச்சி செய்தாகவேண்டும் எனத் தீர்மானித்துக் கொண்டேன். நான் நியூயார்க்கில்தான் இருக்கிறேன் என்று அவனை நம்பவைப்பதற்காக, அங்கிருந்து எழுதுவதைப்போலத் தேதியிட்டு அவனுக்குக் கடிதம் எழுதத் தீர்மானித்தேன். நான் என் தோழன் பீட்டரை வரவழைத்து அவனிடம், அவனுக்குத் தெரிந்த கப்பல் பயணிகளில் நம்பகமான எவராவது நான் கொடுக்கும் கடிதத்தை நியூயார்க்கிற்கு எடுத்துக் கொண்டுபோய் அங்குள்ள தபால்பெட்டியில் சேர்ப்பார்களா என்று கேட்டேன். அதற்கு அவன், தனக்கு உயிருக்கு உயிரான நம்பத்தகுந்த மனிதர் ஒருவரை அவனுக்குத் தெரியும் என்றான். அவனுடைய உயிருக்கே உலை வைக்கக்கூடிய ஆபத்தான வேலை இது என்பதை நான் அவனுக்கு நினைவுபடுத்தினேன். தனக்கும் அது தெரியும்

என்றும் ஆனாலும் எனக்காக எந்த உதவியும் செய்வதற்குத் தயாராக இருப்பதாகவும் அவன் சொன்னான். நான் அவனிடம் நியூயார்க்கில் உள்ள தெருக்களின் பெயரைத் தெரிந்து கொள்வதற்காக அந்த ஊரிலிருந்து வரும் செய்தித்தாள் ஒன்று வேண்டும் என்று கேட்டேன். அவன் தன்னுடைய பைக்குள் கைவிட்டு "பாதித்தாள் இருக்கிறது. நேற்று ஒரு வியாபாரியிடம் வாங்கிய தொப்பியில் சுற்றியிருந்தது" என்றான். கடிதம் மறுநாள் மாலை தயாராக இருக்கும் என்று அவனிடம் சொன்னேன். "மனதைத் தளரவிட்டுவிடாதே லிண்டா! காலப்போக்கில் நல்ல நாட்கள் வந்துவிடும்" என்று கூறி அவன் விடைபெற்றான்.

எங்கள் சந்திப்பு முடியும்வரை ஃபிலிப் மாமா வாசலிலேயே காவலாக நின்றார். மறுநாள் விடியற்காலையிலேயே நான் என்னுடைய பரண்துளைக்குப் பக்கத்தில் உட்கார்ந்துகொண்டு செய்தித்தாளைப் பார்த்தேன். அது நியூயார்க் ஹெரால்டு என்ற பத்திரிகையின் ஒரு பகுதி; கறுப்பினத்தவருக்கு எதிரான செய்திகளையே தொடர்ந்து வெளியிட்டு வரும் அந்தச் செய்தித் தாள் என் கைகளில் வந்து அதே இனத்தைச் சேர்ந்தவருக்காக ஒருமுறை சேவை செய்ய நேர்ந்துவிட்டது. தெருக்களின் பெயர்களையும் கதவிலக்கங்களைப் பற்றிய செய்திகளையும் சேகரித்த பிறகு என் பாட்டிக்கு ஒன்றும் டாக்டர் ஃப்ளின்ட்டுக்கு ஒன்றுமாக நான் இரண்டு கடிதங்கள் எழுதினேன். தலைநரைத்த ஒரு மனிதன் தனது அதிகாரத்திற்கு உட்பட்ட ஏதுமறியாத குழந்தையை எவ்வாறு நடத்தினான் என்பதையும் அது எத்தனை ஆண்டுகள் அவளைத் துன்பத்தில் தள்ளியது என்பதையும் அந்தக் கடிதத்தில் அவனுக்கு நினைவூட்டியிருந்தேன். வடமாகாணத்திற்கு என் குழந்தைகளை என்னிடம் அனுப்பி வைக்க வேண்டும்; இங்கே நான் அவர்களுக்கு சுயமரியாதையைக் கற்பிப்பேன்; அவர்களை நல்லொழுக்கமுள்ள முன்மாதிரிப் பிள்ளைகளாக வளர்ப்பேன்; ஆனால் தென்மாகாணத்தில் இருக்கும் ஓர் அடிமை அம்மாவுக்கு இதையெல்லாம் செய்ய அனுமதி கிடைக்காது என்று பாட்டிக்கும் ஒரு கடிதம் எழுதினேன். நான் நியூயார்க்கிற்கு அவ்வப்போது போய் வருவது உண்டென்றாலும் அங்கு நான் வசிக்கவில்லை என்றும் அதனால் பாஸ்டனில் உள்ள ஒரு குறிப்பிட்ட முகவரிக்கு அவருடைய பதிலை அனுப்பிவைக்குமாறும் கேட்டுக்கொண்டேன். இந்தக் கடிதங்கள் எடுத்துச் செல்லப்பட்டுத் தபாலில் சேர்க்கப்படும் நாட்களுக்குப் பொருத்தமாக அக்கடிதங்களில் முன்தேதியிட்டு விட்டு அந்த விவரத்தைக் கடிதங்களை எடுத்துக்கொண்டு போகிறவருக்கும் தெரியப்படுத்தினேன். என் தோழர் கடிதங்களை வாங்கவந்த பொழுது, "உன்னுடைய இந்தக் கைம்மாறு கருதாத அன்புக்குக் கடவுள் உன்னை ஆசீர்வதித்து நல்லருள்

புரியட்டும் பீட்டர்! மிகவும் எச்சரிக்கையாக இரு. இது கண்டு பிடிக்கப்பட்டுவிட்டால் நீயும் நானும் மிகுந்த தொல்லைகளுக்கு ஆளாகிவிடுவோம். இந்த வேலையை எனக்காகச் செய்து தருமளவுக்குத் துணிவுள்ள உறவினர்கள் எனக்குக் கிடையாது." என்றேன். அதற்கு அவன் "என்னை நீ நம்பலாம் லிண்டா. உன் தந்தை எனக்கு நல்ல நண்பராக இருந்ததை நான் எப்போதும் மறக்க மாட்டேன். கடவுள் என்னை உயிரோடு வைத்திருக்கும் வரை அவருடைய பிள்ளைகளுக்கு நான் நண்பனாக இருப்பேன்" என்றான்.

நான் எழுதிய கடிதத்தைப் பெறத் தயாராக இருப்பதற்காகவும் நான் வடமாகாணத்தில் இருப்பதைப் பற்றி டாக்டர் ஃப்ளின்ட் சொல்லப்போவதைக் கேட்டுக்கொள்வதற்காகவும் நான் என்ன செய்தேன் என்பதைப் பாட்டியிடம் சொல்லியாக வேண்டும். பாட்டி இத்தகவலைக்கேட்டு மிகவும் வருத்தப் பட்டார். இதன்மூலம் வேறு ஏதாவது ஆபத்து வந்துவிடும் என்று அவர் உறுதியாக நம்பினார். டாக்டர் ஃப்ளின்ட் வீட்டில் என்ன பேசிக்கொண்டார்கள் என்பதை எங்களுக்குத் தெரியப் படுத்துவதற்காக என்னுடைய திட்டத்தை நான் நான்ஸி சித்தியிடமும் சொன்னேன். இதைப்பற்றி நான் விரிசலின் வழியாக அவரிடம் கிசுகிசுத்தபோது பதிலுக்கு அவரும் "இந்தத் திட்டம் வெற்றி பெறும் என்று நான் நம்புகிறேன். நீயும் குழந்தைகளும் விடுதலை பெறுவதைப் பார்க்க முடியுமானால் நான் என் ஆயுள் முழுவதும் அடிமையாகவே இருப்பதைப் பற்றிக் கவலையே படமாட்டேன்" என்று கிசுகிசுத்தார்.

நியூயார்க்கிலுள்ள தபால் அலுவலகத்தில் அந்த மாதம் இருபதாம் தேதியன்று என்னுடைய கடிதங்கள் போடப் படுவதற்கு நான் ஏற்பாடு செய்திருந்தேன். இருபத்துநான்காம் தேதி மாலையே டாக்டர் ஃப்ளின்ட் அவனுக்கு வந்த ஒரு கடிதத்தைப் பற்றித் தன் மனைவியிடம் மெல்லிய குரலில் பேசியதாகவும் மீண்டும் தன் அலுவலகத்திற்குப் போய்விட்டுத் தேநீருக்காக வரும்பொழுது அக்கடிதத்தைக் கொண்டுவரப் போவதாக அவளிடம் சொல்லிவிட்டுப்போனதாகவும் என் சித்தி என்னிடம் சொன்னார். அதனால் மறுநாள் காலையில் அவன் என் கடிதத்தைப் படித்துவிடுவான் என்று நான் முடிவு செய்துகொண்டேன். அதனால் நான் என் பாட்டியிடம் டாக்டர் ஃப்ளின்ட் கட்டாயம் வீட்டிற்கு வருவான் என்றும் அவன் பேசுவதை நான் கேட்கும்படியாகக் குறிப்பிட்ட கதவின் பக்கத்தில் அவனை உட்காரவைத்து அந்தக் கதவைத் திறந்துவைக்கும்படி கேட்டுக்கொண்டேன். அடுத்த நாள் காலை அந்தக் கதவின் பக்கத்திலிருந்து சத்தம் வரக்கூடிய இடத்தில் சிலைபோல

அசையாமல் உட்கார்ந்துகொண்டேன். சிறிது நேரத்திலேயே வாசல்கதவு படாரெனத் திறக்கும் சத்தத்தையும் எனக்கு மிகவும் பரிச்சயமான காலடிச் சத்தம் வீட்டிற்குள் வருவதையும் நான் கேட்டேன். அவன் தனக்காகப் போடப்பட்ட நாற்காலியில் உட்கார்ந்துகொண்டு “சரி, மார்த்தா, நான் லிண்டாவிடமிருந்து உனக்கு ஒரு கடிதம் கொண்டுவந்திருக்கிறேன். அவள் எனக்கும் கடிதம் அனுப்பியிருக்கிறாள். அவளை எங்கு போய்ப் பார்ப்பது என்று எனக்கு நிச்சயமாகத் தெரியும். ஆனால் நான் அவளைத் தேடிப் பாஸ்டனுக்குப் போகவேண்டாமென்று தீர்மானித்து விட்டேன். அதைவிட அவளாகவே கௌரவமாகத் திரும்பி வந்துவிடலாம் என்று நினைக்கிறேன். அவளுடைய மாமா ஃபிலிப்தான் அவளுக்காகப் போக வேண்டிய சரியான நபர். அவரோடு அவள் மிகவும் இயல்பாக நடந்துகொள்ள முடியும். போக்குவரத்துச் செலவுகளுக்குப் பணம் கொடுக்க நான் தயார். அவள் அவளுடைய நண்பருக்கே விற்கப்பட்டுவிடுவாள். அவளுடைய குழந்தைகள் விடுதலை பெற்றுவிட்டார்கள்; நான் அப்படித்தான் நினைக்கிறேன். நீ அவளுடைய விடுதலையையும் வாங்கிவிட்டால் நீங்கள் அனைவரும் மகிழ்ச்சியான குடும்பமாக இருக்கலாம். லிண்டா உனக்கு எழுதிய கடிதத்தை நான் படித்துக்காட்டுவதற்கு நீ மறுப்புத் தெரிவிக்கமாட்டாய் என்று நினைக்கிறேன்” என்றான்.

அவன் கடிதத்தின் முத்திரையைப் பிரித்துப் படிப்பதைக் கேட்டேன். கிழட்டு வில்லன் அவன். நான் பாட்டிக்கு எழுதிய கடிதத்தை மறைத்துவிட்டு அதற்குப் பதிலாகத் தானாக ஒரு கடிதத்தை எழுதிக்கொண்டுவந்திருந்தான். அதன் விவரம்:

அன்புள்ள பாட்டி,

> நான் நீண்ட நாட்களாகவே உங்களுக்கு எழுத வேண்டும் என்று நினைத்திருந்தேன்; ஆனால் அவமானகரமான முறையில் உங்களையும் என் குழந்தைகளையும் விட்டுவிட்டு வந்தது என்னை மிகவும் வெட்கமடையச் செய்துவிட்டது. நான் ஓடி வந்ததிலிருந்து எவ்வளவு கஷ்டப்பட்டுவிட்டேன் என்பது உங்களுக்குத் தெரிந்தால் நீங்கள் என்னிடம் கருணை காட்டி மன்னித்துவிடுவீர்கள். என்னுடைய சுதந்திரத்திற்கு நான் கொடுத்த விலை மிக அதிகம். நான் அடிமையாக இல்லாமல் தென்மாகாணத்திற்கு வருவதற்கு ஏதாவது ஏற்பாடு செய்ய முடியுமானால் நான் மகிழ்ச்சியாக வந்துவிடுவேன். முடியாவிட்டால் என் குழந்தைகளை யாவது வடமாகாணத்திற்கு அனுப்பும்படி கேட்டுக் கொள்கிறேன். இனிமேல் என்னால் அவர்களை விட்டு

விட்டு வாழவே முடியாது. எனக்கு முன்கூட்டியே தெரிவித்து விட்டால் நியூயார்க்கிலோ ஃபிலடெல்ஃபியாவிலோ என் மாமாவுக்குச் சௌகரியமான இடத்தில் அவர்களை அங்கே நான் சந்திப்பேன். உங்களுடைய மனமகிழ்ச்சியற்ற பேத்திக்கு எவ்வளவு விரைவில் முடியுமோ அவ்வளவு விரைவில் எழுதுங்கள்.

லிண்டா

அந்தப் பகல்வேஷக்காரன் வீட்டிற்குப் புறப்படுவதற்காக எழுந்துகொண்டே "நான் எப்படி எதிர்பார்த்தேனோ அப்படியேதான் நடந்திருக்கிறது" என்றான். "அந்த முட்டாள் பெண், தான் அவசரப்பட்டுவிட்டதற்காக வருத்தப்படுவதையும் திரும்பிவர விரும்புவதையும் பார்த்தாயா நீ? அவள் அப்படி வருவதற்கு நாம் உதவவேண்டும் மார்த்தா. நீ ஃபிலிப்பிடம் அதுபற்றிப் பேசு. அவன் லிண்டாவுக்காக அங்கே போனால் அவள் அவனை நம்பித் திரும்பி வந்துவிடுவாள். நாளையே எனக்குப் பதில் வேண்டும். காலை வணக்கம் மார்த்தா!"

வராந்தாவை விட்டு இறங்கும்போது என் பெண் குழந்தையின் மீது அவன் மோதிக்கொண்டான். "ஆ! எல்லென் நீயா? நான் உன்னைக் கவனிக்கவில்லை, எப்படி இருக்கிறாய்?" என்று மிகவும் கனிவான குரலில் கேட்டான்.

"மிகவும் நன்றாகவே இருக்கிறேன் ஐயா. அம்மா வீட்டிற்கு வரப்போவதாக நீங்கள் பாட்டியிடம் சொன்னதைக் கேட்டேன். எனக்கு அவரைப் பார்க்க வேண்டும்." என அவள் பதில் சொன்னாள்.

"ஆமாம், எல்லென். அவளை நான் சீக்கிரமே வீட்டிற்குக் கூட்டிவந்துவிடுவேன். நீயும் அவளை ஆசைதீரப் பார்த்துக் கொள்ளலாம் என் சுருட்டைத்தலை நீக்ரோச் சிறுமியே!" என்றான் அவன் பதிலுக்கு.

அவன் பேசியதை எல்லாம் கேட்டபோது எனக்கு மிகவும் சிரிப்பாகவே இருந்தது. ஆனால் பாட்டியோ, டாக்டர் என் மாமாவை பாஸ்டனுக்கு அனுப்ப நினைத்ததை எண்ணிக் கலங்கிவிட்டார்.

இந்த விஷயத்தைப் பற்றிப் பேசுவதற்காக டாக்டர் ஃப்ளின்ட் அடுத்த நாள் மாலையே வீட்டிற்கு வந்துவிட்டான். என் மாமா அவனிடம், தான் மாசாசூசெஸ்ட் மாகாணத்தில் இருக்கும் நகரத்தைப் பற்றிக் கேள்விப்பட்ட வரையில் தப்பியோடி விட்ட அடிமைகளைத் தேடிக்கொண்டு வருபவர்களை

அங்குள்ளவர்கள் அடித்து இழுத்துக் கொண்டுபோய்விடு வார்கள் என்றபேச்சு இருப்பதால் தான் அங்கு போவது கடினம் என்று கூறிவிட்டார்." "அவையெல்லாம் வெட்டிப் பேச்சுகள் ஃபிலிப்" என்றான் டாக்டர். "நான் பாஸ்டனில் உன்னை ஏதாவது வம்பில் மாட்டிவிடுவேன் என்றா நினைத்தாய். நீ போகும் வேலையெல்லாம் சுமுகமாக முடிந்துவிடும். லிண்டாவோ தான் திரும்பிவந்துவிட விரும்புவதாக எழுதியிருக்கிறாள். நீ அவளுடைய உறவினன். அதனால் அவள் உன்னை நம்புவாள். நான் போனால் விஷயம் வேறு மாதிரியாகிவிடும். அவள் என்னோடு வருவதற்கு மறுத்துவிடலாம், அந்தக் கேடுகெட்ட அடிமை ஒழிப்பாளர்களுக்கு நான் அவளுடைய எஜமானன் என்பது தெரிந்துவிட்டால் அவள்தான் என்னிடம் திரும்பி வந்துவிடவேண்டும் என்று கெஞ்சினாள் என்று நான் எவ்வளவு எடுத்துச் சொன்னாலும் அவர்கள் நம்பமாட்டார்கள். அவர்கள் ஏதாவது தகராறு செய்வார்கள். சாதாரண நீக்ரோக்களைப் போல அவளைத் தெருவில் இழுத்துக்கொண்டுவர நான் விரும்பவில்லை. நான் அவளிடம் காட்டிய கருணைக்கெல்லாம் அவள் நன்றி கெட்டத்தனமாகவே நடந்துகொண்டுவிட்டாள். நான் அவளை மன்னித்து அவளோடு ஒரு நண்பனைப்போலவே நடந்துகொள்ள விரும்புகிறேன். அவளை என்னுடைய அடிமையாக வைத்துக்கொள்ள நான் விரும்பவில்லை. அவள் இங்கு வந்தவுடனேயே அவளுடைய நண்பர்கள் அவளை வாங்கிக்கொள்ளட்டும்" என்றான்.

என் மாமாவிடம் தன்னுடைய வாதங்கள் எடுபடாமல் போய்விட்டதால் அந்த டாக்டர் "பூனை அதுவாகவே வெளியில் வரட்டும்" என்று சொல்லிவிட்டு நான் என் கடிதத்தில் எழுதி யிருந்த தேதியில் குறிப்பிட்ட தெருவில் குறிப்பிட்ட கதவிலக்கத்தில் என்னைப் போல யாராவது இருக்கிறார்களா என விசாரிக்கு மாறு பாஸ்டன் மேயருக்குக் கடிதம் எழுதியிருப்பதாகவும் சொன்னான். என் பாட்டிக்காக அவன் வாசித்துக்காட்டிய கடிதத்தில் இருந்த தேதியைச் சொல்லாமல் விட்டுவிட்டான். நான் நியூயார்க்கிலிருந்து எழுதுவதாகக் குறிப்பிட்டிருந்தால் அந்தக் கிழவன் மீண்டும் நியூயார்க்கிற்குப் பயணப்பட்டிருப்பான். அடிமைகள் அறிவு பெற வழியில்லாமல் கவனமாக இருட்டடிப்புச் செய்யப்பட்டிருந்த பகுதியில் இருந்தபோதும் எனக்குப் போதுமான அளவுக்கு மாசாசூசெஸ்ட்டைப் பற்றித் தெரிந்திருந்தது. தங்களிடமிருந்து தப்பியோடிவிட்ட அடிமை களைத் துரத்திப் பிடிப்பதற்கு பாஸ்டன் ஏதுவான இடமல்ல என்று அடிமைஉடைமையாளர்கள் முடிவு செய்திருந்தது எனக்குத் தெரியும். தென்மாகாணத்தவர்களுக்காக

நீக்ரோக்களை வேட்டையாட ஒப்புக்கொள்ளும் தப்பியோடி வந்த அடிமைகளுக்கு எதிரான சட்டங்களை (சட்டங்கள் மாசாசூஸெட் நகரில் பிறப்பிக்கப்படுவதற்கு) நகரமும் பிறப்பிப்பதற்கு முன்பு இது சாத்தியமாக இருந்தது.

தன் குடும்பம் எப்போதும் ஆபத்துக்குள்ளாகிக் கொண்டேயிருப்பதைப் பார்த்துப் பயந்துபோன என் பாட்டி மிகவும் கவலையான முகத்தோடு என்னிடம் வந்து "பாஸ்டன் மேயர், நீ அந்த முகவரியில் இல்லை என்று பதில் அனுப்பிவிட்டால் நீ என்ன செய்வாய்? அப்போது அவன் இந்தக் கடிதம் ஏதோ ஒரு சூழ்ச்சி என்று கருதி அதைப் பற்றி ஏதாவது விசாரித்து உன்னைக் கண்டுபிடித்துவிட்டால் அது நம் எல்லோருக்கும் துன்பமாகிவிடும். ஏய் லிண்டா, நீ கடிதம் எழுதாமல் இருந்திருக்கவேண்டும் என்றுதான் நான் நினைக்கிறேன்" என்றார்.

"பயப்படாதீர்கள் பாட்டி. பாஸ்டன் மேயர் ஒன்றும் டாக்டர் ஃப்ளின்ட்டுக்காக நீக்ரோக்களைத் தேடிக்கொண்டிருக்க மாட்டார். இந்தக் கடிதங்கள் கடைசியில் நன்மையைத்தான் செய்யப்போகின்றன. எப்படியும் நான் இந்த இருண்ட பொந்திலிருந்து வெளியே வந்துவிடுவேன்" என்றேன்.

"நீ வந்துவிடுவாய் என்றே நம்புகிறேன் மகளே" எனப் பொறுமை நிறைந்த அந்த முதிய தோழி பதிலளித்தார். "நீ இங்கு நீண்டகாலமாக இருக்கிறாய்; கிட்டத்தட்ட ஐந்து ஆண்டுகள்; அப்படியிருந்தாலும் எப்போதாவது நீ போய்விட்டால் இந்த வயதான பாட்டியின் இதயத்தை நொறுக்கிவிடுவாய். உன்னைப் பிடித்து விலங்கு மாட்டிச் சிறையில் அடைத்துவிட்டார்கள் என்ற செய்தி வந்துவிடுமோ என்று ஒவ்வொருநாளும் கவலைப் பட்டுக்கொண்டிருப்பேன். கடவுள் உனக்கு உதவட்டும் மகளே! எங்கே தீயவர்கள் தொல்லை தருவதை விட்டுவிடுவார்களோ, எங்கே களைத்தவர்கள் ஓய்வெடுப்பார்களோ அங்கே நாம் என்றாவது ஒருநாள் போய்ச்சேருவோம் என்பதற்காக நாம் நன்றியுடையவர்களாக இருப்போம்." என்றார் பாட்டி. என் இதயமும் அதற்கு இசைந்தது. ஆமென்.

டாக்டர் ஃப்ளின்ட் பாஸ்டன் மேயருக்குக் கடிதம் எழுதியதிலிருந்து அவன் என் கடிதங்களை உண்மையானவை என நம்பிவிட்டான் என்பதும் நான் அருகாமையில் இருக்கிறேனோ என்ற சந்தேகம் எதுவும் அவனுக்கு இல்லை என்பதும் எனக்குத் தெரிந்தது. அக்கடிதங்கள் இத்தகைய போலியான நம்பிக்கையை அவனிடம் தக்கவைப்பதற்கு மிகவும் உதவும்; அதனால் எனக்கும் என் நண்பர்களுக்கும் பதற்றம் சற்றுக் குறையும்; தப்பிச் செல்வதற்கு வாய்ப்பு ஏதேனும் கிடைத்தால் அப்போது வசதியாக இருக்கும்

ஹேரியட் ஜேகப்ஸ்

என்றும் நினைத்தேன். அதனால் வடமாகாணத்திலிருந்து அவ்வப்போது கடிதங்கள் அனுப்ப வேண்டும் எனவும் தீர்மானித்து கொண்டேன்.

இரண்டு அல்லது மூன்று வாரங்கள் ஆகியிருக்கும், பாஸ்டன் மேயரிடமிருந்து பதில் எதுவும் வராததால் என் மறைவிடத்தைவிட்டுச் சற்றுநேரம் வெளியில் வந்து என்னுடைய உடல் உறுப்புகள் செயலிழந்துவிடாதபடி கொஞ்சம் உடற்பயிற்சி செய்துகொள்ளப் பாட்டி அனுமதித்தார். நான் சிறிய சாமான் அறைக்கு விடியற்காலையிலேயே வந்து சிறிது நேரம் அங்கே தங்கிச் செல்ல எனக்கு அனுமதி கிடைத்தது. அந்த அறையில், நான் இரகசியக்கதவு வழியாகக் கீழே இறங்கிவரும் அளவுக்கு மட்டும் வழிவிட்டுவிட்டு மற்ற இடங்களில் எல்லாம் பீப்பாய்கள் வைக்கப்பட்டன. இந்த இடம் கதவுக்கு நேராக எதிர்ப்பக்கத்தில் இருந்தது; கதவின் மேல்பகுதி கண்ணாடியால் ஆனது; யாராவது விரும்பினால் உள்ளே பார்ப்பதற்கு வசதியாகத் திரைச்சீலை போடப்படாமல் விட்டு வைக்கப்பட்டிருந்தது. இங்கும் காற்று வரத்து குறைவுதான். ஆனாலும் நான் திரும்பிச் செல்லவிரும்பாத என்னுடைய பரணை விட இந்த இடம் சற்றுப் பரவாயில்லை. நான் வெளிச்சம் வந்த உடனேயே கீழே இறங்கி வந்துவிடுவேன்; மனித நடமாட்டம் தொடங்கிய பின் வராந்தாவிற்கு யாரேனும் வந்துவிடக் கூடிய அபாயம் இருந்ததால் காலை எட்டுமணி வரை மட்டுமே அங்கு இருந்தேன். என்னுடைய மூட்டுகள் இழந்திருந்த உணர்வுகளை வெப்பமூட்டி மீட்டெடுப்பதற்கு நான் பலவிதமாக முயன்றும் பயன் எதுவும் கிடைக்கவில்லை. அவை உணர்ச்சியற்றும் விறைத்தும் இருந்ததால் நான் அசைவதற்கே பெரும்பாடுபடவேண்டியிருந்தது. நான் யாருமில்லாத அந்தச் சிறிய அறையில் உடற்பயிற்சி செய்யத் தொடங்கிய ஆரம்ப நாட்களில் திடீரென என் எதிரிகளில் எவரேனும் அங்கே வந்திருந்தால் அவர்களிடமிருந்து நான் தப்பியிருக்கவே முடியாது.

26

என் தம்பியின் வாழ்வில் முக்கிய காலம்

என் தம்பி தனது எஜமானர் திரு. சாண்ட்ஸுடன் வாஷிங்டனுக்குப் போய் விட்டதால் அவனுடைய அருகாமையையும் அன்பான கவனிப்பையும் இழந்தது எனக்கு மிகவும் வருத்தமாக இருந்தது. அவனிடமிருந்து எங்களுக்குச் சில கடிதங்கள் வந்தன; அதில் அவன் என்னைப் பற்றி வெளிப்படையாக எதுவும் எழுதவில்லை என்றாலும் என்னை அவன் மறந்துவிடவில்லை என்பதை அவன் எழுதியிருந்தவற்றில் இருந்து நான் தெரிந்துகொண்டேன். நானும் என்னை வெளிப்படுத்திக்கொள்ளாமல் பொருத்தமாகப் பதில் எழுதினேன். நீண்ட நாட்களாக நடந்த பேரவைத் தொடர் முடிந்தபின்பு திரு. சாண்ட்ஸ் வடமாகாணத்திலேயே சில நாட்கள் தங்க வேண்டி வந்ததால் தானும் அவரோடு போகப்போவதாக வில்லியம் எழுதியிருந்தான். அவனுடைய எஜமானன் அவனுக்கு விடுதலை வழங்குவதாக உறுதியளித்திருந்தார் என்பது எனக்குத் தெரியும்; ஆனால் எப்போது என்பதை அவர் குறிப்பிட்டுச் சொல்லியிருக்கவில்லை. வில்லியம், அதை நம்பி விடுவானா என்ன? சிறுவர்களாக இருக்கும்போதே நாங்கள் எங்கள் விடுதலையைப் பற்றி அடிக்கடி பேசிக்கொண்டிருந்ததை நினைத்துப் பார்த்தேன்; அவன் எங்களிடம் திரும்பிவருவது சந்தேகம்தான்.

பாட்டிக்குத் திரு. சாண்ட்ஸிடமிருந்து கடிதம் வந்திருந்தது. அதில் அவர் வில்லியம் தனக்கு

உண்மையான சேவகனாக இருப்பதாகவும் அவனை அவர் மதிப்புமிக்க நண்பனாகக் கருதுவதாகவும் வேறு எந்தத் தாயாலும் இதைப்போலச் சிறந்த முறையில் ஒரு மகனை வளர்த்திருக்க முடியாது என்றும் தான் வடமாகாணங்களுக்குள்ளும் கனடாவுக்கும் பயணித்துக்கொண்டிருப்பதாகவும் அடிமை ஒழிப்பாளர்களால் தன்னிடமிருந்து அவனை ஏமாற்றி அழைத்துச்செல்வதில் வெற்றிபெற முடியவில்லை என்றும் எழுதியிருந்தார். அவர்கள் எல்லோரும் விரைவில் வீடு திரும்ப இருப்பதாகக் கூறிக் கடிதத்தை முடித்திருந்தார்.

தன்னுடைய பயணத்தில் தான் கண்ட புதுமைகள்பற்றி வில்லியம் எழுதும் கடிதங்களை நாங்கள் எதிர்பார்த்துக் காத்திருந்தோம். ஆனால் அப்படி எதுவும் வரவில்லை. திரு. சாண்ட்ஸ் இலையுதிர்கால முடிவில் மணமகளோடு வருவார் என்ற பேச்சு இருந்தது. வில்லியத்திடமிருந்து இப்போதும் கடிதம் எதுவும் வரவில்லை. அவனைத் தென்மாகாண மண்ணில் இனிமேல் நான் காணப்போவதில்லை எனக் கிட்டத்தட்ட உறுதியாக நம்பினேன். ஆனால் தன் வீட்டில் உள்ளவர்களுக்கு ஆறுதலாக ஒரு வார்த்தையாவது அவன் எழுதி அனுப்பக் கூடாதா? இருட்டறையில் சிறைப்பட்டுக் கிடக்கும் எனக்காக வாவது எழுதக்கூடாதா? இருண்ட இறந்த காலத்திலும் நிச்சய மற்ற எதிர்காலத்திலும் என் நினைவுகள் அலைந்து திரிந்தன. என் இருட்டறையின் தனிமையில் கடவுளைத் தவிர வேறெவர் கண்ணிலும் படாமல் அழுது தீர்த்தேன். அவரிடம் என்னை என் குழந்தைகளிடம் சேர்க்கும்படியும் பயனுள்ள பெண்ணாகவும் நல்ல அம்மாவாகவும் இருப்பதற்கு அருளுமாறும் அந்தக் கடவுளிடம் நான் எவ்வளவு மனமுருகப் பிரார்த்தனை செய்திருப்பேன்.

இறுதியாகப் பயணிகள் திரும்பிவரும் நாளும் வந்துவிட்டது. பாட்டி நீண்ட நாட்கள் கழித்து வரும் பேரனைத் தனது பழைய கணப்பு அடுப்பின் அருகே வரவேற்க மிகுந்த ஆர்வத்துடன் ஏற்பாடுகள் செய்திருந்தார். விருந்துமேசையில் உணவு பரிமாறப்பட்டபொழுது வில்லியத்தின் தட்டு அவன் வழக்கமாகச் சாப்பிடும் இடத்திலேயே வைக்கப்பட்டிருந்தது. ஆனால் அவன் வந்திருக்கவேண்டிய வண்டி காலியாகவே வந்தது. பாட்டி விருந்தளிக்கக் காத்திருந்தார். அவனுடைய எஜமானர் அவனை அவசிய வேலைகளுக்காக ஒருவேளை தன்னோடு வைத்துக்கொண்டுவிட்டாரோ என்று பாட்டி நினைத்தார். என்னுடைய தனிமைச்சிறைக்குள் இருந்து கொண்டே நான் என் அன்புத் தம்பியின் குரலும் காலடி ஓசையும் கேட்குமா என்று ஒவ்வொரு நொடியும் எதிர்பார்த்துக் காத்திருந்தேன். மதிய

வேளையில் திரு. சாண்ட்ஸ், வில்லியம் தன்னுடன் வரவில்லை என்றும் அடிமை ஒழிப்பாளர்கள் அவனை ஏமாற்றி அழைத்துச் சென்றுவிட்டார்கள் என்றும் பாட்டியிடம் சொல்லச் சொல்லி ஒரு பையனை அனுப்பினார். அதோடு அவர் சில தினங்களில் பாட்டி வில்லியத்தைப் பார்த்துவிடலாம் எனத் தாம் நம்புவதாக வும் பாட்டி இந்த விஷயம்பற்றிக் கவலைப்பட வேண்டாம் என்றும் கேட்டுக்கொண்டார். வில்லியத்திற்கு இதைப்பற்றி மீண்டும் சிந்தித்துப்பார்க்க நேரம் கிடைக்கும்போது தன்னுடன் வசதியாக இருந்ததைப்போல வடமாகாணத்தில் இருக்க முடியாது என்பதைத் தெரிந்துகொண்டு அவன் திரும்பிவந்துவிடுவான் என்றும் சொல்லியனுப்பியிருந்தார்.

நீங்கள் பாட்டியின் கண்ணீரைப் பார்த்தும் அவருடைய விம்மல்களைக் கேட்டும் இருந்தால் தகவலாளி விடுதலைபற்றிய செய்திக்குப் பதிலாக வேறு ஏதோ துக்கச் செய்தியைக் கொண்டு வந்துவிட்டாரோ என்றுதான் நினைத்திருப்பீர்கள். பாவம் பாட்டி! அவர் தனது அன்பிற்கினிய பேரனை மீண்டும் பார்க்கவே போவதில்லை என்று நினைத்துவிட்டார். நான் ஒரு சுயநலக்காரி. நான் என் தம்பிக்கு எவ்வளவு நன்மை கிடைத்திருக்கிறது என்று நினைப்பதற்குப் பதிலாக எனக்கு ஏற்பட்டுவிட்ட இழப்பைப் பற்றியே யோசித்தேன். எனக்கு இப்போது புதிய கவலை வந்து விட்டது. திரு. சாண்ட்ஸ் இவர்களை வாங்குவதற்காக நிறையப் பணம் செலவழித்திருந்தார். தற்போது வில்லியம் ஏற்படுத்தி யிருந்த நஷ்டத்தால் அவர் எரிச்சலடையக்கூடும். இப்போது என் குழந்தைகள் மதிப்புமிக்க சொத்தாகிவிட்டதால் அது என் குழந்தைகளின் எதிர்காலத்தைப் பாதித்துவிடுமோ என்று நான் மிகவும் பயந்தேன். அவர்களுடைய விடுதலை உறுதியாக்கப்படவேண்டும் என்று ஏங்கினேன். அதோடு அவர்களுடைய எஜமானராகவும் தந்தையுமாக இருப்பவருக்கு இப்போது திருமணம் வேறு ஆகிவிட்டது. அடிமைகளுக்கு ஏதோ ஒரு காலத்தில் அவர்களது எஜமானர்களால் உண்மையாகவும் நல்ல நோக்கத்துடனும் உறுதிமொழிகள் வழங்கப்பட்டிருந்தாலும் அவை எதிர்காலத்தில் நிறைவேற்றப்படுவது பலவிதமான சூழ்நிலைகளைப் பொறுத்தே சாத்தியமாகும் என்பது அடிமை நிறுவனத்தில் நன்கு பழக்கப்பட்டிருந்த நான் அறியாததல்ல.

வில்லியம் விடுதலை பெற்றுவிட வேண்டும் என்ற விருப்பம் எனக்கு எவ்வளவு இருந்ததோ அதே அளவு அவன் இப்போது செய்திருந்த செயல் என்னைத் துக்கத்திற்கு ஆளாக்கிப் பதற்ற மடையச்செய்தது. அன்றைய நாளைத் தொடர்ந்து வந்த பரிசுத்த ஓய்வு நாளன்று வானம் தெளிவாகவும் அமைதியாகவும் இருந்தது. ஏதோ சொர்க்கத்தில் இருக்கும் பரிசுத்த ஓய்வு நாள்போல

அவ்வளவு அழகாக அந்த நாள் இருந்தது. என் பாட்டி குழந்தைகளின் குரலை நான் கேட்க வேண்டும் என்பதற்காக அவர்களை வராந்தாவிற்கு அழைத்து வந்தார். அது என் மனச்சோர்வுக்கு மருந்தாக இருக்கும் என்று எண்ணினார். அது அப்படியே இருந்தது. அவர்கள் மிகவும் குதூகலமாகப் பேசிக்கொண்டார்கள். குழந்தைகள் மட்டும்தான் அப்படிப் பேச முடியும். பென்னி, "பாட்டி! வில்லி மாமா ஒரேயடியாக இங்கிருந்து போய் விட்டாரா? அவர் திரும்பி வரவே மாட்டாரா? அவர் ஒருவேளை அம்மாவைப் பார்க்கலாம். அப்படிப் பார்த்தால் அவரைப் பார்த்ததற்காக அம்மா சந்தோஷப்படுவார்தானே! ஏன் நீங்களும் ஃபிலிப் மாமாவும் நாம் எல்லோரும் அம்மா இருக்கும் இடத்திற்குப்போய் வசித்தால் என்ன? எனக்கு அது பிடிக்கும். எல்லென் உனக்கு?" என்றான்.

"எனக்கும் அது பிடிக்கும். ஆனால் அவரை எப்படிப் பார்ப்பது? பாட்டி! அவர் இருக்கும் இடம் உங்களுக்குத் தெரியுமா? எனக்கு அம்மா எப்படி இருப்பார் என்றே நினைவில்லை. பென்னி உனக்கு?" என்றாள் எல்லென்.

பென்னி, நான் எப்படி இருப்பேன் என்று விவரிக்கத் தொடங்கியபோது அங்கு வந்திருந்த அக்கி என்ற பெயருடைய எங்களுக்கு நெருக்கமான அண்டைவீட்டு முதிய அடிமைப் பெண் அவர்கள் பேச்சில் குறுக்கிட்டார். இந்த அப்பாவிப் பிறவி தன் குழந்தைகள் விற்கப்படுவதைப் பார்த்திருந்ததோடு எங்கெங்கோ எடுத்துச்செல்லப்பட்ட அவர்களிடமிருந்து என்றாவது ஒருநாள் ஏதாவது தகவல் வரலாம் என்ற நம்பிக்கைகூட இல்லாதவர். என் பாட்டி அழுதுகொண்டு இருப்பதைப் பார்த்து இரக்கமான குரலில், "என்ன ஆச்சு மார்த்தா அத்தை?" என்றார்.

"ஐயோ! அக்கி, நான் சாகும்போது ஒருவாய்த் தண்ணீர் கொடுப்பதற்கோ என்னை மண்ணில் புதைப்பதற்கோ என் பிள்ளைகளோ என் பேரக்குழந்தைகளோ என்னுடன் இருக்கப் போவதில்லை என்றுதான் எனக்குத் தோன்றுகிறது. என் பையன் திரு. சாண்ட்ஸோடு திரும்பிவரவில்லை. அவன் வடமாகாணத்திலேயே தங்கிவிட்டான் போலிருக்கிறது" என்றார் பாட்டி.

ஆனால் அந்த ஏழை மூதாட்டி அக்கியோ கையைத்தட்டி, "இதுக்காகவா நீ அழுதுட்டிருக்கே? நீ எறங்கி முட்டி போட்டு ஆண்டவனுக்குத் துதிபாடு! எனக்கு எம்பிள்ளைங்க எப்படி இருக்காங்கன்னுகூடத் தெரியாது. அது எப்பவாச்சும் எனக்குத் தெரியுமான்னுகூடத் தோணல. நீயும் பாவம், லிண்டா எங்க போனாள்னு உனக்கும் தெரியாது. ஆனா உனக்கு அவ தம்பி

எங்க போனான்னு தெரியும். அவன் சுதந்திரமான எடத்திற்குப் போய்ட்டான்; அது சரியான எடந்தானே. ஆண்டவன் செஞ்சதுக்குக் குத்தம் சொல்லிட்டிருக்காம, முட்டிபோட்டு அவரோட நல்ல கருணைக்காகத் துதி பண்ணு.” என்றார்.

அக்கியின் பேச்சு என் மனதில் இருந்த சுயநல உணர்வைக் கண்டித்தது. நான் என் சொந்தச் சகோதரனுக்குக் கிடைத்த நல்வாய்ப்பால் என் குழந்தைகள் பாதிக்கப்படுவார்களோ என்று கவலைப்பட்டுக்கொண்டிருக்கும்போது அந்த நல்ல மூதாட்டியோ தனக்கு உறவல்லாத அண்டைவீட்டுக்கார அடிமை தப்பி விட்டதை நினைத்து மகிழ்ச்சி அடைகிறாள். நான் மண்டியிட்டு என்னை மன்னித்துவிடும்படி ஆண்டவரிடம் வேண்டினேன். என் குடும்பத்திலிருந்து ஒருவரை அடிமைத்தளையிலிருந்து விடுவித்ததற்காக மனமார்ந்த நன்றியை அவருக்குத் தெரிவித்தேன்.

சில நாட்களிலேயே வில்லியத்திடமிருந்து ஒரு கடிதம் வந்தது. திரு. சாண்ட்ஸ் தன்னை எப்போதும் அன்பாகவே நடத்தியதாகவும் அதனால் தானும் அவரளித்த பணிகளை எல்லாம் உண்மையான விசுவாசத்துடன் செய்துவந்ததாகவும் எழுதியிருந்தான். சிறுவயதிலிருந்தே அவனுக்குத் தான் விடுதலை யாகி விடவேண்டுமென்ற வேட்கையிருந்ததாகவும் தற்போது தனக்குக் கிடைத்திருக்கும் நல்வாய்ப்பைத் தவறவிடமுடியாது என்பதைப் போதுமான அளவு தன் எஜமானனிடம் வலியுறுத்திச் சொல்லிவிட்டதாகவும் எழுதியிருந்தான்.

“பாட்டி, என்னைப்பற்றிக் கவலைப்படாதீர்கள். நான் எப்போதும் உங்களைப் பற்றியே நினைத்துக்கொண்டிருக்கிறேன். அது எப்போதும் என்னைக் கடுமையாக உழைக்கத் தூண்டும்; நல்லதையே செய்யவேண்டும் என்று எனக்கு உணர்த்தும். உங்களுக்கான ஒரு வீட்டை ஏற்பாடு செய்யும் அளவுக்குப் போதுமான பணத்தை நான் சம்பாதித்த பிறகு நீங்களும் வடமாகாணத்திற்கு வந்துவிடலாம்; நாம் எல்லோரும் ஒன்றாகச் சேர்ந்து மகிழ்ச்சியாக வாழலாம்” என்று எழுதி முடித்திருந்தான்.

திரு. சாண்ட்ஸ் ஃபிலிப் மாமாவிடம் வில்லியம் தன்னை விட்டுப்போன விவரங்களைப்பற்றிச் சொன்னார். அவர், “நான் எனது சொந்தச் சகோதரனாக நினைத்து அவனை அன்பாகவே நடத்தினேன். அடிமை ஒழிப்பாளர்கள் அவனிடம் பல இடங்களில் பேசினார்கள்; ஆனால் அவன் அதற்குப் பலியாவான் என்று நான் நினைக்கவில்லை. இப்போதும் நான் வில்லியத்தைக் குறை கூறமாட்டேன். அவன் சிறியவன். முன்யோசனை இல்லாதவன்; வடமாகாணத்துப் போக்கிரிகள் அவனை ஏமாற்றிவிட்டார்கள். ஆனால் இந்தப் போக்கிரிக்கும்

துணிச்சல் அதிகம். ஆஸ்டர்ஹவுஸ் மாடியிலிருந்து தனது பெட்டியைத்தோளில் சுமந்துகொண்டு அவன் படிகளில் இறங்கி வந்தபோது, "நீ எங்கே போகிறாய்" என்று நான் அவனிடம் கேட்டேன். அவன் தனது பழைய பெட்டியை மாற்றுவதற்காகப் போய்க்கொண்டிருப்பதாகச் சொன்னான். நானும் அது மிகவும் பழையதாக இருக்கிறது என்றும் அதற்குப் பணம் ஏதாவது வேண்டுமா என்றும் கேட்டேன். அவன் வேண்டாம் என்று சொல்லிவிட்டு நன்றி சொல்லிவிட்டுப் புறப்பட்டுப்போனான். நான் எதிர்பார்த்த நேரத்தில் அவன் திரும்பவில்லை. நான் பொறுமையுடன் காத்திருந்தேன். கடைசியில் எங்கள் பெட்டிகள் எல்லாம் பயணத்திற்குத் தயாராக்கப்பட்டுவிட்டனவா என்று போய்ப்பார்த்தேன். அவையெல்லாம் பூட்டப்பட்டு முத்திரை யிடப்பட்ட உறைக்குள் சாவிகள் இருக்குமிடம் பற்றிய குறிப்பும் எழுதி வைக்கப்பட்டிருந்தது. அவன் எல்லாவற்றையும் கடமைக்காகவே செய்ய ஆரம்பித்துவிட்டான். அவன், "இறைவன் எப்போதும் உங்களை ஆசீர்வதிப்பார்; உங்களது கருணைக்குப் பரிசளிப்பார்; உங்களுக்குச் சேவை செய்ய விரும்பாததால் நான் உங்களை விட்டுப்போய்விடவில்லை; நான் எப்போதும் விடுதலையையே விரும்பிவந்தவன்; நான் தவறு செய்துவிட்டதாக நீங்கள் கருதினாலும் என்னை நீங்கள் மன்னித்துவிடுவீர்கள் என நான் நம்புகிறேன் என்று அவன் எழுதியிருந்தான். ஐந்து வருடங்களில் அவனுக்கு விடுதலை வழங்க வேண்டுமென்றுதான் நான் நினைத்திருந்தேன். அவன் என்னை நம்பியிருக்கவேண்டும். அவன் தனது நன்றிகெட்டத்தனத்தைக் காட்டிவிட்டான். ஆனால் நான் அவனைத் தேடமாட்டேன்; தேடுவதற்காக ஒருவரையும் அனுப்பவும் மாட்டேன். அவன் என்னிடமே திரும்பி வருவான் என்ற நம்பிக்கை எனக்கு இருக்கிறது" என்று சொன்னார்.

இதைப் பற்றிய விவரங்களைப் பிறபாடு வில்லியமே சொல்லக் கேட்டேன். அடிமை நிறுவன ஒழிப்பாளர்கள் பேச்சைக்கேட்டு இந்த முடிவுக்கு வந்துவிடவில்லை; அவர்களிட மிருந்து எத்தகைய தகவலும் அவனுக்குத் தேவைப்பட்டதில்லை. அவன் தனது கைகளைப் பார்த்துக்கொண்டபோதெல்லாம் அவற்றில் விலங்கு மாட்டப்பட்டிருந்தது, அவனுடைய நினைவுக்கு வந்துகொண்டே இருந்தது. அதே மாதிரி மீண்டும் நடக்காமல் தடுப்பதற்கு அவனுக்கும்தான் வேறு ஏதாவது வழி இருந்ததா என்ன? திரு. சாண்ட்ஸ் அவனிடம் அன்பாகத் தான் நடந்துகொண்டார்; ஆனால் விடுதலை தருவதைக் காலவரம்பின்றித் தள்ளிப்போட்டுக்கொண்டே போனார். அவருக்குப் பண விஷயமாக ஏதாவது சிக்கல்கள் வரலாம்;

கடன்காரர்களால் அவருடைய சொத்துக்கள் பறிமுதல் செய்யப்பட்டுவிடலாம்; அல்லது தனக்காக எதையும் செய்யாமல் அவர் இறந்துவிடலாம். அன்பான எஜமானர் களிடம் அடிமைகளாக இருந்தவர்களுக்கு இந்த மாதிரியான விபத்துக்கள் அடிக்கடி நேரிட்டதை அவன் அறிந்துவைத்திருந்த தால் அவன் புத்திசாலித்தனமாகத் தற்போது அவனுக்குக் கிடைத்திருக்கும் வாய்ப்பைப் பயன்படுத்திக்கொள்வதுதான் சிறந்தது என்று முடிவெடுத்துவிட்டான். அவன் தன்னுடைய எஜமானனின் பணத்தைக் கையாள்வதில் மிகவும் உண்மை யாகவும் கவனமாகவும் இருந்தான். அத்தகைய நற்பண்பின் காரணமாக அவன் பாஸ்டன் போவதற்காகும் செலவுக்காகத் தன்னிடமிருந்த நல்ல துணிமணிகளை விற்றுவிட்டான். தன்னை மிகவும் அன்பாக நடத்திய எஜமானனை ஏமாற்றிவிட்டானென்று வில்லியத்தை நன்றிகெட்டவன் என்றும், துரோகி என்றும் அடிமைஉடைமையாளர்கள் ஏசினார்கள். ஆனால் இப்படிப்பட்ட சூழலில் இருந்திருந்தால் அவர்கள் மட்டும் வேறென்ன செய்திருப்பார்கள்?

வில்லியம் திரு. சாண்ட்ஸை விட்டுப் பிரிந்துபோய் விட்டான் என்பதைக் கேள்விப்பட்டவுடன் டாக்டர் ஃப்ளின்டின் குடும்பத்தினர் எள்ளிநகையாடினர். “எங்களுக்கு அவர் என்ன செய்தாரோ அதுவே அவருக்குத் திரும்பி நடந்திருக்கிறது; அதில் எனக்கு மிகுந்த மகிழ்ச்சி, அவன் அவருக்குத் திரும்பக் கிடைக்கப்போவதில்லை. ஒருவர் முன்னால் செய்ததற்கான விலையைப் பின்னால் கொடுப்பதைப் பார்ப்பது எனக்குப் பிடிக்கும். லிண்டாவின் குழந்தைகள்தான் அதற்கான விலையைத் தர வேண்டியிருக்கும். அவர்களை வியாபாரிகளின் கைகளில் மீண்டும் பார்த்தால் நான் மிகவும் சந்தோஷப்படுவேன்; அந்த நீக்ரோப் பொடிசுகள் தெருவில் அங்குமிங்கும் நடப்பதைப் பார்த்தால் எனக்கு எரிச்சலாக இருக்கிறது” என்று சொல்லித் தனது வழக்கமான கிறிஸ்துவ உணர்வுகளைத் திருமதி ஃப்ளின்ட் வெளிப்படுத்திக்கொண்டாள்.

27

குழந்தைகளின் புதிய இருப்பிடம்

திருமதி ஃப்ளின்ட் திரு. சாண்ட்ஸின் மனைவியிடம் என் குழந்தைகளின் தகப்பன் யார் என்பதைச் சொல்லிவிட்டதன் மூலம் தனது நோக்கத்தை வெளிப்படுத்திவிட்டாள். "லிண்டா ஒரு பெரிய பிசாசு; எங்கள் குடும்பத்தை மிகவும் துன்பப் படுத்தியவள்; திரு. சாண்ட்ஸ் வடமாகாணத்திற்குப் போனபோது அவள் மாறுவேடத்தில் அவரைத் தொடர்ந்து சென்று வில்லியத்தை அவரிடமிருந்து ஓடிப் போய்விடச் சொல்லித் தூண்டினாள்" என்றெல்லாம் அவளிடம் ஏதேதோ சொல்லியிருக் கிறாள். நான் அவ்வப்போது வடமாகாணங்களி லிருந்து கடிதங்கள் எழுதியிருந்ததும் அவற்றைப் பல்வேறு ஊர்களின் முகவரி போட்டு நான் அனுப்பியிருந்ததும் அவள் அவ்வாறு பேசுவதற்குக் காரணமாகிவிட்டது. பல கடிதங்கள் நான் எதிர்பார்த்திருந்தபடியே டாக்டர் ஃப்ளின்டின் கைகளுக்குப் போய்ச் சேர்ந்திருக்கின்றன. அதனால் அவனும் நான் தொடர்ந்து பயணம்செய்து கொண்டிருந்தேன் என்ற முடிவுக்கு வந்திருப்பான். அவன் எப்போதும் என் குழந்தைகளை உன்னிப் பாகக் கண்காணித்துவந்தான்; அதன் மூலம் என்னைக் கண்டுபிடித்துவிடலாம் என்ற எண்ணம் அவனுக்கு.

எதிர்பாராத சோதனை ஒன்று எனக்காகக் காத்திருந்தது. ஒருநாள் திரு. சாண்ட்ஸும் அவர்

மனைவியும் தெருவில் நடந்து சென்றபொழுது அவர்கள் பென்னியைப் பார்த்திருக்கிறார்கள். அவனைப் பார்த்தவுடன் அவளுக்கு மிகவும் பிடித்துப்போய்விட்டது. அதனால் அந்தச் சீமாட்டி "எவ்வளவு அழகான நீக்ரோ! இவன் யாருடைய உடைமை?" என்று சாண்ட்ஸிடம் கேட்டிருக்கிறாள்.

திரு. சாண்ட்ஸ் என்ன பதில் சொன்னார் என்பது பென்னியின் காதில் விழவில்லை. முன்பின் தெரியாத யாரோ ஒரு பெண் தன்னை நீக்ரோ என்று சொன்னதைக் கேட்டுக் கோபப்பட்டு வீட்டுக்கு வந்துவிட்டான். சில நாட்களுக்குப் பின் திரு. சாண்ட்ஸ், என் பாட்டியின் வீட்டிற்கு வந்து குழந்தைகளைத் தனது வீட்டிற்கு அழைத்துவரச் சொல்லியிருக்கிறார். அப்போது அவர், தனக்கும் குழந்தைகளுக்கும் என்ன உறவு என்பதையும் அவர்களுக்கு அம்மா இல்லை என்று தன்னுடைய மனைவியிடம் சொல்லிவிட்டதாகவும் அதனால் குழந்தைகளைப் பார்க்க அவள் விரும்புவதாகவும் பாட்டியிடம் சொல்லியிருக்கிறார்.

அவர் போனவுடன் பாட்டி என்னிடம் வந்து "இப்போது நீ என்ன செய்வதாக உத்தேசம்?" என்று கேட்டார். அந்தக் கேள்வியே ஒரு பொருளற்ற ஏளனப்பேச்சாகவே எனக்குத் தோன்றியது. நான் என்ன செய்ய முடியும்? அவர்களோ திரு. சாண்ட்ஸின் அடிமைகள், இறந்துவிட்டதாக அவரால் சொல்லப்பட்ட அவர்களுடைய அம்மாவும் ஓர் அடிமை. ஒருவேளை அவர் நான் இறந்துவிட்டதாகவே கூட நினைத்திருக்கலாம். எந்த ஒரு முடிவுக்கும் வர முடியாமல் நான் தவித்தேன். எனக்குத் தெரியாமலேயே என் குழந்தைகள் சாண்ட்ஸின் வீட்டிற்கு அழைத்துச் செல்லப்பட்டுவிட்டார்கள்.

திருமதி சாண்ட்ஸின் சகோதரி இல்லினாய்ஸிலிருந்து வந்து அவளோடு தங்கியிருந்தாள். குழந்தைகள் இல்லாத அந்தச் சகோதரிக்கு எல்லென்னை மிகவும் பிடித்துவிட்டதால் அவளைத் தத்தெடுத்துத் தனது சொந்த மகளாகவே வளர்க்கப் போவதாகச் சொன்னாளாம். திருமதி சாண்ட்ஸ் பெஞ்சமினைத் தன்னோடு வைத்துக்கொள்ள விரும்பினாள். பாட்டி இதை என்னிடம் சொன்னபோது எனது பொறுமை தகர்ந்துபோனது. இவ்வளவு காலமும் என் குழந்தைகளின் விடுதலைக்காக நான் துன்பப்பட்டது இதற்காகத்தானா? என் குழந்தைகளின் எதிர்காலம் நன்றாக இருக்கும் போல்தான் தோன்றுகிறது; ஆனால் அடிமை உடைமையாளர்கள் தங்களது அடிமைக் குழந்தைகளுடனான பெற்றோர் – குழந்தைகள் உறவை எவ்வளவு அலட்சியப்படுத்துவார்கள் என்பது எனக்கு நன்றாகத் தெரியும். ஏதாவது பணக்கஷ்டம் வந்தாலோ புதுமனைவி தனது

செலவுகளுக்காகக் கொடுக்கப்படும் பணத்தைவிட அதிகப் பணம் வேண்டுமென்று நினைத்தாலோ என் குழந்தைகளை விற்றுத் தங்கள் பணத்தேவைகளைச் சரிசெய்துகொள்வார்கள். அடிமைத்தனமே! உன் மீது எனக்கு எள்ளளவும் மரியாதை கிடையாது. என் குழந்தைகளுக்குச் சட்டப்பூர்வமான விதிமுறை களின்படி முழு விடுதலை கிடைத்தாலொழிய எனக்கு நிம்மதி என்பதே கிடையாது.

திரு. சாண்ட்ஸிடமிருந்து எனக்காக எதையும் கேட்க என் தன்மானம் எனக்கு இடம் கொடுக்காது. ஆனால் என் குழந்தைகளின் நலனுக்காக நான் அவரோடு போராடுவேன். அவர் எனக்கு அளித்திருந்த உறுதிமொழியை நினைவுபடுத்தி அவரை அதைச் செயல்படுத்தச் செய்யவேண்டுமென்று நான் தீர்மானித்தேன். அதனால், "நான் இறந்துவிடவில்லை; குழந்தை களின் விடுதலை பற்றி நீங்கள் எனக்குக் கொடுத்திருந்த உறுதிமொழியைக் காப்பாற்றவேண்டுமென்று உங்களிடம் கெஞ்சிக் கேட்டுக்கொள்கிறேன்; குழந்தைகளைப் பற்றிய உங்கள் ஏற்பாடுகளை ஏற்றுக்கொள்ள என்னால் முடியவில்லை; அவர்களுக்கு விடுதலை தருவதாக அளித்திருந்த வாக்குறுதியை நீங்கள் நிறைவேற்றும் காலம் வந்துவிட்டது" என்று லிண்டா உங்களிடம் சொல்லும்படி வேண்டினாள் என்று பாட்டியை அவரிடம் தெரிவிக்கச்சொன்னேன். நான் அருகாமையிலேயே தான் இருக்கிறேன் என்பதைக் காட்டிவிடக்கூடிய ஆபத்து கொஞ்சம் அதில் இருக்கிறது என்பதை நான் அறிந்திருந்தாலும் ஒரு தாய் தனது குழந்தைகளுக்காக எதைத்தான் செய்யத் துணியமாட்டாள்? அந்தச் செய்தியைக் கேட்டு வியப்படைந்த அவர், "குழந்தைகள் சுதந்திரமானவர்கள்தான். அவர்களை நான் அடிமைகளாகக் கருதவே இல்லை. லிண்டாவே அவர்களுடைய விதியைத் தீர்மானித்துக்கொள்ளட்டும். அவர்களை வடமாகாணத்திற்கு அனுப்புவது நல்லது என்பது என் கருத்து. அவர்கள் இங்குப் பத்திரமாக இருப்பதாக நான் நினைக்க வில்லை. தற்போதும் குழந்தைகள் தன் அதிகாரத்திற்குட்பட்ட வர்கள்தான் என்று டாக்டர் ஃப்ளின்ட் சொல்லித் திரிகிறான். அவர்கள் தனது மகளுடைய சொத்து என்றும் அவர்கள் விற்கப்பட்டபோது தனது மகளுக்கு உரிய வயதாகவில்லை என்பதால் அந்த விற்பனை சட்டப்படி செல்லாது என்றும் கூறுகிறான்" என்றார்.

அதனால் நான் இப்போது குழந்தைகளுக்காகப் பொறுத்துப்போகத்தான் வேண்டும்; அவர்களுக்கு இப்போது இரண்டுபக்கங்களிலிருந்தும் ஆபத்து. பழைய எஜமானன் ஒரு பக்கம், புதிய எஜமானன் மறுபக்கம்! நானோ அதிகாரம் எதுவும்

ஓர் அடிமைச் சிறுமியின் வாழ்க்கை நிகழ்வுகள்

இல்லாதவள். என்னுடைய உதவிக்கென்று எந்தச் சட்டங்களும் கிடையாது. லாங் ஐலேண்ட்டில் உள்ள ப்ரூக்ளின் நகருக்குக் குடிபெயர்ந்திருக்கும் தன் உறவினர் வீட்டிற்கு எல்லென்னை அனுப்பப்போவதாகத் திரு.சாண்ட்ஸ் கூறினார்.அவர்கள் அவளை நன்றாகக் கவனித்துக்கொள்வார்கள்; பள்ளிக்கும் அனுப்புவார்கள் என்றும் எனக்கு உறுதி கொடுக்கப்பட்டது. என்னால் அவளுக்குச் செய்ய முடிந்த சிறந்த ஏற்பாடு இது என்று நினைத்து இதற்கு நான் சம்மதித்தேன். திருமதி சாண்ட்ஸுக்கு இந்தப் பரிமாற்றத்தில் வேறு எவரையும் தெரியாததால் என் பாட்டிதான் இதைப் பற்றியெல்லாம் அவளிடம் பேசினார். அவள் எல்லென்னைத் தங்களோடு வாஷிங்டனுக்குக் கூட்டிச்சென்றுவிட்டு, ப்ரூக்ளின்னுக்கு அவளை அழைத்துக்கொண்டு போகக் கூடிய நண்பர்கள் கிடைக்கும்வரை தங்களுடனேயே வைத்துக் கொள்ளப்போவதாகவும் கூறினாள். அவளுக்குப் பெண்குழந்தை பிறந்திருந்தது. அவளிடம் தாதி அக்குழந்தையைக் கொடுத்தது என் கண்ணில்பட்டது. ஓர் அடிமைத் தாயின் குழந்தை, சுதந்திரமாகப் பிறந்த தனது சகோதரியைக் கவனித்துக்கொள்வதில் எனக்கு உடன்பாடில்லை. ஆனால் எனக்கு வேறு வழியில்லை. எல்லென் புறப்படுவதற்கு ஏற்பாடாயிற்று. முன்பின் தெரியாதவர்களோடு என் சிறுவயதுப் பெண்ணைத் தனியாக எங்கோ அனுப்ப நேர்ந்ததால் ஏற்பட்ட சோகம் என் இதயத்தைப் பிழிந்தது. ஒரு தாயின் அரவணைப்பு இல்லாமல் வாழ்வின் புயல்களிலிருந்து அவள் தன்னைப் பாதுகாத்துக்கொண்டாக வேண்டும்; தன் தாய் பற்றிய நினைவுகளே கிட்டத்தட்ட அவளுக்குக் கிடையாது. இயற்கையாகப் பெற்றோர்களிடத்தில் இருக்க வேண்டிய அன்பு அவளுக்கும் பென்னிக்கும் என்மீது இருக்குமா என்பதில் எனக்குச் சந்தேகம்தான். ஒருவேளை அவளை நான் மீண்டும் பார்க்க முடியாமலேயே போய்விடுமோ என்றும் புறப்பட்டுப் போவதற்கு முன் அவள் ஒரு முறை என்னைப் பார்த்துவிட வேண்டும் என்றும், அப்போதுதான் அவள் தன் மனதில் என் உருவத்தைப் பதித்துக்கொள்வாள் என்றும் நான் நினைத்தேன். தனது அம்மா அடிமைத்தனத்திற்குப் பலியாகிவிட்டாள் என்ற துயரமே அந்தக் குழந்தைக்கு மிக அதிகம். நான் இருக்கும் இந்த மோசமான இருட்டுப் பரணுக்கு அழைத்துவந்து வேறு அவளைக் கொடுமைப்படுத்த வேண்டாம் என்று நான் நினைத்தேன். நான் ஒரு திறந்த அறையில் என் சிறுமியோடு கடைசி இரவைக் கழிக்க அனுமதிக்குமாறு எங்கள் வீட்டில் உள்ளவர்களிடம் கெஞ்சினேன். அவ்வளவு சிறு குழந்தையை நம்பி இத்தகைய ஆபத்தான இரகசியத்தைப் பகிர்ந்து கொள்வதைப் பார்த்து என்னை ஒரு பைத்தியமாகவே அவர்கள் நினைத்துவிட்டார்கள். நான் அவளைத் தொடர்ந்து கவனித்து

வந்திருப்பதாகவும் அவள் உறுதியாக என்னைக் காட்டிக் கொடுக்க மாட்டாள் என்றும் நான் கூறினேன். நான் எல்லென்னை நேரில் பார்த்துப் பேசியே ஆக வேண்டும் என்றும் அவர்கள் அதற்கு அனுமதிக்கவில்லை என்றால் எனக்குத் தெரிந்த வேறு வழியில் நான் அதை நிறைவேற்றிக்கொள்வேன் என்றும் கூறிவிட்டேன். எனது நோக்கத்தை மாற்ற முடியாது என்று தெரிந்த பின், நான் அவசரப்பட்டு எதையாவது செய்துவிடுவேன் என்று நினைத்த அவர்கள் எனக்காக விட்டுக் கொடுத்தார்கள். நான் இரகசியக் கதவிலிருந்து சாமான் அறைக்கு இறங்கி வந்தேன்; அதன் பின் வராந்தா வழியாகப் படிகளில் ஏறி நான் எப்போதும் பயன்படுத்திக்கொள்ளும் அறைக்குப் போனேன்; அதுவரை என் மாமா வாசலில் காவலாக இருந்தார். நான் அந்த அறையைப் பார்த்து ஐந்து வருடங்களுக்கும் மேல் ஆகிவிட்டது. எப்படிப்பட்ட நினைவுகள் என்னைச் சூழ்ந்துகொண்டன! என் எஜமானி என்னைத் துரத்திய பிறகு இங்குதான் எனக்கு நிழல் கிடைத்தது; இங்குதான் அந்தக் கிழச் சர்வாதிகாரி என்னை ஏளனம் செய்ய, இழிவுபடுத்த, சபிக்க வந்துகொண்டிருந்தான். இங்குதான் முதன்முதலாக என் குழந்தைகளை நான் என் கைகளில் ஏந்தினேன்; இங்குதான் அவர்களை நான் ஆழமான துயரம்மிக்க பாசத்தோடு கவனித்துவந்தேன்; இங்குதான் நான் நெஞ்சு நிறைந்த துயரத்தோடு மண்டியிட்டு ஆண்டவனிடம் நான் இழைத்த தவறுகளை மன்னிக்கும்படி வேண்டிக்கொண்டேன். அந்த நினைவுகள் எல்லாம் எவ்வளவு துல்லியமாகத் திரும்பி வந்தன! இவ்வளவு நீண்ட சோகமான இடைவெளிக்குப்பின் உடைந்துபோனவளாக அங்கே நின்றுகொண்டிருந்தேன்.

இதுமாதிரியான யோசனைகளில் நான் மூழ்கியிருந்த பொழுது படியில் காலடிச்சத்தம் கேட்டது. கதவு திறந்தது; எல்லென்னைக் கையில் பிடித்துக்கொண்டு ஃபிலிப் மாமா உள்ளே வந்தார். நான் அவளை என் கைகளால் அணைத்து "எல்லென், என் அருமைக் குழந்தையே! நான்தான் உன் அம்மா" என்றேன். அவள் சற்றுப் பின்னால் நகர்ந்து நின்று என்னைப் பார்த்தாள்; பின்னர் இனிய நம்பிக்கையோடு தனது கன்னத்தை என் கன்னத்தோடு வைத்து நீண்ட நாட்களாகப் பிரிந்திருந்த தனது நெஞ்சோடு என்னைச் சேர்த்து அணைத்துக்கொண்டாள். பின், தனது தலையை நிமிர்த்தி "உண்மையாகவே நீங்கள்தான் என் அம்மாவா?" என்று கேட்டாள். "உண்மையிலேயே நான்தான்" என்றேன். நீண்ட நாட்களாகிவிட்டன அவள் என்னைப் பார்த்து; அவள் மீது எனக்குப் பாசம் அதிகம்; இப்போது அவள் என்னைவிட்டுப் போகப்போவதால் நான் அவளைப் பார்க்கவும் அவளோடு பேசவும் விரும்பினேன் என்றும் அப்போதுதான் அவளுக்கு என்னை நினைவிருக்கும் என்றும்

ஓர் அடிமைச் சிறுமியின் வாழ்க்கை நிகழ்வுகள்

சொன்னேன். விம்மிய குரலில் அவள் "நீங்கள் என்னைப் பார்க்க வந்தது மிகவும் சந்தோஷம்; ஆனால் இதற்கு முன் நீங்கள் ஏன் எப்போதுமே வரவில்லை? பென்னியும் நானும் உங்களைப் பார்க்க மிகவும் ஆசையாக இருந்தோம். அவனுக்கு உங்களை ஞாபகம் இருக்கிறது. அவன் உங்களைப் பற்றி என்னிடம் சில சமயம் சொல்லியிருக்கிறான். திரு. ஃப்ளின்ட் உங்களைக் கூட்டிக்கொண்டுவரச் சென்றபோது நீங்கள் ஏன் அவருடன் வரவில்லை?" என்றாள்.

"என்னால் முன்பே வரமுடியவில்லை, செல்லம். இப்போது நான்தான் உன்னோடு இருக்கிறேனே, உனக்கு இங்கிருந்து போகப் பிடித்திருக்கிறதா என்னிடம் சொல்" என்றேன். அவள் அழுதுகொண்டே, "எனக்குத் தெரியவில்லை. நான் நல்ல இடத்திற்குத்தான் போகிறேன்; அங்கு நான் எழுதப்படிக்கக் கற்றுக்கொள்வேன்; கொஞ்சநாளில் பாட்டிக்கு நான் கடிதம் எழுத முடியும்; அதனால் அழக்கூடாது என்று மாமா சொல்கிறார். ஆனால் பென்னி, பாட்டி, ஃபிலிப் மாமா, மாதிரி என் மீது அன்புகாட்டுபவர்கள் யாரும் அங்கே எனக்கு இருக்க மாட்டார்கள். உங்களால் என்னோடு வரமுடியாதா? என்னோடு வாருங்கள் அம்மா!" என்றாள்.

நான் அவளிடம் இப்போது வரமுடியாது என்றும் ஆனால் கொஞ்ச நாளில் வருவேன் என்றும் அப்போது அவளும் பென்னியும் நானும் ஒன்றாக இருக்க முடியும் என்றும் சந்தோஷமான நாட்களாக அவை இருக்கும் என்றும் சொன்னேன். அவள் ஓடிப்போய் என்னைப் பார்க்க அப்போதே பென்னியை அழைத்துக்கொண்டு வர விரும்பினாள். அவன் வடமாகாணத்திற்கு ஃபிலிப் மாமாவோடு வெகு சீக்கிரத்தில் போகப்போகிறான் என்றும் அவன் புறப்படுவதற்கு முன் அவனைப் பார்ப்பதற்காகவும் நான் வந்துவிடுவேன் என்றும் சொன்னேன். நான் அவளிடம் இரவு முழுவதும் நான் அங்கேயே தங்கியிருந்து அவளோடு தூங்கலாமா என்றும் கேட்டேன். "ஓ! சரி" என்று சொல்லிவிட்டுத் தன் மாமாவிடம் கெஞ்சும் குரலில் "நான் தங்கட்டுமா மாமா? இவள் என் சொந்த அம்மா" என்றாள். அவர் அவளுடைய தலையில் கையை வைத்து மென்மையான குரலில் "எல்லென், இந்த இரகசியத்தை யாரிடமும் சொல்லமாட்டேன் என்று பாட்டியிடம் நீ சத்தியம் செய்திருக்கிறாய். இதைப் பற்றி நீ எப்போதாவது யாரிடமாவது பேசினால் அவர்கள் எப்போதுமே உன்னைப் பாட்டியைப் பார்க்கவிடமாட்டார்கள், உன் அம்மாவும் ப்ரூக்ளின்னுக்கு வர முடியாது" என்றார். "மாமா, நான் சொல்லவே மாட்டேன்" என்று அவள் பதிலளித்தாள். அவள் என்னுடன் இருக்கலாம்

என்று சொல்லிவிட்டு, மாமா போனவுடன் நான் அவளை என் கைகளில் தூக்கி வைத்துக்கொண்டு நான் ஓர் அடிமை என்றும் அதனால்தான் அவள் என்னைப் பார்த்ததைப் பற்றி எவரிடமும் சொல்லிவிடக்கூடாதென்றும் சொன்னேன். நான், அவள் நல்லபிள்ளையாக இருக்க வேண்டும் என்றும் அவள் எங்கே போகிறாளோ அங்கு இருப்பவர்களிடம் நல்லபடியாக நடந்துகொள்ள முயற்சிசெய்யவேண்டும் என்றும் கடவுள் அவளுக்கு நல்ல நண்பர்களைத் தருவார் என்றும் அறிவுரை சொன்னேன். அவளிடம் பிரார்த்தனை செய்யுமாறும் தன் அம்மாவுக்காக மறக்காமல் பிரார்த்தனை செய்ய வேண்டும் என்றும் அப்போது கடவுள் நாம் மீண்டும் சந்திக்க அனுமதிப்பார் என்றும் கூறினேன். அவள் அழுதாள், நானும் அவள் அழுகையை நிறுத்த முயற்சி செய்யவில்லை. ஒருவேளை அவளுக்குத் தன் அம்மாவின் நெஞ்சில் முகம் புதைத்துக் கண்ணீர் சிந்தும் வாய்ப்பு மீண்டும் கிடைக்காமலேயே போய்விடலாம். இரவு முழுவதும் அவள் என்னுடைய கைகளுக்கிடையில் ஒட்டிக்கொண்டாள். நான் தூங்கவே இல்லை. அந்தத் தருணங்கள் விலைமதிப்பற்றவை. நான் அவற்றைத்துளியும் இழக்க விரும்பவில்லை. ஒருமுறை அவள் தூங்கிவிட்டதாக நினைத்து அவள் நெற்றியில் மென்மையாக முத்தமிட்டபோது அவள், “நான் தூங்கவில்லை அம்மா” என்றாள்.

விடிவதற்கு முன்பே அவர்கள் என் இருப்பிடத்திற்கு என்னை அழைத்துப்போக வந்துவிட்டார்கள். நான் என் குழந்தையைக் கடைசித் தடவையாகப் பார்ப்பதற்காக ஜன்னல் திரைச்சீலைகளை விலக்கினேன்; நிலவொளியில் அவள் முகம் பிரகாசித்தது. சில வருடங்களுக்கு முன் அவளை விட்டு ஓடிப்போன அந்த மோசமான இரவில் பார்த்ததைப்போலவே அன்றும் அவளைக் குனிந்து பார்த்தேன். என் துடிக்கும் நெஞ்சத்தோடு சேர்த்து அவளை அணைத்துக்கொண்டேன். அந்தச் சின்னக் குழந்தையின் கண்களால் தாங்கிக்கொள்ள முடியாத சோகக் கண்ணீர் அவள் கன்னத்தில் வழிந்தோடியது. கடைசியாக அவள் எனக்கு முத்தம் தந்தபோது “அம்மா நான் யாரிடமும் சொல்ல மாட்டேன்” என்று இரகசியமாக என்னிடம் சொன்னாள். அவள் யாரிடமும் சொல்லவேயில்லை.

நான் என் மறைவிடத்திற்குத் திரும்பியவுடன் என் படுக்கையில் விழுந்து தன்னந்தனியாக இருட்டில் அழுது கொண்டிருந்தேன். என் நெஞ்சே வெடித்துவிடும்போலிருந்தது. எல்லென் புறப்படும் நாள் நெருங்கியபோது பக்கத்துவீட்டுக்காரர்களும் நண்பர்களும் அவளிடம் “போய் வா, எல்லென். உன் அம்மா உன்னைப் பார்க்க வருவாள் என்று நான் நம்புகிறேன். அவளைத் திரும்பப் பார்க்கும்போது உனக்கு மகிழ்ச்சியாக

இருக்கும் இல்லையா" என்றார்கள். அதற்கு அவள் "ஆமாம், அம்மா" என்றாள். ஒரு கனமான இரகசியம் அந்தப் பிஞ்சு நெஞ்சத்தை அழுத்திக்கொண்டிருக்கிறது என்பதை அவர்கள் கனவில்கூட நினைத்துப்பார்த்திருக்க மாட்டார்கள். அவள் பாசமுள்ள குழந்தைதான். தனக்கு மிகவும் நெருக்கமானவர் களைத் தவிர மற்றவர்களிடமிருந்து அவள் ஒதுங்கியே இருப்பாள். அதனால் அவள் என்னைப் பற்றிய இரகசியத்தைப் பத்திரமாகப் பாதுகாப்பாள் என்று எனக்குத் தெரியும். அவள் போனபிறகு அவளுக்குப் பின்னால் வாசல் கதவு மூடப்படும் சத்தம் கேட்ட போது எனக்கு ஏற்பட்ட உணர்வுகளை ஓர் அடிமைத் தாயால் மட்டுமே புரிந்துகொள்ள முடியும். அன்று முழுவதும் என் நினைவுகள் சோகமயமாகவே இருந்தன. திருமதி சாண்ட்ஸின் மனைவியின் சகோதரி எல்லென்னைத் தத்தெடுத்து இல்லினாய்ஸுக்கு அழைத்துச் செல்வதை என் சுயநலத்தால் தடுத்துவிட்டேனோ என்றுகூடச் சிலசமயம் நினைத்து நான் கவலைப்பட்டேன். அடிமைத்தனம் தந்த அனுபவம்தான் அதற்கு எதிராக என்னை முடிவெடுக்க வைத்தது. ஏதாவது அசம்பாவிதங்கள் நடந்து அவள் மீண்டும் திருப்பியனுப்பப்பட்டு விடலாம் என்றுதான் நான் பயந்தேன். நான் நியூயார்க்கிற்குப் போய்விடுவேன் என்றும் அதற்குப் பின் என்னால் அவளைக் கவனித்துக்கொள்ளவும் அவளுக்கு ஓரளவு பாதுகாப்புத் தரவும் முடியும் என்ற நம்பிக்கை எனக்கு இருந்தது.

எல்லென் ஊரைவிட்டுப் போவதுவரை டாக்டர் ஃப்ளின்ட்டின் குடும்பத்தினருக்கு இந்த ஏற்பாடுகளைப் பற்றியெல்லாம் எதுவுமே தெரியாது. அவள் புறப்பட்டுப்போன செய்தி அவர்களை மிகவும் அதிருப்தி அடையச் செய்தது. அதைக் குறித்து விசாரிப்பதற்காகத் திருமதி ஃப்ளின்ட், திருமதி சாண்ட்ஸின் சகோதரியின் வீட்டிற்குப் போனாள். இந்த இளம் நீக்ரோக்களை அங்கீகரித்ததிலிருந்தே திரு. சாண்ட்ஸ் தனது மனைவிமீது வைத்திருக்கும் மரியாதைக்குறைவைப் பற்றியும் அவரது பொதுவான இயல்புகள் குறித்த தனது கருத்துகளையும் அவள் மிகவும் வெளிப்படையாகப் பேசினாள். எல்லென்னைத் தனக்குத் தெரியாமல் அனுப்பிவிட்டதைப் பற்றிக் கூறும்போது அச்செயல் தனது வீட்டுக்கூடத்தில் இருந்த இருக்கை ஒன்றைத் திருடியதற்கு ஒப்பாகும் என்று குற்றம் சாட்டினாள். தனது பெண்ணுக்கு விற்பனைப் பத்திரத்தில் கையொப்பமிடும் அளவுக்கு இன்னும் வயதாகவில்லை என்றும் குழந்தைகள் அவளது உடைமை என்றும் அவள் உரிய வயதை அடைந்த வுடனோ அல்லது அவளுக்குத் திருமணமானவுடனோ தான் விரும்பும் இடத்திற்கு அவர்களை அவள் கூட்டிக்கொண்டுபோக முடியும் என்றும் கூறினாள்.

நான் எவருடைய அடிமையாக இருந்தேனோ அந்தச் சின்னப்பெண்ணான செல்வி எமிலி ஃப்ளின்ட்டுக்கு இப்போது பதினாறு வயதுதான் ஆகிறது. அவளோ அவளுடைய எதிர்காலக் கணவனோ என் குழந்தைகளை அபகரித்துக்கொள்வது அவர்களைப் பொறுத்தவரை நியாயமானது என்பது அவளுடைய தாயாரின் கருத்து; ஆனால் திரு. சாண்ட்ஸ் செய்ததைப்போலத் தன்னுடைய சொந்தக் குழந்தைகளையே பணம் கொடுத்து வாங்கவேண்டிய நிலைமை ஒருவருக்கு ஏற்படுமானால் அப்படிப்பட்டவர்கள் மரியாதை நிறைந்த சமூகத்தில் தலைநிமிர்ந்து இருக்க முடியுமா? அதை அவள் புரிந்துகொள்ளத் தயாராக இல்லை. டாக்டர் ஃப்ளின்ட் அதிகம் பேசவில்லை. தான் பேசாமல் இருந்தால் பென்னியை எவரும் எங்கும் அனுப்புவதற்கான வாய்ப்பு குறையும் என அவன் நினைத்திருக்கலாம். அவன் கைக்குக் கிடைத்த என் கடிதம் ஒன்றில் கனடாவிலிருந்து எழுதியதாகத் தேதி குறிப்பிட்டிருந்தேன். இவ்வாறான நிகழ்வுகளால் நான் நேராக நின்றுகொள்வதற்காகவும் எனது மூட்டுகளைச் சுலபமாக அசைத்துக்கொள்வதற்காகவும் அடிக்கடி சாமான் அறைக்கு இயல்பாக வந்துபோக முடிந்தது.

நாட்களும் வாரங்களும் மாதங்களும் ஓடிவிட்டிருந்த போதிலும் எல்லென்னிடமிருந்து ஒரு தகவலும் வரவில்லை. எல்லென் ப்ரூக்ளினுக்கு வந்துசேர்ந்துவிட்டாளா என்று கேட்டு நான் என் பாட்டியின் பெயரில் கடிதம் எழுதினேன். அவள் வரவில்லை என்று அங்கிருந்து பதில் வந்தது. அவளுக்கு வாஷிங்டன் முகவரிக்கும் கடிதம் எழுதினேன். அந்தக் கடிதத்தை எவரும் கண்டுகொண்டதாகவே தெரியவில்லை. அங்கே ஒரு மனிதன் இருக்கிறார்; இங்கு வீட்டில் இருக்கும் சுற்றத்தினருக்குக் குழந்தைகள் குறித்த கவலை இருக்கும் என்பது அவருக்குத் தெரிந்திருக்க வேண்டும். ஆனால் அவர் என்னோடு ஏற்படுத்திக்கொண்டிருந்த உறவுச்சங்கிலி எளிதாக உடைக்கப்பட்டுக் குப்பையாகத் தூக்கி எறியப்பட்டுவிட்டது. இநதப் பாவப்பட்ட ஏழைப்பெண்ணிடம் எவ்வளவு நம்பிக்கையாக, எத்தனை இணக்கமாக ஒருகாலத்தில் அவர் பேசியிருக்கிறார்? நான் எவ்வளவு தூரத்திற்கு அவரை முழுமையாக நம்பியிருந்தேன். இப்போது சந்தேகஇருள் என் மனதைச் சூழ்ந்துகொண்டது. என் குழந்தை இறந்துவிட்டாளா அல்லது என்னை ஏமாற்றி அவளை வேறெவருக்காவது அவர்கள் விற்றுவிட்டார்களா?

காங்கிரஸிலிருக்கும் பல உறுப்பினர்களைப் பற்றிய இரகசியங்கள் வெளியாகும்போது பல விசித்திரமான தகவல்கள் தெரியவரும். ஒரு நாள் காங்கிரஸ் உறுப்பினன் ஒருவன் தன்னால்

ஆறு குழந்தைகளுக்குத் தாயாக்கப்பட்டிருந்த ஓர் அடிமைக்கு எழுதியிருந்த கடிதத்தைப் பார்த்தேன். அதில் அவன் தான் தனது நண்பர்களுடன் தனது பெரிய வீட்டிற்கு வரவிருப்பதாகவும் அந்தச் சமயத்தில் அவள் தனது குழந்தைகள் அனைவரையும் வேறொரு இடத்திற்கு அனுப்பிவிட வேண்டுமென்றும் அந்தப் பெண்ணிற்கு எழுதியிருந்தான். அந்த அடிமைப் பெண்ணுக்குப் படிக்கத் தெரியாததால் அவளுக்கு அந்தக் கடிதத்தைப் படித்துக் காட்ட வேறொருவரை அவள் நாட வேண்டியதாயிற்று. அந்தக் கறுப்பினப் பெண்ணோடு தனக்குக் குழந்தைகள் பிறந்திருப்பதைப் பற்றி அந்தப் பெரிய மனிதனுக்குக் கவலை எதுவும் இல்லை. ஆனால் அந்தக் குழந்தைகளிடம் தனது சாயல் இருப்பதை நண்பர்கள் கண்டுபிடித்துவிடுவார்களோ என்ற நினைப்புதான் அவனுக்குத் தொல்லை தந்தது.

ஆறு மாதங்கள் கழித்து ப்ரூக்ளின்னிலிருந்து பாட்டிக்குக் கடிதம் வந்தது. அதை அந்தக் குடும்பத்திலிருந்த ஓர் இளம்பெண் எழுதியிருந்தாள். அதில் எல்லென் தற்போதுதான் ப்ரூக்ளின் வந்து சேர்ந்திருப்பதாகச் சொல்லப்பட்டிருந்தது. அதில் எல்லென்னிடமிருந்து பின்வரும் தகவலும் இருந்தது: “நீங்கள் சொன்னதுபோலவே நடந்துகொள்ள முயல்கிறேன். உங்களுக்காகத் தினமும் காலையும் மாலையும் பிரார்த்திக்கிறேன்”. எனக்காகத்தான் இந்த வரிகள் எழுதப்பட்டுள்ளன என்பதைப் புரிந்துகொண்டேன்; அது என் நெஞ்சில் பாலை வார்த்தது. அந்தக் கடிதத்தை எழுதியவர், “எல்லென் மிகவும் நல்ல பெண். அதனால் அவளை எங்களோடு வைத்துக்கொள்வதற்கு நாங்கள் அனைவரும் விரும்புகிறோம். என் உறவினர் திரு. சாண்ட்ஸ் இந்தச் சிறுமியை வீட்டுப் பணிப்பெண்ணாக எனக்குத் தந்திருக்கிறார். அவளை நான் பள்ளிக்கு அனுப்புவேன். சில நாட்களில் அவளே உங்களுக்கு எழுதுவாள் என நம்புகிறேன்” என அக்கடிதத்தை முடித்திருந்தார். இக்கடிதம் என்னைக் குழப்பித் தொல்லைப்படுத்தியது. என் குழந்தையின் தந்தை அவள் வளர்ந்து ஆளாகித் தன்னைப் பார்த்துக்கொள்ளும்வரை அவள் அங்கு இருக்கட்டும் என விட்டுவைத்திருக்கிறாரா? அல்லது அவளைத் தன்னிடமிருந்த ஓர் உடைமைப் பொருளாக நினைத்துத் தனது உறவினருக்குக் கொடுத்துவிட்டாரா? இரண்டாவதாகச் சொல்வதுபோல் நடந்திருந்தால் அவரது உறவினர் தென்மாகாணத்திற்கு எப்போது வேண்டுமானாலும் வந்து எல்லென்னைத் தனது அடிமையாக வைத்துக்கொள்வார். இத்தகைய கொடுங்குற்றம் எங்களுக்கு இழைக்கப்பட்டு விட்டதே என்ற வேதனையான எண்ணத்தை ஒதுக்கிவைத்து விட நான் முயற்சி செய்தேன். “ஆண்கள் கொஞ்சமாவது

நியாயமாக நடந்துகொள்ளக்கூடாதா என்று நான் எனக்குள் கேட்டுக்கொண்டேன்; அதோடு அடிமைத்தனமானது ஒரு மனிதனின் இயற்கையான நல்ல பண்புகளை எவ்வாறு கெடுத்து விடுகிறது என்று நினைத்துப் பெருமூச்சு விட்டேன். மெல்லிதயம் கொண்ட என் மகனை நினைக்கும்போது சுருக்கென்றிருந்தது. தான் சுதந்திரமானவன் என்பது அவனுடைய நம்பிக்கை. அப்படிப்பட்ட என் மகன் அடிமைத்தளையில் சிக்கிக் கொள்வதை என்னால் தாங்கிக்கொள்ளவே முடியாது. அவனைப் பத்திரமாக அதன் பிடியிலிருந்து விடுவித்தாக வேண்டுமே என்று ஏங்கினேன்.

28

நான்ஸி சித்தி

டாக்டர் ஃப்ளின்டின் குடும்பத்தில் அடிமையாக இருந்த திறமைசாலியான என் சித்தியைப்பற்றி நான் ஏற்கெனவே சொல்லி யிருக்கிறேன். அவனிடம் நான் அனுபவித்த அவமானகரமான கொடுமைகளின்போதெல்லாம் இந்தச் சித்திதான் எனக்குப் புகலிடமாக இருந்தார். இந்தச் சித்திக்கு இருபது வயதிலேயே திருமணம் ஆகிவிட்டது. அடிமைகளுக்கான விதிமுறைகளின் படி திருமணம் என்ற ஒன்று நடந்துவிட்டது. அவருடைய எஜமானனும் எஜமானியும் அதற்கு ஒப்புதல் வழங்கினர்; மதகுரு திருமணத்தை நடத்தி வைத்தார். அந்தத் திருமணம் சட்ட அங்கீகாரம் இல்லாத வெறும் சடங்குதான். அவருடைய எஜமானனும் எஜமானியும் தாங்கள் விரும்பும் நாளில் அந்தத் திருமணத்தையேகூட ரத்துசெய்து விடலாம். திருமதி ஃப்ளின்டின் அழைப்பைக் கேட்பதற்குத் தோதாக அவளுடைய அறைக்குச் செல்லும் வழியில் உள்ள வாசல் தரையில்தான் அவர் எப்போதுமே படுத்திருப்பார். சித்தி அவரது திருமணத்திற்குப்பின் அந்த வளாகத்திற்குள் உள்ள வெளிவீட்டின் ஒரு சிறு அறையில் தங்கிக்கொள்ள லாம் என்று சொல்லியிருந்தார்கள். அதனால் சித்தியின் அம்மாவும் கணவரும் அந்த வீட்டிற்குத் தேவையான தட்டுமுட்டுச் சாமான்களை எல்லாம் வாங்கிப் போட்டார்கள். சித்தியின் கணவர் ஒரு கப்பல் பணியாளர்; பயணம் போகாதபோது அந்த வீட்டில் அவர் தங்கிக்கொள்ளவும் அனுமதி கொடுத்திருந்தார்கள். ஆனால் திருமண நாளன்று

மாலையே மணமகளாகிய என் சித்தி, எஜமானியின் அறை வாசலில் உள்ள தனது வழக்கமான இடத்தில் தரையிலேயே படுத்துக்கொள்ளவேண்டும் என உத்தரவாகிவிட்டது.

திருமதி ஃப்ளின்ட்டுக்கு அப்போதுவரை குழந்தைகள் இல்லை. அதையடுத்து அவள் கர்ப்பமுற்றிருந்த காலத்தில் இரவில் தாகமெடுத்தால் தண்ணீர் எடுத்துக் கொடுப்பதற்கு ஓர் அடிமையில்லை என்றால் அந்தச் சீமாட்டிதான் எப்படிச் சமாளிப்பாள்? அதனால் என் சித்தி தனக்குப் பிரசவவலி வந்து நள்ளிரவில் எழுந்துபோக வேண்டிய நிர்ப்பந்தம் ஏற்படும்வரை தரையிலேயே படுத்துறங்க வேண்டியதாயிற்று. குறைப் பிரசவத்தில் பிறந்த தன் குழந்தையைப் பறிகொடுத்த இரண்டு வாரங்களிலேயே தனது எஜமானியின் குழந்தையைப் பார்த்துக் கொள்வதற்காக என் சித்தி தனது வழக்கமான இடத்தில், தரையில் படுத்துக்கொள்வதற்கு வந்துவிடவேண்டியிருந்தது. ஆறு குறைப்பிரசவங்கள் ஆகும்வரை குளிரோ கோடையோ அவருக்கு அங்குதான் படுக்கை. அப்போதெல்லாம் அவர் திருமதி ஃப்ளின்ட்டின் குழந்தைகளின் இரவுநேரத் தாதியாகவும் நியமிக்கப்பட்டிருந்தார். பகல் முழுவதும் பாடுபட்டுவிட்டு இரவுநேரத்திலும் ஓய்வும் உறக்கவும் இல்லாமல் போய்க் கடைசியில் அவரது உடல்நலம் முழுவதும் சீர்குலைந்தது. அதனால் நான்ஸி சித்திக்கு உயிருள்ள குழந்தைகள் பிறக்க இனி வாய்ப்பேயில்லை என்று டாக்டர் ஃப்ளின்ட் கூறிவிட்டான். ஒரு நல்ல வேலைக்காரியைச் சாவு கொண்டுபோய்விடுமோ என்ற அச்சம் அவர்களுக்கு வந்துவிட்டது. அதனால் வேறு வழியில்லாமல் வீட்டில் உள்ள யாருக்காவது உடல்நிலை சரியில்லாமல் போகும் சமயங்கள் தவிர மற்ற நாட்களில் இரவு நேரத்தில் என் சித்தி தனது சிறிய அறையில் உறங்கிக்கொள்ள அனுமதிக்கப்பட்டார். அதற்குப் பிறகு அவருக்கு எடை குறைவான இரண்டு குழந்தைகள் பிறந்தன. அதில் ஒன்று பிறந்த சில நாட்களிலேயே இறந்துபோய்விட்டது. மற்றொன்று பிறந்த நான்கு வாரங்களில் இறந்துவிட்டது. அவர் தனது இறந்துபோன கடைசிக் குழந்தையைக் கையில் ஏந்திவைத்துக் கொண்டிருந்தபோது அவர் முகத்தில் வெளிப்பட்ட ஆழ்ந்த சோகம் இன்றும் என் நினைவில் இருக்கிறது. “இந்தக் குழந்தை யாவது பிழைத்திருந்திருக்கலாம். ஆனால் என்னுடைய குழந்தைகளில் ஒன்றுகூடப் பிழைத்திருக்கக்கூடாது என்பது கடவுளின் சித்தம் போலும். ஆனால் அந்தச் சின்னஞ்சிறு தேவதைகளைச் சொர்க்கத்தில் சந்திக்கத் தகுதியுள்ளவளாக என்னை ஆக்கிக்கொள்ள நான் பாடுபடுவேன்” என்றாள் நான்ஸி சித்தி.

நான்ஸி சித்தி டாக்டர் ஃப்ளின்ட்டின் வீட்டு நிர்வாகி யாகவும் வீட்டுப் பணியாளராகவும் இருந்தார். அந்த வீட்டில் அனைத்துமே அவர்தான். அவர் இல்லாமல் எதுவுமே சரியாக நடக்காது. அவர் என் அம்மாவின் இரட்டைச் சகோதரி. அதனால் அவர் அனாதைகளாகிவிட்ட எங்களைத் தனது சக்திக்கேற்றவரை தாயாக இருந்து பாதுகாத்தார். எனது பழைய எஜமானனது வீட்டில் இருந்தபோது சித்தியின் அருகில்தான் நான் படுத்துக்கொள்வேன்; அதனால் எங்கள் இருவருக்குமிடையே யான உறவு மிகவும் ஆழமாக இருந்தது. அடிமைத்தளையிலிருந்து ஓடிப்போக நான் விரும்பும்போதெல்லாம் என் நண்பர்கள் எல்லோரும் என்னைத் தடுத்தால்கூட அவர் ஒருவர் மட்டும் எப்போதும் அதை ஆதரிப்பார். தப்பிக்க வழியில்லாமல் தவித்த போது நான் திரும்பிவந்து என் எஜமானனிடம் மன்னிப்புக் கேட்பது நல்லது என்று எல்லோரும் அறிவுறுத்தியபோதும் அவர் மட்டும்தான் "நீ விட்டுக்கொடுத்துவிடாதே" என்றார். "நீ தளராமல் முயற்சி செய்தால் உன் குழந்தைகளுக்கு விடுதலை கிடைத்துவிடலாம்; அப்படிச் செய்ய முடியாமல் அழிந்து விட்டால்கூடப் பரவாயில்லை; என்னுடைய வாழ்க்கையைப் பாழாக்கிவிட்ட அதே அடிமைத்தனத்தில் உன் குழந்தைகள் உழன்றுகொண்டிருப்பதைவிட அது மேலானதுதான்" என்பார். நான் இருட்டறைக்குள் முடங்கிக்கிடந்த போதும் அவர் எனக்குத் தேவையான தகவல்களைத் தருவதற்காகவும் எனக்கு ஊக்கம் தருவதற்காகவும் எப்படியாவது இரகசியமாக என்னிடம் வந்துவிடுவார். "எனக்கு வயதாகிவிட்டது; அதிக நாட்கள் நான் இருக்க மாட்டேன்; உன்னையும் குழந்தைகளையும் சுதந்திர மானவர்களாகப் பார்த்துவிட்டால் நான் நிம்மதியாகச் சாவேன். லிண்டா! என்னைப் போலவே நீயும் கடவுளைப் பிரார்த்தித்துக்கொள். அது நீ இந்த இருட்டிலிருந்து வெளியில் வர உதவும்" என்று என்னிடம் அவர் சொல்வதைக் கேட்பதற்காக அந்தப் பரணில் உள்ள துளைகளின் அருகில் நான் எத்தனையோ தடவை மண்டியிட்டு உட்கார்ந்திருந்திருக்கிறேன். நான் அவரிடம் "என்னைப் பற்றி அதிகம் கவலைப்படவேண்டாம்; இந்தத் துன்பங்கள் எல்லாம் இப்போது இல்லாவிட்டாலும் எப்போ தாவது நீங்கிவிடும். நான் அடிமையாகவோ சுதந்திரமானவ ளாகவோ எந்த நிலையிலிருந்தாலும் உங்களை எனது சிறந்த தோழியாகவும் என் வாழ்விற்கு மகிழ்ச்சி சேர்த்தவராகவும் நினைத்துக்கொள்வேன்" என்றேன். அவர் வாயிலிருந்து வரும் ஒரேயொரு சொல்கூட எனது வலிமையைக் கூட்டிவிடும். நான் மட்டுமல்ல, எங்கள் மொத்தக் குடும்பமும் அவருடைய முடிவெடுக்கும் திறமையை நம்பியும் அவருடைய அறிவுரை களால் வழிநடத்தப்பட்டுக்கொண்டும் இருந்தது.

என் பாட்டி தனக்கென்று மிஞ்சியிருக்கும் கடைசி மகளின் படுக்கைக்கு அருகில் வந்து இருக்குமாறு அழைக்கப்பட்டபோது நான் தனிமைச் சிறைக்கு வந்து ஆறு வருடங்கள் ஆகிவிட்டன. அவர்கள் என் சித்தியின் உடல்நிலை மிகவும் மோசமாக இருப்பதாகவும் அவர் இறக்கும் தறுவாயில் இருப்பதாகவும் சொல்லியனுப்பியிருந்தார்கள். பாட்டி, டாக்டர் ஃப்ளின்ட்டின் வீட்டிற்குப் போய்ப் பல வருடங்கள் ஆகியிருந்தன. அவர்கள் அவரை மிகவும் கொடுமைப்படுத்தியிருந்தாலும் தற்போது அதையெல்லாம் அவர் பொருட்படுத்தவில்லை. சாகும் தறுவாயில் இருக்கும் தன் மகளின் அருகில் இருக்க அனுமதித்ததற்காக என் பாட்டி அவர்களுக்கு நன்றியுடைய வராக இருந்தார். பாட்டியும் சித்தியும் ஒருவருக்காக மற்றொருவர் என்றே வாழ்ந்தனர். தங்கள் இதயங்களை அழுத்திக்கொண்டிருந்த இரகசியங்களைப் பகிர்ந்துகொள்ளும் ஏக்கத்தோடு அவர்க ளுடைய கண்கள் சந்தித்துக்கொண்டன. என் சித்தி பக்கவாதத்தால் பாதிக்கப்பட்டிருந்தார். அதற்குப் பின் அவர் இரண்டு நாட்கள்தான் உயிரோடு இருந்தார்; கடைசி நாளன்று அவரால் பேச முடியவில்லை. அதற்கு முன்பே அவர் தன் அம்மாவிடம் தன்னைப் பற்றித் துக்கப்பட வேண்டாம் என்றும் தன்னால் பேச முடியாமல் போனால்கூட "நலமாகவே இருக்கிறேன்" என்பதை உணர்த்தத் தன் கையை உயர்த்திக் காட்ட முயற்சி செய்வதாகவும் சொன்னார். இறக்கும் சமயத்தில் கூட அந்தப் பெண் தன்னருகில் முழந்தாளிட்டுக்கொண்டிருக்கும் தன் தாயைப் பார்த்துப் புன்னகைப்பதைக் கண்டு அந்தக் கல்நெஞ்சக்கார டாக்டர்கூடச் சற்று இளகிவிட்டான். அவன் கண்களில்கூட ஈரம் கசிந்தது. என் சித்தி எப்போதும் தங்களுக்கு உண்மையான பணியாளாக இருந்தார் என்றும் அவருடைய இடத்தை எப்போதும் வேறொருவர் வந்து நிரப்ப முடியாது என்றும் கூறினான். சித்தியின் படுக்கையின் அருகே திருமதி ஃப்ளின்டை அழைத்துவந்தபோது அவள் மிகவும் அதிர்ந்து போனாள். என் பாட்டி தனது இறந்துபோன மகளோடு தனியாக உட்கார்ந்துகொண்டிருந்தபொழுது எனது சித்திக்கு மிகவும் பிடித்தமானவனும் அவளோடு நெருக்கமாக இருந்தவனுமான தன் கடைசி மகனை டாக்டர் உள்ளே அழைத்து வந்து, "மார்த்தா, நான்ஸி அத்தை இந்தக் குழந்தையை மிகவும் நேசித்தாள். அவன் உன்னிடம் வரும்போது நான்ஸிக்காகவாவது நீ அவனிடம் அன்பாய் இருக்க வேண்டும்" என்று பாட்டியிடம் கூறினான். அதற்கு என் பாட்டி, "டாக்டர் ஃப்ளின்ட், உன் மனைவி என் வளர்ப்புக் குழந்தை; நான்ஸியோ அவளுடைய வளர்ப்புச் சகோதரி. அப்படியிருக்கும்போது உன் குழந்தைகளிடம் அன்பாகவே நான் இருப்பேன்; வேறெப்படியோ இருப்பேன்

என்று நீ நினைத்தால் என்னைப் பற்றி உனக்குத் தெரிந்தது அவ்வளவுதான்" என்று கூறிவிட்டார்.

அதைக்கேட்ட டாக்டர், "நடந்ததை நாம் மறந்துவிட வேண்டும் என்பதுதான் என் விருப்பம்; அதைப் பற்றி நாம் யோசிக்கவே வேண்டாம். லிண்டா இங்கு வந்து தனது சித்தியின் இடத்தை நிரப்பட்டும். நாங்கள் அவளுக்கு எவ்வளவு பணம் கொடுத்தாலும் அவளது திறமைக்கு அது ஈடாகாது. உன் நன்மைக்காகவும்தான் நான் அவ்வாறு நடக்க வேண்டுமென்று விரும்புகிறேன் மார்த்தா. நான்ஸியையும் நீ பறிகொடுத்து விட்டதால் உன் வயதான காலத்தில் லிண்டா உனக்கு மிகவும் ஆறுதலாக இருப்பாள்" என்றான்.

பாட்டியின் மெல்லிய இதயத்தைத் தொட்டுவிட்டோம் என்று அவன் உணர்ந்தேயிருந்தான். உடைந்த குரலில் பாட்டி, "லிண்டாவை எங்கோ துரத்திவிட்டது நானல்ல. என் பேரக்குழந்தைகளும் போய்விட்டார்கள். என் ஒன்பது குழந்தைகளில் ஒருவன்தான் மிஞ்சியிருக்கிறான். கடவுளே! அவனையாவது எனக்குக் காப்பாற்றித் தா" எனப் பதிலளித்தார்.

எனக்கு இந்த அன்பான உறவினரின் மரணம் சொல்ல முடியாத பெருந்துயரம். சித்தி கொஞ்சம் கொஞ்சமாகக் கொல்லப்பட்டுவிட்டார் என்பதை நான் அறிவேன்; என்னுடைய கஷ்டங்களும் சேர்ந்து அவர் மரணத்தை விரைவுபடுத்திவிட்டன. அவரது நோயைப் பற்றிக் கேட்டதிலிருந்தே அவரது உடல்நலம் குறித்து அந்தப் பெரிய வீட்டிலிருந்து வரும் தகவல்களைத் தொடர்ந்து கேட்டுத்தெரிந்துகொண்டுதான் இருந்தேன்; அவர் அருகில்கூடப் போக முடியாமல் போனது எனக்கு மிகவும் வருத்தமாக இருந்தது. கடைசியில் ஃபிலிப் மாமா பாட்டியின் வீட்டிற்கு வந்தபோது, "அவள் எப்படி இருக்கிறாள்" என யாரோ கேட்க அவள் "இறந்துவிட்டாள்" என்று மாமா பதில் சொன்னார். என் சிறிய அறை தலைகீழாகச் சுற்றுவது போலிருந்தது. அதற்கப்புறம் என்ன நடந்ததென்று எனக்குத் தெரியாது. நான் மீண்டும் கண்களைத் திறந்து பார்க்கும்பொழுது ஃபிலிப் மாமா எனக்கு அருகில் நின்று குனிந்து என்னைப் பார்த்துக்கொண்டிருந்தார். நான் அவரை எதுவும் கேட்க வேண்டியிருக்கவில்லை. "லிண்டா! அவள் நிம்மதியாகத்தான் இறந்தாள்" என அவர் கிசுகிசுத்தார். என்னால் அழவும் முடிய வில்லை. நிலைகுத்தியிருந்த என்பார்வை அவரைக் கவலைக்கு உள்ளாக்கியிருக்க வேண்டும். "அப்படிப் பார்க்காதே, பாவம் என் அம்மா. அவரை மேலும் துன்பத்திற்கு ஆளாக்கிவிடாதே. அவரால் அளவுகடந்த துன்பத்தைத் தாங்கமுடியாது என்பதை நினைவில் வைத்துக்கொள். அவருக்கு நம்மால் எந்தவகையில்

ஆறுதல் தர முடியுமோ அவ்வளவையும் நாம் செய்தாக வேண்டும்” என்றார். அது சரிதான். என் பாட்டி, அந்த ஆசிர்வதிக்கப்பட்ட எழுபத்து மூன்று வயதான அந்த அடிமைத் தாய் தன் வாழ்வில் சுற்றிச் சுழன்றடித்த சூறாவளியை எதிர்த்து நின்றிருக்கிறார். நிச்சயம் அவருக்கு ஆறுதல் தேவை.

திருமதி ஃப்ளின்ட் தனது ஏழை வளர்ப்புச் சகோதரியைக் குழந்தை இல்லாதவளாக ஆக்கிவிட்டாள். அதைப் பற்றி அவளுக்கு எந்தக் குற்ற உணர்வும் இல்லை. கொடிய, தன்னலம் நிறைந்த அவளது வீட்டில் என் சித்தியின் ஓய்வு ஒழிச்சல் இல்லாத கடும் உழைப்புதான் அவரது உடல்நலத்தைச் சீர்குலைத்துவிட்டது. ஆனால் திடீரென திருமதி ஃப்ளின்ட்டுக்கு பாசப்பிணைப்பு உண்டாகிவிட்டது போலும். உழைத்து ஓடாய்த் தேய்ந்துபோன ஏழை அடிமையின் உடல், அடிமை உடைமை யாளரின் காலடியில் புதைக்கப்படுவது அவர்கள் இருவருக்கும் இடையேயான உறவிற்கு ஓர் அழகான எடுத்துகாட்டு என்பது அவள் நினைப்பு போலும்!. தன் மதகுருவுக்குச் சொல்லி யனுப்பி “நான்ஸி சித்தியை டாக்டர் ஃப்ளின்ட் குடும்பத்தினரின் கல்லறைத்தோட்டத்தில் புதைப்பதற்கு மறுப்பு எதுவும் உண்டா?” என்று அவள் கேட்டிருக்கிறாள். எந்தக் காலத்திலும் வெள்ளைக் காரர்களின் கல்லறைகளுக்கு இடையில் கறுப்பினத்தவர் புதைக்கப்பட அனுமதிக்கப்பட்டதில்லை. இதை அந்த மதகுருவும் அறிவார். எங்கள் குடும்ப உறுப்பினர்களில் இறந்தவர் அனைவரும் கறுப்பின அடிமைகளுக்கான பழமையான கல்லறைத்தோட்டத்திலேயே புதைக்கப்பட்டிருந்தார்கள். அதனால் அவர், “அவளை உங்கள் கல்லறைத்தோட்டத்தில் புதைப்பதில் எனக்கு மறுப்பேதும் இல்லை; ஆனால் நான்ஸியின் அம்மாவிற்குத் தன் மகளின் உடலை எங்கே புதைக்க வேண்டும் என்பதைப் பற்றி வேறு ஏதாவது அபிப்பிராயம் இருக்கக்கூடும்” என்று கூறிவிட்டார்.

அடிமைகளுக்கும் உணர்ச்சிகள் உண்டு என்று திருமதி ஃப்ளின்ட்டுக்கு எப்போதும் தோன்றியதில்லை. எங்கள் பாட்டியிடம் இதைப்பற்றிக் கலந்தாலோசித்தார்கள்; தங்கள் குடும்பக் கல்லறைத் தோட்டத்திலேயே, தான் இறந்த பின்னர் தனது வயதான உடல் புதைக்கப்படவிருக்கும் கல்லறைக்கு அருகிலேயே நான்ஸி சித்தியின் உடலும் புதைக்கப்பட வேண்டும் என்று பாட்டி கூறிவிட்டார். திருமதி ஃப்ளின்ட்டுக்கு நான்ஸியின் உடல் தங்களது கல்லறைத்தோட்டத்துக்கு வெளியே புதைக்கப்படுவது வேதனையாக இருந்தாலும் பெரியமனது பண்ணி பாட்டியின் விருப்பத்திற்கு ஒப்புக்கொண்டுவிட்டாள். “எனக்கு அவளோடு தூங்கியே பழக்கமாகிவிட்டது; என்

அறைக்கு வெளியே தரையில்தான் அவள் எப்போதும் என்னோடு தூங்கிக்கொண்டிருந்தாள்" என்றுகூட அவள் பெரிய ஒப்பாரி வைத்தாலும் வைப்பாள்.

ஃபிலிப்மாமா தனது சகோதரியின் நல்லடக்கச் செலவுகளைத் தானே செய்துகொள்வதற்கு அனுமதி கேட்டார்; அடிமை உடமையாளர்கள் எப்போதுமே அடிமைகளுக்கும் அவரது உறவினர்களுக்கும் இந்த மாதிரியான உதவிகளுக்கெல்லாம் மிகவும் தாராளமாகவே அனுமதி தருவார்கள். இறுதிச்சடங்கு ஏற்பாடுகள் மிகவும் எளிமையாகவே இருந்தாலும் மரியாதைக் குரியதாகவே இருந்தன. சித்தியின் உடல் புனித ஓய்வுத் திருநாளன்று புதைக்கப்பட்டது; திருமதி ஃப்ளின்டின் மதகுரு இறுதிச் சடங்கை நடத்திவைத்தார். சுதந்திரமான கறுப்பினத்தவரும் கறுப்பின அடிமைகளும் பெருந்திரளாக வந்திருந்தனர். எப்போதும் எங்கள் குடும்பத்தோடு நட்பு பாராட்டி வந்த ஒரு சில வெள்ளைக்காரர்களும் அங்கே கூடினர். டாக்டர் ஃப்ளின்ட்டின் வண்டியும் அந்த இறுதி ஊர்வலத்தில் சேர்ந்துகொண்டது; சித்தியின் உடல் அந்த எளிய ஓய்விடத்தில் வைக்கப்பட்டபோது அந்த எஜமானியம்மா தனது கடமையை உரியமுறையில் நிறைவேற்றிவிட்டதைக் காட்டிக்கொள்ள ஒருதுளி கண்ணீர் சிந்திவிட்டுத் தனது வண்டிக்குத் திரும்பிவிட்டாள்.

அடிமைகள், அது மிகவும் நல்ல முறையில் நடந்த இறுதிச் சடங்கு எனப் பேசிக்கொண்டார்கள். வடமாகாணப் பயணிகள் இந்த இடத்தைக் கடந்து செல்லும்பொழுது, இந்த ஏழைக்கான இறுதி மரியாதை, தந்தைவழிச் சமூகத்தின் ஓர் அழகிய கூறு; அடிமைஉடைமையாளர்களுக்கும் அடிமைகளுக்கும் இடையில் இருக்கும் நல்லுறவைக் காட்டும் நெகிழ்ச்சியான சாட்சியம் என்றும் நினைக்கலாம். 'மென்மையான இதயம்' கொண்டவளான திருமதி ஃப்ளின்ட் இம்மாதிரியான தோற்றங்களைக் கைக்குட்டையால் தன் கண்களைத் துடைத்துக்கொள்ளும் செயல் மூலம் உறுதிப் படுத்திவிடுவாள். எங்களிடம் கேட்டிருந்தால் நாங்கள் முற்றிலும் வேறு மாதிரியான கதையைச் சொல்லியிருந்திருப்போம். கறுப்பினத்தவர்களுக்காகக் கவலைப்படும் மனது அவர்களுக்கு இருக்குமானால் அவர்களது நெஞ்சைத் தொடும்படியான குற்றங்களும் துன்பங்களும் நிறைந்த வேறொரு அத்தியாயத்தை அவர்களுக்குக் காட்டியிருப்போம்; ஒரு வயதான ஏழை அடிமைத்தாய் தன் மகன் ஃபிலிப்பின் விடுதலைக்காகக் கொடுக்க வேண்டியிருந்த எண்ணூறு டாலர் பணத்தைச் சம்பாதிக்கப் பல ஆண்டுகள் உழைத்தது, ஆனால் அந்த ஃபிலிப் தனது சகோதரியின் இறுதிச்சடங்கிற்கான செலவைத் தானே ஏற்றுக்கொண்டது. அதற்கு அந்த எஜமானன் அனுமதி கொடுத்ததைப் பெரிய

கருணையாகக் கொண்டாடியது, இறந்துபோன தனது தோழியின் முகத்தைக்கூடப் பார்க்க முடியாமல் பாவப்பட்ட இளம் ஜீவன் ஒன்று, தனக்கெதிரான சித்திரவதைகளைத் தடுத்துக் கொள்வதற்காகப் பல ஆண்டுகளாகக் கல்லறை போன்றதொரு அறையில் முடங்கிக் கிடந்தது, ஆகிய எல்லாவற்றையும் அவர்களிடம் சொல்லியிருப்போம்.

இப்படியெல்லாம் ஏதேதோ யோசித்துக்கொண்டே என் பரண்துளைக்கருகில் உட்கார்ந்துகொண்டு என் குடும்பத்தினர் கல்லறைத்தோட்டத்திலிருந்து திரும்பிவரும்வரை சில நேரம் அழுதுகொண்டும் சில நேரம் தூங்கிக்கொண்டும் இறந்தவர்களைப் பற்றியும் வாழ்பவர்களைப் பற்றியும் கனவுகள் கண்டு கொண்டும் நான் காத்திருந்தேன்.

என் பாட்டியின் துக்கத்தைப் பார்க்கும்போது மிகவும் சங்கடமாக இருந்தது. எப்போதும், எதையும் தாங்கிக்கொள்ளும் மனவலிமை அவருக்கு உண்டு. இறைப்பற்று அவருக்கு ஆறுதலளித்தது. ஆனால் அவரது இருண்ட வாழ்க்கை மேலும் இருண்டுவிட்டது. முதுமையும் துன்பங்களும் அவரது முகத்தில் ஆழமான கோடுகளைப் பதித்துவிட்டிருந்தன. என்னை இரகசியக் கதவுக்கு அருகில் வரவழைப்பதற்காக நான்கு இடங்களில் பாட்டி தட்டுவார்; ஒவ்வொரு இடத்தில் தட்டு வதற்கும் ஒவ்வொரு பொருள் இருக்கும். இப்போது அவர் முன்பைவிட அடிக்கடி வருகிறார்; மறைந்துவிட்ட தன் மகளைப் பற்றி அடிக்கடி என்னிடம் பேசுகிறார். அப்படிப் பேசும்போது அவருடைய சுருக்கம் விழுந்த கன்னங்களில் கண்ணீர் வழிந்து கொண்டிருக்கும். அவருக்கு ஆறுதல் தரும் வார்த்தைகளை அவரிடம் பேசினேன். ஆனால் அவருக்கு உதவியாக இருப்பதைவிட, அவருடைய கவலைக்கும் தொல்லைக்கும் காரணமானவளாகவே நான் எப்போதும் இருந்திருக்கிறேன் என்ற நினைவு எனக்கு வரும்பொழுது சோர்ந்துவிடுவேன். அந்த வயதான முதியவரின் முதுகு தொடர்ந்து சுமக்கத் தயாராகத்தான் இருக்கிறது. அது சுமைகளின் அழுத்தத்தால் வளைந்துவிட்டது; ஆனால் உடைந்துவிடவில்லை.

29

தப்புவதற்கான முன்னேற்பாடுகள்

நான், காற்றோ, வெளிச்சமோ இல்லாத, கை கால்களைக்கூட அசைக்க முடியாத ஒரு மிக மோசமான பொந்துக்குள் ஏழு ஆண்டுகள் வசித்தேன் என்பதை எப்படித்தான் சொன்னாலும் வாசகர்கள் நம்பிவிடுவார்கள் என்று நான் எதிர்பார்க்க முடியாது. ஆனால் அதுதான் உண்மை; அந்த அனுபவம் இன்றுகூட எனக்குத் துக்ககரமானதுதான். அந்த நீண்ட சிறை வாழ்க்கை என் உடலை மிகவும் பாதித்துவிட்டது; என் மனதைப் பற்றிச் சொல்லவே வேண்டாம். நியூயார்க்கிலும் பாஸ்டனிலும் வசித்து வரும் என் குடும்பத்தினரே இதற்குச் சாட்சி.

நான், ஒரேயொரு நட்சத்திரத்தைப் பார்க்கும் அளவிற்குக்கூட இடைவெளி கிடைக்காத பொந்திற்குள் எத்தனையோ இரவுகள் வெகுநேரம் வரை உட்கார்ந்துகொண்டிருந்திருக்கிறேன். அங்கே இரவு ரோந்துக்காரர்களும் அடிமை வேட்டைக்காரர்களும் தப்பியோடிய அடிமை களைப் பிடிப்பதைப் பற்றித் தங்களுக்குள் பேசிக் கொள்வதைக் கேட்கும் பொழுதெல்லாம் நான் பிடிபட்டால் அவர்கள் எவ்வளவு மகிழ்ச்சி அடைவார்கள் என்பதைத் தெரிந்துகொண்டேன்.

பருவத்திற்குப் பருவம் பல வருடங்களாக நான் பரண்துளைகளின் வழியே என் குழந்தைகளின் முகங்களைப் பார்க்கும்போதும் அவர்களுடைய

ஹேரியட் ஜேகப்ஸ்

இனிய குரல்களைக் கேட்கும்போதும் அவர்களிடம் "உங்கள் அம்மா இங்கேதான் இருக்கிறேன்" என்று சொல்லிவிடலாமா என்று என்னுடைய மனது துடிக்கும். சிலசமயங்களில் இருளடைந்த, சள்ளை மிகுந்த அந்தப் பொந்திற்குள் நுழைந்து காலங்கள் பல கடந்து போனதாக எனக்குத் தோன்றும். சிலசமயம் நான் பித்துப்பிடித்தவளாய்க் குறிக்கோளற்றுக் கிடப்பேன். இன்னும் சில வேளைகளில் இருண்ட நாட்கள் முடிந்து சூரிய ஒளியை உணரவும் சுத்தமான காற்றைச் சுவாசிக்கவும் எப்போது இயலுமோ எனப் பொறுமையிழந்து தவிப்பேன்.

எல்லென் எங்களை விட்டுப்போன பிறகு இம்மாதிரியான உணர்வுகள் எனக்கு அதிகமாக வந்தன. ஃபிலிப்மாமா வடமாகாணத்திற்குப் போகும்போது பென்னியையும் தன்னுடன் கூட்டிக்கொண்டுபோக திரு. சாண்ட்ஸும் அனுமதி வழங்கி விட்டார். நானும் அங்கே போய் என் குழந்தைகளைக் கவனித்துக்கொள்ள வேண்டுமென்றும் என்னால் முடிந்தவரை அவர்களுக்குப் பாதுகாப்பாக இருக்க வேண்டும் என்றும் விரும்பினேன். அதோடு நீண்ட நாட்களாக என் மறைவிடத்தி லேயே நான் இருந்தால் அங்கேயே புதைந்துவிடுவேனோ என்று கூட எனக்குத் தோன்றிவிட்டது. அந்தப் பரணின் மெலிதான கூரை பழையதாகிச் சீர்குலைந்துவிட்டது; அதைப் பிரித்துச் சீராக்கினால் நான் அங்கு இருப்பதை யாராவது பார்த்து விடுவார்களோ என்பதால் ஃபிலிப்மாமா அதைச் சீரமைக்கப் பயந்தார். இரவு நேரங்களில் புயல் அடித்தால், பாய்களையும் தரைவிரிப்புத் துண்டுகளையும் வெயிலில் காயப்போடுவதைப் போல அவர்கள் கூரையின் மீது போட்டுவிடுவார்கள்; ஆனால் பகல் நேரத்தில் அப்படியெல்லாம் செய்ய முடியாது; அது மற்றவர்களுடைய கவனத்தை ஈர்த்துவிடும். அதனால் என் துணிமணிகளும் படுக்கையும் அடிக்கடி நனைந்துவிடும்; மரத்தும் விறைத்தும்போன என் கைகால்களில் வலி மிகவும் அதிகமாகிவிடும். இரகசியக் கதவின் வழியே பேசவரும்போது என் பாட்டியிடம் தப்பிச்செல்வதற்கான பலவாறான வழிகளை யோசித்து அதை அவரிடம் சொல்வேன். கருணையுள்ளம் கொண்ட என் பாட்டி எப்போதுமே தப்பியோடும் அடிமைகளிடம் மிகுந்த கரிசனம் காட்டுவார். பிடிபட்ட அடிமைகளுக்கு இழைக்கப்படும் கொடுமைகள்பற்றி அளவுக்கு அதிகமாகவே அவர் அறிந்துவைத்திருந்தார். தனது குழந்தைகளிலேயே புத்திசாலியான அழகு மிகுந்த, பாசமிக்க கடைக்குட்டி மகனான பெஞ்சமின் அனுபவித்த துன்பங்கள் எல்லாம் உடனே அவருடைய நினைவுக்கு வந்துவிடும். அதனால் நான் தப்பிப்பதைப் பற்றி எப்போது பேச ஆரம்பித்தாலும் உடனே அவர், "அதைப் பற்றியே

யோசித்துக்கொண்டிருக்காதே பெண்ணே, நீ என் இதயத்தை நொறுக்கிவிடப்போகிறாய்" எனப் புலம்பிவிடுவார். என்னை உற்சாகப்படுத்த எனது அன்பான நான்ஸி சித்தியும் இப்போது இல்லை. ஆனால் என் தம்பி வில்லியமும் என் குழந்தைகளும் வடமாகாணத்திற்கு வந்துவிடும்படி தொடர்ந்து என்னை வற்புறுத்திக்கொண்டே இருந்தார்கள்.

இப்போது நான் என் கதையில் சில மாதங்கள் பின்னோக்கிப் போகவேண்டியிருக்கிறது. ஜனவரி மாதம் முதல் தேதியன்று தான் அடிமைகள் விற்கப்படுவார்கள் அல்லது ஒப்பந்த அடிப்படையில் புதிய எஜமானர்களிடம் ஒப்படைக்கப்படுவார்கள் என்று நான் முன்பே சொல்லியிருக்கிறேன். சுதந்திர மானவர்களை மகிழவைத்து விரைந்து ஓடிவிடும் அதே பண்டிகைக்காலம் ஏழை அடிமைகளுக்கோ யுகக் கணக்காக நீடித்து வதைக்கும். அவர்களின் நெஞ்சத் துடிப்புகளை வைத்து நாட்களைக் கணக்கிட்டுப் பார்த்தால் துன்பம் ஆண்டுக் கணக்கில் நீடித்திருப்பதைப்போலத் தோன்றும். என் சித்தியின் மறைவுக்கு முந்தைய புதுவருடப்பிறப்பன்று தன் எஜமான் பட்ட கடனுக்காக ஃபேன்னி என்ற பெயருடைய என் தோழி ஏலம் விடப்படவிருந்தாள். பகல் முழுவதும் எனக்கு அவள் நினைவுதான். இரவானதும் அவளுக்கு என்ன ஆயிற்று என்று கவலையுடன் விசாரித்தேன். அவள் ஓர் எஜமானனிடமும் அவளுடைய நான்கு சிறு பெண்குழந்தைகள் வெகு தொலைவில் இருக்கும் வேறொரு எஜமானனிடமும் விற்கப்பட்டதாகவும் ஃபேன்னி தன்னை வாங்கியவரிடமிருந்து தப்பியோடிவிட்ட தாகவும் அவளைக் கண்டுபிடிக்க முடியவில்லை என்றும் பேசிக்கொண்டார்கள். அவளுடைய அம்மாதான் நான் ஏற்கெனவே குறிப்பிட்டிருந்த அக்கி மூதாட்டி. என் பாட்டி தனது வீட்டை ஒட்டிக் கட்டியிருந்த சிறு வீட்டில் அவள் வாடகைக்கு இருந்தாள். அவளுடைய வசிப்பிடம் சோதிக்கப் பட்டுக் கண்காணிக்கப்பட்டது. அது ரோந்துக்காரர்களை எனக்கு மிக அருகில் வரவழைத்ததால் நான் என் மறைவிடத்தில் சுவரோடு சுவராக ஒட்டிக்கொண்டு இருக்க வேண்டியதாயிற்று. அடிமை வேட்டைக்காரர்கள் எப்படியோ ஏமாற்றப்பட்டார்கள்; சில தினங்களிலேயே பென்னி தற்செயலாக ஃபேன்னியை அவளுடைய அம்மாவின் குடிசையில் பார்த்துவிட்டான். அதை அவன் பாட்டியிடம் சொல்ல அவரோ அதைப் பற்றிப் பேசுவதால் ஏற்படும் பயங்கரமான விளைவுகளை அவனுக்கு எடுத்துச் சொல்லி அதைப் பற்றி மேற்கொண்டு எதுவும் பேசிவிட வேண்டாம் என எச்சரித்திருக்கிறார். அவனும் அவருடைய நம்பிக்கையைத் தகர்க்கவில்லை. தன் மகள் ஒளிந்திருக்கும் இடம் என் பாட்டிக்குத் தெரிந்திருக்கும் என அக்கி கனவில்கூட

நினைத்திருக்கமாட்டாள். அதைப் போலவே வளைந்த முதுகு கொண்ட மூதாட்டியான என் பாட்டிக்கும் அதே மாதிரியான கவலையும் அச்சமும் பாரமாக அழுத்திக்கொண்டிருக்கின்றன என்பதும் அக்கிக்குத் தெரிந்திருக்காது. ஆனால் கொடுமைக்கு ஆளாகிவிட்ட அந்த இரண்டு தாய்மார்களுக்குமிடையில் இருந்த இந்த அபாயகரமான இரகசியம், அவர்களுக்கிடையே இருந்த பாசப்பிணைப்பு மேலும் அதிகமாகக் காரணமாகிவிட்டது.

என் தோழி ஃபேன்னியும் நானும் ஒருவருக்கொருவர் கூப்பிடுதூரத்தில் மறைந்து வாழ்ந்துகொண்டிருந்தோம்; ஆனால் அவளுக்கோ அதுபற்றி எதுவும் தெரியாது. அவளை மிகவும் பாதுகாப்பாக உள்ள என் மறைவிடத்திலேயே வைத்துக் கொள்ள எனக்கும் ஆசைதான்; ஆனால் நான் ஏற்கெனவே என் பாட்டிக்கு ஏராளமான கஷ்டங்களைக் கொடுத்துக்கொண் டிருந்ததால் அவரை மேன்மேலும் ஆபத்துக்கு உட்படுத்த நான் தயாராக இல்லை. என்னுடைய தவிப்பு அதிகமாயிற்று. நான் உடல் வேதனையோடும் மன அழுத்தத்தோடும் நீண்ட நாட்களாக வாழ்ந்துகொண்டிருக்கிறேன். ஏதாவது விபத்தாலோ அல்லது சூழ்ச்சியாலோ அடிமை நிறுவனம் என் குழந்தைகளை என்னிடமிருந்து பறித்துக்கொண்டுவிடுமோ என்ற அச்சம் எனக்கு எப்போதும் இருந்தது. இத்தகைய எண்ணங்களால் நான் பித்துப்பிடித்தவளாகிவிட்டேன். இனி எப்படிப்பட்ட துன்பங்கள் வந்தாலும் ‘துருவ நட்சத்திர’ வழிகாட்டலில் புறப்பட்டாக வேண்டும் என்று முடிவெடுத்துவிட்டேன். இத்தகைய சிக்கலான சமயத்தில் எதிர்பாராதவிதமாகக் கடவுள் அருளால் நான் தப்பித்துச் செல்லுவதற்கான வழியொன்று எனக்குக் கிடைத்தது. என் நண்பன் பீட்டர் ஒரு நாள் மாலை என்னோடு பேச வந்தான். “லிண்டா, உனக்கான நல்ல நேரம் வந்துவிட்டது. நீ சுதந்திர மாகாணங்களுக்குத் தப்பித்துப் போகும் வழி ஒன்றை நான் கண்டுபிடித்து வைத்திருக்கிறேன். அதைப் பற்றி முடிவெடுக்க உனக்குப் பதினைந்து நாட்கள் அவகாசம் இருக்கிறது” என்றான். இந்த விஷயத்தை நம்புவதற்குக் கடினமாக இருந்தது; ஆனால் பீட்டர் தனது ஏற்பாடுகளை எல்லாம் என்னிடம் விவரித்து விட்டு “நீ போகிறேன் என்று சொல்வது மட்டும்தான் பாக்கி” என்றான். பென்னியைப் பற்றிய எண்ணம் எனக்கு வராம லிருந்திருந்தால் நானும் மிகுந்த மகிழ்ச்சியோடு “உடனே புறப்படுகிறேன்” என்றுதான் சொல்லியிருப்பேன். புறப்பட வேண்டும் என்ற ஆசை எனக்கு மிகவும் வலிமையாகவே இருக்கிறது; ஆனால் டாக்டர் ஃப்ளின்ட் பென்னியின் மீது தனக்கு அதிகாரம் இருப்பதாகச் சொல்லிக்கொண்டிருப்பதைக் கேட்கும்போது பயமாக இருப்பதால் அவனை மட்டும் தனியாக விட்டுவிட்டு என்னால் போக முடியாது என்று பீட்டரிடம் சொன்னேன்.

பீட்டர் இதனைக் கவனமாகக் கேட்டுக்கொண்டான். ஆனால் இது மாதிரியான வாய்ப்பு இன்னொரு தடவை வரவே வராது. பென்னி சுதந்திரமாகத்தான் இருக்கிறான்; நான் போன பின்பு அவனையும் என்னிடம் அனுப்பிவிட முடியும்; குழந்தைகளின் நலனுக்காகவாவது நான் புறப்படத் தயங்கக் கூடாது என்று அவன் கூறினான். நான் ஃபிலிப் மாமாவைக் கேட்டுவிட்டுச் சொல்வதாகச் சொன்னேன். என் மாமாவும் இந்தத் திட்டத்தைக் கேட்டு மிகவும் மகிழ்ச்சியடைந்தார்; எப்படியாவது நான் புறப்பட்டாக வேண்டும் என்று அவரும் கூறிவிட்டார். நான் பத்திரமான இடத்திற்குப் போய்ச் சேர்ந்த வுடன் தான் உயிரோடு இருக்கும் பட்சத்தில் எப்படியாவது என் மகனை என்னிடம் அனுப்பிவைத்துவிடுவதாகச் சொன்னார். நானும் புறப்படத் தீர்மானித்துவிட்டேன். ஆனால் புறப்படு வதற்குச் சில தினங்கள் முன்பு வரை இதைப்பற்றிப் பாட்டியிடம் எதையும் சொல்லாமல் இருப்பது நல்லது என நினைத்தேன். ஆனால் மாமாவோ நான் திடீரென்று புறப்பட்டுப்போனால் பாட்டி மிகவும் வருத்தப்படுவார் என்று நினைத்தார். "நான் அவருக்கு எடுத்துச் சொல்கிறேன். நீ புறப்பட்டுப்போவது உனக்கு மட்டுமல்ல; அவருக்கும் கூட நல்லதுதான் என்பதை அவருக்குப் புரியவைப்பேன். லிண்டா! ஏற்கெனவே அவர் தான் சுமந்துவரும் பாரங்களால் அழுந்திக்கிடக்கிறார்; நீ அசட்டையாக இருந்துவிடாதே!" என்றார். நான் ஒன்றும் அசட்டையாக இருந்துவிடவில்லை. நான் ஒளிந்துகொண்டிருப்பது அவருக்கு எப்போதும் கவலைதரும் விஷயம்தான். அவருக்கு வயதாகிக் கொண்டிருப்பதால் நான் பிடிபட்டுவிடுவேனோ என்ற தவிப்பும் அவருக்கு அதிகமாகிக்கொண்டே போகும். என் மாமா, பாட்டியுடன் பேசினார். எதிர்பாராதவிதமாகக் கிடைத்த நல்வாய்ப்பைப் பயன்படுத்திக்கொள்வது மிகவும் நல்லது என்று பாட்டிக்குப் புரியவைப்பதில் வெற்றியும்பெற்றார்.

என்னுடைய நலிந்த உடலுக்கு நான் விடுதலையடைந்த பெண்ணாகிவிடுவேன் என்ற பூரிப்பு தாங்கமுடியாததாக இருந்தது. இந்தப் பூரிப்பு எனக்கு ஊக்கமளித்ததைப் போலவே திகைப்பூட்டுவதாகவும் இருந்தது. நான் எனது பயணத்திற்காக வும் என் மகன் என்னைத் தொடர்ந்து வருவதற்காகவுமான ஏற்பாடுகளைச் செய்வதிலும் மும்முரமாகிவிட்டேன். நான் புறப்படுவதற்கு முன் அவனுக்கு எச்சரிக்கைகளும் அறிவுரைகளும் வழங்கவும் நான் அவனுக்காக வடமாகாணங்களில் மிகுந்த ஆசையுடன் காத்திருப்பேன் என்பதைச் சொல்வதற்காகவும் அவனை நேரில் பார்க்க வேண்டுமென முடிவுசெய்தேன். பாட்டியும் எனக்கு இரகசிய ஆலோசனைகள் வழங்குவதற்காக அவரால் முடிந்த அளவு அடிக்கடி என்னிடம் வந்துபோனார்.

நான் வடமாகாணத்திற்குப் போய்ச் சேர்ந்த உடனேயே என்னை எனது பாட்டியிடம் விற்கச் சொல்லி நான் டாக்டர் ஃப்ளின்ட்டுக்குக் கடிதம் எழுதவேண்டும் என்று கூறினார். நானும் என் குழந்தைகளும் உலகின் எந்த மூலையில் இருந்தாலும் பாதுகாப்பாக இருப்பதற்காகத் தன்னுடைய வீட்டையும் இந்த உலகத்தில் தனக்குச் சொந்தமாக இருக்கும் மற்ற எல்லா வற்றையும்கூடத் தியாகம் செய்யத் தயாராக இருப்பதாக அவர் என்னிடம் சொன்னார். நான் நலமாய் இருக்கிறேன் என்பதைத் தெரிந்துகொண்ட பின்னரே தன்னால் நிம்மதியாகச் சாக முடியும் என்றும் கூறினார். என்னுடைய அன்புக்குரிய விசுவாச மிக்க முதிய தோழிக்கு நான் போய்ச் சேர்ந்தவுடன் கடிதம் எழுதுவதாகவும் அது பத்திரமாக அவரிடம் வந்து சேரும்படி அனுப்பிவைப்பதாகவும் கூறினேன். ஆனால் என்னைத் தன்னுடைய சொத்து என்று தனக்குத்தானே சொல்லிக்கொண் டிருக்கும் பேராசைபிடித்த அந்த அடிமைஉடைமையாளனுக்குப் பாட்டியின் கடின உழைப்பிலிருந்து ஒரு சல்லிக்காசுகூடக் கொடுக்கக்கூடாதென்று நான் உறுதியெடுத்துக்கொண்டேன். எப்போதுமே எனக்கு உரிமையாக இருக்கும் என் சுதந்திரத்தை ஒரு வேளை நான் விலை கொடுத்து வாங்க வேண்டிவந்தாலும் என்னுடைய வயது முதிர்ந்த என் சொந்தப்பாட்டி நடுங்கிக் கொண்டு கல்லறை வாசலில் நிற்கும் தருணத்தில் அவரது தாராளமான சலுகையை ஏற்றுக்கொண்டு அவருக்கென்று இருக்கும் வீட்டையும் உறவையும் அவர் இழந்துவிடும்படி செய்வதற்கு எனது மனிதமனம் இடம் கொடுக்காது.

நான் ஒரு கப்பலில் ஏறித் தப்பிப்பதாக இருந்தது; அதைத் தவிரக் கூடுதலான தகவல் ஏதும் நான் சொல்ல முடியாது. நான் தயாராகவே இருந்தபோதிலும் நான் போக வேண்டி யிருந்த கப்பல் எதிர்பாராதவிதமாகச் சில நாட்கள்வரை நிறுத்தப்பட்டுவிட்டது. இதற்கிடையில் ஜேம்ஸ் என்ற தப்பி யோடிய அடிமை மிகக் கொடூரமான முறையில் கொல்லப்பட்டு விட்டதாக ஊருக்குள் செய்தி பரவியது. இந்தப பாவப்பட்ட இளைஞனின் தாய் சேரிட்டியோடு எங்களுக்கு நீண்டகாலப் பழக்கம் இருந்தது. ஜேம்ஸின் சாவைப் பற்றிய அதிர்ச்சி தரும் தகவல்களை நான் அண்டை அயலிலுள்ள அடிமை உடைமையாளர்கள்பற்றி விவரித்தபோது கூறியிருக்கிறேன். எப்போதுமே தப்பியோடும் அடிமைகளுக்கு ஏற்படும் ஆபத்துகள் குறித்துப் பயப்பட்டுக்கொண்டிருக்கும் என் பாட்டி இந்தத் தகவலைக் கேட்டு ஆடிப்போய்விட்டார். நான் என் முடிவை மாற்றிக்கொள்ளாவிட்டால் இதே மாதிரியான கதிதான் எனக்கும் நேரும் என்று அவர் உறுதியாக நம்பினார். அவர்

தேம்பினார், புலம்பினார், என்னைப் போகக்கூடாதென்று தடுத்தார். அவருடைய அளவுக்கு அதிகமான கவலை, தொற்றும் தன்மை உடையது; என் மனமும் அவருடைய எல்லையற்ற துயரத்தால் பாதிக்கப்படாமல் இருக்கும் அளவிற்குச் சக்தி வாய்ந்ததல்ல. நான் மிகவும் ஏமாற்றமடைந்தேன். என் திட்டத்தைக் கைவிட்டுவிடுவதாக உறுதிகூறிவிட்டேன்.

என் நண்பன் பீட்டரிடம் இதைப்பற்றிச் சொன்னவுடன் அவன் ஏமாற்றமும் எரிச்சலும் அடைந்தான். எங்களுடைய முந்தைய அனுபவங்களிலிருந்து பார்க்கும்போது தற்சமயம் தவறவிடப்போகும் வாய்ப்பைப் போல வேறொரு வாய்ப்பு திரும்பவும் மிக நீண்ட காலத்திற்கு வராது என்றான். என் தோழி ஒருத்தி பக்கத்தில் மறைந்துகொண்டிருக்கிறாள் என்றும் அவள் எனக்கான இடத்தை மிகவும் மகிழ்ச்சியாக ஏற்றுக்கொள்வாள் என்றும் அதனால் வந்த வாய்ப்பைத் தவறவிட வேண்டாம் என்றும் நான் சொன்னேன். நான் அந்தப் பாவப்பட்ட ஃபேன்னியைப் பற்றிச் சொன்னவுடன், துன்பத்திற்கு ஆளாகி விட்டவர்கள் கறுப்பர்களோ அல்லது வெள்ளையர்களோ யாராக இருந்தாலும் அவர்களுக்கு உதவத் தயங்காத, கருணை யுள்ளம் கொண்ட, அந்த உன்னதமான மனிதன் என் தோழிக்கு உதவத் தயாராக இருப்பதாகக் கூறினான். எங்களுக்கு அவளைப் பற்றிய இரகசியம் தெரியும் என்பதை அறிந்து அக்கி ஆச்சரியமடைந்தாள். தனது மகள் ஃபேன்னிக்குக் கிடைத்த நல்வாய்ப்பைப் பற்றி மிகுந்த மகிழ்ச்சி அடைந்தாள்; மறுநாள் இரவே புறப்பட இருந்த கப்பலில் ஃபேன்னி தப்பிச் செல்வதற் கான ஏற்பாடுகள் செய்யப்பட்டன. அக்கியும் ஃபேன்னியும் நான் நீண்ட நாட்களாக வடமாகாணத்திலேயே இருப்பதாக எண்ணியிருந்ததால் இந்தப் பரிமாற்றத்தின்போது என்னைப் பற்றிய பேச்சே வரவில்லை. ஃபேன்னி குறிப்பிட்ட சமயத்தில் கப்பலில் ஏற்றப்பட்டு மிகச் சிறிய அறைக்குள் அழைத்துச் செல்லப்பட்டாள். இங்கிலாந்துப் பயணத்துக்கு இணையாக அதிகக் கட்டணம் செலுத்தி இந்தத் தங்கும் வசதி வாங்கப்பட்டது. யாரேனும் ஒருவர் தொன்மையான இங்கிலாந்துக்குப் போக விரும்பினால் அந்த மகிழ்ச்சிக்காகத் தான் செலவழிக்க வேண்டிய தொகையைக் கணக்குப் பார்த்துக்கொண்டிருக்கமாட்டார்; அடிமைத்தனத்திலிருந்து தப்பிக்க நினைத்து நடுநடுங்கிக் கொண்டிருக்கும் ஓர் அடிமைகூட "என்னிடம் இருக்கும் எல்லா வற்றையும் எடுத்துக்கொள்ளுங்கள், காட்டிக்கொடுக்காமல் மட்டும் இருந்தால் போதும்" என்றுதான் பேரம் பேசுவார்.

அடுத்த நாள் காலை நான் என் பரண்துளையின் வழியே வெளியில் பார்த்தபோது மேகமூட்டமாகவும் ஒரே

இருட்டாகவும் இருந்தது. இரவில் காற்று பலமாக வீசியதால் கப்பல் புறப்படவில்லை என்ற தகவல் எனக்குக் கிடைத்தது. என் வற்புறுத்தல் காரணமாக மிகவும் ஆபத்தான வேலையில் இறங்கிவிட்ட ஃபேன்னியையும் பீட்டரையும் பற்றி நான் மிகவும் கவலைப்பட்டேன். அடுத்த நாளும் காற்றும் பருவநிலையும் மோசமாகவே இருந்தன. பாவம் ஃபேன்னி, ஏற்கெனவே கப்பலுக்குள் போகும்போது பயத்தால் அவளுக்குப் பாதி உயிர் போயிருந்தது. இப்போது அவள் எப்படி இருப்பாள் என்று என்னால் கற்பனை செய்து பார்க்க முடிந்தது. பாட்டி அடிக்கடி என் பரணுக்கு வந்து நான் புறப்படாமல் இருந்தது நல்லதாகி விட்டது என்று சொல்லிக்கொண்டே இருந்தார். மூன்றாம் நாள் காலையில் அவர் என்னுடைய இரகசியக் கதவைத் தட்டிச் சாமான் அறைக்கு வரும்படி அழைத்தார். பாவம் இந்த மூதாட்டி! தனது தாங்கமுடியாத துன்பச்சுமையால் ஒடிந்து போய்விட்டிருந்தார். அவர் இப்போதெல்லாம் மிகவும் சீக்கிர மாகப் பதற்றப்பட்டுவிடுகிறார். அவர் மிகவும் நடுங்கியவராய் உணர்ச்சிவயப்பட்ட நிலையில் இருந்ததைப் பார்த்த நான் அவர் எப்போதும்போல் கதவைத் தாளிட்டுவிட்டு வரவில்லை என்பதைக் கவனிக்கத் தவறிவிட்டேன். அந்தக் கப்பல் நிறுத்தி வைக்கப்பட்டதில் பாட்டி மிகுந்த கவலைக்கு ஆளாகிவிட்டார். நாங்கள் கண்டுபிடிக்கப்பட்டுவிடுவோம் என்றும் அதற்குப் பின் ஃபேன்னி, பீட்டர், நான் எல்லோரும் சாகும் வரை சித்திரவதைக்கு ஆளாக்கப்படுவோம் என்றும் ஃபிலிப்மாமாவின் வாழ்க்கை பாழாகிவிடுமென்றும் எங்கள் வீடு சுத்தமாகத் துடைத்தெறியப்பட்டுவிடுமென்றும் மிகவும் அஞ்சினார். பாவம் பீட்டர்! கருணையுள்ளத்தோடு எனக்கு உதவி செய்யவந்து பிடிபட்டு ஜேம்ஸுக்குத் தற்போது நடந்ததுபோலவே அவனும் பயங்கரமாக வதைக்கப்பட்டுக் கொல்லப்பட்டுவிட்டால், ஐயோ! எங்கள் அனைவருக்கும் அது எவ்வளவு வேதனையாக இருக்கும்! இந்தப் பயங்கரமான நினைவுகள் எல்லாம் எனக்கு மிகவும் பழகிப்போனவைதான். என் நெஞ்சில் பயங்கரமான வலியைக் கிளப்பும் உணர்வுகள் அவை. என்னுடைய சொந்தக் கவலைகளை மறைத்துக்கொண்டு பாட்டியோடு இணக்கமாகப் பேச முயற்சி செய்தேன். சமீபத்தில் சமாதியாக்கப்பட்ட தன் அன்பு மகளான என் சித்தி நான்ஸியைப் பற்றி ஏதோ சொல்ல வந்த அவர் சோகத்தில் மூழ்கி முற்றிலும் தன்னையே மறந்துவிட்டார். அவர் நடுங்கிக்கொண்டும் தேம்பிக்கொண்டும் அங்கே நின்று கொண்டிருந்த பொழுது வராந்தாவிலிருந்து ஒரு குரல், "நீங்க எங்க இருக்கீங்க மார்த்தி அத்தை" என அழைத்தது. அதிர்ந்துபோன பாட்டி நான் அங்கிருப்பதைப் பற்றி யோசிக்காமல் பரபரப்போடு கதவைத் திறந்துவிட்டார். நான் வெள்ளைக்கார நண்பர் வீட்டில்

தங்கியிருந்தபோது என் அறைக்குள் வருவதற்கு முயற்சிசெய்த அந்த வீட்டுப் பணிப்பெண்ணான கள்ளத்தனம் மிக்க ஜென்னி உள்ளே வந்துவிட்டாள். அவள் "நான் எங்கெல்லாம் ஒங்களத் தேடுறது மார்த்தி அத்தை? எங்கள் எஜமானி உங்ககிட்டயிருந்தா கொஞ்சம் பிஸ்கெட் கொடுத்து அனுப்பச் சொன்னாங்க" என்றாள். நான் ஒரு பீப்பாய்க்குப் பின்னால் உட்கார்ந்துகொண்டு என்னை முழுவதுமாக மறைத்துக்கொண்டாலும் அவள் நான் நின்ற இடத்திற்கு நேராக வந்ததால் என்னைப் பார்த்திருப்பாள் என்று கற்பனை செய்துகொண்டேன். என் மார்பு படபட வென்று அடித்துக்கொண்டது. என் பாட்டி தான் செய்த தவறை உடனே உணர்ந்தவராய் ஜென்னியை அழைத்துக்கொண்டு பிஸ்கெட்டுகளை எடுப்பதற்காகக் கதவைப் பூட்டிக்கொண்டு வேகமாகப் போய்விட்டார். அவர் சில நிமிடங்களிலேயே முற்றிலும் மனமுடைந்தவராய் என்னிடம் வந்தார். "பாவம் நீ! என் கவனக்குறைவு உனக்குப் பாதகமாகிவிட்டது. அந்தப் படகு இன்னும் புறப்படவில்லை. உடனே தயாராகிப் ஃபேன்னியோடு நீயும் போய்விடு. நான் இப்போது அதற்கு எதிராக ஒரு வார்த்தைகூடப் பேசமாட்டேன்; இன்று என்ன நடக்கும் என்று யாராலும் சொல்ல முடியாது" என்றார்.

ஃபிலிப் மாமாவிற்கு இந்த விஷயம் குறித்துச் சொல்லி யனுப்பப்பட்டது. ஜென்னி இன்னும் இருபத்து நான்கு மணி நேரத்திற்குள் என்னைப் பற்றி டாக்டர் ஃப்ளின்டிடம் கூறி விடுவாள் என்று பாட்டி சொன்னதை அவரும் ஏற்றுக் கொண்டார். முடிந்தால் நான் அன்றே படகில் புறப்பட்டுவிட வேண்டும் என்று அவர் அறிவுறுத்தினார்; இல்லையென்றால் வீட்டையே தகர்த்தால் அன்றி நான் அங்கிருப்பதை எவராலும் கண்டுபிடிக்க முடியாதாகையால் நான் அந்த ரகசிய அறைக்குள் ளேயே அசையாமல் கிடக்க வேண்டியதுதான் என்றும் கூறி விட்டார். என்னைப் பற்றிய சந்தேகம் உடனடியாக எல்லோருக்கும் வந்துவிடும் என்பதால் தன்னால் இந்த விஷயத்தில் எதுவும் செய்ய முடியாதென்றும் பீட்டரிடம் இதைக் குறித்துத் தான் பேசிவிட்டுவருவதாகவும் உறுதியளித்தார். நான் ஏற்கெனவே பீட்டருக்கு அதிகம் தொல்லை கொடுத்திருந்ததால் மீண்டும் அவனிடம் உதவி கேட்கத் தயங்கினேன்; ஆனால் வேறு வழியில்லை. என்னுடைய முடிவெடுக்கத் தடுமாறும் தன்மையால் சோர்ந்துபோயிருந்த பீட்டர் தன்னுடைய இயற்கை யான நற்பண்பின் காரணமாக உடனடியாகத் தன்னால் முடிந்த உதவியைச் செய்வதாகவும் ஆனால் இந்த முறை கொஞ்சம் துணிச்சலுள்ள பெண்ணாக நான் நடந்துகொள்வேன் என்று நம்புவதாகவும் சொன்னான்.

பீட்டர் உடனடியாகப் படகுத்துறைக்குப் போனான். காற்று திசை மாறியிருந்ததால் கப்பல் மெதுவாகப் புகைகக்கிப் புறப்படத் தயாராகிவிட்டிருந்தது. பீட்டர் அவசர வேலை இருக்கிறது என்று கூறி ஆளுக்கு ஒரு டாலர் கொடுத்து இரண்டு படகோட்டிகளைக் கப்பலை நோக்கி விரைவாகப் படகைச் செலுத்தச் சொன்னான். அவன் படகோட்டிகளைவிடச் சற்று நல்ல நிறத்தில் இருந்தான்; அதனால் தப்பியோடிய அடிமைகள் கப்பலில் இருக்கிறார்களா என்று சோதிக்க மேலதிகாரிகள்தான் தன்னைத் தொடர்ந்து வருகிறார்களோ என்று கப்பல் தலைவர் நினைத்துவிட்டார். அவர் பாய்மரங்களை உயர்த்தியபோதிலும் படகோட்டிகள் வேகமாகக் கப்பலை முந்திப்போனதால் வெல்லப்பட முடியாதவனான பீட்டர் கப்பலுக்குள் குதித்து விட்டான்.

கப்பல் தலைவர் உடனடியாக அவனை அடையாளங்கண்டு கொண்டார். பீட்டர், அவர் தன்னிடம் கொடுத்த செல்லாத பணத்தாளைப் பற்றிப் பேசுவதற்காகக் கீழே இறங்கிவரச் சொன்னான். அவன் தனக்காகக் கப்பல்தலைவர் செய்ய வேண்டிய வேலையைப் பற்றிச் சொன்னபோது “இங்கேதான் ஏற்கெனவே ஒரு பெண் இருக்கிறாளே! நீ சொன்ன இடத்தில்தான் அவள் இருக்கிறாள். பிசாசுகளுக்குக்கூட அவளைக் கண்டு பிடிப்பது கடினமான காரியமாகவே இருக்கும்” என்றார்.

இது வேறொரு பெண்; இப்போது மிகவும் ஆபத்தில் இருக்கிறாள். கப்பலை நிறுத்தி அவளை ஏற்றிக்கொண்டால் நீங்கள் நியாயமாக எவ்வளவு தொகை கேட்டாலும் அது உங்களுக்கு வழங்கப்படும்” என்றான்.

“அவள் பெயர் என்ன?” என்று கேட்டார். “லிண்டா” என அவன் பதில் சொன்னான்.

இதைக்கேட்ட கப்பல் தலைவர் “ஏற்கெனவே இங்கே இருக்கும் பெண்ணின் பெயரும் அதுதான். கடவுளே! நீ எனக்குத் துரோகம் இழைக்கப்போகிறாய்” என்றார்.

“ஓ! நான் உன் தலையில் இருக்கும் ஒரேயொரு முடிக்குக் கூடத் தீங்கிழைக்கமாட்டேன் என்பது அந்த ஆண்டவனுக்கும் தெரியும். நான் உனக்கு நன்றிக்கடன்பட்டவன். ஆனால் உண்மையிலேயே வேறொரு பெண்ணும் மிக மிக ஆபத்தான நிலையில் இருக்கிறாள். கொஞ்சம் மனிதத்தன்மையோடு கப்பலை நிறுத்தி அவளை ஏற்றிக்கொள்” என்றான் பீட்டர்.

சிறிது நேரத்தில் இருவரும் உடன்பாட்டிற்கு வந்தார்கள். ஃபேன்னி நான் அந்த இடத்தில் இருப்பேன் எனக் கனவிலும்

நினைத்திருக்கவில்லையாதலால் அவள் தன்னை ஜான்ஸன் என்று அழைத்துக்கொண்டாலும் என் பெயரைத் தனக்கு வைத்துக்கொண்டிருந்தாள். "லிண்டா என்பது இங்கு எல்லோருக்கும் பொதுவான பெயர். நான் கூட்டிக்கொண்டு வரப்போகும் பெண்ணின் பெயர் லிண்டா ப்ரென்ட்" என்றான் பீட்டர்.

எனக்காகக் கப்பலைக் காத்திருக்க வைப்பதற்குக் கப்பல் தலைவருக்குக் கணிசமான பணம் கொடுக்கப்பட்டிருந்ததால் மாலைநேரம் முடியும் வரை கப்பலை அதே இடத்தில் நிறுத்தி வைக்க அவர் ஒப்புக்கொண்டார்.

அந்த நாள் உண்மையிலேயே எங்கள் எல்லோருக்கும் மிகவும் பரபரப்பான நாள். ஆனால் ஜென்னி என்னைப் பார்த்தே இருந்தாலும் அவள் என்னிடம் அன்பாக இருக்கும் அவளுடைய எஜமானியிடம் சொல்லி மாட்டிக்கொண்டுவிடும் அளவுக்குப் புத்தியில்லாதவள் அல்ல; அவள் வேலை செய்யும் வீட்டின் சட்டதிட்டங்கள் குறித்து எனக்கு நன்றாகத் தெரியும்; அவள் எஜமானியின் வீட்டைவிட்டு டாக்டர் ஃப்ளின்ட்டின் வீட்டிற்குப் போக மாலைவரை அவளுக்கு அவகாசம் கிடைக்காது. அவள் என்னைப் பார்த்திருக்க முடியாது என்று நான் நம்பினேன். முப்பது வெள்ளிக்காசுகளுக்காகத் தன்னைப்போன்று அல்லலுறும் ஒரு பெண்ணைக் காட்டிக்கொடுத்துவிடும் அற்பப் புத்தியுள்ள அவள் என்னைப் பார்த்திருந்தால் தனக்கு என்ன நடந்தாலும் பரவாயில்லை என்று டாக்டர் ஃப்ளின்டிடம் இதற்குள் போய்ச் சொல்லியிருப்பாள்.

நான் இருட்டுவதற்குள் கப்பலுக்குப் போய்விட வேண்டும் என்பதால் புறப்படுவதற்கான ஏற்பாடுகள் எல்லாவற்றையும் செய்துவிட்டேன். மிச்சமிருக்கும் பொழுதை என் மகனோடு கழிக்க விரும்பினேன். நான் அவன் இருந்த அதே கூரையின் கீழ் வசித்தாலும் பரண்துளைக்கு அருகில் உட்கார்ந்துகொண்டு நாள்தோறும் அவனைப் பார்த்து வந்திருந்தாலும் கடந்த ஏழு ஆண்டுகளாக அவனோடு நான் பேசியதேயில்லை. நான் சாமான் அறையைத் தாண்டிப்போக விரும்பவில்லை. அதனால் அவர்கள் அவனை அழைத்து வந்து எங்கள் இருவரையும் வராந்தாவி லிருந்து மறைவாக இருக்கும் ஓர் அறையில் விட்டுவிட்டுப் பூட்டிக்கொண்டு போய்விட்டார்கள். அது எங்கள் இருவருக்கும் ஒரு பரபரப்பான சந்திப்பு. சிறிது நேரம் நாங்கள் இருவரும் பேசி அழுத பின்னர் அவன், "அம்மா நீங்கள் போவதுபற்றி எனக்கு மிகவும் மகிழ்ச்சி. நானும் உங்களோடு வந்துவிட விரும்புகிறேன். எனக்கு நீங்கள் இங்கே இருக்கிறீர்கள் என்று தெரியும். அதனால்

எங்கே அவர்கள் வந்து உங்களைப் பிடித்துக்கொண்டு போய் விடுவார்களோ என்று எப்போதும் எனக்குப் பயமாக இருக்கும்" என்றான்.

எனக்கு ஒரே ஆச்சரியம்! அவன் அதை எப்படிக் கண்டு பிடித்தான் என்று அவனிடமே கேட்டுவிட்டேன்.

அதற்கு அவன், "எல்லென் புறப்பட்டுப்போவதற்கு முன்னால் ஒரு நாள் நான் இறவாரப் பலகைக்குக் கீழே நின்று கொண்டிருந்தேன். அப்போது மரக்கட்டைக்கு அருகில் யாரோ இருமும் சத்தம் கேட்டது. அது நீங்களாகத்தான் இருப்பீர்கள் என்று எப்படி நினைத்தேன் என்று எனக்கே தெரியாது; ஆனால் அப்படித்தான் நான் நினைத்தேன். எல்லென் புறப்படுவதற்கு முதல் நாள் இரவு நான் அவளைப் பார்க்கவில்லை; ஆனால் அன்று இரவே பாட்டி அவளை அறைக்குள் மீண்டும் கூட்டிக்கொண்டு வந்துவிட்டார். பாட்டி அவளிடம், 'இப்போது போய்த் தூங்கு; யாரிடமும் சொல்லிவிடாதே. ஞாபகம் வைத்துக்கொள்' என்று இரகசியமாகச் சொன்னதை வைத்து எல்லென் புறப்படுவதற்கு முன்னால் உங்களைப் பார்த்துவிட்டு வந்திருப்பாள் என்று நான் நினைத்துக்கொண்டேன்" என்றான்.

அவன் எப்போதாவது தனது சந்தேகத்தைத் தனது தங்கையுடன் பகிர்ந்துகொண்டதுண்டா என்று நான் அவனிடம் கேட்டேன். இல்லை என்றான்; என் இருமலைக் கேட்டபின்பு அவள் யாரையாவது விளையாடுவதற்காக அந்த இடத்திற்கு அழைத்து வந்தால்கூட இருமல் சத்தம் யாருக்கும் கேட்டுவிடக்கூடாதென்று அவளைத் தாஜா செய்து அந்த இடத்திற்கு எதிர்ப்பக்கமாக அனுப்பிவிடுவதுண்டு என்றான். தான் எப்போதும் டாக்டர் ஃப்ளின்டை உன்னிப்பாகக் கண்காணித்து வந்ததாகவும் அவன் போலீஸ்காரனுடனோ ரோந்துக்காரர்களுடனோ பேசிக்கொண்டிருப்பதைப் பார்த்தால் உடனே வந்து பாட்டியிடம் சொல்லிவிடுவதாகவும் சொன்னான். வீட்டின் அந்தக் குறிப்பிட்ட இடத்திற்கு அருகில் யாராவது வந்தாலே அவனிடம் காணப்பட்ட பரபரப்பு இப்போது என் நினைவிற்கு வந்தது. அதற்கான காரணம் என்னவென்று எனக்குத் தெரிந்திராததால் அவனது அந்த நடத்தை எனக்குப் புதிராகவே இருந்தது. பன்னிரண்டு வயதுச் சிறுவனிடம் இந்த மாதிரியான முன்னெச்சரிக்கை இருப்பது அசாதாரணமானது தான். ஆனால், மர்மங்களாலும் மோசடிகளாலும் ஆபத்துகளாலும் சூழப்பட்டிருக்கும் அடிமைகள் சந்தேகப்படவும் கவனமாக இருக்கவும் தெளிவாகக் கற்றுக்கொள்வதோடு முதிராப் பருவத்திலேயே எச்சரிக்கையாகவும் தந்திரமாக இருக்கவும்

கற்றுக்கொண்டுவிடுகிறார்கள். மற்ற குழந்தைகள் நான் வடமாகாணத்திற்குப் போய்விட்டதாகப் பேசிக்கொண்டு இருக்கும்போது அவன் எச்சரிக்கையாக இருந்ததோடு எங்கள் பாட்டியிடமோ ஃபிலிப் மாமாவிடமோ இதைப்பற்றி அவன் ஒரேயொரு கேள்விகூடக் கேட்டதேயில்லை.

நான் உண்மையாகவே தற்போது சுதந்திர மாகாணத்திற்குப் போகப்போகிறேன் என்று அவனிடம் சொன்னேன். அவன் நல்ல, நேர்மையான பையனாகவும் பாட்டிக்கு அன்பானவனாகவும் நடந்துகொள்ள வேண்டும்; அப்போதுதான் ஆண்டவரது நல்லாசியுடன் அவனும் நானும் எல்லெனோடு சேர்ந்து ஒன்றாக வாழலாம் என்று சொன்னேன். அவன் அன்று முழுவதும் பாட்டி எதுவும் சாப்பிடவில்லை என்று சொல்லத் தொடங்கினான். அவன் பேசிக்கொண்டிருக்கும்போதே பாட்டி நான் என்னோடு எடுத்துக்கொண்டுபோவதற்காக ஒரு சின்னப் பையில் பணத்துடன் வந்தார். பென்னியை வடக்கே அனுப்பி வைப்பதற்கான செலவிற்காகவாவது அந்தப் பணத்தில் ஒரு பகுதியை அவரை எடுத்துக்கொள்ளும்படி நான் கெஞ்சினேன். ஆனால் அவர் கண்களில் நீர் வழிய நான் முழுப்பணத்தையும் எடுத்துக்கொண்டுதான் போகவேண்டும் என்று வற்புறுத்தினார். “நீ முன்பின் தெரியாத மனிதர்களுக்கு நடுவில் இருக்கும்போது நோய்வாய்ப்பட்டுவிடலாம், அப்போது அவர்கள் வசதிக் குறைவான காப்பகத்திற்கு அனுப்பி உன்னைச் சாகடித்து விடுவார்கள்” என்றார். ஆ! எப்படிப்பட்ட பாட்டி எனக்கு!

கடைசித் தடவையாக நான் என்னுடைய இருட்டு மூலைக்குப் போனேன். என் மனதிற்குள் நம்பிக்கையின் வெளிச்சம் உதித்துவிட்டதால் இந்தத் தடவை அந்தத் தனிமையான வெற்றிடத்தின் தோற்றம் எனக்கு வெறுப்பூட்டவில்லை. ஆனாலும் விடுதலையின் தரிசனம் எனக்குக் கிடைக்கப்போகும் அந்தத் தருணத்திலும் என் அன்பான முதிய பாட்டியின் அரவணைப்பில் நான் நீண்ட காலமாகத் தங்கியிருந்த அந்தப் பழைய வீட்டை விட்டு ஒரேயடியாகப் பிரிந்துபோவது வேதனையாகத்தான் இருந்தது. அங்குதான் நான் என் இளம்பருவக் காதல்கனவினைக் கண்டேன். அது தேய்ந்து மறைந்த பிறகு விரக்தி அடைந்திருந்த என்னோடு தங்களைப் பின்னிப் பிணைத்துக்கொள்ள என் குழந்தைகள் வந்தார்கள். புறப்படும் நேரம் நெருங்கியவுடன் நான் மீண்டும் சாமான் அறைக்கு வந்தேன். பாட்டியும் பென்னியும் அங்கே இருந்தார்கள். பாட்டி என் கைகளைப் பற்றிக்கொண்டு, “லிண்டா! நாம் பிரார்த்தனை செய்யலாம்” என்றார். என் மகனை நெஞ்சோடு அணைத்துக்கொண்டும் நான் நிரந்தரமாகப்

பிரிந்துபோகப்போகின்ற என் அன்புமிக்க விசுவாசமான வயதான தோழியை இன்னொரு கையில் அணைத்துக்கொண்டும் நாங்கள் ஒன்றாக முழந்தாளிட்டோம். இத்தருணத்தைப் போல வேறு எப்போதும் எங்கள் குடும்பத்தினர் அனைவரும் ஒன்றாகக் கூடி உள்ளார்வத்துடன் ஆண்டவனிடம் கருணையையும் பாதுகாப்பையும் கோரியதில்லை. அது என்னைச் சிலிர்க்க வைத்தது; ஆண்டவன் மீதான நம்பிக்கையை வலுப்படுத்தியது.

பீட்டர் எனக்காகத் தெருவில் காத்திருந்தான். உடனே நான் அவன் அருகில் போனேன். உடல் தளர்ந்திருந்தாலும் மனம் உறுதியாக இருந்தது. மீண்டும் இந்தப் பழைய வீட்டைப் பார்க்கப்போவதில்லை என்பது எனக்குத் தெரிந்தாலும் நான் அதைத் திரும்பிப் பார்க்கவேயில்லை.

30

வடக்கு நோக்கிப் பயணம்

நாங்கள் படகுத்துறைக்கு எப்படிப் போய்ச் சேர்ந்தோம் என்பதை என்னால் சொல்லவே முடியாது. என் மூளை குழம்பிப்போயிருந்தது. கைகால்கள் தள்ளாடிக்கொண்டிருந்தன. ஆபத்தான சூழ்நிலை ஏதேனும் இருந்தால் அதைப் பற்றி எச்சரிக்கை செய்வதற்காக ஃபிலிப் மாமா எங்களுக்கு முன்பாகவே புறப்பட்டு வேறொரு வழியாகப் படகுத்துறைக்குப் போயிருந்தார். முதலிலேயே ஏற்பாடு செய்திருந்த இடத்தில் நாங்கள் அவரைச் சந்தித்தோம். துடுப்புப் படகு ஒன்று தயாராக இருந்தது. நான் படகில் என் காலை வைப்பதற்கு முன் யாரோ என்னை மென்மையாகத் தொட்டு இழுப்பதைப் போலிருந்தது, திரும்பிப் பார்த்தேன்; முகம் வெளிறிப் பதற்றமாக இருந்த பென்னி அங்கே இருந்தான். அவன் என் காது களுக்குள் ரகசியமாக, "நான் ஜன்னல் வழியாக டாக்டரின் வீட்டுக்குள் எட்டிப்பார்த்தேன். அவன் வீட்டில்தான் இருந்தான். போய்வாருங்கள் அம்மா! அழாதீர்கள், நான் வந்துவிடுவேன்" என்று சொல்லிவிட்டு என்னிடமிருந்து தள்ளிப் போய்விட்டான். என் நன்றிக்குரியவரும் மிகவும் நல்லவருமான மாமாவின் கைகளை இறுக்கமாகப் பிடித்துக்கொண்டேன். என் பாதுகாப்புக்காக மிகப்பெரிய ஆபத்தான செயலை மேற்கொண்ட துணிச்சலும் பரந்த உள்ளமும் கொண்ட என் நண்பன் பீட்டரின் கரங்களையும் இறுக்கமாகப் பிடித்துக்கொண்டேன். நான் பத்திரமாகத் தப்பிச் செல்வதற்கான வழியைக் கண்டுபிடித்துவிட்டதாக

ஹேரியட் ஜேகப்ஸ்

அவன் என்னிடம் சொல்லும்போது மகிழ்ச்சியில் ஒளிர்ந்த அவனுடைய பூரிப்பான முகத்தை இன்றுவரை நான் நினைவில் வைத்திருக்கிறேன். ஆனாலும் புத்திக்கூர்மையும் விவேகமும் உடைய அந்த உன்னதமான மனிதன்கூட ஒரு விற்பனைப் பண்டம்தான்! தன்னை நாகரிகமான சமுதாயமென்று பெருமை பேசிக்கொள்ளும் ஒரு நாட்டின் சட்டத்தின்முன் குதிரைகளோடும் பன்றிகளோடும் சேர்த்து விற்பனை செய்யப் படவிருக்கும் ஓர் அடிமை அவன். எதுவும் பேசாமல் நாங்கள் பிரிந்தோம். இதயங்கள் வார்த்தைகளுக்கு இடமில்லாமல் நிரம்பியிருந்தன.

படகு வேகமாக நீரில் நழுவிச் சென்றது. சிறிது நேரத்தில் மாலுமிகளில் ஒருவர், “மனம் தளர வேண்டாம் அம்மா. நாங்கள் அந்த ஊரில் உள்ள உங்கள் கணவனிடம் உங்களைப் பத்திரமாகக் கொண்டுபோய்ச் சேர்த்துவிடுவோம்” என்றார். அவர் என்ன சொல்ல வருகிறார் என்பதை முதலில் என்னால் புரிந்துகொள்ள முடியவில்லை. ஆனால், கப்பல்தலைவர் எங்களைப் பற்றி அவரிடம் ஏற்கெனவே சொல்லி வைத்திருந்ததைத்தான் அவர் என்னிடம் சொல்கிறார் என்பதைச் சட்டென்று ஊகித்துக்கொண்டேன். அதனால் அவருக்கு நன்றி கூறிவிட்டுப் பருவநிலை சாதகமாக இருக்கும் என்று நம்புவதாகச் சொல்லிப் பேச்சை மாற்றினேன்.

நான் கப்பலுக்குள் போனவுடன் கப்பல் தலைவர் என்னைப் பார்க்க வந்தார். களையான முகமுடைய வயதுமுதிர்ந்த மனிதர் அவர். அவர் என் தோழி ஃபேன்னி அமர்ந்திருந்த ஒரு சிறிய பெட்டி போன்ற அறைக்கு என்னை அழைத்துச் சென்றார். அவள் அங்கே என்னைப் பார்த்தவுடன் பேயைப் பார்த்ததைப்போல் பதறிவிட்டாள். அவள் திகைத்துப்போய், “லிண்டா! இது நீதானா? அல்லது உன் ஆவியா?” என்று கூவினாள். நாங்கள் ஒருவரையொருவர் கட்டித் தழுவிக்கொண்டபோது கட்டுப் படுத்த இயலாமல் எங்கள் உணர்வுகள் பொங்கிப் பெருகின. ьன் விசும்பல் சத்தம் கப்பல் தலைவரின் காதுகளுக்கு எட்டியது; அவர் எங்களிடம் வந்து அவருடைய பாதுகாப்புக்காகவும் எங்களுடைய பாதுகாப்புக்காகவும் நாங்கள் யாருடைய கவனத்தையும் ஈர்த்துவிடாமல் இருப்பதுதான் புத்திசாலித் தனம் என்று மிகவும் கனிவாக அறிவுறுத்திவிட்டுப் போனார். நாங்கள் பயணிக்கும்பொழுது மற்ற கப்பல்கள் ஏதேனும் கண்ணில் தென்படும்போது நாங்கள் கீழே போய்விட வேண்டுமென்றும் மற்ற சமயங்களில் கப்பலின் மேல்தளத்தில் இருக்கலாம் என்றும் அதில் தனக்கு ஆட்சேபனை எதுவும் இல்லையென்றும் அவர் எங்களிடம் கூறினார். அவர்

எங்களைப் பத்திரமாகப் பார்த்துக்கொள்வதாகவும் நாங்கள் கவனமாக நடந்துகொண்டால் எங்களுக்கு எந்த ஆபத்தும் வராது என்றும் அவர் உறுதியளித்தார். அவர் எங்களைப் பற்றித் தங்கள் கணவன்மாரைப் பார்ப்பதற்காக .... என்ற ஊருக்குப் போய்க்கொண்டிருக்கும் பெண்கள் என்று மற்றவர்களிடம் கூறிவைத்திருந்தார். நாங்கள் அவருக்கு நன்றி சொல்லிவிட்டு அவருடைய வழிகாட்டுதல்களைக் கவனமாகப் பின்பற்றுவோம் என்று அவருக்கு உறுதியளித்தோம்.

எங்கள் சிறிய அறைக்குள் நானும் ஃபேன்னியும் மெல்லிய குரலில் பேசிக்கொண்டோம். அவள் தனது தப்பித்தலுக்கான முயற்சியில் தான் எதிர்கொண்ட துன்பங்களையும் தன் அம்மாவின் வீட்டில் மறைந்திருந்த காலத்தில் மிகுந்த அச்சத்துடன் தான் தவித்ததையும் பற்றி என்னிடம் கூறினாள். எல்லாவற்றையும்விட அந்தத் திகில் நிறைந்த ஏலநாளன்று தான் தன்னுடைய குழந்தைகள் அனைவரையும் பிரிய நேர்ந்த வேதனையைப் பற்றியே அவள் அடிக்கடி பேசிக்கொண்டிருந்தாள். ஏழு ஆண்டுகளாக எங்கே முடங்கிக்கிடந்தேன் என்பதை நான் சொன்னபோது அவளால் அதை நம்பவே முடியவில்லை. "நம் இருவருக்குமே ஒரே மாதிரியான துன்பம்தான்" என்று நான் அவளிடம் சொன்னவுடன் "இல்லை, நீ விரைவில் உன் குழந்தைகளைப் பார்த்துவிடுவாய். ஆனால் எனக்கோ என் குழந்தைகளைப் பற்றித் தெரிந்துகொள்ள முடியும் என்ற நம்பிக்கையே இல்லை" என்றாள்.

அந்தக் கப்பல் உடனே புறப்பட்டுவிட்டாலும், மெதுவாகவே நகர்ந்தது. கடற்காற்று எங்களுக்குப் பாதகமாக இருந்தது. நாங்கள் நகரத்தைத் தாண்டிப்போயிருந்தால் நான் அதைப் பொருட்படுத்தியிருக்கமாட்டேன். எங்கள் பகைவர்களிடம் பிடிபடும் வாய்ப்பில்லாத அளவுக்குக் கடல் தூரத்தைக் கடந்திருக்காததால் போலீஸ்காரர்கள் எங்களைத் தேடிக் கப்பலுக்குள் வந்துவிடுவார்களோ என்ற பயம் எனக்கு இருந்தது. கப்பல் தலைவருடனும் அவருடைய உதவியாளர்களுடனும் என்னால் இயல்பாக நடந்துகொள்ளமுடியவில்லை. எனக்கு முற்றிலும் புதிய வகையான மனிதர்கள் அவர்கள்.

அதோடு மாலுமிகள் என்றாலே முரடர்கள் என்றும் சில நேரங்களில் அவர்கள் கொடுமைக்காரர்களாக இருப்பதுண்டு என்றும் நான் கேள்விப்பட்டிருந்தேன். நாங்கள் முழுக்க முழுக்க அவர்களுடைய கட்டுப்பாட்டிலேயே இருந்தோம். இந்நிலையில் அவர்கள் கெட்டவர்களாக இருந்துவிட்டால் எங்கள் நிலைமை மோசமாகிவிடும். கப்பல் தலைவருக்கு எங்கள் பயணத்திற்கான

பணம் கொடுக்கப்பட்டிருந்தாலும் எங்களைத் தங்களுடைய உடைமை என்று சொல்லிக்கொள்பவர்களிடம் கைமாற்றி விட்டு அதிகப்பணம் பெற அவர்கள் ஆசைப்படமாட்டார்கள் என்பது என்ன நிச்சயம்? நான் சாதாரணமாக எவரையும் நம்பிவிடும் இயல்புள்ளவள்தான். அடிமை நிறுவனம்தான் என்னை எல்லோரையும் சந்தேகிக்க வைக்கிறது. கப்பல் தலைவரையோ அவருடைய சகாக்களையோ ஃபேன்னி சந்தேகிக்கவேயில்லை. அவள் என்னிடம் "நானும் முதலில் பயந்துகொண்டேதான் இருந்தேன்; ஆனால் மூன்று நாட்கள் கப்பல் புறப்படாமலேயே நின்றுவிட்டபோது யாரும் என்னைக் காட்டிக்கொடுக்கவில்லை; அன்பாகத்தான் நடத்தினார்கள்; தவறாக எவரும் நடந்துகொள்ளவில்லை" என்று கூறினாள்.

கப்பல்தலைவர் விரைவிலேயே நாங்கள் இருந்த இடத்திற்கு வந்து சுத்தமான காற்றிற்காகக் கப்பலின் மேல்தளத்திற்கு வருமாறு எங்களைக் கூப்பிட்டார். அவருடைய மரியாதையான நடத்தையும் நட்புணர்வும் அதைப் பற்றி ஃபேன்னி கொடுத்திருந்த நற்சான்றும் எனக்கு நம்பிக்கையை ஏற்படுத்தியிருந்ததால் நாங்கள் அவரோடு சென்றோம். அவர் எங்களை வசதியாக உட்காரவைத்துவிட்டு அவ்வப்போது எங்களோடு உரையாடிக்கொண்டிருந்தார். பிறப்பால் தான் தென்மாகாணத்தவர் என்றும் தன் வாழ்வில் பெரும்பகுதியை அடிமை மாகாணங்களிலேயே கழித்ததாகவும் அடிமை வணிகத்தில் ஈடுபட்டிருந்த தனது சகோதரனை சமீபத்தில் இழந்துவிட்டதாகவும் கூறினார். "அது ஒரு கருணையற்ற கீழ்த்தரமான வியாபாரம்; என் சகோதரன் இம்மாதிரியான வணிகத்தில் ஈடுபட்டிருக்கிறான் என்று சொல்லிக்கொள்ள நான் எப்போதும் வெட்கப்பட்டேன்" என்றார். நாங்கள் ஸ்நேக்கி ஸ்வேம்ப்பைக் (Snaky swamp) கடக்கும்போது அவர் அந்தப் பக்கமாகச் சுட்டிக்காட்டி "எல்லாவித சட்டங்களையும் மீறிக்கொண்டிருக்கும் அடிமைத்தனம் நிலவும் நிலப்பகுதி அது" என்றார். அதை எவரும் 'டிஸ்மல் ஸ்வேம்ப் (Dismal swamp) என்று அழைப்பதில்லை என்றாலும் அதைப் பார்த்தபோது நான் மிகவும் சோர்ந்துதான் போனேன்.

அந்த இரவை நான் மறக்கவே மாட்டேன். இளவேனிற் காலத்தின் இதமான காற்று புத்துணர்ச்சியூட்டியது. நாங்கள் செஸாபிக் வளைகுடாவிற்கு அருகில் பயணப்பட்டபோது எனக்கேற்பட்ட உணர்வுப்பெருக்கை எப்படி விவரிப்பேன்? அந்த அழகான சூரிய ஒளி! எழுச்சியூட்டும் மென்காற்று! எவ்வித அச்சமும் கட்டுப்பாடும் இன்றி நான் அதை அனுபவிக்க முடியும். காற்றும் சூரிய ஒளியும் எவ்வளவு உன்னதமானவை

என்பதை அவை என்னிடமிருந்து பறிக்கப்பட்டதுவரை நான் உணர்ந்திருக்கவில்லை.

பத்து நாட்கள் கடற்பயணத்திற்குப் பிறகு நாங்கள் ஃபிலடெல்ஃபியாவை நெருங்கிக்கொண்டிருந்தோம். கப்பல் தலைவர் எங்களிடம் வந்து ஊருக்குள்ளே போகும்போது இரவாகிவிடுமாதலால் நாங்கள் மறுநாள் காலைவரை கப்பலிலேயே தங்கிவிட்டு நல்ல வெளிச்சத்தில் கரைக்குப் போவதுதான் நல்லது என்றும் சந்தேகத்தைத் தவிர்ப்பதற்கு அதுதான் சரியான வழி என்று தான் கருதுவதாகவும் சொன்னார்.

நான் அவரிடம், "உங்களுக்குத்தான் அது பற்றியெல்லாம் நன்றாகத் தெரியும். நீங்களும் இங்கேயே தங்கி எங்களுக்குப் பாதுகாப்பு தருவீர்களா?" என்று கேட்டேன்.

நான் சந்தேகப்படுகிறேன் என்பது அவருக்குத் தெரிந்துவிட்டது. பயணத்தின் இறுதிவரை அழைத்து வந்துவிட்ட போதிலும் அவர் மீது எனக்கு முழுநம்பிக்கை ஏற்படாமல் போய்விட்டதை எண்ணித் தாம் வருந்துவதாக அவர் சொன்னார். ஒரு வெள்ளைக்காரரை நம்பிவிடுவது அவ்வளவு சுலபமல்ல என்பது ஒரு முறையாவது அடிமையாக இருந்திருந்தால் மட்டுமே அவருக்குத் தெரிந்திருக்கும். நாங்கள் பயமில்லாமல் இரவில் நிம்மதியாக உறங்கலாம் என்றும், எங்கள் பாதுகாப்பில் போதிய கவனம் செலுத்துவதாகவும் அவர் உறுதியளித்தார். ஃபேன்னியும் நானும் வெள்ளைக்காரப் பெண்களாக இருந்து அதிகாரப்பூர்வமான பயணம் மேற்கொண்டிருந்திருந்தால்கூடத் தென்மாகாணத்தவரான இந்தக் கப்பல்தலைவர் எங்களை இதைவிடச் சிறந்த மரியாதையுடன் நடத்தியிருக்கமாட்டார் என்று கூறுவது இவருக்குப் பெருமை சேர்க்கும். என் புத்திசாலி நண்பன் பீட்டர் இந்த மனிதரின் நற்பண்புகளைச் சரியாகப் புரிந்துகொண்டதால்தான் அவரது கண்ணியத்தை நம்பி எங்களை அவரிடம் ஒப்படைத்திருக்கிறான்.

மறுநாள் காலை விடிந்த உடனேயே நான் கப்பலின் மேல் தளத்திற்கு வந்துவிட்டேன். வாழ்க்கையில் முதல்முறையாக சுதந்திர பூமியென நான் தற்போதைக்கு நினைத்துக் கொண்டிருக்கும் இடத்தில் தெரியும் சூரிய உதயத்தைக் காண்பதற்காக ஃபேன்னியையும் மேலே வருமாறு அழைத்தேன். நாங்கள் அப்போது செவ்வொளி பரவும் வானத்தைப் பார்த்தோம்; உன்னதமான சூரியப்பந்து நீரை விட்டு மெதுவாக மேலெழும்பி வந்துகொண்டிருக்கும் காட்சியைப் பார்த்தோம்; உடனே அலைகள் எல்லாம் மின்னத் தொடங்கின; அந்த அழகிய ஒளிவெள்ளம் விரைவில்

எங்கும் பரவியது. நாங்கள் இருவரும் ஒருவரையொருவர் பார்த்துக்கொண்டோம். எங்கள் இருவரின் கண்களும் கண்ணீரால் நனைந்தன. முன்பின் பார்த்திராத மனிதர்கள் நிறைந்த நகரம் எங்கள் கண்முன் விரிந்து கிடந்தது. நாங்கள் அடிமைத்தளையிலிருந்து தப்பி வந்துவிட்டோம். அடிமை வேட்டையர்களிடமிருந்தும் எங்களைப் பாதுகாத்துக்கொண்டு விடுவோம் என்று நம்பினோம். இருந்தாலும் நாங்கள் இந்த உலகில் தனிமைப்பட்டுவிட்டோம். அடிமை நிறுவனம் என்ற கொடூரப் பிசாசு எங்கள் அன்பான உறவுகளை எல்லாம் எங்களிடமிருந்து பிய்த்து எறிந்துவிட்டது; அதனால் நாங்கள் எங்கள் சொந்தங்களை எல்லாம் இழந்து நின்றோம்.

31

ஃபிலடெல்ஃபியா வாழ்க்கை

ஏழை அடிமைகளுக்கு வடக்கில் ஏராளமான மனிதர்கள் உதவி செய்யத் தயாராக இருப்பார்கள் என்று நான் கேள்விப்பட்டிருக்கிறேன். நானும் அப்படிப்பட்ட சிலரையாவது சந்தித்துவிடலாம் என்று நம்பினேன். காலப்போக்கில் எங்கள் கணிப்பு தவறாகிவிடலாம் என்றாலும் நாங்கள் எல்லோரையும் நண்பர்களாகத்தான் கருதியாக வேண்டும். அந்த அன்பான கப்பல் தலைவரைத் தேடிப்போய் அவர் எங்களை நன்கு கவனித்துக்கொண்டதற்காக நன்றி கூறிவிட்டு அவர் எங்களுக்குச் செய்த உதவியை ஒருநாளும் மறக்கமாட்டோம் என்றும் அவரிடம் சொன்னேன். பிரிந்து வந்திருந்த நண்பர்களுக்குக் கடிதம் எழுதி அவரிடம் கொடுத்தேன். அவரும் அவற்றைத் தவறாமல் சேர்ப்பித்துவிடுவதாகச் சொன்னார். நாங்கள் துடுப்புப் படகில் ஏற்றிவிடப் பட்டோம். அடுத்த பதினைந்து நிமிடங்களில் நாங்கள் ஃபிலடெல்ஃபியாவின் காட்டுப்பகுதியில் உள்ள படகுத்துறையில் தரையிறங்கினோம். நான் சுற்றுமுற்றும் பார்த்துக்கொண்டு நின்றபோது நட்புணர்வு மிக்க கப்பல் தலைவர் என் தோளைத் தொட்டு "உனக்குப் பின்னால் மரியாதைக்குரிய கறுப்பினத்தவர் ஒருவர் இருக்கிறார். நான் அவரிடம் நியூயார்க் செல்லும் புகைவண்டிகளைப் பற்றிக் கேட்டுவிட்டு நீங்கள் நேராக அங்கே போக விரும்பு வதாகச் சொல்கிறேன்" என்றார். நான் அவருக்கு நன்றி கூறிவிட்டு எனக்குத் தேவையான கையுறை களையும் முகத்திரைகளையும் வாங்கவேண்டி யிருப்பதால் அந்தக் கடைகளுக்குச் செல்லும்

வழியைச் சொல்லுமாறு அவரிடம் கேட்டேன். அவரும் எனக்கு வழி சொல்லிவிட்டு நான் திரும்பி வரும்வரை அந்தக் கறுப்பின மனிதருடன் பேசிக்கொண்டிருப்பதாகச் சொன்னார். நான் என்னால் முடிந்த அளவு வேகமாக நடந்தேன். கப்பலில் அடிக்கடி உடற்பயிற்சி செய்திருந்ததாலும் உப்பு நீர் அடிக்கடி காலில் பட்டிருந்ததாலும் என் கை, கால்களைக் கிட்டத்தட்ட இயல்புநிலைக்குக் கொண்டுவந்திருந்தன. அந்தப் பெரிய நகரத்தின் சத்தங்கள் எனக்குக் குழப்பம் ஏற்படுத்தினாலும் நான் கடைகளைக் கண்டுபிடித்து எனக்கும் ஃபேன்னிக்கும் சில இரட்டைத் திரைகளையும் சில கையுறைகளையும் வாங்கினேன். கடைக்காரர் பலவிதமான வரிகள் கொடுக்க வேண்டும் என்றார். நான் இதற்கு முன் அந்த மாதிரி வார்த்தையைக் கேட்டதேயில்லை. ஆனால் நான் அதை அவரிடம் சொல்லவில்லை. நான் ஊருக்குப் புதியவள் என்பது அவருக்குத் தெரிந்து நான் எங்கிருந்து வருகிறேன் என்று அவர் என்னிடம் கேட்டுவிடக்கூடாதென்று நினைத்து அவரிடம் ஒரு தங்கக் காசைக் கொடுத்தேன். அவர் பாக்கிப் பணத்தைக் கொடுத்தவுடன் ஒரு வரிக்கான தொகை எவ்வளவு என்பதைக் கணக்கிட்டுத் தெரிந்துகொண்டேன். நான் படகுத்துறைக்குத் திரும்பினேன். அங்கே கப்பல் தலைவர் என்னைப் பெத்தல் தேவாலய மதகுருவான ஜெரமியா துர்ஹம் என்ற கறுப்பின மனிதருக்கு அறிமுகம் செய்துவைத்தார்.[1] அவர் ஏதோ நீண்டகாலமாக என்னோடு பழகியவரைப் போல என் கையைப் பிடித்துக்கொண்டார். நியூயார்க்கிற்குப் போகும் காலை நேர வண்டிக்கு நாங்கள் மிகவும் தாமதமாக வந்துவிட்டதாகவும் அடுத்த வண்டிக்காக அன்று மாலை வரையோ அல்லது அடுத்த நாள் காலைவரையோ காத்திருக்கவேண்டும் என்றும் கூறினார். அவர் என்னைத் தன்னோடு தனது வீட்டிற்கு வருமாறு அழைத்தார்; தனது மனைவி என்னை அன்பாக வரவேற்பார் என்றும் என் தோழிக்குத் தனது அண்டைவீட்டில் தங்க ஏற்பாடு செய்து கொள்ளலாம் என்றும் கூறினார். முன்பின் அறியாதவர்களிடம் அவர் காட்டும் அன்புக்கு நான் நன்றி தெரிவித்துக்கொண்டேன்; என்னைத் தனியே விட்டுவிட்டுப்போனால்கூட நான் எங்கள் பக்கத்து ஊர்களிலிருந்து இங்கு வந்திருக்கின்ற சிலரைத் தேடிக் கண்டுபிடித்துக்கொள்வேன் என்று அவரிடம் சொன்னேன். ஆனால் அவரோ நான் அவருடன் உணவருந்தவேண்டுமென்றும் அதற்குப் பின் என் நண்பர்களைக் கண்டுபிடிக்கத் தானே உதவுவதாகவும் கூறினார். மாலுமிகள் எங்களை வழியனுப்ப வந்தார்கள். கண்ணீர் பொங்கும் விழிகளுடன் அவர்களுடைய காய்த்து உரமேறிய கைகளைப் பற்றிக் குலுக்கினேன். அவர்கள் எங்களிடம் மிகவும் அன்பாக இருந்தார்கள்; அவர்களே

நினைத்துப் பார்த்திருக்க முடியாத மிகப்பெரிய உதவியை அவர்கள் எங்களுக்குச் செய்திருந்தார்கள்.

நான் இதுவரை அவ்வளவு பெரிய நகரத்தைப் பார்த்ததே யில்லை. தெருக்கள் நிறைய அவ்வளவு மனிதர்களோடு நான் இருந்ததும் இல்லை. எங்களைக் கடந்து சென்றவர்கள் எல்லாம் எங்களை வினோதமாகப் பார்த்துக்கொண்டே போவதுபோலத் தோன்றியது. தொடர்ந்து கப்பலின் மேல் தளத்தில் காற்றிலும் வெய்யிலிலும் உட்கார்ந்திருந்ததால் முகமெல்லாம் கொப்புளங்கள் வெடித்துத் தோல் உரிந்திருந்தது; அதனால் நான் எந்த நாட்டைச் சேர்ந்தவள் என்பதை யாரும் எளிதில் கண்டுபிடித்துவிட முடியாது என்று நினைத்தேன்.

திருமதி துர்ஹம் எந்தக் கேள்வியும் கேட்காமல் என்னை அன்போடு வரவேற்றார். நான் களைத்துப்போயிருந்த நிலையில் அவரது இணக்கமான நட்பு, புத்துணர்ச்சி தருவதாக இருந்தது. கடவுள் அவரை ஆசீர்வதிக்கட்டும். அவருடைய இரக்கத்தை என்னிடம் காட்டுவதற்கு முன்பும்கூடப் பல துன்புற்ற இதயங் களுக்கு அவர் ஆறுதல் வழங்கியிருப்பார் என்பது உறுதி. தனது கணவராலும் குழந்தைகளாலும் சூழப்பெற்றுச் சட்டங்களால் பாதுகாக்கப்பட்டிருந்த அவரது வீடு புனிதமாக இருந்தது. நான் என் குழந்தைகளை நினைத்தேன்; பெருமூச்சு வந்தது.

விருந்து முடிந்ததும் திரு. துர்ஹம் நான் குறிப்பிட்டிருந்த நண்பர்களைத் தேடுவதற்காக என்னோடு வந்தார். அவர்கள் என் சொந்த ஊரிலிருந்து வந்தவர்கள்; பழக்கமான முகங்களைப் பார்ப்பது எனக்கு மகிழ்ச்சியாக இருக்கும் என நான் நினைத்தேன். ஆனால் அவர்கள் வீட்டில் இல்லை. மகிழ்வூட்டும் தூய்மையான வீதிகளில் நாங்கள் திரும்பி நடந்துவந்தோம். திரு. துர்ஹம் அவர்களோடு நடந்துவரும்போது மகளைச் சந்திக்க வேண்டும் என நான் சொன்னதை அவர் கவனித்திருக்கிறார். நான் மிகவும் இளமையாக இருந்ததால் நான் மணமாகாதவள் என அவர் நினைத்திருக்கிறார். எனக்கு மகள் இருக்கிறாள் என்பதைக் கேட்டதும் வியந்துபோனார். எனக்கு மிகவும் இக்கட்டாக இருந்த ஒரு விஷயத்தின் பக்கமாக அவர் பேச்சு நகர்ந்தது. அவர் அடுத்து என் கணவரைப் பற்றிக் கேட்கலாம் என்றும் அதற்கு நான் உண்மையான பதிலைச் சொன்னால் அவர் என்னைப் பற்றி என்ன நினைப்பாரோ என்றும் எனக்குக் கவலையாக இருந்தது. எனக்கு இரண்டு குழந்தைகள் இருக்கிறார்கள் என்றும் ஒருவர் நியூயார்க்கிலும் மற்றொருவர் தென்மாகாணத்திலும் இருப்பதாக நான் அவரிடம் சொன்னேன். அவர் என்னிடம் மேலும் பல கேள்விகளைக் கேட்டார். நான் என் வாழ்வின் முக்கியமான நிகழ்வுகளை எல்லாம் அவரிடம் மறைக்காமல் சொல்லி

ஹேரியட் ஜேகப்ஸ்

விட்டேன். அவற்றைச் சொல்வதற்கு எனக்கு சங்கடமாகத்தான் இருந்தது; ஆனால் நான் அவரை ஏமாற்றக்கூடாது. அவர் எனக்கு நண்பராக இருக்க விரும்பும்போது நான் அவரது நட்புக்கு எந்த அளவுக்குத் தகுதியானவள் என்பதை அவர் அறிந்தாகவேண்டும் என்று நான் நினைத்தேன். "நான் உங்கள் உணர்வுகளைப் புண்படுத்தியிருந்தால் என்னை மன்னித்துக்கொள்ளுங்கள். நான் வெற்று ஆர்வத்தில் உங்களிடம் கேள்விகளைக் கேட்கவில்லை. நான் உங்கள் நிலைமையைப் புரிந்துகொண்டு உங்களுக்கோ உங்கள் பெண்ணுக்கோ எந்த வகையிலாவது உதவ முடியுமா என்பதைத் தெரிந்துகொள்வதற்காகத்தான் கேட்டேன். உங்களுடைய ஒளிவுமறைவற்ற பதில்கள் உங்கள் மதிப்பை உயர்த்தும். ஆனால் அதற்காக எல்லோரிடமும் வெளிப்படை யாகப் பேசிவிடாதீர்கள். இதயமில்லாத மனிதர்கள் உங்களை இழிவுபடுத்துவதற்கு அது ஒரு சாக்காகிவிடும்" என்றார்.

இழிவுபடுத்துவதற்கு' என்ற வார்த்தை என்னை நெருப்பாய்ச் சுட்டது. "நான் எவ்வளவு துன்பப்பட்டேன் என்பது கடவுளுக்குத்தான் தெரியும்; ஆனால் அந்தக் கடவுள் என்னை மன்னித்துவிடுவார் என்றே நான் நம்புகிறேன். என் குழந்தைகளோடு என்னை வாழவைத்தால் நான் ஒரு நல்ல தாயாக இருப்பேன் என்று நினைக்கிறேன்; எவரும் என்னை இழிவாக நடத்திவிட முடியாதபடியான வாழ்க்கையை வாழவே நான் விரும்புகிறேன்" என்றும் அவரிடம் சொன்னேன்.

"நான் உங்கள் உணர்வுகளை மதிக்கிறேன். கடவுளை நம்புங்கள். எப்பொழுதும் நல்ல நோக்கங்கள் உங்களை வழிநடத்தட்டும். நீங்கள் நல்ல நண்பர்களைப் பெறுவதில் தோற்றுப்போக மாட்டீர்கள்" என்றார்.

நாங்கள் வீட்டிற்குப் போனவுடன் நான் என் அறைக்குள் போனேன். சிறிது நேரம் இவ்வுலகிலிருந்து தனித்திருக்க முடிந்ததில் மகிழ்ந்தேன். அவர் பேசிய வார்த்தைகள் என் மனதில் பசுமரத்தாணி போலப் பதிந்துவிட்டன. அவை என்னுடைய சோகமயமான இறந்தகாலத்தின் பெரும் நிழல்களை என் கண்முன் கொண்டுவந்து நிறுத்தின. இப்படிப்பட்ட எண்ணங்களில் நான் மூழ்கியிருந்தபொழுது யாரோ கதவைத் தட்டும் சத்தம் கேட்டுத் திடுக்கிட்டேன். திருமதி துர்ஹம் கருணை பொங்கும் முகத்தோடு கீழ் வீட்டில் அடிமை ஒழிப்புப் போராளி நண்பர் ஒருவர் இருப்பதாகவும் அவர் என்னைப் பார்க்க விரும்புவதாகவும் கூறினார். முன்பின் அறியாதவர் களைச் சந்திப்பதைத் தவிர்க்கும் என் அச்சத்தை உதறித்தள்ளி விட்டு அவருடன் நான் போனேன். என் அனுபவங்கள் பற்றியும் நான் அடிமைத்தளையிலிருந்து எப்படித் தப்பித்து வந்தேன்

என்பது பற்றியும் அவர்கள் பல கேள்விகள் கேட்டார்கள். ஆனால் அவர்கள் என் மனதைப் புண்படுத்தும்படியாக எதையும் பேசி விடக்கூடாது என்பதில் எவ்வளவு கவனமாக இருந்தார்கள் என்பதையும் நான் கவனித்தேன். நாங்கள் எல்லாம் மனித இனத்திலேயே சேர்த்தியில்லை என்ற எண்ணத்துடன்தான் இதுவரை நாங்கள் நடத்தப்பட்டு வந்திருக்கிறோம். அப்படிப்பட்ட எங்களைப் போன்றவர்களுக்கு மட்டும்தான் இது எவ்வளவு பெரிய ஆறுதல் தரும் என்பது புரியும்! இந்த அடிமை ஒழிப்புப் போராளி என்னுடைய அடுத்த கட்ட நடவடிக்கைகளைப் பற்றிக் கேட்டறிவதற்காகவும் தேவைப்பட்டால் ஏதேனும் உதவி செய்வதற்காகவுமே வந்திருந்தார். ஃபேன்னி தற்போதைக்குத் திரு. துர்ஹம் அவர்களின் நண்பரின் வீட்டில் வசதியாகத் தங்கியிருந்தாள். அடிமை ஒழிப்புச் சங்கம் அவளுடைய நியூயார்க் பயணத்திற்காகும் செலவை ஏற்றுக்கொள்ள ஒப்புக்கொண்டது.[2] அதே மாதிரி எனக்கும் தருவதாகச் சொன்னபோது அதை ஏற்றுக்கொள்ள நான் மறுத்துவிட்டேன்; என் பயணத்தின் இறுதிவரை ஆகும் செலவுகளுக்குப் போதுமான தொகையை என் பாட்டி எனக்குக் கொடுத்திருக்கிறார் என்று சொன்னேன். எங்களை நியூயார்க்கிற்குப் பாதுகாப்பாக அழைத்துப் போகக் கூடிய நபர் கிடைக்கும்வரை நாங்கள் இன்னும் சில நாட்கள் ஃபிலடெல்ஃபியாவிலேயே தங்கியிருக்கும்படி அறிவுறுத்தப் பட்டோம். அடிமைஉடமையாளர்களை வழியில் பார்த்து விடுவோமோ என்ற பயத்தாலும் ரயில் பயணம்பற்றிய பயத்தாலும் இந்த ஏற்பாட்டுக்கு நான் மகிழ்ச்சியாகச் சம்மதித்து விட்டேன். நான் என் வாழ்வில் இதுவரை ரயில் பெட்டியில் ஏறியதே இல்லை; அதனால் இந்தப் பயணம் மிகவும் முக்கியமான நிகழ்ச்சியாக இருக்குமென்று எனக்குத் தோன்றியது.

அன்று இரவு நான் இதற்குமுன் அறிந்தே இருக்காத உணர்வுகளுடன் என் தலையணையை நாடினேன். விடுதலை அடைந்துவிட்டாதாகவே நம்பத் தொடங்கிவிட்டேன். நீண்ட நேரம் கண்விழித்து இருந்தேன்; நான் தூங்க ஆரம்பித்ததுமே தீயணைப்பு வண்டியின் சத்தம் கேட்டு எழுந்துவிட்டேன். குதித்தெழுந்து என் உடைகளை அணிந்தேன். நான் முன்பு இருந்த ஊரில் எல்லோரும் அவசரமாகத் தங்கள் ஆடைகளை அணிந்துகொள்வார்கள். பெரிய தீ விபத்தைக் கலகக்காரர்கள் பயன்படுத்திக்கொண்டுவிடுவதைத் தடுப்பதற்குத் தம்மைத் தயார்படுத்திக்கொள்வது நல்லது என்று வெள்ளைக்காரர்கள் நினைப்பார்கள். தீயை அணைப்பதற்கான வேலைகளில் ஈடுபடுவதற்காக வெளியில் போகச் சொல்லிக் கறுப்பினத்தவர்கள் அறிவுறுத்தப்படுவார்கள். எங்கள் ஊரில் தீயணைப்பு எந்திரம் ஒன்றே ஒன்றுதான் இருந்ததால் கறுப்பினப் பெண்களும்

குழந்தைகளும் அதை ஆற்றங்கரைக்கு இழுத்துக்கொண்டு போய் அதில் நீர் நிரப்புவார்கள். திருமதி துர்ஹத்தின் மகளும் என்னுடன் ஒரே அறையிலேயே படுத்துத் தூங்கிக்கொண்டிருந்தார். அவர் இந்தக் களேபரத்திற்கு நடுவிலும் உறங்கிக்கொண்டிருப்பதைப் பார்த்து அவரை எழுப்புவது என் கடமை என்று நினைத்துவிட்டேன். அவர் கண்களைக் கசக்கிக்கொண்டே "என்னாச்சு?" என்றார்.

"தெருவில், நெருப்பு என்று கூச்சலிட்டுக்கொண்டிருக்கிறார்கள். அபாய மணிகள் ஒலித்துக்கொண்டிருக்கின்றன" என்றேன் நான்.

"அதனாலென்ன? எங்களுக்கு அது பழக்கம்தான். நெருப்பு எங்கள் பக்கத்தில் வந்தாலன்றி நாங்கள் எப்போதும் எழுந்ததில்லை. அது என்ன செய்துவிடும்?" என்றார் தூக்கக் கலக்கத்தோடு.

எனக்கு மிகவும் ஆச்சரியமாகிவிட்டது; நாங்கள் போய் வண்டியில் நீரை நிரப்ப வேண்டியதில்லை. நான் அறியாத பெண்! பெரிய நகரங்கள் எப்படிச் செயல்படுகின்றன என்பதன் ஆரம்பப் பாடத்தை அப்போதுதான் கற்றுக்கொள்ளத் தொடங்கினேன்.

பகல் வேளையில் புதியமீன்கள், பழங்கள், முள்ளங்கிகள் மற்றும் பலவகைப் பொருட்களைக் கூவி விற்றுக்கொண்டு தெருவில் பெண்கள் போகும் சத்தத்தைக் கேட்டேன். இவையெல்லாம் எனக்குப் புதியவை. நான் காலையிலேயே உடைமாற்றிக்கொண்டு நான் இதுவரை அறிந்திராத வாழ்வின் இயக்கத்தை வேடிக்கை பார்த்துக்கொண்டிருந்தேன். ஃபிலடெல்ஃபியா ஆச்சரியமான பெரிய நகரமாக எனக்குத் தோன்றியது. வெளியில் போய்த் தீயணைப்பு எந்திரத்தை இழுத்து வரவேண்டும் என்ற என் யோசனை காலை உணவின்போது சிரிப்புப்பொருளானது; நானும் அவர்களுடன் சேர்ந்து சிரித்து மகிழ்ந்தேன்.

நான் ஃபேன்னியைப் பார்க்கப்போனபோது அவள் தனது புதிய நண்பர்களுடன் மிகவும் திருப்தியாக இருந்ததையும் அங்கிருந்து புறப்பட அவசரப்படவில்லை என்பதையும் கண்டு கொண்டேன். நானும் என்னை வரவேற்று உபசரித்தவருடன் மகிழ்ச்சியாகவே இருந்தேன். அவர் கல்வியால் உயர்ந்தவர்; உன்னதமான பண்பாளர். அவருடனிருந்த ஒவ்வொரு நாளையும் ஏன் ஒவ்வொரு மணி நேரத்தையுங்கூட என் சிறிதளவு அறிவைக் கொஞ்சம் கொஞ்சமாக விரிவாக்கிக்கொள்ளப் பயன்படுத்திக்கொண்டேன். அவர் எனக்கு ஏதும் ஆபத்து நேர்ந்து விடாதபடி எவ்வளவு முடியுமோ அந்த அளவுக்குத் தன்னோடு

என்னை அழைத்துச் சென்று நகரத்தைச் சுற்றிக்காட்டினார். ஒருநாள் அவர் என்னை ஓவியக்கலைஞர் ஒருவரின் அறைக்கு அழைத்துச் சென்று தன் குழந்தைகள் சிலரின் ஓவியங்களை எனக்குக் காட்டினார். நான் அதற்கு முன் கறுப்பினத்தவர் ஓவியங்களாகத் தீட்டப்பட்டிருந்ததைப் பார்த்ததேயில்லை; அவை எனக்கு மிகவும் அழகாகத் தோன்றின.

ஐந்தாம்நாள் முடிவில் திருமதி துர்ஹத்தின் நண்பர் ஒருவர் மறுநாள் காலை நியூயார்க் நகரத்திற்கு எங்களைத் தன்னோடு அழைத்துப் போவதாகக் கூறினார். நான் எனக்கு விருந்தளித்தவரின் கைகளை விடைபெற்றுக்கொள்வதற்காகப் பற்றிக்கொண்டேன். அப்போது அவருடைய கணவர் நான் என்னைப் பற்றிப் பகிர்ந்தவற்றை இவரிடம் கூறியிருந்திருப் பாரோ எனத் தெரிந்துகொள்ள ஆசைப்பட்டேன். திரு துர்ஹம் தன் மனைவியிடம் அதைச் சொல்லியிருக்கலாம் என்றாலும் இவர் அதைப் பற்றி எதுவும் என்னுடன் பேசவேயில்லை. இரக்கமுள்ள பெண்ணின் பொருள்பொதிந்த மௌனம் அது என்று நான் அதைப் புரிந்துகொண்டேன்.

திரு. துர்ஹம் எங்களது பயணச்சீட்டுகளை எங்களிடம் கொடுக்கும்போது "உங்களுக்குப் பிடிக்காத பயணமாக இது இருக்கப்போகிறதோ என்று எனக்கு சந்தேகம்; ஆனாலும் என்னால் உங்களுக்கு முதல் வகுப்புப் பயணச்சீட்டு பெற்றுத்தர முடியாது" என்றார்.

நான் அதற்குத் தேவைப்படும் அளவிற்குப் பணத்தைக் கொடுக்கவில்லையோ என்று எண்ணிக் கூடுதலாகப் பணம் தர முன்வந்தேன். அதற்கு அவர் "அப்படியெல்லாம் இல்லை. எவ்வளவு பணம் கொடுத்தாலும் வாங்கியிருக்க முடியாது. முதல்வகுப்புப் பெட்டிகளில் கறுப்பினத்தவர்களை அவர்கள் அனுமதிப்பதில்லை" என்று சட்டென்று பதிலளித்தார்.

சுதந்திர மாகாணங்களைப் பற்றிய என் நல்லெண்ணத்தைச் சற்றுக் குறைத்த முதல் தகவல் இது. தென்மாகாணத்தில் கறுப்பினத்தவர்கள் வெள்ளக்காரர்களின் பின்னால் அழுக்கடைந்த பெட்டிகளில் பயணம் செய்ய மட்டுமே அனுமதிக்கப்படுவார்கள். அந்த அசௌகரியமான பயணத்திற்குக் கட்டணம் எதுவும் கிடையாது. வடபகுதியும்கூட அடிமைக் கலாச்சாரத்தைக் கண்மூடித்தனமாகப் பின்பற்றுகிறதே என்று அறிந்து வேதனைப்பட்டேன்.

நின்று கொண்டால் மட்டுமே வெளியில் பார்க்க முடிகின்ற உயரத்தில் இருபக்கங்களிலும் ஜன்னல்கள் உள்ள பெரிய,

அழுக்கடைந்த, பெட்டிக்குள் நாங்கள் அடைக்கப்பட்டோம். பல மாகாணங்களிலிருந்தும் வந்திருந்த மக்கள் கூட்டத்தால் அந்தப் பெட்டி நிரம்பியிருந்தது. அழுதுகொண்டும் கால்களை உதைத்துக்கொண்டும் குழந்தைகள் படுத்திருந்த படுக்கைகளும் தொட்டில்களும் நிறைய இருந்தன. இருவருக்கு ஒருவர் என்ற கணக்கில் மனிதர்களின் வாயில் சுருட்டோ அல்லது புகைக்குழாயோ இருந்தது. மதுக்குவளைகள் தங்குதடையின்றி வலம்வந்துகொண்டிருந்தன. மதுவின் நெடியையும் புகையிலையின் அடர்த்தியான புகையையும் என்னால் சகித்துக்கொள்ள முடியவில்லை. பண்பாடற்ற கேலிப்பேச்சுகளையும் விரசமான பாடல்களையும் கேட்டு என் மனம் அருவருப்பு அடைந்தது. உண்மையில் அது சகிக்கமுடியாத பயணம்தான். ஆனால் காலப் போக்கில் இத்தகைய விஷயங்களைத் தடுத்து ரயில்பயணத்தைச் செம்மைப்படுத்துவதற்கான முயற்சிகள் தொடங்கிவிட்டன.

32

தாய் – மகள் சந்திப்பு

நாங்கள் நியூயார்க்கை அடைந்தவுடன் வாடகை வண்டிக்காரர்களின் "வண்டி வேண்டுமா அம்மா" என்ற கூச்சல் என்னை அரைப்பைத்திய மாக்கிவிட்டது. நாங்கள் எங்களைச் சல்லிவன் தெருவிற்கு அழைத்துப்போவதற்குப் பன்னிரண்டு ஷில்லிங் தருவதாகச் சொல்லி ஒரு வண்டிக்காரரிடம் பேரம் பேசி முடித்தோம். அப்போது ஒரு பருத்த ஐரிஷ்காரன் எங்களிடம் வந்து "நான் ஆறு ஷில்லிங்குக்குக் கூட்டிக்கிட்டுப்போறேன்" என்றான். கட்டணச் செலவு பாதியாகக் குறைந்தது எங்களுக்குப் பெரிய விஷயம்தான். அதனால் நாங்கள் அவனிடம் "உடனே அழைத்துச் செல்வீர்களா?" என்று கேட்டோம். அவனும் "இதோ இப்பவே" என்றான். மற்ற வண்டிக்காரர்கள் ஒருவரையொருவர் பார்த்துச் சிரித்துக்கொண்டதைக் கவனித்தேன். உடனே அவனிடம் "பத்திரமா கூட்டிக்கொண்டு போவீர்களா" என்று நான் கேட்டேன். "ஆமாம். பொம்பளங்கள நல்லபடியாகக் கூட்டிட்டு போகாம இருக்க நான் சாத்தானா என்ன?" என்றான் அவன். எங்கள் சாமான்களை எடுத்துக்கொண்டு உடனே திரும்பி வந்த அவன் எங்களைப் பார்த்து "இந்தப்பக்கந்தான், கொஞ்சம் வாங்க அம்மா" என்றான். நாங்கள் அவனைப் பின்தொடர்ந்தோம். எங்கள் பெட்டிகளை வண்டிக்குள் பத்திரமாக வைத்துவிட்டு அந்தப் பெட்டிகளின் மீது அவன் எங்களை உட்காரச் சொன்னான். இதுமாதிரி எல்லாம் எங்களிடம் முதலிலேயே சொல்லாததால் உடனே எங்கள் பெட்டிகளை வண்டியிலிருந்து

ஹேரியட் ஜேகப்ஸ்

எடுத்துக்கொள்வதாக நாங்கள் வாதாடினோம். ஆனால் அவனோ ஆறு ஷில்லிங்குகள் தந்தாலொழியப் பெட்டிகளை வண்டியிலிருந்து இறக்கி எடுத்துக்கொள்ள முடியாது என்று சொல்லிவிட்டான். நாங்கள் இருந்த நிலைமையில் மற்றவர்கள் கவனத்தை ஈர்க்கும்படி எதுவும் செய்துவிடக் கூடாது என்பதால் நான் அவன் கேட்கும் தொகையைத் தரத் தயாரானேன். அப்போது எங்களுக்குப் பக்கத்தில் இருந்த ஒரு மனிதன் பணம் தரவேண்டாம் என்பதுபோல் தலையை அசைத்தான். நீண்ட சச்சரவுக்குப் பிறகு அந்த ஐரிஷ்காரனிடமிருந்து எங்கள் பெட்டிகளை மீட்டு அவற்றை வேறொரு வண்டியில் ஏற்றினோம். எங்களுக்காக ஏற்பாடு செய்யப்பட்டிருந்த சல்லிவன் தெருவில் இருந்த ஒரு தங்கும் விடுதியை நோக்கிப் பயணப்பட்டோம். அடிமை எதிர்ப்புச் சங்கம் ஃபேன்னிக்காக ஏற்பாடு செய்திருந்த அந்த விடுதியில் அவளை விட்டுவிட்டு நான் பிரிந்தேன். அவள் வசதியான சூழலில் இருப்பதாகப் பின்னாளில் கேள்விப்பட்டேன். சில ஆண்டுகளாக நியூயார்க் நகரில் வர்த்தகராக இருக்கும் எங்கள் பகுதியைச் சேர்ந்த பழைய நண்பர் ஒருவருக்கு நான் சொல்லியனுப்பியிருந்தேன். அவரும் உடனடியாக வந்து விட்டார். என் மகளைப் பார்ப்பதற்கு விரைவில் ஏற்பாடு செய்யும்படி அவரை நான் கேட்டுக்கொண்டேன்.

நான் அவரிடம் தற்போதுதான் தென்மாகாணத்திலிருந்து அங்கே வந்திருக்கிறேன் என்பதை என் மகள் தங்கியிருக்கும் வீட்டாரிடம் சொல்லிவிட வேண்டாம் என எச்சரித்தேன். ஏனென்றால் நான் ஏழு ஆண்டுகளுக்கு முன்பே வடக்கே வந்து விட்டதாக அவர்கள் நினைத்துக்கொண்டிருந்தார்கள். ப்ரூக்ளின்னில் எங்கள் ஊரிலிருந்து வந்த கறுப்பினப் பெண் ஒருவர் இருப்பதாகவும் நான் அவர்கள் வீட்டிற்குப் போவது நல்லது என்றும் அங்கேயே என் மகளைச் சந்தித்துக்கொள்ளலாம் என்றும் அந்த நண்பர் சொன்னார். நான் இந்த ஏற்பாட்டை நன்றியுடன் ஏற்றுக்கொண்டேன். அவரும் ப்ரூக்ளின் வரை எனக்குத் துணையாக வர ஒப்புக்கொண்டார். நாங்கள் ஃபுள்டன் ஃபெர்ரி என்ற இடத்தைக் கடந்து மிர்டில் அவென்யூ என்ற இடம்வரை போய் அவர் குறிப்பிட்டிருந்த வீட்டின் முன் நின்றோம். நான் வீட்டிற்குள் நுழையும் சமயத்தில் இரண்டு சிறுமிகள் என்னைக் கடந்துபோனார்கள். என் நண்பர் அவர்கள் பக்கம் என் கவனத்தைத் திருப்பினார். அவர்களில் மூத்தவள், பாட்டியின் வீட்டிற்கு அருகில் வசித்து வந்த பெண்ணின் மகள் சாராதான்; அவர்கள் சில ஆண்டுகளுக்கு முன்பே தென் மாகாணத்திலிருந்து இங்கே வந்துவிட்டார்கள். இந்த எதிர்பாராத சந்திப்பில் மகிழ்ச்சியடைந்த நான் அவளை ஆரத்தழுவி அவளது அம்மாவைப் பற்றி விசாரித்தேன்.

“நீ இன்னொரு சிறுமியைக் கவனிக்கவே இல்லை” என்றாள் என் தோழி. நான் திரும்பிப்பார்த்தேன். என் எல்லென் அங்கே நின்றுகொண்டிருந்தாள். அவளை நெஞ்சோடு அணைத்துக் கொண்டேன். அதன் பிறகு கொஞ்சம் தள்ளி நின்று அவளைச் சரியாகப் பார்த்தேன். நான் அவளை விட்டுப் பிரிந்த அந்த இரண்டு ஆண்டுகளில் அவள் மிகவும் மாறியிருந்தாள். ஒரு தாயின் கண்களுக்கு மட்டுமல்ல; சாதாரணமாகப் பார்ப்பவர்களுக்குக் கூட அவள் அக்கறையுடன் கவனித்துக்கொள்ளப்படவில்லை என்பது எளிதில் தெரிந்துவிடும். என் நண்பர் எங்கள் அனைவரையும் வீட்டிற்குள் வருமாறு அழைத்தார். ஆனால் எல்லென்னோ தான் வந்த வேலையை எவ்வளவு சீக்கிரம் முடியுமோ அவ்வளவு சீக்கிரத்தில் முடித்துக்கொண்டு வீட்டிற்குப்போய் என்னைப் பார்ப்பதற்குத் திருமதி ஹாப்ஸிடம் அனுமதி பெற்றுக்கொண்டு வந்துவிடுவதாகச் சொன்னாள். மறுநாள் திருமதி ஹாப்ஸுக்குச் சொல்லியனுப்பலாம் என்று நாங்கள் முடிவு செய்துகொண்டோம். எல்லென்னின் தோழி சாரா தன் அம்மாவிடம் நான் வந்திருப்பதைச் சொல்ல அவசரப்பட்டாள். நாங்கள் உள்ளே போனபோது அந்த வீட்டின் எஜமானி வீட்டில் இல்லை. அவள் வருவதற்காக நான் காத்திருந்தேன். நான் அவளைப் பார்ப்பதற்கு முன்பே “லிண்டா ப்ரென்ட் எங்கே? அவளுடைய அப்பாவையும் அம்மாவையும் எனக்குத் தெரியும்” என்ற அவளுடைய குரல் என் காதில் விழுந்தது. உடனே, சாரா தன் அம்மாவோடு உள்ளே வந்துவிட்டாள். எங்கள் பாட்டியின் அருகாமையில் வாழ்ந்திருந்த எங்களுக்குள் நல்ல இணக்கம் ஏற்பட்டுவிட்டது. இந்த நண்பர்கள் எல்லோரும் என்னைச் சுற்றிச் சூழ்ந்துகொண்டு நடந்த விஷயங்களைக் குறித்து விசாரித்தார்கள். எல்லோரும் சேர்ந்து சிரித்தார்கள், அழுதார்கள், கூச்சலிட்டுக் குதூகலித்தார்கள். நான் கொடுமைக்காரர்களிடமிருந்து விடுதலையடைந்து லாங் ஐலேண்ட்டிற்குப் பத்திரமாக வந்துசேர்ந்ததற்காகக் கடவுளுக்கு நன்றி கூறினார்கள். மகிழ்ச்சிகரமான நாள் அது. தனிமைச் சிறையில் நான் கழித்த அந்த நிசப்தமான நாட்களுக்கும் இதற்கும்தான் எவ்வளவு வித்தியாசம்.

மறுநாள் ஞாயிற்றுக்கிழமை. திருமதி ஹாப்ஸுக்கு நான் அனுப்பவேண்டிய தகவல் பற்றிய யோசனைதான் காலையில் எழுந்த உடனே என்னை ஆக்ரமித்துக்கொண்டது. நான் இப்போதுதான் அவர்களுடைய கண்ணுக்கெட்டிய இடத்திற்கு வந்திருக்கிறேன் என்பது தெளிவு; அப்படியில்லாமல் இருந்திருந்தால் முன்பே நான் என் மகளைப் பற்றி விசாரித்திருந்திருப்பேன். நான் தற்போதுதான் தென்மாகாணத்திலிருந்து இங்கு வந்திருக்கிறேன் என்பது அவர்களுக்குத் தெரிந்துவிடக்கூடாது. தெரிந்தால் என்னைத் தங்கவைத்துக்கொண்டவர்கள்பற்றிச்

சந்தேகம் வரும்; அவர்களை அழிக்க முடியாவிட்டாலும் அவர்களில் சிலருக்காவது பெருந்துன்பம் கொடுத்து விடுவார்கள்.

நான் எப்போதும் நேர்மையான வழிகளையே விரும்புவேன். சூழ்ச்சியான செயல்களில் இறங்கத் தயங்குவேன். தவிர்க்க முடியாத சூழலில் என் வழிகள் நேர்மையற்றதாக இருந்திருந்தால் அடிமை நிறுவனம்தான் அதற்குப் பொறுப்பு. வன்முறையும் குற்றங்களும் நிறைந்த அந்த அமைப்புதான் தவறான வழிகளைத் தவிர வேறு வழிகள் எதுவும் எனக்கு இல்லாமல் செய்துவிட்டது. நான் எழுதி அனுப்பிய கடிதத்தின் தொடக்கத்திலேயே, நான் தற்போதுதான் கனடாவிலிருந்து வந்திருப்பதாகவும் என் மகள் நான் தங்கியுள்ள வீட்டிற்கு வந்து என்னைப் பார்க்கவேண்டும் என்று மிகவும் ஆவலாக இருப்பதாகவும் எழுதினேன். என்னை அவர்களுடைய வீட்டிற்கு வரச்சொல்லியும் நான் எதைக் குறித்தும் அஞ்சத் தேவையில்லை என உறுதிகூறியும் திருமதி ஹாப்ஸ் எனக்கு அனுப்பியிருந்த பதிலோடு எல்லென் வந்தாள். நான் என்னுடைய குழந்தையுடன் நடத்திய உரையாடல் என்னை நிம்மதியாக இருக்கவிடவில்லை. அவள் நன்றாக நடத்தப்படு கிறாளா என்று நான் கேட்டபோது அவள் "ஆமாம்" என்றுதான் சொன்னாள். ஆனால் அது அவளுடைய மனதிலிருந்து வரவில்லை என்பதையும் தன் பொருட்டு என்னைத் துன்பத்திற்கு ஆளாக்க அவள் விரும்பவில்லை என்பதையும் எனக்குப் புலப்படுத்தியது. அவள் புறப்படுவதற்கு முன் என்னிடம் மிகவும் ஆவலாக, "அம்மா உங்களோடு சேர்ந்து வசிக்க நீங்கள் எப்போது என்னை அழைத்துக்கொள்வீர்கள்?" என்று கேட்டாள். நான் வேலைக்குப் போய்த் தேவையான பணத்தைச் சம்பாதிக்கும்வரை அவளை அழைத்துக்கொள்ள முடியாது என்பதையும் அதற்கு நீண்ட காலமாகிவிடும் என்பதையும் அவளிடம் சொல்வதற்கு என் மனம் ஒப்பவில்லை. அவள் திருமதி ஹாப்ஸிடம் ஒப்படைக்கப் பட்டபொழுது அவள் எல்லென்னைப் பள்ளிக்கு அனுப்புவாள் என்று உறுதி தரப்பட்டிருந்தது. அவள் அங்கு போய் இரண்டு ஆண்டுகள் ஆகிவிட்டன; அவளுக்கும் ஒன்பது வயதாகிவிட்டது; ஆனாலும் அவளுக்கு எழுதத் தெரியவில்லை. ப்ரூக்ளின்'னில் நல்ல இலவசப் பொதுப்பள்ளிகள் இருந்தும் அவர்கள் அங்கே அவளை அனுப்பாததற்குச் சரியான காரணங்கள் எதுவும் இருப்பதாக எனக்குத் தோன்றவில்லை.

அவள் இருட்டும்வரை என்னோடு இருந்தாள்; நான் அவளோடு வீடு வரை சென்றேன். அந்தக் குடும்பத்தினர் நல்ல நட்புறவுடனேயே என்னை வரவேற்றார்கள். வீட்டிலிருந்த எல்லோருக்குமே எல்லென் உதவிகரமான நல்ல பெண் என்பதில்

மாற்றுக் கருத்து இருக்கவில்லை. திருமதி ஹாப்ஸ் என் முகத்தை நேருக்கு நேரே பார்த்துச் சற்றும் இரக்கமில்லாமல் "என் உறவினர் திரு. சாண்ட்ஸ் இந்தப் பெண்ணை என் மூத்த மகளுக்காகக் கொடுத்திருக்கிறார் என்று உனக்குத் தெரிந்திருக்கலாம். அவள் வளர்ந்த பின்னர் என் மகளுக்கேற்ற நல்ல வேலைக்காரியாக இருக்கப்போகிறாள்" என்றாள். நான் ஒரு வார்த்தைகூடப் பதில் பேசவில்லை. தாய்ப்பாசத்தின் வலிமையை அனுபவத்தில் உணர்ந்தவள் அவள்; என் குழந்தைகளுக்கும் திரு. சாண்ட்ஸுக்கும் இடையிலான உறவைப் பற்றி நன்றாக அறிந்தவளுங்கூட. இந்நிலையில் என் நெஞ்சில் கூரிய வாளை அவளால் எப்படிச் செருக முடிந்தது? அதுவும் என் முகத்தை நேருக்கு நேராகப் பார்த்துக்கொண்டு!

அவர்கள் எல்லென்னை இப்படி அறியாமையில் வைத்திருப்பதில் எனக்கு ஆச்சரியம் எதுவும் இல்லை. திரு. ஹாப்ஸ் ஒரு காலத்தில் செல்வந்தராக இருந்து பின் செல்வத்தை எல்லாம் இழந்துவிட்டார்; தற்போது சுங்க அலுவலகத்தில் கீழ்நிலைப் பணியாளராகச் சேர்ந்திருக்கிறார்; அவர்கள் எப்போதாவது தென் மாகாணங்களுக்குத் திரும்பி விடக்கூடும்; ஓர் அடிமையாக இருப்பதற்குப் போதுமான அளவு அறிவு எல்லென்னிடம் இருக்கிறது. வேலைக்குப் போய்ச் சம்பாதித்து என் குழந்தைகளின் நிச்சயமற்ற தன்மையை எப்பொழுது மாற்றப்போகிறோமோ எனத் துடித்துக்கொண் டிருந்தேன். திரு. சாண்ட்ஸ் என் குழந்தைகளுக்கு விடுதலை வழங்குவதாகச் சொல்லியிருந்த உறுதிமொழியைக் காப்பாற்ற வில்லை. எல்லென் விஷயத்திலும் நான் ஏமாற்றப்பட்டு விட்டேன். பெஞ்சமினைப் பொறுத்தமட்டில்கூட அவனுக்கு என்ன பாதுகாப்பு இருக்கப்போகிறது? எதுவுமே இல்லை என்பதே என் கணிப்பு. நான் என் தோழியின் வீட்டிற்கு நிம்மதி யின்றித் திரும்பினேன். என் குழந்தைகளைக் காப்பாற்று வதற்காகவாவது நான் என்னை எனக்கு உரிமையாக்கிக்கொள்ள வேண்டும். நான் விடுதலை பெற்றவளாகச் சொல்லிக்கொண் டிருக்கிறேன், அப்படியேதான் உணர்கிறேன்; ஆனாலும் எனக்குப் பாதுகாப்பில்லை என்பது எனக்குத் தெரியும். நான் அன்று இரவு உட்கார்ந்துகொண்டு என்னை விற்பதற்கான குறைந்தபட்ச விலையைக் கூறுமாறு டாக்டர் ஃப்ளின்ட்டுக்குக் கடிதம் எழுதினேன்; சட்டப்படி நான் அவனது மகளுடைய உடைமையாதலால் இதே மாதிரியான கோரிக்கையை வைத்து அவளுக்கும் கடிதம் எழுதினேன்.

நான் வடமாகாணங்களுக்கு வந்ததிலிருந்து என் தம்பி வில்லியத்தைப் பற்றி நினைக்காமல் இருந்ததில்லை. அவனைப்

பற்றித் தீவிரமாக விசாரித்ததில் அவன் பாஸ்டனில் இருப்பதாகக் கேள்விப்பட்டு நான் அங்குப் போனேன். நான் அங்குப் போய்ச் சேர்ந்தபோது அவன் நியூபெட்ஃபோர்டுக்குப் போய்விட்டதாகத் தெரிந்தது. நான் அந்த இடத்திற்குக் கடிதம் எழுதியபோது அவன் திமிங்கில வேட்டைக்காகப் போயிருப்பதாகவும் இன்னும் சில மாதங்கள்வரை திரும்பப் போவதில்லை என்றும் தகவல் கிடைத்தது. எல்லென் இருக்கு மிடத்திற்கு அருகில் வேலை தேடிக்கொள்வதற்காக நான் நியூயார்க்கிற்குத் திரும்பிச் சென்றேன். டாக்டர் ஃப்ளின்டிட மிருந்து எனக்குப் பதில் வந்தது, அதில் அவன் எனக்கு அனுகூலமாக எதையும் சொல்லிவிடவில்லை. நான் திரும்பிவர வேண்டும் என்றும் என்னுடைய உடைமையாளர்களிடம் என்னை ஒப்படைத்துக்கொண்டால் என்னுடைய வேண்டுகோள்கள் எதுவாயினும் ஏற்றுக்கொள்ளப்படும் என்றும் அறிவுரை கூறியிருந்தான். இந்தக் கடிதத்தை என்னிட மிருந்து வாங்கிக்கொண்டுபோன என் நண்பர் அதைத் தொலைத்துவிட்டார்; இல்லையென்றால் அதன் நகலை என் வாசகர்களுக்கு இங்கே கொடுத்திருப்பேன்.

33

வேலை கிடைத்தது

தற்போதைக்கு என்னுடைய பெரிய கவலை வேலை தேடிக்கொள்வதுதான். நான் அதிகமாக நடக்கும்பொழுது என் கைகால்கள் வீங்கித் தொல்லை தந்தாலும் மற்றபடி என் உடல்நிலை மிகவும் முன்னேறியிருந்தது. முன்பின் தெரியாதவர்களை வேலைக்கு எடுத்துக்கொள்பவர்கள் எல்லோரும் பரிந்துரைக் கடிதங்களை எதிர்பார்த்ததால் எனக்கு வேலை கிடைப்பதில் சிக்கல் இருந்தது. நான் விசுவாசமாக வேலைசெய்திருந்த எந்தக் குடும்பத்திலிருந்தும் என்னுடைய இக்கட்டான சூழல் காரணமாக அப்படிப்பட்ட சான்றிதழ்கள் எதையும் பெறும் நிலையில் நான் இல்லை.

எனக்குப் பழக்கமான ஒருவர், தன் கைக்குழந்தையைப் பார்த்துக்கொள்ள ஒரு தாதி வேண்டும் எனத் தனக்குத் தெரிந்த சீமாட்டி தன்னிடம் கேட்டதாகச் சொன்னார்; நான் உடனடியாக அந்த வேலைக்கு விண்ணப்பித்தேன். தனது சொந்தக்குழந்தைகளைப் பராமரித்த முன்அனுபவம் உள்ள ஒரு பெண்தான் இந்த வேலைக்குத் தேவை என்று அந்தச் சீமாட்டி கூறியிருந்தார். என் இரு குழந்தைகளை நானே பேணிப் பராமரித்து வளர்த்திருக்கிறேன் என்று நான் அவரிடம் சொன்னேன். அவர் என்னிடம் பல கேள்விகள் கேட்டார். ஆனால் நல்ல வேளையாக என்னுடைய முன்னாள் முதலாளிகளிடமிருந்து பரிந்துரைக் கடிதம் எதையும் அவர் கேட்கவில்லை. தான் இங்கிலாந்து நாட்டைச் சேர்ந்த பெண்

என்று அவர் கூறியவுடன் அந்த வீடு எனக்கு மகிழ்ச்சியான சூழலை அளிக்கக்கூடும் என்று நினைத்தேன்; ஏனென்றால் அமெரிக்கர்கள் அளவுக்கு இவர்கள் நிறவேற்றுமை பாராட்ட மாட்டார்கள் என நான் கேள்விப்பட்டிருந்தேன். ஒரு வாரம் அவர் இல்லத்தில் வேலை செய்து ஒருவருக்கொருவர் ஒத்திசைந்து வருகிறோமா எனப் பார்த்துக்கொள்ளலாம் என்ற உடன்பாட்டுக்கு நாங்கள் வந்தோம். அந்தச் சோதனையில் இருவருக்குமே திருப்தி ஏற்பட்டதால் நான் ஒருமாத காலத்திற்கு வேலையில் அமர்த்தப்பட்டேன்.

இந்த வீட்டிற்கு என்னை வழிநடத்தி விண்ணுலகத் தந்தை எனக்கு மிகவும் கருணைகாட்டிவிட்டார். திருமதி ப்ரூஸ் மிகவும் அன்பான நல்ல சீமாட்டி. இயல்பாகவே இரக்கமுள்ள நண்பராக அவர் இருந்தார். நான் பணியில் சேர்ந்து ஒரு மாதம் முடிவதற்குள்ளாகவே பல முறை மாடிப்படிகளில் ஏறி இறங்கியதில் என் கால்கள் வீங்கிவிட்டன; அதிக வலியால் என் வேலைகளைச் சரியாகச் செய்ய முடியவில்லை. வேறு பெண்ணாயிருந்தால் எதையும் யோசிக்காமல் என்னை வேலையிலிருந்து உடனே நீக்கியிருப்பார். ஆனால் திருமதி ப்ரூஸ் நான் படிகளில் ஏறி இறங்காமல் பார்த்துக்கொண்டதோடு எனது சிகிச்சைக்காக ஒரு மருத்துவரையும் ஏற்பாடு செய்தார். நான் தப்பிவந்த அடிமை என்பதை இன்னும் அவரிடம் சொல்ல வில்லை. நான் அடிக்கடி சோகமாகிவிடுவதைப் பார்த்து அவர் அதற்கான காரணம் என்னவென்று என்னை விசாரித்தார். நான் என் குழந்தைகளிடமிருந்தும் அன்பான உறவினர்களிட மிருந்தும் பிரிக்கப்பட்டுவிட்டேன் என்பதைப் பற்றிப் பேசினேன். ஆனால் என் மனதைத் தொடர்ந்து அழுத்திக்கொண்டிருக்கும் பாதுகாப்பின்மைபற்றி அவரிடம் எதையும் நான் சொல்லவில்லை. எனக்கும் எவருடனாவது மனம்விட்டுப் பேச வேண்டும் என்று ஏக்கமாக இருந்தது. ஆனால் நான் தொடர்ந்து வெள்ளைக் காரர்களால் ஏமாற்றப்பட்டு வந்ததால் அவர்கள்மீது எனக்குச் சுத்தமாக நம்பிக்கை இல்லாமல் போய்விட்டது. அவர்கள் என்னிடம் அன்பாகப் பேசினால்கூட சுயநலம் ஏதோ இருக்கிறது என்றே எனக்குத் தோன்றும். அடிமை நிறுவனம் என்னிடம் உருவாக்கி வைத்திருந்த அவநம்பிக்கை உணர்வுகளோடுதான் நான் இந்தக் குடும்பத்திற்குள் வந்தேன். ஆனால் ஆறு மாதங்கள் ஆவதற்கு முன்பே திருமதி ப்ரூஸின் பண்பான நடத்தைகளும் அவருடைய குழந்தையின் அழகான சிரிப்பும் உறைந்துபோயிருந்த என் உள்ளத்தை உருகச் செய்துவிட்டன. அவருடனான அறிவார்ந்த உரையாடல்களின் செல்வாக்காலும் என் ஓய்வு நேரங்களில் அவர் மிக்க மகிழ்ச்சியோடு நான் படிப்பதற்கு வாய்ப்பளித்ததாலும் என்னுடைய குறுகிய பார்வை விரிவடையத்

தொடங்கியது. நான் மெள்ள மெள்ள அதிக ஆற்றலுள்ளவளாகவும் மிகுந்த உற்சாகமுள்ளவளாகவும் மாறத்தொடங்கினேன்.

ஆனால் என்னுடைய பாதுகாப்புக் குறித்த பழைய உணர்வுகள், குறிப்பாக என் குழந்தைகளின் பாதுகாப்புப் பற்றிய சிந்தனைகள், என் தற்போதைய வெளிச்சத்தில் நிழலாய்க் கவிந்தன. திருமதி ப்ரூஸ், எல்லென்னுக்காக ஒரு வீட்டைக்கூடக் கொடுக்க முன்வந்தார்; அதில் எனக்கு மகிழ்ச்சிதான் என்றாலும் திருமதி ஹாப்ஸின் குடும்பத்தினர் மனம் புண்படும் என்பதால் அதனை நான் ஏற்றுக்கொள்ளவில்லை. என்னுடைய இக்கட்டான நிலைமை என்னை அவர்களுடைய அதிகாரத்தின் கீழ் வைத்து விட்டது. அதனால் என் கடுமையான உழைப்பாலும் பொருளாதார நிலையாலும் என்னை அவர்களுக்கு இணையாக வைத்துக்கொள்வது அவசியம் என்றும் அதன் பிறகுதான் நான் என் குழந்தைகளுக்காக ஒரு வீட்டை உருவாக்கிக்கொள்ள முடியும் என்றும் கருதினேன். எல்லென் இருக்கும் வீட்டின் சூழல் எனக்குத் திருப்தி அளிப்பதாயில்லை. அவள் சரியாகக் கவனித்துக்கொள்ளப்படவில்லை. அவள் என்னைப் பார்க்க நியூயார்க்கிற்கு வரும்போதெல்லாம் எல்லென்னுக்கு ஒரு ஜோடி காலணிகள் வேண்டுமென்றோ அல்லது ஏதாவது துணிமணிகள் வேண்டுமென்றோ திருமதி ஹாப்ஸ் அனுப்பியிருந்த கோரிக்கை களுடன்தான் பெரும்பாலும் அவள் வருவாள். திரு. ஹாப்ஸுக்கு நிலுவையில் இருக்கும் சுங்க அலுவலக ஊதியத்திலிருந்து அதற்கான பணத்தைத் தந்துவிடுவதாக உறுதிமொழியும் அக்கோரிக்கையுடன் வரும்; ஆனால் அந்த ஊதிய நாள் அவர்களுக்கு ஒருநாளும் வந்ததேயில்லை. இவ்வாறு என் வருமானத்தில் அதிகமான டாலர்களை என் மகள் சௌகரியமாக உடுத்திக்கொள்வதற்கு நான் செலவு செய்ய வேண்டியிருந்தது. ஆனால் அவர்களுடைய பணச் சிக்கல்கள் எனது ஒப்பற்ற மகளை விற்கும்படி அவர்களைத் தூண்டிவிடுமோ என்ற அச்சத்தோடு ஒப்பிடும்போது இந்தப் பொருள் செலவு மிகவும் சாதாரணம். அவர்கள் தென்மாகாணத்தவர்களோடு தொடர்ந்து உரையாடிக்கொண்டிருக்கிறார்கள் என்பதும் இப்படியான வாய்ப்பு அவர்களுக்கு அடிக்கடி கிடைக்கிறது என்பதும் எனக்குத் தெரியும். டாக்டர் ஃப்ளின்ட் எல்லென்னை அவளது இரண்டாவது வயதில் சிறை வைத்திருந்தபோது சின்னம்மையால் அவள் கண்கள் வீங்கியிருந்தன என்று நான் முன்பே கூறியிருக்கிறேன். இந்தக் கண் நோய் தற்போதும் தொல்லை கொடுத்துக்கொண்டிருந்ததால் எல்லென் சிறிது காலம் நியூயார்க்கில் தங்கிப் புகழ் பெற்ற கண் மருத்துவரான டாக்டர் எல்லியாட்டிடம் சிகிச்சை பெற்றுக்கொள்ளலாம்

என திருமதி ப்ரூஸ் பரிந்துரைத்தார். ஒரு தாய் தன் மகளுக்காக இத்தகைய கோரிக்கையை முன்வைப்பதில் தவறேதும் இருப்பதாக எனக்குத் தோன்றவில்லை. ஆனால் திருமதி ஹாப்ஸ் இதைக்கேட்டு மிகவும் கோபப்பட்டு எல்லென்னை அனுப்ப முடியாது என்று கூறிவிட்டாள். நான் இருந்த சூழ்நிலையில் அவளை அனுப்பிவைக்குமாறு வற்புறுத்துவது விவேகமில்லை என்று விட்டுவிட்டேன். நான் அவள் மீது குறை ஒன்றும் கூற வில்லை. ஆனால் என் குழந்தைகளுக்கு ஒரு தாயாக இருப்பதற்காகவாவது நான் முற்றிலும் விடுதலை பெற்றாக வேண்டுமெனத் தவித்தேன். நான் மறுமுறை ப்ரூக்ளின் சென்ற போது எல்லென்னுக்காகத் தானே ஒரு மருத்துவரை ஏற்பாடு செய்துவிட்டதாகவும் நியூயார்க்கில் இருப்பது எல்லென்னுக்குப் பாதுகாப்பாக இருக்காது என்பதால்தான் நான் கேட்டபோது அனுப்ப மறுத்துவிட்டதாகவும் என்னிடம் மன்னிப்புக் கேட்கும் தொனியில் திருமதி ஹாப்ஸ் கூறினாள். நான் அவள் சொன்ன விளக்கங்களை எல்லாம் மௌனமாகக் கேட்டுக்கொண்டேன். எல்லென்னைத் தன் மகளின் உடைமை என்று திருமதி ஹாப்ஸ் கூறியிருந்தாள். எல்லென் நியூயார்க்கில் தங்கினால் தன் மகளுடைய உடைமையை நான் அவளிடமிருந்து பறித்து விடுவேனோ என்ற பயம்தான் உண்மையான காரணமாக இருக்கும் என்பது என் சந்தேகம். ஒருவேளை அவளைப் பற்றிய என் கணிப்பு தவறாகக்கூட இருக்கலாம்; ஆனால் தென்மாகாணத்தவரைப் பற்றிய என் அறிவு என்னை வேறு மாதிரி யோசிக்கவிடுவதில்லை.

என் வாழ்க்கை என்ற குவளையில் கசப்பும் இனிப்பும் கலந்தே இருந்தது; முழுவதும் கசப்பாகவே போய்விடாமல் இருந்ததற்காக நான் நன்றியுடையவளாய் இருக்கிறேன். திருமதி ப்ரூஸின் குழந்தை மீது எனக்கு மிகுந்த பாசம். அந்தக் குழந்தை என் முகத்தைப் பார்த்துச் சிரிக்கும்போதும் மழலைக்குரல் எழுப்பும்போதும் தனது பிஞ்சுக் கைகளால் என் கழுத்தை வாஞ்சையோடு கட்டிக்கொள்ளும்போதும் பென்னியும் எல்லென்னும் சிறு குழந்தைகளாய் இருந்தது நினைவுக்கு வந்து என் புண்பட்ட மனதைத் தேற்றிவிடும். வெளிச்சம் நிறைந்த ஒரு காலை நேரத்தில் குழந்தையைக் கையில் ஏந்தி விளையாடிக் கொண்டு ஜன்னலின் அருகில் நான் நின்றுகொண்டிருந்தேன்; அப்போது மாலுமி உடையணிந்த இளைஞன் ஒருவன் தான் கடந்துபோகும் ஒவ்வொரு வீட்டையும் கவனமாகப் பார்த்துக் கொண்டே போவது என் பார்வையைக் கவர்ந்தது. நான் அவனை ஆவலாகப் பார்த்தேன். ஒருவேளை தம்பி வில்லியமாக இருக்குமோ? அவனாகத்தான் இருக்க வேண்டும். ஆனால் எவ்வளவு மாறிவிட்டிருக்கிறான்! நான் குழந்தையைப்

பத்திரமாகக் கீழே இறக்கிவிட்டுப் படிகளில் இறங்கிப் பறந்தேன்; முன்கதவைத் திறந்து அந்த மாலுமியைப் பார்த்துக் கையசைத்த மறுநிமிடம் நான் என் தம்பியின் கைகளுக்குள் இருந்தேன். எங்களுக்குள் சொல்லிக்கொள்ள எவ்வளவு விஷயங்கள் இருந்தன! நாங்கள் இருவரும் தப்பிப்பதற்காகச் சந்தித்திருந்த ஆபத்துகள் பற்றி எப்படிப் பேசினோம்! எவ்வளவு சிரித்தோம்! எவ்வளவு அழுதோம்! நான் அவனை ப்ரூக்ளின்னுக்கு அழைத்துக்கொண்டு போனேன். நான் அந்தத் துன்பமயமான மறைவிடத்தில் அடைபட்டுக் கிடந்தபோது அவனால் பாசத்துடன் வளர்க்கப்பட்ட எல்லென்னோடு சேர்த்து வைத்து அவனை மீண்டும் பார்த்தேன். அவன் ஒரு வாரம் நியூயார்க்கில் தங்கினான். என்மீதும் எல்லென்மீதும் அவனுக்கிருந்த பாசம் எப்போதும்போல அதே அளவில் உயிர்ப்போடிருந்தது. துன்பத்தில் ஒன்றாய் இணைந்திருப்பவர்களுக்கிடையே ஏற்படும் பாசம்தான் எவ்வளவு வலிமையானது!

34

மீண்டும் பழைய எதிரி

என்னை விற்பதற்குச் சம்மதிக்கக்கோரி நான் எழுதிய கடிதத்திற்கு என் இளைய எஜமானி செல்வி எமிலி ஃப்ளின்ட் பதில் எதுவும் எழுத வில்லை. ஆனால் சில நாட்கள் கழித்து அவளுடைய தம்பியால் எழுதப்பட்டது மாதிரியான ஒரு பதில் கடிதம் எனக்குக் கிடைத்தது. அந்தக் கடிதத்தில் உள்ளவற்றை ரசிக்க வேண்டுமென்றால் வாசகர்கள் ஒன்றை மனதில் வைத்துக்கொள்ள வேண்டும்: ஃப்ளின்ட் குடும்பத்தினர் நான் நீண்ட காலமாக வடமாகாணத்தில் இருப்பதாகவே நினைத்து வந்திருக்கிறார்கள். டாக்டர் ஃப்ளின்ட் மூன்று முறை நியூயார்க்குக்கு வந்து என்னைத் தேடி அலைந்து திரும்பியது எனக்குத் தெரியும் என்பதோ தன் பயணத்துக்காக ஐந்நூறு டாலர் கடன் கேட்டு வந்தபோது அவன் குரலை நான் கேட்டிருக்கிறேன் என்பதோ அவன் நீராவிப் படகுக்குப் புறப்பட்டுப் போகும்போது நான் அவனைப் பார்த்தேன் என்பதோ அவர்களுக்குத் தெரியவே தெரியாது. அதோடு என் நான்ஸி சித்தியின் இறப்பு மற்றும் அவரது நல்லடக்கம் பற்றிய எல்லாத் தகவல்களும் அவ்வப்போது எனக்குத் தெரிவிக்கப்பட்டு விட்டன என்பதும் அவர்களுக்குத் தெரிந்திருக்க வில்லை. நான் அந்தக் கடிதத்தை வைத்திருக்கிறேன்; அதன் நகலை இங்கே இணைத்திருக்கிறேன்:

"நீங்கள் சில நாட்களுக்கு முன் என் அக்காவுக்கு எழுதிய கடிதம் வந்து சேர்ந்தது. அந்தக் கடிதத்தி லிருந்து நீங்கள் உங்கள் நண்பர்களுடனும்

உறவினர்களுடனும் இருப்பதற்காக உங்கள் சொந்த ஊருக்கே திரும்பிவந்துவிட ஆவலாக இருப்பதாக அறிந்துகொண்டேன். உங்கள் கடிதத்தில் இருந்த செய்திகளைப் படித்து நாங்கள் மகிழ்ச்சியடைந்தோம். எங்கள் குடும்பத்தில் யாருக்காவது உங்கள் மீது வருத்தம் ஏதாவது இருந்திருந்தாலும் இப்போது அப்படியெல்லாம் எதுவும் இல்லை என்று உங்களுக்கு என்னால் உறுதியாகச் சொல்ல முடியும். உங்களுடைய துரதிருஷ்டமான சூழ்நிலைகுறித்து நாங்கள் அனைவருமே கவலைகொள்கிறோம்; நீங்கள் திருப்தியாகவும் மகிழ்ச்சியாகவும் இருப்பதற்கு தேவையானவற்றை எங்கள் சக்திக்கு ஏற்றவரையில் செய்துதரத் தயாராக இருக்கிறோம். விடுதலை அடைந்த நபராக நீங்கள் திரும்பிவருவது சிரமம். உங்கள் பாட்டியே உங்களை வாங்கி விட்டால்கூட அது சட்டப்படி சரியாகவே இருந்தால்கூட உங்களை விடுதலை அடைந்தவராகத் தொடர அனுமதிப்பார் களா என்பதும் சந்தேகம்தான். ஓர் அடிமை தன் எஜமானர் களிடமிருந்து நீண்ட காலம் தலைமறைவாகப் போய்விட்டுப் பின்னர் தன்னைத்தானே வாங்கிக்கொண்டு விடுதலை பெற்றவ ராகத் திரும்பிவருவதும்கூடத் தற்போதுள்ள நடைமுறைக்குப் பொருத்தமில்லாததுதான். உங்கள் கடிதத்திலிருந்து நீங்கள் மிகவும் கடினமான வசதியற்ற சூழலில் துன்பப்பட்டுக் கொண்டு இருப்பதாகத் தெரிகிறது. வீட்டிற்கு வாருங்கள். எங்கள் அன்புக்குப் பாத்திரமாக ஆவது உங்கள் கைகளில்தான் இருக்கிறது. நாங்கள் உங்களை விரித்த கைகளோடும் மகிழ்ச்சிக் கண்ணீரோடும் ஏற்றுக்கொள்வோம். உங்களைத் திரும்பக் கொண்டுவரும் வகையில் எங்களுக்கு எந்தவிதமான பொருட்செலவோ இடர்ப்பாடுகளோ ஏற்படவில்லை. அப்படி ஏதேனும் ஏற்பட்டிருந்தால்தானே நாங்கள் உங்களை வேறுமாதிரி நடத்த வேண்டியிருக்கும். அதனால் உங்களைக் கருணையில்லாமல் நடத்திவிடுவோமோ என்று நீங்கள் அச்சம் கொள்ளத் தேவை யில்லை. 'என் அக்கா உங்கள் மீது எவ்வளவு பாசமாக இருக்கிறார் என்பதை நீங்கள் அறிவீர்கள்; நாங்கள் எப்போதும் உங்களை அடிமையைப் போல நடத்தியதில்லை. உங்களுக்கு நாங்கள் கடுமையான வேலைகள் கொடுத்ததில்லை; கடினமான வயல் வேலைகளுக்கு உங்களை அனுப்பியதில்லை. அதற்கு மாறாக, நாங்கள் உங்களை எங்கள் வீட்டிலேயே வைத்திருந்து எங்களில் ஒருவராகவே கிட்டத்தட்ட விடுதலை அளிக்கப்பட்டவரைப் போலவேதான் நடத்தினோம். நீங்களாக ஓடிப்போய் உங்களுக்கு அவமானத்தைத் தேடிக்கொள்ளமாட்டீர்கள் என்றுதான் நாங்கள் நம்பியிருந்தோம். நீங்களாகவே வீட்டிற்குத் திரும்பி வர விரும்புவீர்கள் என்ற எண்ணம்தான் என் சகோதரியின் சார்பாக உங்களுக்குக் கடிதம் எழுதும்படி என்னைத் தூண்டியது.

எங்கள் குடும்பம் உங்களைக் கண்டு மகிழ்ச்சி கொள்ளும். பாவம், உங்கள் வயதுமுதிர்ந்த பாட்டி! அவர் உங்களிடமிருந்து கடிதம் வந்தது என்று சொன்னவுடனேயே நீங்கள் இங்கே திரும்பி வரவேண்டும் என்ற தமது ஆதங்கத்தை வெளிப்படுத்தினார். அவருடைய வயதான காலத்தில் தன்னைச் சுற்றித் தன் குழந்தைகள் இருக்கிறார்கள் என்ற ஆறுதல் அவருக்குத் தேவை. நீங்கள் உங்கள் சித்தி இறந்துவிட்டதைப் பற்றிக் கேள்விப்பட்டிருப்பீர்கள். அவர் ஒரு விசுவாசமான பணியாள். எபிஸ்கோபல் தேவாலயத்தில் விசுவாசமிக்க உறுப்பினர். தனது கிறிஸ்துவ வாழ்க்கையின் மூலம் வாழும் முறையை அவர் எங்களுக்குக் கற்பித்தார். ஆனால் அவர் அதற்குக் கொடுத்த விலையோ மிக அதிகம். மரணத்தைப் பற்றியும் அவர் எங்களுக்குக் கற்பித்துவிட்டார். நாங்கள் அவருடைய மரணப் படுக்கையைச் சுற்றி நின்றுகொண்டிருந்ததையும் அவருடைய தாயாரின் கண்ணீரோடு எங்கள் கண்ணீரும் ஒன்றாகக் கலந்ததையும் நீங்கள் பார்த்திருந்தால் நீங்கள் தாய்க்கும் மகளுக்குமான பாசப்பிணைப்பைப் போலவே எஜமானனுக்கும் அவனுடைய பணியாளுக்கும் இடையிலான உறவும் நெஞ்சைத் தொடுவதாக இருக்கிறதே என்றுதான் நினைத்திருப்பீர்கள். இவற்றையெல்லாம் நினைத்துப் பார்க்கும்போது மிகவும் வேதனையாக இருக்கின்றது. நான் என் கடிதத்தை முடிக்க வேண்டும். நீங்கள் உங்களுடைய வயதான பாட்டியிடமிருந்தும் உங்களுடைய குழந்தையிடமிருந்தும் உங்களை நேசிக்கும் நண்பர்களிடமிருந்தும் பிரிந்து வாழ்வது நிம்மதி என்று நினைத்தால் நீங்கள் எங்கே இருக்கிறீர்களோ அங்கேயே இருந்துகொள்ளுங்கள். உங்களுக்கு எதிரான கைது நடவடிக்கைகள் எதையும் நாங்கள் மேற்கொள்ள மாட்டோம். நீங்கள் வீட்டிற்கு வர விரும்பினால் உங்களை மகிழ்ச்சியடையச் செய்ய எங்களால் இயன்ற எல்லாவற்றையும் செய்வோம். நீங்கள் எங்கள் குடும்பத்துடன் இருக்க விரும்பவில்லை என்றாலும் எங்கள் வற்புறுத்தலால் எங்கள் அப்பா எங்கள் இனத்திலேயே நீங்கள் விரும்பும் நபர் உங்களை வாங்கிக் கொள்ளும்படி செய்யத் தூண்டப்படுவார். நீங்கள் இந்தக் கடிதத்திற்கு உடனடியாகப் பதில் எழுதுங்கள்; உங்களுடைய முடிவையும் எங்களுக்குத் தெரியப்படுத்துங்கள். தன்னுடைய மேலான அன்பை அக்கா உங்களுக்குத் தெரிவிக்கச் சொன்னார். இதற்கிடையில் என்னை உங்களுடைய உண்மையான நண்பனெனவும் உங்களின் நலவிரும்பியெனவும் நம்புங்கள்.”

இந்தக் கடிதத்தில் தற்போது மிகவும் சிறுவனாக இருக்கும் எமிலியின் தம்பி கையொப்பமிட்டிருந்தான். கையெழுத்து வேறாக இருந்தாலும் அந்தக் கடிதம் எழுதப்பட்ட முறையைப் பார்த்தால் அதை ஒரு சிறுவன் எழுதியிருக்க முடியாது என்று எனக்குத்

தெரிந்தது. கையெழுத்தைப் பார்த்தவுடனேயே இதை டாக்டர் ஃப்ளின்ட் தான் எழுதியிருக்கிறான் என்பதைக் கண்டுபிடிக்க இயலாமல் போனதற்காக நான் மிகவும் வருத்தப்பட்டிருக்கிறேன். அடிமை உடைமையாளர்களின் இரட்டைவேடம்தான் எப்படி இருக்கிறது! அந்த வலையில் போய்ச் சிக்கிக்கொள்ளும் அளவுக்கு நான் ஒரு வாத்துமடச்சி என்று அந்தக் கிழட்டு நரி இன்னுமா நினைத்துக்கொண்டிருக்கிறது! ஆப்பிரிக்க இனத்தவர்கள் எல்லாம் முட்டாள்கள் என்றுதான் உண்மையாகவே இன்னும் அவன் நம்பிக்கொண்டிருக்கிறானா? நான் ஃப்ளின்ட் குடும்பத்தாரின் மனமுவந்த வரவேற்புக்கு நன்றி எதுவும் தெரிவிக்கப்போவதில்லை. நான் அவர்களைப் பொருட்படுத்தவில்லை என்பதற்காக அவர்கள் என்னைக் கீழ்த்தரமானவள், நன்றிகெட்டவள் என்று எப்படிக் குற்றம் சுமத்தினாலும் எனக்குக் கவலையில்லை.

அதற்குப் பின்னர் சில நாட்களிலேயே என் நண்பர் ஒருவர் டாக்டர் ஃப்ளின்ட் வட மாகாணங்களுக்கு வரவிருப்பதாகக் கடிதம் எழுதியிருந்தார். அந்தக் கடிதம் எனக்குத் தாமதமாகவே கிடைத்ததால் அவன் ஏற்கெனவே நியூயார்க்குப் புறப்பட்டு வந்துகொண்டிருப்பான் என்று நினைத்தேன். திருமதி ப்ரூஸுக்கு நான் தப்பியோடி வந்த அடிமை என்பது தெரியாது. அதனால் என் தம்பி தங்கி இருக்கும் பாஸ்டனில் எனக்கு முக்கிய வேலை இருப்பதால் எனக்குப் பதிலாகப் பதினைந்து நாட்களுக்கு வேறு ஒரு தாதியை ஏற்பாடு செய்துவிட்டு அங்குச் சென்றுவருவதாகக் கூறினேன். நான் என் பயணத்தைத் தொடங்கியவுடனே பென்னியும் புறப்பட்டு வருவதாக இருந்ததால் அவனைப் பாஸ்டனுக்கு அனுப்பிவைக்குமாறு பாட்டிக்குக் கடிதம் எழுதினேன். அவர் பென்னியை வடக்கே அனுப்பிவைப்பதற்கான நல்ல சந்தர்ப்பத்தை எதிர்பார்த்துக் காத்திருக்கிறார் என்பதை நான் அறிந்திருந்தேன். நல்ல வேளையாக அவருக்கு அப்படிச் செய்வதற்குரிய சட்ட அங்கீகாரமும் இருந்தது. அவர் சுதந்திரமான பெண்மணி; குழந்தைகள் வாங்கப்பட்டபொழுது விற்பனைப் பத்திரங்கள் பாட்டியின் பெயரில் இருக்க வேண்டும் என்று திரு. சாண்ட்ஸ் கூறியிருந்திருக்கிறார். அவர்தான் பணத்திற்கு ஏற்பாடு செய்திருந்தார் என்றாலும் அவர் அதை வெளிப்படுத்தியிருக்கவில்லை. தென்மாகாணங்களில் ஒரு வெள்ளைக்காரச்சீமான் அவமானம் எதுவுமில்லாமல் கறுப்பினப் பெண்களோடு சேர்ந்து எத்தனை குழந்தைகளை வேண்டுமானாலும் பெற்றுக்கொள்ளலாம்; ஆனால் அவன் அவர்களை விலைக்கு வாங்கி விடுதலை வழங்கிவிடக்கூடாது. அவ்வாறு அவன் அவ்வாறு வாங்கியிருப்பது வெளியில் தெரிந்துவிட்டால் அவனுடைய அந்தச் செயல் வினோதமான அந்த அடிமை

நிறுவனத்திற்கு எதிரான குற்றமாகிவிடும்; அந்த மனிதனும் சமூகத்தில் தனக்கான அந்தஸ்தை இழந்துவிடுவான்.

நேராக நியூயார்க் வரும் கப்பலில் பென்னியை ஏற்றி அனுப்பும் நல்வாய்ப்பும் பாட்டிக்குக் கிடைத்தது. நியூயார்க்கிற்கு அவன் வந்துசேர்ந்தவுடன் பாஸ்டனுக்கு அனுப்பிவைக்கச் சொல்லி ஒரு நண்பனுக்கு நான் எழுதியிருந்த கடிதத்துடன் பென்னி கப்பலில் ஏற்றப்பட்டான். ஒரு விடியற்கால வேளையில் என் வீட்டின் கதவு பலமாகத் தட்டப்பட்டது, என் பெஞ்சமின் இரைக்க இரைக்க உள்ளே ஓடிவந்தான். "ஏய் அம்மா, நான் இங்கே வந்துவிட்டேன். வழியெல்லாம் ஒரே ஓட்டமாய் ஓடி வந்துவிட்டேன்; நான் தன்னந்தனியாக வந்துவிட்டேன்; நீங்கள் எப்படி இருக்கிறீர்கள்?" என்றான்.

வாசகர்களே! நான் அடைந்த மகிழ்ச்சியை உங்களால் கற்பனை செய்துபார்க்க முடியுமா? முடியாது. உங்களால் முடியாது. அடிமைத் தாயாக இருந்தாலன்றி அப்படிப்பட்ட மகிழ்ச்சியை உணரவே முடியாது. பெஞ்சமின், தன் நாக்கு எவ்வளவு வேகமாகச் சுழலுமோ அவ்வளவு வேகமாக எல்லா வற்றையும் என்னிடம் சொன்னான். "அம்மா! நீங்கள் ஏன் எல்லென்னை இங்கே கூட்டிக்கொண்டுவரவில்லை? நான் அவளைப் பார்க்க ப்ரூக்ளின்னுக்குப் போயிருந்தேன். நான் போய் வருகிறேன் என்று சொன்னபோது அவள் மிகவும் சோகமாகிவிட்டாள். அவள் என்னிடம் "ஓ, பென்! எனக்கும் உன்னோடு வரவேண்டும்போல் இருக்கிறது" என்றாள். அவளுக்கு நிறையத் தெரிந்திருக்கும் என்று நினைத்திருந்தேன். ஆனால் எனக்குத் தெரிந்த அளவுக்குக்கூட அவளுக்கு எதுவும் தெரியவில்லை. எனக்குப் படிக்கத் தெரியும்; அவளுக்கு அது முடியாது. அம்மா! நான் வரும்போது என் துணிமணிகள் எல்லாம் தொலைந்துவிட்டன; அவையெல்லாம் கொஞ்சம் வாங்க வேண்டுமே, என்ன செய்யலாம்? விடுதலையடைந்த சிறுவர்கள் வெள்ளைக்காரச் சிறுவர்களோடு சேர்ந்து இருக்க முடியும் என்று நான் நினைக்கிறேன்" என்றான் அவன்.

நிறைய நம்பிக்கைகளுடன் குதூகலமாக இருக்கும் அந்தச் சிறுவனிடம் அவன் நினைப்பு தவறானது என்று சொல்ல நான் விரும்பவில்லை. அவனை ஒரு தையற்காரரிடம் அழைத்துப் போய் அவனுக்கு மாற்று உடைகளை வாங்கித் தந்தேன். அந்த நாளின் மிச்சமிருந்த பொழுதையெல்லாம் ஒருவருக்கொருவர் கேள்விகள் கேட்டுக்கொண்டும் பதில்கள் சொல்லிக்கொண்டும் கழித்தோம். வயது முதிர்ந்த எங்கள் பாட்டியும் எங்களோடு இருந்தால் மிகவும் நன்றாக இருக்கும் என்று திரும்பத் திரும்பப் பேசிக்கொண்டோம். தன் கடல் பயணத்தைப் பற்றியும் பாஸ்டன்

பயணத்தைப் பற்றியும் பாட்டிக்கு உடனடியாகக் கடிதம் எழுதும்படி பென்னி விடாமல் என்னை நச்சரித்துக்கொண்டே இருந்தான்.

டாக்டர் ஃப்ளின்ட் நியூயார்க்கிற்கு வந்துவிட்டான். என்னைத் தேடிக் கண்டுபிடித்துத் தன்னோடு திரும்பி அழைத்துச் செல்வதற்காகக் கடும் முயற்சியை மேற்கொண்டான். நான் எங்கிருக்கிறேன் என்பதைக் கண்டுபிடிக்க முடியாமல்போனதால் எனக்கான அவனுடைய விருந்தோம்பல் நோக்கமெல்லாம் வீணாகி அவன் நொந்துபோனான்! என்னை விரிந்த கரங்களோடு வரவேற்கக் காத்திருந்த அந்தப் பாசமுள்ள குடும்பத்தினரும் ஏமாற்றத்திற்கு ஆளானார்கள்!

அவன் தன் வீட்டிற்குப் போய்ச் சேர்ந்துவிட்டான் என்று எனக்குத் தெரிந்தவுடனேயே நான் பென்னியை வில்லியத்திடம் விட்டுவிட்டுத் திருமதி ப்ரூஸின் வீட்டிற்குத் திரும்பினேன். குழந்தை மேரியின் மீதான ஈர்ப்பு எனக்கு அளவற்ற மகிழ்ச்சி அளித்தது. அவளுடைய உன்னதமான தாயின் அன்பார்ந்த கருணையை அனுபவித்துக்கொண்டும் என் மனதிற்கினிய மகளை அவ்வப்போது சந்தித்துக்கொண்டும் குளிர்காலத்திலும் இளவேனிற்காலத்திலும் உண்மையாகவும் கடுமையான முயற்சி யோடும் அவர்கள் வீட்டில் வேலைசெய்துகொண்டிருந்தேன்.

கோடைக்காலம் வந்ததுமே பாதுகாப்பின்மை வழக்கம் போல் என்னைத் துரத்தத் தொடங்கியது. குழந்தை மேரியை நல்ல காற்றுக்காகவும் உடற்பயிற்சிக்காகவும் வெளியே அழைத்துச்சென்றாக வேண்டியிருந்தது. நகரத்திலோ தென்மாகாணத்தவர் நிரம்பியிருந்தார்கள்; அவர்களில் சிலர் என்னை அடையாளங்கண்டுவிடலாம். சூடான பருவநிலை, பாம்புகளையும் அடிமைஉடைமையாளர்களையும் வெளியே கொண்டு வந்துவிடுகிறது. எனக்கு இரண்டு விஷ ஜந்துக்களை யுமே பிடிக்காது. இப்படிச் சுதந்திரமாகச் சொல்ல முடிவது எவ்வளவு சுகமாயிருக்கிறது!

35

நிறவேற்றுமை

அந்த நகரத்தைவிட்டுப் புறப்படுவதற்கான ஏற்பாடுகளைப் பார்த்து எனக்குக் கொஞ்சம் நிம்மதி கிடைத்தது. நாங்கள் 'நிக்கர்பாக்கர்' என்ற நீராவிக்கப்பலில் ஆல்பனிக்குப் போனோம். தேநீருக்கான அழைப்பு மணி ஒலித்ததும் திருமதி ப்ரூஸ் என்னிடம், "லிண்டா, நேரமாகிவிட்டது. நீயும் குழந்தையும் என்னுடனேயே தேநீர் அருந்த வந்தால் நல்லது" என்றார். "நேரமாகிவிட்டது என்று எனக்குத் தெரியும். குழந்தையின் இரவுச் சாப்பாட்டுக்கான நேரமிது. நான் உங்களோடு வரவில்லை. தயவுசெய்து விட்டுவிடுங்கள். அங்கே நான் அவமானப்படுத்தப்படுவேன் என்று எனக்குப் பயம்" என்று அவருக்குப் பதில் சொன்னேன். "இல்லை, இல்லை. என்னோடு வந்தால் அப்படி யெல்லாம் நடக்காது" என்றார் அவர். ஒரு சில வெள்ளைத் தாதிகள் தங்கள் சீமாட்டிகளோடு போவதைப் பார்த்து நானும் அவ்வாறு போக முடியும் என்று நினைத்துவிட்டேன். நாங்கள் மேசையின் கடைக்கோடியில் இருந்தோம். நான் உட்காரப்போகும்போது ஒரு முரட்டுக்குரல், "எழுந்திரு! இங்கெல்லாம் உட்கார உனக்கு அனுமதி இல்லை என்பது உனக்குத் தெரியும்தானே?" என்றது. நான் அதிர்ந்துபோய்க் கோபத்தோடு நிமிர்ந்து பார்த்தால் அந்தக் குரலுக்குரியவன் ஒரு கறுப்பினத்தவன்! அந்தப் படகின் சட்டதிட்டங்களை நடைமுறைப்படுத்துவதற்கான வேலையை அந்த அலுவலகம் அவனுக்குக் கொடுத்திருக்கலாம்; ஆனாலும் கொஞ்சம் நாகரிகமாக அவன் அதைச்

செய்திருக்கவேண்டும். "படகின் தலைவர் வந்து என்னை அப்புறப்படுத்தினாலொழிய நான் இந்த இடத்தை விட்டு எழுந்திருக்கப்போவதில்லை" என்று பதில் கூறிவிட்டேன். எனக்குத் தேநீர் வழங்கப்படவில்லை. என் எஜமானி தனது தேநீரை எனக்குக் கொடுத்துவிட்டு அவர் தனக்கென்று மற்றொரு கோப்பையை வாங்கிக்கொண்டார். என்னைப் போலவே மற்ற தாதிகளும் நடத்தப்படுகிறார்களா என்று பார்த்தேன். அவர்கள் எல்லோரும் நன்றாகவே கவனித்துக்கொள்ளப்பட்டார்கள்.

மறுநாள் ட்ராயில் காலை உணவுக்காகக் கப்பல் நிறுத்தப் பட்டபோது அனைவரும் உணவு மேசையில் இடம்பிடிக்க விரைந்தார்கள். அப்போது திருமதி ப்ரூஸ் "லிண்டா, என் கையைப் பிடித்துக்கொள். நாம் இருவரும் சேர்ந்தே உள்ளே போகலாம்" என்றார். அந்த இடத்தின் உடைமையாளர் திருமதி ப்ரூஸ் பேசுவதைக் கேட்டுவிட்டு, "உங்கள் தாதியையும் குழந்தையையும் எங்கள் குடும்பத்தோடு உணவருந்த அனுமதிப்பீர்களா ?" என்று கேட்டார். இந்தப் பேச்சும்கூட என் நிறத்தை அடிப்படையாகக் கொண்டதுதான் என்று எனக்குத் தெரிந்திருந்தாலும் அவர் மரியாதையுடன் பேசியதால் நான் அதைக் கண்டுகொள்ளாமல் இருந்துவிட்டேன்.

சாரடோகாவில் இருந்த அமெரிக்க ஐக்கிய நாடுகள் ஹோட்டலில் கூட்டம் அதிகமாக இருந்ததால் திரு. ப்ரூஸ் அந்த ஹோட்டலுக்குச் சொந்தமான ஒரு சொகுசுக்குடிலை எங்களுக்காக ஏற்பாடு செய்துவிட்டார். நகரின் அமைதியான ஒதுக்குப்புறமான பகுதிக்குச் செல்லப்போகிறோம், அங்கே சில மனிதர்களைச் சந்திக்கலாம் என்று நான் மிகவும் மகிழ்ச்சியாக இருந்தபோது அங்கே தென்மாகாணத்தவர்கள் திரளாக மொய்த்துக்கொண்டிருப்பதைப் பார்த்தேன். என்னை யாராவது அடையாளங்கண்டுவிடுவார்களோ என்று அச்சத்தோடும் நடுக்கத்தோடும் சுற்றுமுற்றும் பார்த்தேன். நல்ல வேளை ! நாங்கள் அங்கே சில நாட்கள்தான் தங்கப்போகிறோம் என்பதை அறிந்து மகிழ்ச்சியடைந்தேன்.

நாங்கள் கோடைக்காலத்தின் பிற்பகுதியில் ராக்கவே நகருக்குச் செல்வதற்கான ஏற்பாடுகளைச் செய்வதற்காக சீக்கிரமே நியூயார்க்கிற்குத் திரும்பிவிட்டோம். சலவைக்காரப் பெண் துணிமணிகளை ஒழுங்குபடுத்தும் வேலையில் ஈடுபட்டிருந்த பொழுது நான் எல்லைன்னைப் பார்க்க ப்ரூக்ளின் செல்லும் வாய்ப்பை ஏற்படுத்திக்கொண்டேன். பலசரக்குக் கடைக்குப் போய்க்கொண்டிருந்த எல்லென்னை நான் வழியிலேயே பார்த்துவிட்டேன். அப்போது அவள் சொன்ன முதல் வார்த்தையே, "அம்மா, நீ திருமதி ஹாப்ஸ்

வீட்டிற்குப் போய்விடாதே. அவளுடைய சகோதரன் திரு. தார்னே தென்மாகாணத்திலிருந்து வந்திருக்கிறான். அவன் நீ இங்கே இருப்பதைத் தென்மாகாணத்தவர்களுக்குச் சொல்லிவிடுவான்" என்று என்னை எச்சரித்தாள். நானும் அவள் சொல்வது சரிதான் என்று கூறிவிட்டு நான் அடுத்த நாள் திருமதி ப்ரூஸுடன் வெளியூருக்குப் போகப்போவதாகவும் திரும்பி வந்தவுடன் அவளைப் பார்க்க வருவதாகவும் சொன்னேன்.

ஆங்கிலோ–சாக்ஸன் மரபினருக்குச் சேவகம் செய்து வருவதால் ராக்கவேக்குச் செல்லும்போது அவர்கள் என்னை ஜிம் க்ரோ வண்டி[1]யில் ஏற்றிவிடவில்லை; என்னை என் ட்ரங்குப்பெட்டிமேல் உட்காரவைத்துத் திறந்த வண்டியில் தெருவில் பயணம் செய்யவும் வைக்கவில்லை. இருந்தாலும் கறுப்பினத்தவருக்கு எதிரான கொடுமையான வெறுப்பு எல்லா இடங்களிலும் வெளிப்பட்டுக்கொண்டிருப்பது எனக்குத் தெரிந்தது. அது கறுப்பின மக்களின் உணர்வுகளை முடக்கி அவர்களது ஆற்றலை ஒடுக்கிவிடுகிறது. நாங்கள் இருட்டுவதற்கு முன்பே ராக்கவே போய்ச் சேர்ந்தோம். அங்கே கடற்கரையில் இருந்த பெவிலியன் என்ற பெயருடைய, அழகு மிகுந்த நவீன உலகினருக்கான பெரிய ஹோட்டல் எங்களுக்கு ஏற்பாடாகி யிருந்தது. பல்வேறு நாடுகளைச் சேர்ந்த முப்பது அல்லது நாற்பது தாதியர்கள் அங்கே இருந்தார்கள். சில சீமாட்டிகளுக்கு வெள்ளையரல்லாத பணிப்பெண்களும் வண்டியோட்டிகளும் இருந்தார்கள். ஆனால் நான் மட்டும்தான் ஆப்பிரிக்க இனத்தைச் சார்ந்த தாதியாக இருந்தேன். உணவுக்கான மணி அடித்ததும் குழந்தை மேரியைத் தூக்கிக்கொண்டு மற்ற தாதியரைப் பின் தொடர்ந்தேன். நீண்ட கூடத்தில் இரவு உணவு பரிமாறப் பட்டிருந்தது. உணவு வகைகள் பரிமாறுவதை மேற்பார்வை பார்த்துக்கொண்டிருந்த ஓர் இளைஞன் இரண்டு அல்லது மூன்று முறை சாப்பாட்டு மேசையைச் சுற்றிச்சுற்றி வந்துவிட்டு அதன் கீழ்ப்பகுதியில் இருந்த ஓர் இடத்தை எனக்குக் காட்டினான். அங்கே ஒரேயொரு நாற்காலி மட்டுமே இருந்தது; குழநதையை மடியில் வைத்துக்கொண்டு நான் அதில் உட்கார்ந்தேன். உடனே அந்த இளைஞன் அங்கே வந்து சாதாரணமான குரலில் "தயவுசெய்து நீங்கள் அந்தக் குழந்தையை நாற்காலியில் உட்கார வைத்துவிட்டு நீங்கள் நின்றுகொண்டு அவளுக்கு ஊட்டிவிடுவீர்களா? அவர்கள் எல்லோரும் சாப்பிட்டு முடித்தவுடன் உங்களுக்காக ஒதுக்கப்பட்டுள்ள சமையலறையில் நீங்கள் நல்ல இரவு உணவைப் பெற்றுக்கொள்ளலாம்" என்றான்.

இதுதான் உச்சக்கட்டம்! என்னைக் கட்டுப்படுத்திக் கொள்ள முடியாதவளாக நான் சுற்றுமுற்றும் பார்த்தேன்;

அங்கே அமர்ந்திருந்த தாதியர்கள் எல்லோரும் என்னைவிடக் கொஞ்சம்தான் கூடுதலான நிறத்தில் இருந்தார்கள். என்னுடைய இருப்பு அந்த இடத்தையே களங்கப்படுத்திவிட்டதைப்போல அவர்கள் என்னை முறைத்தார்கள். ஆனால் நான் எதுவும் பேச வில்லை. நான் அமைதியாகக் குழந்தையைத் தூக்கிக்கொண்டு எங்கள் அறைக்குப் போய்விட்டேன்; மீண்டும் சாப்பாட்டு மேசைப் பக்கம் போக மறுத்துவிட்டேன். திரு. ப்ரூஸ் எனக்கும் மேரிக்குமான உணவை அறைக்கே அனுப்பச் சொல்லி உத்தர விட்டார். சில நாட்களுக்கு இந்த ஏற்பாடு பலித்தது. ஆனால் அந்த நிறுவனத்தின் வெள்ளைக்காரப் பணியாட்கள் தாங்கள் ஒரு நீக்ரோவுக்கு சேவை செய்வதற்காக வேலைக்கு அமர்த்தப் படவில்லை என்று புகார் செய்யத் தொடங்கிவிட்டார்கள். மாடியில் உள்ள எங்கள் அறைக்கு உணவைக் கொண்டுவரப் பணியாட்கள் மறுப்பதாகவும் மற்ற விருந்தினர்களின் கறுப்பினப் பணியாளர்களும் தங்களையும் உரிய வகையில் நடத்தவில்லை என அதிருப்தி தெரிவித்ததாகவும் அதனால் உணவருந்துவதற்கு என்னைக் கீழேயே அனுப்பும்படியும் அந்த ஹோட்டலின் உரிமையாளர் சொல்லிவிட்டார்.

தாம் மரியாதைக் குறைவாக நடத்தப்பட்டாலும் கொஞ்சம் கூடச் சுயமரியாதை இல்லாமல் அடிபணிந்து போகும் தங்களது போக்குக்காகக் கறுப்பினப் பணியாட்கள் தங்கள்மீது தாங்களே கோபம்கொள்ளாமல் இருக்கிறார்களே என்பதுதான் என் கவலை. தங்கும் கட்டணத்தில் வெள்ளைக்காரப் பணியாளர் களுக்கும் கறுப்பினப் பணியாளர்களுக்கும் வேறுபாடு இல்லாமல் இருக்கும்போது அவர்களை நடத்தும் விதத்தில் மட்டும் வேறுபாடு காட்டுவது எப்படி நியாயமாகும்? இந்த நிகழ்ச்சிக்குப் பிறகு நான் அங்கே ஒரு மாதம் தங்கியிருந்தேன். என் உரிமைகளைக் காத்துக்கொள்வதில் நான் உறுதியாக இருந்ததால் அவர்களும் என்னைக் கண்ணியமாகவே நடத்தினார்கள். எல்லாக் கறுப்பின ஆண்களும் பெண்களும் இவ்வாறு சுயமரியாதையுடன் நடந்து கொண்டால் நாளடைவில் ஒடுக்குபவர்கள் தமது காலடியில் போட்டு நம்மை நசுக்குவதை நிறுத்திக்கொள்வார்கள்.

36

மயிரிழையில் தப்பித்தல்

நாங்கள் நியூயார்க்கிற்குத் திரும்பியதும் எல்லென்னைச் சந்திக்கும் சந்தர்ப்பம் கிடைத்தவுடன் அவளைப் பார்க்க விரைந்தேன். திருமதி ஹாப்ஸின் தென்மாகாணத்துச் சகோதரன் இன்னும் அங்கேயே இருந்துகொண்டிருப்பான் என்று நினைத்தேன்; முடிந்தவரை அவன் கண்ணில்பட்டு விடுவதைத் தவிர்க்க எண்ணி எல்லென்னைக் கீழ்த்தளத்திற்கு வரவழைக்கலாம் என்று நினைத்தேன். ஆனால் திருமதி ஹாப்ஸ் சமையற்கட்டுக்கு வந்து என்னை மேல் தளத்திற்கு வரும்படி வற்புறுத்தினாள். “என் சகோதரன் உன்னைப் பார்க்க விரும்புகிறான். நீ அவனைத் தவிர்க்க நினைப்பதைப் பற்றி வருத்தப்படுகிறான். மூதாட்டியான மார்த்தா அத்தை தனக்கு அன்புடன் செய்த சிறுசிறு உதவிகளுக்குத் தான் மிகவும் கடமைப்பட்டவன் என்றும் அப்படிப்பட்டவரின் பேத்தியைக் காட்டிக்கொடுக்கும் அளவுக்குத் தான் கீழ்த்தரமானவனல்ல என்றும் அவன் உன்னிடம் சொல்லச்சொன்னான்” என்றாள்.

இந்தத் திரு. தார்னே தென்மாகாணத்தை விட்டு வருவதற்கு வெகுகாலத்திற்கு முன்பே பொறுப்பில்லாமல் இருந்ததால் ஏழையாகி விட்டான். அப்படிப்பட்டவர்கள் ஒன்றிரண்டு டாலர்கள் கடனாகப் பெறுவதற்காகவோ அல்லது நல்ல உணவுக்காகவோ தனக்குச் சமமானவர்கள் என்று தாம் கருதுபவர்களைவிடத் தமது பழைய விசுவாசமிக்க அடிமைகளில் யாரேனும் ஒருவரது

வீட்டைத் தேடித்தான் போவார்கள். அப்படிப்பட்ட அன்பான உதவிகளுக்காகவே அவன் என் பாட்டிக்கு நன்றிக்கடன் பட்டவனாகத் தன்னைச் சொல்லிக்கொண்டான். நான் அவனை எட்டத்தில் வைத்திருக்கவே நினைத்தேன். ஆனால் அவன் இங்கே வந்திருப்பதாலும் நான் இங்குதான் இருக்கிறேன் என்பது அவனுக்குத் தெரிந்துவிட்டதாலும் அவனைத் தவிர்க்க நினைப்பதில் எந்தப் பயனுமில்லை என்பதோடு அது என்னைப் பற்றிக் கெட்ட எண்ணத்தை உருவாக்கிவிடக்கூடும் என்றும் எண்ணினேன். நான் அவனுடைய சகோதரியைப் பின் தொடர்ந்து மேலே போனேன். அவன் என்னை நல்ல நண்பனைப்போல் வரவேற்றுவிட்டு நான் அடிமைத்தனத்தி லிருந்து தப்பித்துவிட்டதற்காக என்னைப் பாராட்டினான். நல்லதொரு இடத்தில் நான் மகிழ்ச்சியாக இருப்பதாகத் தான் நம்புவதாகவும் கூறினான்.

நான் தொடர்ந்து எல்லென்னைப் பார்க்க அடிக்கடி போய்க் கொண்டிருந்தேன். முன்யோசனையுள்ள அந்தக் குழந்தை என்னுடைய அபாயகரமான சூழலைப் புரிந்துகொண்டு என் பாதுகாப்பைப் பற்றி மிகவும் எச்சரிக்கையாக இருந்துவந்தாள். அவள் தன்னுடைய வசதியின்மைபற்றியோ தொல்லைகள் பற்றியோ ஒரு நாளும் என்னிடம் புகார் செய்ததில்லை. ஆனாலும் ஒரு தாயின் கூரிய பார்வை அவளது மகிழ்ச்சி யின்மையைக் கண்டுபிடித்துவிட்டது. நான் இவ்வாறு அடிக்கடி அங்கே போய்க்கொண்டிருந்தபோது ஒரு நாள் அவள் வழக்கத்திற்கு மாறாக மிகவும் கவலையுடன் இருந்தாள். "என்ன சங்கதி" என்று நான் கேட்டபோது "ஒன்றுமில்லை" என்று சொல்லி விட்டாள். ஆனால் அவள் அவ்வளவு சோகமாக இருப்பதற்கான காரணம் என்ன என்று அவளை நான் வற்புறுத்திக் கேட்டேன். அப்போதுதான் அந்த வீட்டில் அவளுக்குத் தொடர்ந்து கொடுக்கப்பட்ட சில தொல்லைகளால் அவள் மிகவும் பாதிக்கப்பட்டிருக்கிறாள் என்று எனக்குத் தெரிந்தது. ரம்மும் பிராந்தியும் வாங்குவதற்காக அடிக்கடி அவளைக் கடைக்கு அனுப்பியிருக்கிறார்கள்; அதைக் கடைக்காரரிடம் கேட்க அவளுக்கு மிகவும் கூச்சமாக இருந்திருக்கிறது; திரு. ஹாப்ஸும் திரு. தார்னும் அதிகமாகக் குடித்ததன் விளைவாக அவர்கள் கைகள் நடுங்கின; எல்லென்னை அழைத்து அவளைத் தங்களுக்கு மது ஊற்றிக்கொடுக்கச் சொல்லியிருக்கிறார்கள். "ஆனால் அத்தகைய சந்தர்ப்பங்களில்கூட திரு. ஹாப்ஸ் என்னிடம் முறையாகவே நடந்துகொள்வார். என்னால் அவரை மதிக்காமல் இருக்க முடியாது. நான் அவரை நினைத்துப் பரிதாபப்படுகிறேன்" என்றாள் எல்லென். அவளைச் சமாதானப்படுத்துவதற்காக நான் பெஞ்சமினுக்காகவும் எல்லென்னுக்காகவும் வெகுவிரைவில்

ஒரு வீடு பார்த்து அவர்களைப் பள்ளிக்கு அனுப்புவதற்காக நூறு டாலர்கள் சேமித்து வைத்திருக்கிறேன் என்று அவளிடம் சொன்னேன். தன்னால் எனக்கு உதவ முடியாவிட்டாலும் என்னுடைய துன்பங்களை மேலும் அதிகப்படுத்திவிடக்கூடாது என்ற தீர்மானத்துடன் அவள் இருந்தாள். அவளது சங்கடத்திற்குத் திரு. தார்னேவின் முன்கோபம் மட்டுமே காரணமல்ல என்பதை நான் இந்தச் சந்தர்ப்பத்திற்குப் பின்னும் பல வருடங்கள்வரை அறிந்திருக்கவில்லை. என் பாட்டிக்கு அதிகமாக நன்றிக்கடன் பட்டிருப்பதால் அவருடைய வாரிசுகளுக்குத் தீங்குசெய்ய மாட்டேன் என்று தம்பட்டம் அடித்துக்கொண்டிருந்த அவன் தான் அப்பாவிச் சிறுமியான அந்தப் பாட்டியின் கொள்ளுப் பேத்தியின் காதுகளில் சொல்லக்கூடாத வார்த்தைகளை எல்லாம் கொட்டியிருந்திருக்கிறான்.

நான் ஒவ்வொரு ஞாயிறன்றும் பிற்பகல் வேளைகளில் ப்ரூக்ளினுக்குத் தவறாமல் போய்க்கொண்டிருந்தேன். அப்படிப் பட்ட ஒரு ஞாயிறன்று எல்லென் அந்த வீட்டிற்கு அருகில் எனக்காகக் கவலையுடன் காத்திருந்தாள். "அம்மா! நான் உங்களுக்காக ரொம்ப நேரமாகக் காத்துக்கொண்டிருக்கிறேன். திரு. தார்னே நீங்கள் எங்கே இருக்கிறீர்கள் என்பதைப் பற்றி டாக்டர் ஃப்ளின்ட்டுக்குக் கடிதம் எழுதியிருப்பாரோ என்று எனக்குப் பயமாக இருக்கிறது. சீக்கிரமாக உள்ளே வாருங்கள். திருமதி ஹாப்ஸ் அதைப் பற்றி உங்களிடம் பேசுவார்" என்றாள்.

அந்தச் செய்தி உடனடியாக எனக்குத் தெரிவிக்கப்பட்டது. முதல்நாள் குழந்தைகள் திராட்சைக் கொடிகள் படர்ந்த முற்றத்தில் விளையாடிக்கொண்டிருந்தார்கள். அப்போது கையில் ஒரு காகிதத்தோடு அங்கு வந்த திரு. தார்னே அதைச் சுக்குநூறாகக் கிழித்துச் சிதறவிட்டிருக்கிறான். அந்த நேரத்தில் அவனைப் பற்றி எப்பொழுதும் நெஞ்சு நிறைய சந்தேகத்துடனேயே இருந்த எல்லென் அந்த முற்றத்தைப் பெருக்கிச் சுத்தம் செய்து கொண்டிருந்திருக்கிறாள். அவள் அந்தக் கடிதத் துண்டுகளை எல்லாம் பொறுக்கிக்கொண்டு வந்து "திரு. தார்னே இந்தக் கடிதத்தை யாருக்கு எழுதியிருப்பாரோ என்று எனக்குப் பயமாக இருக்கிறது" என்று சொல்லிக் குழந்தைகளிடம் கொடுத்திருக்கிறாள்.

அங்கிருந்தவர்களில் பெரிய குழந்தை "எனக்குத் தெரியாது. அதைப் பற்றி எனக்கொன்றும் கவலையில்லை. உனக்கு மட்டும் ஏன் அக்கறை?" என்று கேட்டிருக்கிறது.

"அதைப்பற்றி எனக்கு அக்கறை இருக்கிறது. அவர் என் அம்மாவைப் பற்றித் தென்மாகாணங்களுக்கு ஏதோ எழுதிக்

கொண்டிருந்திருக்கிறார் என்பது என் சந்தேகம்" என்றாள் எல்லென்.

அவர்கள் அவளைப் பார்த்துச் சிரித்துவிட்டு "முட்டாளாக இருக்கிறாயே" என்று ஏளனம் பேசினாலும் எல்லென்னுக்குப் படித்துக்காட்டுவதற்காக நல்ல எண்ணத்துடன் அந்தக் கடிதத் துண்டுகளை ஒன்றிணைத்த ஒரு சிறுமி "எல்லென் நீ சொன்னது தான் சரி" என்று கூவிவிட்டாள்.

திரு. தார்னே எழுதிய கடிதத்தில் இருந்த விவரங்களாக என் நினைவில் இருப்பவை: "உங்கள் அடிமை லிண்டாவைப் பார்த்தேன். அவளோடு பேசினேன். நீங்கள் கவனமாகச் செயல்பட்டால் அவளை எளிதாகப் பிடித்துவிடலாம். அவள் உங்களுடைய சொத்துதான் என்பதை நிரூபிப்பதற்குப் போதுமான சாட்சிகளாக நாங்கள் இங்கு இருக்கிறோம். நான் நாட்டுப்பற்று மிக்கவன், என் நாட்டை மிகவும் நேசிப்பவன், இந்த நாட்டின் சட்டதிட்டங்களை மதிப்பவன் என்ற முறையிலும் நீதி தவறாத நடத்தை இது என்ற கருத்திலும் இந்தச் செயலை நான் செய்கிறேன்." நான் வேலை செய்யும் வீட்டின் இலக்கத்தையும் அந்தத் தெருவில் வசிக்கும் ஒரு மருத்துவரின் பெயரையும் அந்தக் கடிதத்தில் அவன் குறிப்பிட்டிருந்தான். குழந்தைகள் அந்தத் துண்டுகளைத் திருமதி ஹாப்ஸிடம் எடுத்துக்கொண்டு போனார்கள். அவர் உடனே இதைப்பற்றி விசாரிப்பதற்காகத் தன் சகோதரனின் அறைக்குப் போனார். அங்கே அவன் இல்லை. கையில் கடிதத்தோடு அவன் போனதைப் பார்த்ததாகவும் தபால் அலுவலகத்திற்குத்தான் போயிருக்கவேண்டும் எனத் தாங்கள் நினைப்பதாகவும் பணியாட்கள் சொன்னார்கள். அவன் அந்தத் துண்டுகளாக்கப்பட்ட கடிதத்தின் நகலை டாக்டர் ஃப்ளின்ட்டுக்கு அனுப்பியிருக்கலாம் என்பதை எளிதில் எவரும் ஊகித்துவிடலாம். அவன் வீட்டிற்கு வந்தவுடன் அவனது சகோதரி "நீ தவறு செய்துவிட்டாய்" என்று அவனைச் சாடினாள். அவனும் அதை மறுக்கவில்லை. உடனே தன் அறைக்குப் போன அவன் மறுநாள் காணாமல்போய்விட்டான். அந்தக் குடும்பத்தில் உள்ளவர்கள் தங்கள் படுக்கையைவிட்டு எழுந்திருப்பதற்கு முன்பே அவன் நியூயார்க்கிற்குக் கிளம்பிவிட்டான்.

எனக்கும் கால அவகாசம் இல்லாமல் போய்விட்டது. நான் கனத்த இதயத்துடன் நகரத்திற்கு விரைந்தேன். மீண்டும் நான் என்னுடைய வசதியான இடத்திலிருந்து பிய்த்தெறியப்படப் போகிறேன். என் குழந்தைகளின் நலவாழ்வு குறித்த என் திட்டங்கள் எல்லாம் அடிமைத்தனம் என்னும் கொடிய அரக்கத்தனத்தால் பாழாகப்போகின்றன. நான் திருமதி ப்ரூஸிடம் என்னைப்பற்றி எதுவும் சொல்லாமல் இருந்துவிட்டதற்காக

வருத்தப்பட்டேன். நான் தப்பியோடி வந்த அடிமை என்பதற்காக மட்டும் அதை நான் மறைக்கவில்லை. அது அவரைக் கவலைக்கு ஆளாக்கி அவரது அன்பான உள்ளத்தில் என்மேல் அனுதாபத்தை ஏற்படுத்தியிருக்கும். அவருடைய நல்லபிப்ராயத்தை நான் மிகவும் மதித்தேன். என்னுடைய வருத்தமான கதையை எல்லா விவரங்களோடும் கூறி அதை இழந்துவிட நான் விரும்ப வில்லை. நான் எப்படிப்பட்ட சூழலில் இருக்கிறேன் என்று அவர் தெரிந்துகொள்ளவேண்டும் என்பதற்காகவாவது அதைச் சொல்வது அவசியம் என இப்போது கருதினேன். முன்பு ஒருமுறை நான் அவரிடம் என்னைப்பற்றி எதுவும் சொல்லாமல் அப்படியே புறப்பட்டுப்போய்விட்டேன். மீண்டும் அதே மாதிரி நடந்துகொள்வது சரியாக இருக்காது. நான் மறுநாள் காலை அவரிடம் என்னைப் பற்றிய விவரங்களைச் சொல்லிவிடுவது என்ற முடிவோடு வீட்டிற்குப் போனேன். அவரது கவனத்தை என் சோகமான முகம் ஈர்த்துவிட்டது. அதனால் அவருடைய கனிவான விசாரிப்புகளுக்குப் பின்னர் இரவு தூங்குவதற்கு முன்பே அவரிடம் நான் என் முழு மனதையும் திறந்து கொட்டிவிட்டேன். அவர் ஒரு பெண்ணுக்கே உரிய அக்கறையுடன் அவற்றையெல்லாம் கேட்டுவிட்டு என்னைப் பாதுகாக்கத் தன்னால் முடிந்த அனைத்தையும் செய்வதாக உறுதியளித்தார். என் உள்ளம்தான் அவரை எப்படி வாழ்த்தியது!

மறுநாள் விடியற்காலையிலேயே திருமதி ப்ரூஸ், நீதியரசர் வாண்டர் பூலையும் வழக்கறிஞர் ஹாப்பரையும் கலந்தாலோசித்தார். வழக்கு, விசாரணைக்கு வந்துவிட்டால் ஆபத்து அதிகமாகிவிடும் என்பதால் நான் உடனடியாக நகரை விட்டுப்போவதுதான் நல்லது என்று அவர்கள் கூறினார்கள். திருமதி ப்ரூஸ் என்னைத் தனது நண்பர் ஒருவரின் வீட்டிற்கு ஒரு வண்டியில் அழைத்துச்சென்றார். என் தம்பி வந்து என்னை அழைத்துப்போகும்வரை சில நாட்கள் நான் அங்கே பாதுகாப்பாக இருக்கலாம் என்று உறுதிகூறினார். அந்த இடைவெளியில் என் எண்ணமெல்லாம் எல்லென்னைப் பற்றியே இருந்தது. பிறப்பால் அவள் என்னுடையவள், என் பாட்டியின் பெயரில் விற்பனைப் பத்திரம் தயாரிக்கப்பட்டிருந்ததால் தென்மாகாணச் சட்டங்களின்படியும் அவள் எனக்குரியவளே. ஆனால் அவளை என்னோடு வைத்துக்கொண்டாலன்றி அவள் பாதுகாப்பாக இருப்பதாக என்னால் நம்பமுடியாது. திருமதி ஹாப்ஸ் தன் சகோதரனின் துரோகச்செயலால் மோசமாகப் பாதிக்கப்பட்டிருந்ததால் என் வேண்டுகோளை ஏற்றுப் பத்து நாட்களில் திருப்பி அனுப்பிவிட வேண்டும் என்ற நிபந்தனையுடன் எல்லென்னை அவள் என்னிடம் அனுப்பினாள். நான் பதிலுக்கு எந்த உறுதிமொழியும் கொடுக்காமல் தவிர்த்துவிட்டேன்.

சற்றும் பொருத்தமில்லாத மிகவும் மெல்லிய ஆடைகளை அணிந்துகொண்டும் மிகவும் சொற்பமான சாமான்கள் உள்ள பள்ளிப்பையைத் தோளில் மாட்டிக்கொண்டும் எல்லென் என்னிடம் வந்தாள். அப்போது அக்டோபர் மாதத்தின் இறுதியாகிவிட்டதால் குழந்தை குளிர் தாங்காமல் மிகவும் தொல்லைப்படுவாள் என்று எனக்குத் தெரியும். அவளுக்காக எதையும் வாங்க வெளியில் செல்லும் துணிவு இல்லாததால் என்னுடைய கம்பளிப் பாவாடையையே அவளுக்கேற்ற ஆடையாக மாற்றித்தந்தேன். என்னை வழியனுப்பிவைக்க வந்தபோது நான் என் மகளுக்காக என் ஆடைகளை எடுத்துக் கொடுத்துவிட்டதைப் பார்த்துத் திருமதி ப்ரூஸ் கண்ணீர்விட்டார். "கொஞ்சம் பொறு, லிண்டா" என்று சொல்லிவிட்டு அவர் வெளியே போனார். எல்லென்னுக்காக நல்ல சால்வையுடனும் நல்ல தலைப்பாகையுடனும் திரும்பிவந்தார். உண்மையிலேயே அப்படிப்பட்ட நல்ல உள்ளங்கள்தான் சுவர்க்கத்தை ஆளுகின்றன.

என் தம்பி நியூயார்க்கிற்குப் புதன்கிழமையன்று வந்து சேர்ந்தான். வழக்கறிஞர் ஹாப்பர், தென்மாகாணத்தவர் தங்கள் பயணங்களுக்காக அதிகம்? பயன்படுத்தியிருக்காத ஸ்டோனிங்டன் வழியாகப் பாஸ்டனுக்குச் செல்லுமாறு அறிவுரை கூறினார். யாராவது என்னைப் பற்றி விசாரித்தால் நான் சில நாட்களுக்கு முன்புவரை அந்த வீட்டில் தங்கியிருந்ததாகவும் தற்போது நகரை விட்டுப்போய்விட்டதாகவும் சொல்லிவிடும்படி தனது பணியாட்கள் அனைவருக்கும் திருமதி ப்ரூஸ் அறிவுறுத்தி விட்டார்.

நாங்கள் ரோட் ஐலேண்ட் என்ற நீராவிப் படகுக்குப் பத்திர மாகப் போய்ச் சேர்ந்தோம். அந்தப் படகில் கறுப்பினத்தவர்கள் பணிபுரிந்துகொண்டிருந்தாலும் படகு அறைக்குள் கறுப்பினத்தவர்கள் அனுமதிக்கப்பட மாட்டார்கள் என்பது எனக்குத் தெரியும். இரவுநேரக் குளிர்காற்றிலிருந்து தப்பிக்க மட்டுமன்றி, பிற பயணிகளின் கவனத்திலிருந்து தப்பவும் நான் படகு அறையின் தனிமையை விரும்பினேன். வழக்கறிஞர் ஹாப்பர் எங்களுக்காகப் படகில் காத்திருந்தார். அவர் கப்பல் பணிப்பெண்ணிடம் எங்களை நன்கு கவனித்துக்கொள்ள வேண்டும் என்று வேண்டிக் கேட்டுக்கொண்டார். அவர் என்னிடம், "நீங்களே நேரில் போய்க் கப்பல் தலைவரிடம் பேசுங்கள். உங்கள் சிறுமியையும் உடன் அழைத்துச் செல்லுங்கள். அவர் கண்டிப்பாக அவளை மேல்தளத்தில் திறந்தவெளியில் தூங்கும்படி விட்டுவிடமாட்டார்" என்று அன்பாகப் பேசிவிட்டுப் புறப்பட்டுப்போனார்.

எனக்குரிய பாதுகாப்பையும் ஓய்வையும் தரும் என்று நான் பெரிதும் நம்பிக்கொண்டிருந்த என் அன்பிற்குரிய வீட்டிலிருந்து பிரிக்கப்பட்ட என்னைச் சுமந்துகொண்டு அந்தப் படகு தனது வழியில் போகத்தொடங்கியது. பயணச்சீட்டுகள் வாங்குவது அவனைவிட எனக்கு எளிதாக இருக்கும் என்று நினைத்த என் தம்பி என்னையே அவற்றை வாங்கும்படி சொல்லிவிட்டான். நான் கப்பல் பணிப்பெண் என்னிடம் வந்தபோது அவள் கேட்ட தொகையைக் கொடுத்தவுடன் அவள் ஓரம் கிழிக்கப்பட்ட மூன்று பயணச்சீட்டுகளை என்னிடம் கொடுத்தாள். நான் கறாரான குரலில், "நீங்கள் தவறுசெய்துவிட்டீர்கள். நான் படகு அறைக்குத்தான் பயணச்சீட்டு கேட்டேன். நான் என் சிறு பெண்ணோடு மேல் தளத்தில் உறங்கச் சம்மதிக்க மாட்டேன்" என்று கூறிவிட்டேன். சில படகுகளில் கறுப்பினத்தவர்களைப் படகின் தனி அறைக்குள் உறங்க அனுமதிப்பது உண்டு என்றாலும் செல்வந்தர்கள் அதிகமாகப் பயணிக்கும் இவ்வழியில் செல்லும் படகுகளில் அவர்களை அனுமதிப்பதில்லை என்று அவர் கூறினாள். கப்பல் தலைவரின் அறையை எனக்குக் காட்டுமாறு நான் அவளிடம் கேட்டபோது தேநீர் நேரம் முடிந்தவுடன் காட்டுவதாகச் சொன்னாள். உரிய நேரம் வந்தவுடன் எல்லெனின் கையைப் பிடித்துக்கொண்டு தலைவரின் அறைக்குப் போய் மேல்தளத்தில் இருப்பது எங்களுக்கு வசதிக் குறைவாக இருக்குமென்பதால் எங்களது பயணச்சீட்டுகளை மாற்றித் தருமாறு பணிவாகக் கேட்டேன். ஆனால் "அது வழக்கத்திற்கு மாறான செயல்; கீழ் அறையில் படுக்கை வசதி இருக்கிறதா என்று பார்க்கிறேன்; உள் அறைகளிலேயே நீங்கள் வசதியான இருக்கைகளைப் பெறுவதற்கு முயற்சிக்கிறேன்; அவ்வாறு கிடைப்பதாய் இருந்தால் படகு வந்தவுடன் நடத்துநருடன் அது பற்றிப் பேசுகிறேன்" என்றார். அவருக்கு நன்றி கூறிவிட்டுப் பெண்கள் அறைக்குத் திரும்பினேன். கப்பல்தலைவர் பின்னர் வந்து வண்டிகளின் நடத்துநரிடம் தான் பேசிவிட்டதாகவும் அவர் எங்கள் கோரிக்கையை ஏற்றுக் கொண்டதாகவும் கூறினார். எனக்கு இவ்வளவு அன்பான கவனிப்பு கிடைத்ததைக் குறித்து நான் வியந்தேன். என் மகளின் களையான முகம் அவருடைய இதயத்தை வென்றிருக்கலாம். அல்லது கப்பல் பணிப்பெண் வழக்கறிஞர் திரு. ஹாப்பர் என்னிடம் பேசியதிலிருந்து நான் தப்பியோடி வந்த அடிமை என ஊகித்து எனக்காகக் கப்பல்தலைவரிடம் பரிந்து பேசியிருக்கலாம்.

படகு ஸ்டோனிங்டன்னை அடைந்தவுடன் நடத்துநர் தான் ஒப்புக்கொண்டபடி முதல் பெட்டியிலேயே எஞ்சினுக்குப் பக்கத்தில் உள்ள இடத்தை எங்களுக்கு ஒதுக்கித் தந்தார். அவர்

கதவருகில் எங்களை உட்காரச் சொன்னார்; அவர் எங்களைத் தாண்டிச்சென்றவுடன் நாங்கள் அந்த வண்டியின் மறுகோடிக்கு நகர்ந்துவிட்டோம். மரியாதைக் குறைவாக எங்களுக்கு எதுவும் நடக்கவில்லை; நாங்கள் பத்திரமாகப் பாஸ்டனை அடைந்தோம்.

அங்கே போய்ச் சேர்ந்ததற்கு மறுநாள்தான் என் வாழ்க்கையில் மிகவும் மகிழ்ச்சிகரமான நாள். வேட்டைநாய்களின் பிடியிலிருந்து நான் தப்பித்துவிட்டதாக உணர்ந்தேன். பல ஆண்டுகளுக்குப் பிறகு முதல் முறையாக என் இரு குழந்தைகளும் என்னோடு இருந்தார்கள். அவர்கள் தாங்கள் ஒன்றாகச் சேர்ந்து இருப்பதற்காக மகிழ்ந்தார்கள்; குதூகலமாகச் சிரித்துப் பேசிக்கொண்டார்கள். நான் பூரித்த இதயத்தோடு அவர்களைப் பார்த்துக்கொண்டிருந்தேன். அவர்களுடைய ஒவ்வொரு அசைவும் என்னைப் பரவசப்படுத்தியது.

நியூயார்க்கில் பத்திரமாக இருக்க முடியாதென்பதால் பாஸ்டனிலேயே ஒரு வீடு பார்த்துச் செலவுகளைப் பகிர்ந்து கொள்ளலாம் என்று நண்பர் ஒருவர் கூறிய யோசனையை நான் ஏற்றுக்கொண்டேன். எல்லென்னைப் பள்ளிக்கு அனுப்ப வேண்டுமென்றும் அவள் அதற்காக என்னுடனேயேதான் இருக்க வேண்டுமென்றும் திருமதி ஹாப்ஸிடம் பேசினேன். தனது வயதிற்கேற்றபடி எழுதவோ, படிக்கவோ தெரியாமல் போனதற்காக எல்லென் வெட்கப்பட்டாள். அதனால் அவளைப் பென்னியுடன் பள்ளிக்கு அனுப்பாமல் நடுநிலைப்பள்ளியில் சேரும் தகுதியை அவள் பெறும்வரை, பாடங்களை நானே அவளுக்குக் கற்பித்தேன். இவ்வாறாக எனது ஊசியுடன் நானும், குழந்தைகள் தங்கள் புத்தகங்களுடனுமாகக் குளிர்காலம் இனிமையாய்க் கழிந்தது.

37

இங்கிலாந்துக்குப் பயணம்

இளவேனிற்காலத்தில் திருமதி ப்ரூஸ் இறந்துவிட்டார் என்ற சோகச்செய்தி எனக்குக் கிடைத்தது. இந்த உலகத்தில் இனி எப்போதும் நான் அவருடைய கனிவான முகத்தைப் பார்க்கவோ, இரக்கம் தோய்ந்த குரலைக் கேட்கவோ முடியாது. நான் ஓர் உன்னதமான தோழியை இழந்துவிட்டேன்; சிறுமி மேரி ஓர் அன்பான தாயை இழந்துவிட்டாள். திரு. ப்ரூஸ் தன் குழந்தையை இங்கிலாந்திலுள்ள அவளுடைய தாயின் உறவினர்கள் சிலரது வீட்டிற்கு அழைத்துப்போகவேண்டும் என்று ஆசைப்பட்டார்; அவளைப் பார்த்துக்கொள்ளும் பொறுப்பை நான் ஏற்றுக்கொள்ளவேண்டுமென்றும் விரும்பினார். அந்தத் தாயில்லாச் சிறுமி எனக்குப் பழக்கமானவள்; எனக்கு நெருக்கமானவள்; யாரோ முன்பின் அறியாதவர்களோடு இருப்பதைவிட என்னோடு மகிழ்ச்சியாக இருப்பாள் என்று நான் நினைத்தேன். மேலும் தைத்துச் சம்பாதிப்பதைவிட இந்த வேலையில் நான் அதிகம் சம்பாதிக்க முடியும். நான் பெஞ்சமினைப் பணிப்பயிற்சிக்கு அனுப்பிவிட்டு எல்லென்னைப் பள்ளி சென்று படிப்பதற்காக நான் இருந்த வீட்டிலேயே நண்பரோடு தங்கியிருக்கும்படி விட்டுவிட்டுவந்தேன்.

நியூயார்க்கிலிருந்து புறப்பட்டுப் பன்னிரண்டு நாட்கள் இனிமையான கடல்பயணத்திற்குப் பிறகு நாங்கள் லிவர்பூலுக்குப் போய்ச் சேர்ந்தோம். அங்கிருந்து நேராக லண்டனுக்குப் புறப்பட்டுப் போய் அடிலெய்ட் ஹோட்டலில் தங்கினோம்.

அமெரிக்க ஹோட்டல்கள் அளவுக்கு இங்கே இரவுச் சாப்பாடு ஆடம்பரமானதாக இல்லையென்றாலும் அங்கு எனக்கு அமைந்த சூழல் விவரிக்க முடியாத அளவுக்கு ரம்மியமாக இருந்தது. என் வாழ்விலேயே என்னை என் நிறத்தை வைத்துப் பார்க்காமல் என் ஆளுமைக்கேற்றபடி என்னை மதிப்புடன் நடத்திய ஓர் இடத்திற்கு முதல்முறையாக வந்திருந்தேன். என் நெஞ்சை அழுத்திக்கொண்டிருந்த பெரும் சுமை இறக்கப்பட்டு விட்டதாகக் கருதினேன். என் பொறுப்பில் இருக்கும் அன்பான சிறு குழந்தையோடு வசதியான அறையில் தங்கவைக்கப்பட்ட நான் முதல் முறையாக பூரண விடுதலை கிடைத்த மகிழ்ச்சியான உணர்வோடு தலையணையில் தலைவைத்துப் படுத்தேன்.

நான் குழந்தையைத் தொடர்ந்து கவனித்துக்கொள்ள வேண்டியிருந்ததால் அந்தப் பெரிய நகரத்தின் அற்புதங்களைப் பார்க்கச் சிறிதளவு வாய்ப்பே எனக்குக் கிடைத்தது. ஆனால் கடலலை போன்ற உயிரோட்டம் மிக்க தெருக்களைப் பார்த்தேன்; வளர்ச்சியில்லாமல் தேங்கி நின்றுவிட்ட தென் மாகாணத்து ஊர்களிலிருந்து அது வியக்கத்தக்க முறையில் மாறுபட்டிருந்ததைப் பார்த்தேன். தனது நண்பர்களோடு சில நாட்கள் சேர்ந்து இருப்பதற்காக ஆக்ஸ்ஃபோர்டு க்ரெசன்ட்டுக்குத் திரு. ப்ரூஸ் மேரியை அழைத்துச்சென்றபோது நானும் அவளோடு அங்கே போக வேண்டியிருந்தது. நான் ஆங்கிலக் கல்விமுறைபற்றி அதிகம் கேள்விப்பட்டிருந்ததால் என் அன்பிற்குரிய சிறுமி மேரியும்கூட அத்தகைய சிறப்பான இடத்திற்குப் பொருத்தமானவளாக ஆகிவிடவேண்டும் என்று ஆசைப்பட்டேன். அவளுடன் சின்னஞ்சிறு விளையாட்டுத் தோழர்களும் அவர்களுடைய தாதியரும் நிர்வாக அறிவியல் முறையில் வழங்கப்படும் எத்தகைய பாடத்தையும் கற்றுக் கொள்ளத் தயாராக இருந்தார்கள். அவர்கள் அமெரிக்கக் குழந்தைகளைவிட நல்ல உடல்நலத்துடன் இருந்தார்கள்; மற்றபடி இருவருக்குமிடையில் பெரிய வேறுபாடு எதுவும் இருப்பதாக எனக்குத் தெரியவில்லை. மற்ற எல்லாக் குழந்தைகளையும் போலவே சில வேளைகளில் அமைதியாகவும் சில வேளைகளில் ரகளைபுரிபவர்களாகவும் அவர்களுடைய இயல்பும் இருந்தது.

அடுத்ததாக நாங்கள் பெர்க்ஷயரில் உள்ள ஸ்டீவென்டனுக்குப் போனோம். அது அந்த நாட்டில் பொருளாதாரத்தில் பின்தங்கிய சிறிய ஊர். அங்கே ஆண்கள் வாரத்திற்கு ஆறு அல்லது ஏழு ஷில்லிங்குகளுக்காக வயலில் வேலை செய்தார்கள். பெண்களோ ஒரு நாளைக்கு ஆறு அல்லது ஏழு பென்சுகளுக்காக வேலைசெய்தார்கள்; அந்த வருமானம்

அவர்களுடைய சாப்பாட்டுச் செலவுகளுக்கு மட்டுமே போதுமானதாயிருந்தது. அவர்களுடைய வாழ்நிலை மிகவும் பின்தங்கியதாகவே இருந்தது; ஒரு பெண்ணின் ஒரு முழுநாள் உழைப்பில் வரும் ஊதியத்தில் ஒரு பவுண்டு மாமிசம்கூட வாங்க முடியாத நிலையில் பிற வசதிகள் எதுவும் அவர்களுக்கு சாத்தியப்படாது. அவர்கள் மிகவும் குறைந்த வாடகையே தந்தார்கள். அவர்களுடைய ஆடைகளோ மிகவும் மலிவான துணிகளால் ஆனவை. அமெரிக்காவில் அதே விலைக்கு அதைவிட நல்ல துணிமணிகளை வாங்கிவிட முடியும். ஐரோப்பாவில் ஏழைகள் அடக்குமுறைக்கு ஆளாவதைப் பற்றி அதிகம் கேள்விப்பட்டு இருக்கிறேன். என்னைச் சுற்றி இருந்த மக்களில் பலரும் மிகமிக ஏழைகளாகவே இருந்தார்கள். நான் அவர்களுடைய ஓலைகளால் வேயப்பட்ட சிறு குடிசைகளுக்குள் போனபோது அங்குள்ள மிகமிக ஏழையான, அறியாமை மிகுந்த மனிதர்கள்கூட அமெரிக்காவில் உள்ள எஜமானர்களுக்கு மிகவும் வேண்டப்பட்டவர்களாகவும் அவர்களுடைய அடிவருடிகளாகவும் இருக்கும் அடிமைகளைவிடச் சிறப்பான வாழ்வுச் சூழலில் இருந்தார்கள். அவர்கள் கடுமையாகவே உழைத்தார்கள்; ஆனால் நட்சத்திரங்கள் வானத்தில் ஒளிரும் வரை உழைத்துக்கொண்டே இருந்தாக வேண்டும் என்று நிர்ப்பந்திக்கப்படவில்லை; வெப்பமோ குளிரோ மீண்டும் நட்சத்திரங்கள் வரும்வரை கங்காணியால் துரத்தப்பட்டுச் சாட்டையால் விளாசப்படவில்லை. அவர்களுடைய வீடுகள் எளிமையானவைதான்; ஆனாலும் சட்டங்களால் பாதுகாக்கப் பட்டவை. ஆளரவமற்ற நடு இரவில் மனிதத்தன்மையில்லாத ரோந்துக்காரர்கள் வீட்டுக்குள் நுழைந்து அவர்கள் விரும்பும் போதெல்லாம் கசையடிகள் கொடுப்பதில்லை. தந்தை ஒருவர் இரவில் தன் குடிசையின் கதவை மூடும்போது தான் தன் குடும்பத்தோடு பாதுகாப்பாக இருப்பதாக உணர்கிறார். ஒரு எஜமானனோ அல்லது கங்காணியோ வந்து அவருடைய மனைவியையோ மகளையோ அவரிடமிருந்து எடுத்துச்சென்று விடுவதில்லை. பிள்ளைகள் பொருள் திரட்டப் பிரிந்துபோகலாம். ஆனால் தங்கள் பிள்ளைகள் எங்கே போகிறார்கள் என்று பெற்றோருக்குத் தெரியும்; அவர்களுடன் கடிதங்கள் மூலம் தொடர்புகொள்ள முடியும். கணவன் மனைவி, பெற்றோர் குழந்தைகள் உறவு மிகவும் புனிதமானது; அந்த உறவை மீறுபவர்கள் பெரிய செல்வந்தர்களேயானாலும் தண்டனையி லிருந்து தப்ப முடியாது. இந்த ஏழை மக்களுக்கு அறிவொளி வழங்குவதற்காக ஏராளமான வசதிகள் செய்துதரப்பட்டிருந்தன. ஏழைகளின் வாழ்விடங்களுக்கு நடுவே பள்ளிகள் நிறுவப்பட்டு

ஆதரவான சமூக இயக்கங்கள் அவர்களின் கவலைகளைப் போக்கத் துடிப்புடன் செயல்படுகின்றன. எழுதப்படிக்கக் கற்றுக்கொள்ளத் தடைவிதிக்கும் சட்டங்கள் அங்கு இல்லை. பைபிளை ஒருவருக்கொருவர் எழுத்துக் கூட்டிப் படிக்கக் கற்றுக்கொண்டால் முப்பத்தொன்பது கசையடிகள் வாங்க நேருமோ என்று நானும் ஏழை இறைப்பற்றாளரான ஃப்ரெட் மாமாவும் பயந்த மாதிரியான ஆபத்துகள் அங்கு இல்லை. நான் மீண்டும் மீண்டும் சொல்வேன்: இங்குள்ள அறியாமை நிறைந்த, மிகவும் பின்தங்கிய ஏழை விவசாயியின் வாழ்வு அமெரிக்க அடிமையின் வாழ்வை விடவும் ஆயிரம் மடங்கு மேலானது.

ஐரோப்பாவில் ஏழைகள் நசுக்கப்படுகிறார்கள் என்பதை நான் மறுக்கவில்லை. மாண்புமிக்க செல்வி முர்ரே அமெரிக்க அடிமைகளின் வாழ்வைப் பற்றி வண்ணமயமாக எழுதியிருப்பதைப்போல நான் ஐரோப்பிய ஏழைகளின் நிலைமையைச் சித்திரிக்க மாட்டேன். என் வாழ்க்கை அனுபவங்களில் ஒரு சிலவற்றையேனும் அவர் அறிந்திருந்தால், தான் எழுதிய புத்தகத்தின் பக்கங்களைப் பற்றிய கண்ணோட்டமே அவருக்கு மாறியிருக்கும். அவர் நவநாகரிகமானவர்களைச் சந்தித்ததற்கு மாறாக, தனது பதவியை மறந்துவிட்டு லூயிசியானோவிலோ அலபாமாவிலோ உள்ள ஏழைத் தாதியருக்கு மத்தியில் இருந்திருந்தால், முற்றிலும் வேறுவிதமான கதை எழுதுவதற்கான விஷயங்களைக் கண்டும் கேட்டுமிருப்பார்.[1]

ஆழ்ந்த சமய உணர்வுகளை எனக்குள் ஏற்படுத்திய காரணத்தால் என்னுடைய இங்கிலாந்துப் பயணம் என் வாழ்வில் என்றும் நினைவுகூரத்தக்க நிகழ்வாக ஆகிவிட்டது. எனது சொந்த ஊரில் நடத்தப்படும் கறுப்பின மக்களின் நலன்களுக்கு எதிரான வெறுப்பூட்டும் பிரசங்கங்கள், டாக்டர் ஃப்ளின்ட் போன்றவர்களை உறுப்பினராக்குதல், நற்செய்தி அருள வேண்டிய மதகுருமார்கள் ஏழை அடிமைகளை விற்று, வாங்கும் வணிகத்தில் ஈடுபடுதல் போன்றவை எபிஸ்கோபல் தேவாலயங்களின் மீது எனக்கு வெறுப்பை உண்டாக்கியிருந்தன. ஒட்டுமொத்தச் சமய நிகழ்வுகளுமே போலியாகவும் கேலிக்கூத்தாகவுமே எனக்குத் தோன்றின. ஆனால் ஸ்டீவென்டன்னில் நான் தங்கியிருந்த வீடு ஏசுவின் உண்மைத் தொண்டரான பாதிரியாரின் வசிப்பிடமாகும். அவருடைய அன்றாட வாழ்வு நெறிமுறைகளின் நேர்த்தி கிறிஸ்துவப் பணிகளின் உண்மைத் தன்மையை உணர்த்தி அவற்றின்மீது என்னை நம்பிக்கைகொள்ளச் செய்தது. கருணை என் உள்ளத்தை நிறைத்தது. நான் சமயச்சடங்கு மேசைக்கு அருகில் முழந்தாளிட்டு ஆத்மத்தின் எளிமை மீது நம்பிக்கை வைத்தேன்.

நான் வெளிநாட்டில் பத்து மாதங்கள் தங்கியிருந்தேன்; நான் எதிர்பார்த்ததைவிடக் கூடுதல் காலம் ஆகிவிட்டிருந்தது. அப்போது நான் கறுப்பினத்தவருக்கு எதிரான வெறுப்புணர்வைக் கொஞ்சமும் எதிர்கொள்ளவில்லை. நாங்கள் அமெரிக்காவிற்குத் திரும்பும் வேளை வரும்வரை நான் அதைப்பற்றி முற்றிலும் மறந்தேபோயிருந்தேன்.

38

தெற்கிலிருந்து மீண்டும் அழைப்பு

எங்கள் குளிர்காலப் பயணம் அலுப்பூட்டுவதாய் இருந்தது. தொலைவிலிருந்து பார்த்த பொழுது அமெரிக்க ஐக்கிய நாடுகளின் கரைகளில் விரும்பத்தகாத நிகழ்வுகள் நடக்கப்போவதற்கான அறிகுறிகள் தென்பட்டன. தன்னுடைய சொந்த நாட்டின் நினைப்பே ஒருவருக்கு அச்சம் தருவதாக இருப்பது சோகமானதுதான். நாங்கள் பத்திரமாக நியூயார்க்கை அடைந்தோம். நான் என் குழந்தைகளைப் பார்த்துக்கொள்வதற்காகப் பாஸ்டனுக்கு விரைந்தேன். எல்லென் நலமாக இருந்தாள்; பள்ளியிலும் முன்னேறியிருந்தாள். ஆனால் என்னை வரவேற்க அங்கு பென்னி இல்லை. அவன் தொழில் பயிற்சிக்காக ஒரு நல்ல இடத்தில்தான் சேர்க்கப்பட்டிருந்தான்; சில மாதங்கள்வரை எல்லாமே சரியாகத்தான் நடந்தன. பயிற்றுநருக்கும் அவனைப் பிடித்திருந்தது; அவனோடு படிப்பவர்களுக்கும் அவன் வேண்டியவனாகத்தான் இருந்தான். ஆனால் ஒரு நாள் அதுவரை எவருமே சந்தேகித்திராத அவன் ஒரு கறுப்பினத்தவன் என்ற தகவலை, தற்செயலாகத் தெரிந்துகொண்டு விட்டார்கள். இதனால் உடனடியாக அவர்களுடைய பார்வையில் அவன் வேறொரு பிறவியாகவே மாறிவிட்டான். பயிற்சியாளர்களில் சிலர் அமெரிக்கர்கள்; சிலர் அமெரிக்காவில் பிறந்த ஐரிஷ்காரர்கள்; பென்னி ஒரு கறுப்பினத்தவன் என்று

ஹேரியட் ஜேகப்ஸ்

சொல்லப்பட்டவுடன் அந்தக் கறுப்பினத்தவன் தங்களோடு இருப்பது தங்கள் தகுதிக்கு இழுக்கு என்று எண்ணிவிட்டார்கள். அவர்கள் அவனை மறைமுகமாக இழிவுபடுத்தத் தொடங்கினார்கள். அவனும் பதிலுக்கு அவர்களை அப்படியே நடத்தியபோது அவர்கள் அவனை அவமானப்படுத்தினார்கள். இதையெல்லாம் தாங்கிக்கொள்ள முடியாத அளவுக்குத் தன்மானம் உடையவனாக இருந்ததால் பென்னி அங்கிருந்து போய்விட்டான். அவன் தன்னைத்தானே பராமரித்துக்கொள்ள ஏதாவது செய்தாக வேண்டும் என்பதற்காகவும் அறிவுரை கூறுபவர்கள் எவரும் அவனுடன் இல்லாததாலும் திமிங்கல வேட்டைக்குக் கிளம்பிவிட்டான். இது மாதிரியான செய்திகள் எனக்குக் கிடைத்தவுடன் நான் கலங்கிவிட்டேன். நீண்ட நாட்கள் அவனைத் தனியாக விட்டுவிட்டுப் போனதற்காக என்னை நானே நொந்துகொண்டேன். ஆனால் அவனுடைய நன்மைக்காகவே நான் எல்லாவற்றையும் செய்திருந்தேன். ஆனால் இப்போதோ அவனை நல்லமுறையில் வழிநடத்திக் காப்பாற்றுமாறு கடவுளை வேண்டிக்கொள்ள மட்டும்தான் என்னால் முடியும்.

நான் திரும்பி வந்த சில நாட்களில் தற்போது திருமதி டாட்ஜாக ஆகியிருந்த செல்வி எமிலி ஃப்ளின்ட்டிடமிருந்து எனக்குக் கடிதம் வந்தது.

“இந்தக் கடிதத்திலிருந்து உன்னுடைய தோழியும் எஜமானியுமானவளுடைய கையெழுத்தை அடையாளம் கண்டிருப்பாய். நீ ஒரு குடும்பத்தினரோடு ஐரோப்பா சென்றதாகக் கேள்விப்பட்டதால் நீ திரும்பிவரும்வரை உனக்குக் கடிதம் எழுதக் காத்திருந்தேன். நான் எப்போதோ உன்னுடைய கடிதத்திற்குப் பதில் எழுதியிருக்கவேண்டும். ஆனால் நான் என் அப்பாவை மீறிச் சுதந்திரமாகச் செயல்பட முடியாது என்பதால் உனக்குத் திருப்தியளிக்கக்கூடிய எதையும் என்னால் செய்ய முடியாதென்று எனக்குத் தெரியும். இங்கே உன்னை விலைக்கு வாங்கிக்கொள்ளவும் உன்னைப் பிடித்துக்கொண்டு வருவதில் உள்ள ஆபத்தை எதிர்கொள்ளவும் ஆட்கள் தயாராக இருக்கிறார்கள். ஆனால் அதற்கு நான் ஒப்புக்கொள்ள மாட்டேன். உன் மீது நான் எப்போதும் பாசத்துடன் இருந்தேன்; உன்னை யாரோ ஒரு அடிமை என்று என்னால் நினைக்க முடியாது; இரக்கமில்லாமல் நடத்தவும் முடியாது. எனக்குத் திருமணமாகிவிட்டது. உன்னை என்னால் பார்த்துக்கொள்ள முடியும். என் கணவர் எதிர்வரவிருக்கும் இளவேனிற்காலத்தில் வெர்ஜினியாவுக்குப் போய் அங்கேயே குடியேறிவிட எண்ணியிருக்கிறார். நீ என்னோடு வந்து என்னுடனேயே வசிக்க வேண்டுமென்பதுதான் என் ஆசை. உனக்கு வர விருப்பமில்லை என்றாலும் உன்னை

நீயே வாங்கிக்கொண்டுவிடலாம். ஆனால் நீ என்னுடன் இருக்க வேண்டும் என்பதுதான் என் விருப்பம். ஒரு வேளை நீ இங்கு வந்தால் உன் பாட்டியுடன் ஒரு மாதம் தங்கியிருந்துவிட்டு வர்ஜினியாவிலுள்ள நார்ஃபோக் நகருக்கு என்னிடம் வந்து விடலாம். இதைப் பற்றி யோசித்து எவ்வளவு விரைவில் முடியுமோ அவ்வளவு விரைவில் உன் முடிவு பற்றிப் பதில் எழுது. உன் குழந்தைகள் நலமாக இருப்பார்கள் என நம்புகிறேன். நான் உன் தோழியாகவும் எஜமானியாகவும் என்றும் இருப்பேன்."

இத்தகைய மனமார்ந்த அழைப்புக்கு நன்றி கூறி நான் பதில் எழுதிவிடவில்லை. இம்மாதிரியான இவர்களது தந்திரவலையில் சிக்கிக் கொள்ளும் அளவுக்கு என்னை முட்டாளாக நினைத்து அவர்கள் என்னை அவமானப்படுத்துகிறார்களே என்பதுதான் என் வருத்தம்.

"என் வரவேற்பறைக்கு வா! ஈயை அழைத்தது ஒரு சிலந்தி

நீ பார்த்ததிலேயே இது ஒரு அழகிய சின்னஞ்சிறு கூடம்!"

எனது ஐரோப்பியப் பயணத்தைப் பற்றித் தெரிந்துகொண் டிருக்கிறார்கள் என்பதை வைத்தே டாக்டர் ஃப்ளின்ட்டின் குடும்பத்தினருக்கு எனது நடமாட்டம்பற்றிய தகவல்கள் அவ்வப்போது தெரிவிக்கப்பட்டுக்கொண்டிருந்தன என்பது தெளிவு. எனக்கு அவர்களிடமிருந்து மேலும் துன்பங்கள் வரலாம் என்று எதிர்பார்த்தேன். ஆனால் அவர்களிடமிருந்து இவ்வளவு தூரம் தப்பிவந்த நான் என் எதிர்காலத்தையும் அவ்வாறே வெற்றிகரமாகச் சமாளித்துவிடுவேன் என்றும் நம்பிக்கை கொண்டேன். நான் சம்பாதித்த பணத்தை என் குழந்தைகளின் கல்விக்காகவும் அவர்களுக்கான ஒரு வீட்டை உருவாக்கவும் மட்டுமே செலவழிக்க வேண்டும் என்பதே என் விருப்பம். என்னை விலைக்கு வாங்கிக்கொள்வதற்காக அதைச் செலவழித்துக்கொள்ள என்னால் முடியாது; அது மட்டுமல்ல; அது நீதிக்கும் புறம்பானதும் ஆகும். நான் மற்றொருவருடைய உடைமை என்பதை என்னால் ஏற்றுக்கொள்ளவே முடியாது. அதோடு அவர்களுக்காகப் பல ஆண்டுகள் ஊதியமில்லாமல் உழைத்திருக்கிறேன்; எனது அடிப்படைத் தேவைகளான உணவும் உடைகளும் பாட்டிதான் எனக்குத் தந்தார். என் குழந்தைகள் எனக்குத்தான் சொந்தம்; டாக்டர் ஃப்ளின்ட் அவர்களுக்காக எந்தச் செலவும் செய்யாமலேயே அவர்களை விற்று நிறையப் பணம் சம்பாதித்துவிட்டான். இன்றைய சட்டங்கள், நான் அவனுடைய சொத்து என்று முடிவு செய்யும் என்றும், என்னுடைய குழந்தைகள் மீது அவனுடைய மகளுக்கு உரிமை உண்டு என்று கூறும் என்பதும் எனக்குத் தெரியும். ஆனால்

அத்தகைய சட்டங்கள் எல்லாம் திருடர்களால் உண்டாக்கப் பட்டவை என்பது என் கருத்து. அவற்றை நான் மதித்தாக வேண்டும் என்று சொல்ல அவர்களுக்கு எந்த உரிமையும் கிடையாது.

மாசாசூசெஸ்ட் மாநிலத்தில் தப்பியோடி வந்த அகதிகளுக்கு எதிரான சட்டங்கள் அப்போது பிறப்பிக்கப் பட்டிருக்கவில்லை. அந்த மாநிலத்தின் நீதியரசர்களும் நீதிமன்றங்கள் எனப் பெயரளவில் அழைக்கப்படும் அத்தகைய இடங்களுக்குள் நுழையுமளவுக்கு அப்போது தாழ்ந்து போக வில்லை. என் பழைய எஜமானனுக்கு மாசாசூசெஸ்ட் என்றாலே பயம் என்பது எனக்குத் தெரியும். நான் அந்த மாகாணத்தின் சுதந்திரப் பற்றை நம்பி இருந்தேன்; அந்த மண்ணில் பத்திரமாக இருப்பதாக உணர்ந்தேன். அந்தப் பழைய காமன்வெல்த் மாகாணத்திற்கு அதன் தகுதிக்கும் மீறி மதிப்பளித்துவிட்டேன் என்பது இப்போது எனக்குத் தெரிந்துவிட்டது.

39

ஒப்புதல் வாக்குமூலம்

இரண்டு ஆண்டுகள்வரை நானும் என் மகளும் எங்கள் சொந்த வருமானத்திலேயே பாஸ்டன் நகரத்தில் வசதியாக வாழ்ந்தோம். அந்த ஆண்டுக் கடைசியில் வில்லியம், எல்லென்னை உறைவிடப் பள்ளி ஒன்றில் சேர்க்க முன்வந்தான். எனக்கு நெருங்கிய சொந்தங்களென்று வெகு சிலரே இருந்தார்கள்; எல்லென் என்னுடன் இருந்ததால் அந்தச் சிறிய இரண்டு அறைகளும் எனக்கு வீடாக ஆகியிருந்தன. அதனால் அவளைப் பிரியச் சம்மதிப்பது எனக்கு மிகவும் கஷ்டமாக இருந்தது. ஆனால் என் சுயநலத்தை எனது நியாய உணர்வுகள் வென்றுவிட்டன. நான் அவள் புறப்படுவதற்கான ஏற்பாடுகளைச் செய்தேன். நாங்கள் இருவரும் சேர்ந்து வாழ்ந்த அந்த இரண்டாண்டுக் காலத்தில் அவளுடைய தந்தையைப் பற்றிக் கொஞ்சம் அவளிடம் சொல்லிவிடவேண்டும் என்று பல முறை முயற்சி செய்தேன். ஆனால் அதற்கான துணிவை என்னால் வரவழைத்துக்கொள்ள முடியவில்லை. என் மீதுள்ள என் குழந்தையின் அன்பு குறைந்துவிடுமோ என்ற அச்சத்தால் நான் குன்றிப்போயிருந்தேன். அவளுக்கும்கூட அதைப் பற்றித் தெரிந்துகொள்ள வேண்டும் என்ற ஆவல் இருந்திருக்கலாம்; ஆனால் அதைப்பற்றி அவள் எதுவுமே கேட்டதில்லை. அவள் எப்போதுமே என்னுடைய துன்பங்களை நினைவூட்டும்படி யான எதையும் பேசிவிடக்கூடாதென்று மிகவும் எச்சரிக்கையாக இருப்பாள். இப்போது அவள் என்னை விட்டுப் பிரிந்துபோகப் போகிறாள். அவள்

மீண்டும் வருவதற்குள் நான் இறந்துவிடலாம்; அவளுக்கு இந்த விஷயங்கள்பற்றி நான் எதுவும் சொல்லாமல் விட்டுவிட்டால் என்னுடைய வேதனையான சூழலைப் பற்றிச் சரியான புரிதல் இல்லாதவர்களிடமிருந்து அவள் என் கதையைக் கேட்க நேரிடலாம். மென்மையான இயல்புடைய அவளுக்கு அது பெரும் அதிர்ச்சியாக இருக்கும்.

நாங்கள் இரவில் உறங்கச் சென்றபோது, அவள் "அம்மா! உங்களைத் தனியாக விட்டுவிட்டுப் போவது எனக்குக் கஷ்டமாக இருக்கிறது. நானும் முன்னேறவே விரும்புகிறேன்; ஆனால் உங்களை விட்டுவிட்டுப் போவதுதான் எனக்குக் கஷ்டமாக இருக்கிறது. நீங்கள் எனக்கு அடிக்கடி கடிதம் எழுத வேண்டும். எழுதுவீர்கள் இல்லையா?" என்று கேட்டாள்.

நான் என் கைகளால் அவளை அணைத்துக்கொள்ள வில்லை. அவளுக்குப் பதிலும் சொல்லவில்லை. ஆனால் அமைதியாக மென்மையான குரலில் பெருமுயற்சியுடன் "நான் உன்னிடம் கொஞ்சம் பேச வேண்டும். கேட்பாயா எல்லென்?" என்றேன். எனது இளம்பருவத்தில் நான் அடிமைத்தனத்தை எவ்வாறு எதிர்கொண்டேன் என்பதையும் அவர்கள் என்னை எவ்வாறு நசுக்கப் பார்த்தார்கள் என்பதையும் அவளிடம் விவரித்தேன். பெரும்பாவத்தை நோக்கி அவர்கள் என்னை எப்படித் தள்ளினார்கள் என்பதைச் சொல்ல ஆரம்பித்தவுடன் அவள் என்னை அணைத்துக்கொண்டு "ஐயோ, அம்மா! வேண்டாம்! இதற்கு மேல் என்னிடம் எதுவும் சொல்லாதீர்கள்" என்றாள்.

"ஆனால், என் பெண்ணே! நான் உன் அப்பாவைப் பற்றி உன்னிடம் சொல்லவேண்டுமே" என்றேன்.

அதற்கு அவள் "அம்மா! அதைப் பற்றி எனக்கு எல்லாம் தெரியும். அப்பாவுக்கு என்னைப்பற்றி அக்கறையில்லை; நானும் அவரைப் பற்றிக் கவலைப்பட மாட்டேன். என் அன்பு எல்லாம் உங்களுக்குத்தான். நான் அவரோடு வாஷிங்டன்னில் ஐந்து மாதங்கள் இருந்தேன். அவர் என்னைக் கவனித்ததே இல்லை. அவருடைய குழந்தை ஃபேன்னியோடு பேசியது போல் என்னோடு அவர் ஒரு நாளும் பேசியதில்லை. அவர்தான் என்னுடைய அப்பா என்று அப்போதெல்லாம் எனக்குத் தெரிந்தே இருந்தது. ஃபேன்னியின் தாதி என்னிடம் சொல்லி யிருந்தாள். ஆனால் நான் அதை யாரிடமும் சொல்லக்கூடாது என்று அவள் என்னிடம் சொல்லியிருந்ததால் நானும் சொல்ல வில்லை. அவர் ஃபேன்னியைத் தன் கைகளில் தூக்கி முத்தமிட்டதைப்போல என்னையும் முத்தமிட வேண்டும்

அல்லது அவளைப் பார்ப்பதுபோல் என்னையும் பார்த்துப் புன்னகைக்க வேண்டும் என்று நான் ஆசைப்பட்டதுண்டு. அவர் என்னுடைய உண்மையான அப்பாவாக இருந்ததால் அவர் என்னிடம் பாசமாக இருந்தாகவேண்டும் என்று நான் ஏங்கியதுண்டு. நான் அப்போது மிகவும் சிறியவள். எனக்கு அதைவிடப் பெரிதாக எதுவும் தெரியாது. ஆனால் இப்போது நான் அப்பாவைப் பற்றி நினைப்பதேயில்லை. என் பாசமெல்லாம் உங்களுக்குத்தான்" எனப் பதிலளித்துவிட்டாள். நான் பேசும் போதே அவள் என்னை இறுகத் தழுவிக் கொண்டாள். என்னைப் பற்றி அவளிடம் எதைச் சொல்ல நான் பயந்தேனோ அது அவளுக்கு மற்றொரு தாதி மூலம் முன்பே தெரியவந்துவிட்டது. ஆனாலும் அவள் என் மீது கொண்ட பாசம் குறைந்துவிட வில்லை என்பதற்காக நான் கடவுளுக்கு நன்றி சொன்னேன். அவளுக்கு என் கதையில் ஒரு பகுதி தெரியும் என்பதைப் பற்றிக் கொஞ்சமும் நான் அறிந்திருக்கவில்லை. அது எனக்குத் தெரிந்திருந்தால் நான் எப்போதோ அவளிடம் பேசியிருப்பேன். நான் அடக்கிவைத்திருந்த எனது உணர்வுகளை எல்லாம் எனது நம்பிக்கைக்கு உரியவர்களிடம் கொட்டிவிட வேண்டும் எனத் துடித்திருக்கிறேன். அதிர்ஷ்டம் இல்லாத இந்த அம்மாவிடம் என் அன்பு மகள் கொண்டிருந்த மெல்லுணர்வுகளுக்காக அவளை இப்போது நான் மிகவும் அதிகமாக நேசிக்கிறேன்.

தங்கும் விடுதியோடு கூடிய ஒரு பள்ளியில் சேருவதற்காக எல்லென்னும் அவள் மாமாவும் நியூயார்க்குக்கு அருகில் உள்ள சிற்றூருக்கு மறுநாள் காலையில் புறப்பட்டுப்போனார்கள். என்னைச் சுற்றியிருந்த ஒளியெல்லாம் மங்கிப்போய்விட்டதாக எனக்குத் தோன்றியது. அந்தச் சமயத்தில் வழக்கமாக என்னை வேலைக்கு அமர்த்திக்கொள்ளும் சீமாட்டி ஒருவர் துணிமணிகள் தைத்துத் தருவதற்காகச் சில வாரங்கள் தன் வீட்டிற்கு வருமாறு அழைத்தார்கள்; அதற்கு நான் நன்றியுடையவளாக இருப்பேன். வேலையை முடித்துவிட்டு நான் வீட்டிற்கு வந்த போது தம்பி வில்லியத்திடமிருந்து கடிதம் வந்திருந்தது. அவன் ராச்செஸ்டரில் அடிமை எதிர்ப்புப் படிப்பகம் ஒன்றைத் துவக்கிச் சில புத்தகங்கள், எழுதுபொருள்கள் போன்றவற்றின் விற்பனையையும் அதோடு இணைத்துக்கொள்ள விரும்பினான். என்னையும் அந்தத் திட்டத்தில் சேர்த்துக்கொள்ள அவன் நினைத்தான். நாங்கள் செயல்படுத்திப் பார்த்த அந்தத் திட்டம் வெற்றிபெறவில்லை. அடிமை முறைக்கு எதிரான நல்ல பண்புள்ள நண்பர்கள் சிலர் இருந்தனர்; ஆனால் புத்தகக்கடையை வெற்றிகரமாக நடத்தத் தேவையான அளவு இனவெறிக்கு எதிரான கருத்துகள் பரவலாகவில்லை. கிறிஸ்துவத்தின் மனித

சகோதரத்துவத்தை நடைமுறையில் பின்பற்றி வருபவர்களான ஐசக், ஆமி போஸ்ட் குடும்பத்தினருடன் கிட்டத்தட்ட ஓராண்டு காலம் வசித்தேன். அவர்கள் மனிதர்களை அவர்களது நடத்தையை வைத்து மதிப்பிட்டார்களே தவிர அவர்களுடைய நிறத்தை வைத்து அல்ல. அந்த அன்பான மதிப்பிற்குரிய நண்பர்களின் நினைவு என் வாழ்வின் இறுதிவரை என்னிடம் நிலைத்திருக்கும்.

40

தப்பியோடிய அடிமைகளுக்கு எதிரான சட்டங்கள்

தன் திட்டத்தைச் செயல்படுத்த முடியாமல் ஏமாற்றமடைந்த என் தம்பி கலிஃபோர்னியாவுக்குப் போவது என்று தீர்மானித்தான்; அவனோடு பெஞ்சமினும் போவதென்று முடிவா'யிற்று. எல்லென்னுக்கு அவளுடைய பள்ளி மிகவும் பிடித்திருந்தது; அவளையும் அனைவரும் விரும்பினர். அவர்களுக்கு அவளைப் பற்றிய விவரங்கள் தெரியாது; எல்லென்னும் அதையெல்லாம் சொல்லி அவர்களுடைய அனுதாபத்தைச் சம்பாதித்துக்கொள்ள விரும்பவில்லை. எதேச்சையாக, அவளுடைய தாய் ஒரு தப்பியோடி வந்த அடிமை என்று அவர்களுக்குத் தெரியவந்ததும் அங்கிருந்த நடைமுறைகளின்படி அவளுக்கு உதவிகள் அதிகமாகக் கிடைத்தன; செலவுகள் குறைந்தன.

நான் மீண்டும் தனியாகிவிட்டேன். சம்பாதிக்க வேண்டிய அவசியம் எனக்கு இருந்தது. தெரிந்தவர்களிடம் வேலை பார்த்து நான் சம்பாதிக்க விரும்பினேன். ராச்செஸ்டரிலிருந்து திரும்பியவுடன் நான் வளர்த்த அன்புக் குழந்தை மேரியைப் பார்ப்பதற்காகத் திரு. ப்ரூஸின் வீட்டிற்குப் போனேன். என்னைச் சுற்றியிருந்தவர்களின் துரோகத்தால் உற்சாகமிழந்து உறைந்துகிடந்த என் நெஞ்சத்தை உருக வைத்த செல்லக் குழந்தை அவள். மேரி வளர்ந்துவிட்டிருந்தாலும் அவள்

மீது இப்போதும் எனக்கு அன்பு உண்டு. திரு. ப்ரூஸ் மறுமணம் செய்துகொண்டிருந்தார். அவருடைய கைக்குழந்தைக்குத் தாதியாக இருக்கும்படி என்னைக் கேட்டுக்கொண்டார்கள். தப்பியோடி வந்த அடிமைகளுக்கு எதிரான சட்டம் நியூயார்க்கில் அந்தச் சமயத்தில் பிறப்பிக்கப்பட்டுவிட்டது; அதனால் என் பாதுகாப்பின்மை குறித்து அஞ்சி அதற்குச் சம்மதிக்க முதலில் தயங்கினேன். ஆனால் கிடைத்த சந்தர்ப்பத்தை விட்டுவிடக் கூடாது என்று முடிவெடுத்துவிட்டேன். எனக்கு மீண்டும் நல்ல முதலாளி கிடைத்தார். புதிய திருமதி ப்ரூஸ் ஓர் அமெரிக்கர், செல்வாக்கு மிகுந்த குடும்பத்தில் வளர்ந்தவர், தற்போதும் அத்தகையவர்களின் நடுவிலேயே வாழ்பவர்; அவரிடம் நிறவேற்றுமை இருந்ததோ என்னவோ; ஆனால் நான் அதை உணர்ந்ததேயில்லை. அடிமை நிறுவனத்தை அவர் கடுமையாக வெறுத்தார். தென்மாகாணத்தவர்களின் ஏமாற்றுவாத மெல்லாம் அவரிடம் எடுபடாது. உயர்ந்த கொள்கைகளும் பெருந்தன்மை மிக்க இதயமும் கொண்ட பெண்மணி அவர். அந்த நாளிலிருந்து இன்றுவரை என் மீது இரக்கம் காட்டிவரும் உண்மையான நண்பர் அவர். அவருக்கும் அவருடன் இருப்பவர்களுக்கும் ஆண்டவரின் ஆசீர்வாதங்கள் எப்போதும் கிடைக்கும்.

நான் மீண்டும் ப்ரூஸ் குடும்பத்தில் வேலை பார்க்க வந்த போது கறுப்பினத்தவர்களுக்குப் பேராபத்து தரக்கூடிய நிகழ்வு ஒன்று நடந்துவிட்டது. தப்பியோடிவந்த அடிமைகளுக் கெதிரான சட்டத்தால் முதல்முதலில் பாதிப்புக்குள்ளான ஹேம்லின் என்ற அடிமை வடமாகாணத்து வேட்டை நாய்களிடம் பிடிபட்டுத் தென்மாகாணத்து வேட்டை நாய்களிடம் ஒப்படைக்கப்பட்டான். அது கறுப்பின மக்களுக்கு எதிராகக் கட்டவிழ்த்துவிடப்பட்ட முதல் பயங்கரவாதச் செயலாகும். இத்தகைய ஏழை எளிய மக்களின் துன்பதுயரங்கள் பற்றிச் சற்றும் கவலைப்படாமல் வழக்கம்போலவே அந்தப் பெருநகரம் பரபரப்பாக இயங்கிக்கொண்டிருந்தது.[1] ஒருபக்கம் வேட்டையாடப்பட்ட கறுப்பின மக்களின் சோகமயமான கூக்குரல்கள் சியான் தேவாலயத்தில் உள்ள ஆண்டவரின் அருளை வேண்டிப் பரிதாபகரமாக முறையிட்டுக்கொண்டிருக்கும் அதேவேளையில் நகரத்தின் பெரிய அரங்குகளில் ஜென்னி லிண்டின் கிளுகிளுப்பூட்டும் குரலை நாகரிகமான மனிதர்கள் ரசித்துப் பரவசத்தில் ஆழ்ந்திருந்தார்கள். இருபது ஆண்டுகளாக அந்த நகரத்தில் வாழ்ந்த குடும்பங்கள் பல அங்கிருந்து பறந்தோடிப்போயின. சலவைக்காரர்களாக வேலை செய்த பல பெண்கள் தங்கள் கடின உழைப்பால் உருவாக்கி வைத்திருந்த வசதி

யான வீடுகளை எல்லாம் துறந்துவிட்டு, தங்கள் நண்பர்களிடம் அவசரமாக விடைபெற்றுக்கொண்டு கனடாவில் முன்பின் அறியாதவர்கள் நடுவில் குடியேறினார்கள். மனைவிமார்களில் பலருக்குத் தங்கள் கணவன்மார்கள் தப்பியோடிவந்த அடிமைகள் என்ற இரகசியம் தெரியாது. அதனால் அந்த அடிமை தனது சொந்தப் பாதுகாப்புக்காக அவளை விட்டுவிட்டுச் செல்ல வேண்டி வந்தது. பல ஆண்டுகளுக்கு முன்னரே தப்பிவந்த அடிமைகளாக இருந்த பெண்களும் அங்கிருந்தார்கள்; அவர்களுக்குப் பிறந்த ஆசைக் குழந்தைகளும் அங்கு நடைமுறையில் இருந்த 'தாயின் நிலைமைதான் குழந்தைக்கும்' என்ற சட்டப்படி பல கணவன்மார்களிடமிருந்து பிரிக்கப்பட்டு விடலாம். இவ்வாறு எளிய மனிதர்களின் வீடுகளில் எல்லாம் மனக்கலக்கமும் வேதனையும் நிரம்பியிருந்தன. ஆனால் 'அதிகாரமிக்க இனத்தின்' பிரதிநிதிகளுக்குத் தாங்கள் நசுக்கி வைத்த நெஞ்சங்களிலிருந்து வழிந்தோடும் இரத்தத்தைப் பற்றி என்ன கவலை?

என் தம்பி வில்லியம் கலிஃபோர்னியாவிற்குப் புறப்படுவதற்கு முதல் நாள் மாலை என்னோடு தங்கியிருந்தான். அன்று முழுவதும் நாங்கள் இருவரும் இந்த அநீதியான சட்டம் எங்களைப் போன்ற அடக்குமுறைக்கு ஆளான மக்களுக்குக் கொடுத்திருந்த துன்பங்களைப் பற்றியே பேசிக்கொண்டிருந்தோம். எங்களை அடக்கி ஆண்டு கொண்டிருப்பவர்கள் மீது அவன் அந்தச் சமயத்தில் காட்டியது மாதிரியான வெறுப்புணர்வை நான் அவனிடம் அதுவரை பார்த்ததேயில்லை. அவன் இந்தச் சட்டத்தின் பாதிப்பிலிருந்து தப்பித்துவிட்டான். ஆனால் அவன் அடிமைத்தனத்தை அங்கீகரிக்கும் மாகாணத்திலிருந்து தப்பிவரவில்லை. அவனுடைய எஜமானனே அவனைச் சுதந்திர மாகாணத்திற்கு அழைத்து வந்துவிட்டார். ஆனால் நான் அந்தச் சட்டத்திற்குக் கட்டுப்பட்டவள்; என்னைச் சுற்றியிருந்த சுறுசுறுப்பான அறிவார்ந்த பலரும்கூட அப்படித்தான். நான் மிகவும் அரிதாகவே தெருவழியே போனேன். திருமதி ப்ரூஸுக்காவோ அல்லது அவர்களது குடும்பத்திற்காகவோ கடைகண்ணிகளுக்குப் போக வேண்டியிருந்தால் முடிந்தவரை பின்வாசல் வழியாகவோ குறுக்குத் தெருக்கள் வழியாகவோ போய்விட்டு வந்துவிடுவேன். தன்னைச் சுதந்திர பூமியென்று பறைசாற்றிக்கொண்டிருக்கும் ஒரு நகரத்திற்கு இது எவ்வளவு பெரிய அவமானம்! அந்த நகரவாசிகள் எந்தக் குற்றமும் செய்யவில்லை; தங்கள் மனசாட்சிக்குக் கட்டுப்பட்டு வேலைசெய்ய வந்தவர்கள்; அப்படிப்பட்ட மக்கள் இப்படி எப்போதும் பயந்துகொண்டே இருப்பதும் தங்கள் பாதுகாப்புக்காக யாரையும் நெருங்க முடியாமல் தவிப்பதும் எவ்வளவு பெரிய கொடுமை!

இந்த மாதிரியான சூழ்நிலையால் பல திடீர்க் கண்காணிப்புக் குழுக்கள் உருவாகிவிட்டன. கறுப்பின மக்கள் ஒவ்வொருவரும் கொடுமைகளுக்காளான தங்கள் நண்பர்கள் ஒவ்வொருவருக் காகவும் கண்களை அகலத் திறந்துவைத்துக்கொண்டு விழிப்புடன் அலைந்தார்கள். ஒவ்வொரு நாள் மாலையிலும் நான் செய்தித்தாள்களில் தென்மாகாணத்தவர்கள் வந்து தங்கும் விடுதிகளைப் பற்றிய விவரங்களைக் கவனமாகப் படிப்பேன். இதை நான் என் சொந்த நன்மைக்காகவே செய்தேன்; என்னுடைய எஜமானியின் மகளும் அவளுடைய கணவரும் அந்தப் பட்டியலில் இருக்கிறார்களா எனப் பார்ப்பேன். அதோடு இங்குமங்குமாக அலைந்து திரிந்துகொண்டிருக்கும் மற்றவர்களுக்கும் இந்த மாதிரியான விவரங்களைத் தெரியப் படுத்த முயற்சிசெய்தேன். அடிமைச் சட்டங்களின் பாதிப்புகள் குறித்த அறிவு பரவலாக்கப்படவேண்டும் என்று தீர்மானித்துக் கொண்டேன்.

இது தொடர்பாக தென்மாகாணத்தில் நடந்த பழைய சம்பவம் ஒன்று என் நினைவுக்கு வந்தது. அதனை இங்கே சுருக்கமாகக் கூறுகிறேன். எங்கள் ஊருக்கருகில் ஒரு செல்வந்தருக்குச் சொந்தமான லூக் என்ற அடிமையை எனக்குத் தெரியும். அவனுடைய எஜமானன் தனது பெரும் செல்வத்திற்கு வாரிசுகளாகத் தன் மகளையும் மகனையும் விட்டுவிட்டு இறந்துபோனான். பாகப்பிரிவினையின்போது லூக் எஜமானனின் மகனுக்கு அடிமையாகிவிட்டான். ஆணாதிக்க மரபில் வளர்ந்த அந்த மகன் பல தீய பழக்கவழக்கங்களுக்கு ஆளாகிவிட்டான். அவன் தனது மேல் படிப்புக்காக வடமாகாணத்திற்குச் சென்றபோதும் அவன் தனது தீய பழக்கங்களை விட்டுவிடவில்லை. பல ஒழுக்கக்கேடுகளால் சீரழிந்துவிட்ட உடல்நிலையோடு அவன் வீட்டிற்குக் கொண்டு வரப்பட்டான். படுக்கையில் கிடந்த தனது எஜமானனை லூக்தான் கவனித்துக்கொள்ள வேண்டியதாயிற்று. தன்னுடைய பலவீனத்தால் எரிச்சல் அடைந்திருந்த அந்த எஜமானனின் அதிகார வெறி மிகவும் அதிகமானது. அவன் தன் பக்கத்திலேயே ஒரு கசையை வைத்திருந்தான். மிகச் சாதாரண தவறுகளுக்குக் கூட அவன் தன் உதவியாளனைக் கட்டிலுக்குப் பக்கத்தில் உட்கார்ந்து முதுகைத் திறந்துகாட்டச் சொல்லித் தான் களைத்துப்போவது வரை கசையடி கொடுப்பான். அந்த எஜமானன் கசையடி கொடுப்பதற்கு வசதியாகச் சட்டையைத் தவிர வேறெந்த உள்ளாடைகளும் அணிந்துகொள்ள அந்த அடிமைக்கு அனுமதி மறுக்கப்படும். கசையடிகள் வாங்காமல் லூக்குக்கு ஒரு நாள்கூடக் கழிந்ததில்லை. கொஞ்சம் எதிர்ப்புத் தெரிவித்தால்கூடக் கூடுதல் தண்டனை தருவதற்காக

நகரத்துப் போலீஸ்காரன் அழைத்து வரப்படுவான். தன் எஜமானனின் தொத்தல் கரங்களைவிட போலீஸ்காரனின் வலிமையான கரங்களுக்கு அதிகம் பயப்பட வேண்டும் என்பதை லூக் நாளடைவில் அனுபவத்தால் அறிந்துகொண்டான். அந்த எதேச்சாதிகாரியின் கைகள் பலமிழந்து கடைசியில் பக்கவாதத்தால் செயலிழந்துவிட்டன. அதன்பின் போலீஸ் காரனின் உதவியை அவன் அடிக்கடி வாங்கிக்கொண்டான். அவன் தன் அன்றாட வேலைகளுக்கு எல்லாம் லூக்கையே நம்பியிருக்கவேண்டிய சூழ்நிலையில் இருந்தான் என்பதுதான் உண்மை; தான் ஒரு கைக்குழந்தையைப் போலப் பேணிப் பாதுகாக்கப்பட வேண்டியிருந்த நிலையில்கூடத் தன்னுடைய ஏழை அடிமைமீது அவனுக்கு நன்றியோ பச்சாதாபமோ ஏற்படவில்லை; அதற்குப் பதிலாக அந்த எஜமானனுக்கோ எரிச்சலும் கொடுமையுமே அதிகரித்துக்கொண்டு போயிற்று. அவன் தன் படுக்கையில் ஒன்றுக்கும் உதவாத மனிதனாய்ப் படுத்துக்கிடந்தபோதுகூட எதேச்சாதிகாரத்தின் வினோதமான பண்புகள் அவன் மண்டையில் ஆட்சிசெய்துகொண்டிருந்தன. லூக் தன் எஜமானனின் ஆணைகளைச் செயல்படுத்தத் தயங்கினால் போலீஸ்காரன் உடனே அழைக்கப்படுவான். இத்தகைய விபரீதங்களை விவரித்துச் சொல்வதுகூட அருவருப் பாகவே இருக்கும். நான் அடிமையாக இருந்த வீட்டிலிருந்து ஓடி வந்தபோது லூக்கை அந்தக் கேடுகெட்ட கொடுமைக்காரனின் கட்டிலுக்குப் பக்கத்திலேயே சிக்கிக் கிடக்கும்படி விட்டுவிட்டு வர வேண்டியதாயிற்று.

ஒருநாள் திருமதி ப்ரூஸ் என்னைக் கடைக்குப் போய்வரச் சொன்ன போது நான் வழக்கம்போலப் பின்வாசல் வழியாக அவசரமாகப் போய்க்கொண்டிருந்தேன்; அப்போது எனக்கு எதிரில் வந்த இளைஞன் ஒருவனுடைய முகம் எனக்கு மிகவும் பரிச்சயமானதாகத் தோன்றியது. மிகவும் அருகில் வந்தவுடன் அவன் லூக்தான் என்று எனக்கு அடையாளம் தெரிந்தது. அடிமைத்தனமென்ற அந்தப் பாழுங்குழியிலிருந்து தப்பி வந்தவர்கள் யாராக இருந்தாலும் அவர்களைப் பார்க்கவும் அவர்களது பேச்சைக் கேட்கவும் நேரும்போது நான் மிகவும் மகிழ்ச்சி அடைவேன். ஆனால் இந்த ஏழை லூக் பட்ட துயரத்தை நினைத்துப் பார்க்கும்போது இப்போது அது சுதந்திர மாகாணமாக இல்லையென்றாலும் அவனை வடமாகாணத்தில் பார்த்ததில் எனக்கு அலாதியான மகிழ்ச்சி ஏற்பட்டது. முன்பின் அறியாதவர்கள் நடுவில் தன்னந்தனியாக ஒருவர் இருக்க நேர்ந்தால் அந்தத் தனிமை எவ்வளவு வேதனை தரும் என்பதை நினைத்துப் பார்த்தேன்; அதனால் முகமலர்ச்சியோடு அருகில்

சென்று அவனை விசாரித்தேன். முதலில் அவனுக்கு என்னை அடையாளம் தெரியவில்லை. ஆனால் நான் என் பெயரைச் சொன்னவுடனேயே என்னைப் பற்றிய எல்லா விவரங்களும் அவன் நினைவுக்கு வந்துவிட்டன. அவனிடம் நான் தப்பியோடி வந்த அடிமைகளுக்கு எதிரான சட்டங்கள்பற்றிச் சொல்லி விட்டு, "நியூயார்க் தற்போது கடத்தல்காரர்களின் நகரமாகி விட்டது என்று உனக்குத் தெரியாதா?" என்று கேட்டேன். அதற்கு அவன், "அந்த ஆபத்து ஒன்னும் எனக்குப் பெருசாப்படல. உனக்குத்தான் ஆபத்து. நான் தரகன் கிட்ட இருந்துதான் ஓடிவந்தேன். நீ எஜமான் கிட்டே இருந்து தரகர்கள் எல்லாம் கண்டிப்பா கையில பிடிச்சுடலாம்னு தெரிஞ்சால் ஒழிய இங்க வந்து ஓடினவனத் தேடறதுக்காகப் பணத்த வீணா செலவு பண்ணமாட்டாங்க. நான் அதப்பத்தி நல்லா யோசிச்சிட்டுத் தான் வந்தேன். அவங்க கிட்டேர்ந்து பிடிபடாம தப்பிச்சிவர்றது இந்த நீக்ரோவுக்குப் பெரிய கஷ்டமாப்போயிடுச்சு" என்று பதில் சொன்னான்.

அவன் தப்பியோடிவந்த சமயத்தில் தனக்குக் கிடைத்த அறிவுரைகளையும் அதற்காக அவன் செய்துகொண்ட ஏற்பாடுகளைப் பற்றியும் என்னிடம் சொன்னான். கனடா செல்வதற்காகும் செலவுகளுக்கான பணம் அவனிடம் இருக்கிறதா என்று நான் கேட்டபோது. "அதுக்குச் செலவு பண்ண எங்கிட்ட பணம் இருக்கு. நான் எடுத்துட்டு வந்துருக்கேன். நான் எல்லாக் காலமும் அந்த வெள்ளக்காரங்களுக்குத்தான் ஓழச்சேன். அதுக்கு எனக்கு அவங்க சம்பளம் எதுவும் கொடுக்கல; உதையும் கைவெலங்கும்தான் கெடச்சுது. அதனால இந்த நீக்ரோவுக்கு சுதந்திர மாகாணத்துக்கு வரத் தேவையான பணத்த அவங்ககிட்டேர்ந்து எடுத்துக்கறது தப்பில்லன்னு தோணிச்சு. இவன் செத்துத் தொலஞ்சா போதும்னு எல்லாரும் நெனக்கிற வரைக்கும் அந்த எஜமான் ஹென்றி உயிரோட இருந்தான். அவன் சாத்தான் கிட்டத்தான் போவான்னு எனக்குத் தெரியும். அதனால அவனோட பணத்த ஜாஸ்தியா எடுத்துக்க எனக்குப் பிடிக்கல. அங்கேயிருந்த பணத்துலேர்ந்து கொஞ்சத்த எடுத்து அவனோட பழைய கால்சட்டைப் பையில வச்சிட்டேன். அவனப் பொதச்சிட்டு வந்ததுக்கப்பறம் அவனோட பழைய கால் சட்டை மட்டும் எனக்கு வேணும்னு கேட்டேன். அவங்க அத எனக்குக் கொடுத்துட்டாங்க" என்று அவன் விவரித்தான். பின்பு சத்தமில்லாமல் சிரித்துக்கொண்டே மெல்லிய குரலில், "இதோ பார், நான் அதைத் திருடல்ல. அவங்கதான் எங்கிட்ட கொடுத்தாங்க. அந்தத் தரகன் இந்தப் பணத்தை எடுத்துக் கிட்டுப் போய்டாம காப்பாத்தறதுக்குள்ள போதும்போதும்னு ஆயிடுச்சு. எப்படியோ அவன் கைக்கு அது போகலை" என்றான்.

அடிமைத்தனம் எந்த மாதிரியான ஒழுக்கத்தைக் கற்றுத் தருகிறது என்பதற்கு இது ஒரு சரியான சாட்சி. ஒரு மனிதனிட மிருந்து ஒவ்வொரு வருடமும் அவனது ஊதியம் திருடப்படு மானால் சட்டங்களும் அத்தகைய கொள்ளைகளை அங்கீகரித்து நடைமுறைப்படுத்துமானால் அந்த அடிமையைக் கொள்ளை யடித்தவனைவிடக் கூடுதலான நேர்மையை அந்த ஏழை மனிதனிடம் எப்படி எதிர்பார்க்க முடியும்? நான் ஏதோ ஒரு வகையில் விழிப்புணர்வு பெற்றுவிட்டவள்தான்; இருந்தாலும் ஏழையான, படிப்பறிவில்லாத மிகவும் பாதிக்கப்பட்டவனான லூக், தனக்குக் கொடுக்கப்பட்டிருக்க வேண்டிய ஊதியத்தின் ஒரு பகுதியை எடுத்துக்கொள்ளத் தனக்கு உரிமையிருக்கிறது என்று கூறியதும் சரிதான் என்றே எனக்குத் தோன்றியது. அவன் கனடாவிற்குப் போய்விட்டான்; அதற்குப் பிறகு அவனைப் பற்றி நான் எதுவும் கேள்விப்படவில்லை.

அந்தக் குளிர்காலம் முழுவதும் நான் அச்சத்துடன்தான் இருந்தேன். குழந்தைகளை உலாவக் கூட்டிக்கொண்டு போகும் போதெல்லாம் நான் எனக்கு எதிர்ப்பட்டவர்கள் எல்லோரையும் உன்னிப்பாகப் பார்ப்பேன். பாம்புகளும், அடிமைஉடைமை யாளர்களும் வெளியில் வருகின்ற கோடைக்காலத்தை எண்ணி நடுங்கினேன். நான் தென்மாகாணத்தில் அடிமையாக இருந்ததைப் போலவே நியூயார்க்கிலும் அடிமைகளுக்கெதிரான சட்டங்களுக்குக் கட்டுப்பட வேண்டிய ஓர் அடிமையாகவே ஆகிவிட்டேன். ஒரு சுதந்திர மாகாணத்திற்கு இது எவ்வளவு பெரிய அவமானம்!

இளவேனிற்காலம் வந்தது. டாக்டர் ஃப்ளின்ட்டுக்கு நான் பழைய வீட்டிற்குத் திரும்பிவந்துவிட்டேன் என்பது தெரிந்துவிட்டதென்றும் என்னைப் பிடிப்பதற்கான ஏற்பாடு களில் அவன் ஈடுபட்டிருக்கிறான் என்றும் தென்மாகாணத்தி லிருந்து எனக்கு எச்சரிக்கை வந்தது. அடிமைஉடைமை யாளர்கள் தங்களது கீழ்த்தரமான வேலைகளுக்காகப் பணிக்கமர்த்தியிருந்த வடமாகாணத்துக் கைக்கூலிகள் அவ்வப்போது நான் அணிந்திருக்கும் உடைகள் பற்றியும் திருமதி ப்ரூஸின் குழந்தைகளைப் பற்றியும் அவனுக்குத் தகவல் தந்திருந்தார்கள் என்று நான் அறிந்துகொண்டேன். தங்கள் வேலைகளுக்குப் பயன்படுத்திய பிறகு இதே கைக்கூலிகளைப் பணத்திற்காக எதையும் செய்பவர்கள் என்றும், அடிவருடிகள் என்றும் அதே எஜமானர்கள் இழிவுபடுத்திவிடுவார்கள்.

எனக்கு வரவிருந்த ஆபத்துபற்றி நான் திருமதி ப்ரூஸிடம் உடனே தெரிவித்தேன். அவரும் என்னைப் பாதுகாப்பதற் கான ஏற்பாடுகளைச் செய்யத் தொடங்கிவிட்டார். நான்

செய்துகொண்டிருந்த வேலைக்கு உடனடியாக வேறொருவரை அமர்த்திக்கொள்ள முடியாதென்பதால் என் மீது அனுதாபங் கொண்ட அந்தச் சீமாட்டி நான் அவரது குழந்தையை என்னோடு எடுத்துக்கொண்டு போகலாம் என்று பரந்த மனதோடு அனுமதி வழங்கினார். தனக்கு நெருக்கமான எதனிடமிருந்தும் பிரிந்துவிட நம் மனது தயங்கத்தானே செய்யும்; அதனால் அந்தக் குழந்தையை என்னோடு வைத்துக் கொள்வது எனக்கும் வசதிதான். ஆனால், தனது நாட்டில் உள்ள நிறவெறிக்கு ஆதரவான சட்டமன்ற உறுப்பினர்கள் இயற்றி யிருக்கும் பாதகமான சட்டங்களால் கட்டவிழ்த்துவிடப்பட்ட வேட்டை நாய்களால் துரத்தப்பட்டுக்கொண்டிருக்கும் ஏழை அடிமைத் தாதியோடு தன்னுடைய சொந்தக் குழந்தையையே அனுப்பி வைக்க எத்தனை அம்மாக்களுக்கு மனம் வரும்? தன் குழந்தையையே என்னுடைய நலன் கருதி என்னோடு அனுப்பத் துணிந்த அவருடைய தியாகத்தைக் குறித்து நான் பேசியபோது அவர், "லிண்டா, குழந்தை உன்னிடம் இருப்பது நல்லது; அவர்கள் நீ சென்ற வழியைக் கண்டுபிடித்து உன்னிடம் வந்துவிட்டாலும் குழந்தையை என்னிடம் சேர்ப்பிக்க வேண்டும் என்ற நிர்ப்பந்தம் அவர்களுக்கு இருக்கிறது; அப்போது எங்களுக்கு உன்னைக் காப்பாற்ற வழியிருக்குமானால் நீ காப்பாற்றப்பட்டுவிடுவாய்." என்றார்.

இந்தச் சீமாட்டிக்குப் பெரும் செல்வந்தர் ஒருவர் உறவினராக இருந்தார். அந்த மனிதர் மற்ற வகையில் தாராள மனப்போக்கு உடையவர்தான்; ஆனால் மேட்டுக்குடி மனப்பான்மையும் அடிமைத்தனத்திற்கு ஆதரவான மனநிலை யும் கொண்டவர். அவர், தப்பியோடிவந்த அடிமையை மறைத்துவைத்துக்கொள்வது சரியா என்பது பற்றித் திருமதி ப்ரூஸ் யோசனை செய்ய வேண்டும் என்று சொன்னார்; நாட்டின் சட்டங்களைத் திருமதி ப்ரூஸ் மீறுவதாகச் சொன்ன அவர், அப்படிப்பட்ட குற்றங்களுக்கான தண்டனைகள் என்ன என்பதைப் பற்றி அவருக்குத் தெரியுமா என்றும் கேட்டார். "எனக்கு அதைப்பற்றி மிக நன்றாகவே தெரியும். சிறையில் அடைக்கப்படுவதோடு ஓராயிரம் டாலர் அபராதமும் கட்டவேண்டும். இந்த மாதிரியான சட்டங்கள் இருப்பது நமது நாட்டுக்குப் பெரிய அவமானம்! நான் தண்டனையை அனுபவிக்கத் தயாராகவே இருக்கிறேன். இந்தப் பெண் என்னிடமிருந்து பிரிக்கப்பட்டு மீண்டும் அடிமைத்தனத்திற்குப் போவதைப் பார்த்துக்கொண்டு சும்மா இருப்பதைவிட நான் இந்த நாட்டின் சிறைக்குச் செல்லத் தயாராகவே இருக்கிறேன்" என்று சொல்லிவிட்டார்.

எத்தனை பரந்த இதயம்! எவ்வளவு துணிச்சலான மனம்! அவரைப்பற்றி எழுதும்போது என் கண்கள் குளமாகிவிடுகின்றன. கொடுமைகளுக்கு ஆளான எங்களைப் போன்ற மக்கள் மீது அனுதாபம் கொண்ட இவருக்குத் திக்கற்றவர்களுக்குத் துணையாக இருக்கும் கடவுள் உரிய பரிசுகள் வழங்கட்டும்!

என்னை அவர் நியூ இங்கிலாந்துக்கு அனுப்பினார்; அங்குள்ள செனட்டர் ஒருவரின் மனைவி எனக்கு அடைக்கலம் கொடுத்தார்; அவரை நான் எப்பொழுதும் நன்றியுடன் நினைத்துக்கொள்வேன். இந்த மதிப்பிற்குரிய செனட்டர் 'அங்கிள் டாம்ஸ் கேபின்' கதையில் வரும் மனிதரைப் போலத் தப்பியோடிவரும் அடிமைகளுக்கெதிரான சட்டத்திற்கு ஆதரவாக வாக்களித்திருக்கமாட்டார். அதற்கு மாறாக, அதனைக் கடுமையாக எதிர்த்திருப்பார். ஆனாலும் அவர் அந்தச் சட்டத்திற்குக் கட்டுப்பட்டவர்தான்!. எனவே, நான் அவர் வீட்டில் மணிக்கணக்கில் தங்கியிருக்க முடியாது. அதனால் நான் கிராமப்பகுதி ஒன்றுக்கு அனுப்பப்பட்டேன். அங்கே குழந்தையுடன் ஒரு மாத காலம் தங்கியிருந்தேன். டாக்டர் ஃப்ளின்ட்டின் ஆட்களால் நான் இருக்கும் இடத்தைக் கண்டுபிடிக்க முடியாமல்போனதால் அவர்கள் தங்களது தேடுதல் வேட்டையைத் தற்காலிகமாக நிறுத்திவிட்டனர் என்று அறிந்தவுடன் நான் நியூயார்க்கிற்குத் திரும்பி வந்தேன்.

41

விடுதலை கிடைத்தது

திருமதி ப்ரூஸும் அவரது குடும்பத்தினரும் என் மீது அளவு கடந்த அன்பு காட்டினார்கள். அவர்கள் அனைவருக்கும் நான் நன்றியுடையவள் தான்; இருந்தாலும் என்னால் எப்போதும் உற்சாக மாக இருக்க முடியவில்லை. நான் யாருக்கும் தீங்கிழைத்ததில்லை; மாறாக என்னால் முடிந்த வரை சிறிய அளவிலாவது நன்மைகளைத்தான் செய்து வந்திருக்கிறேன். ஆனாலும் கடவுள் அருளால் இலவசமாகக் கிடைக்கும் காற்றைச் சுவாசிப்பதற்காகக்கூட மனதில் அச்சமில்லாமல் என்னால் வெளியில் போகமுடிவதில்லை. இது பெருங்கொடுமை; எந்த ஒரு நாகரிகமடைந்த நாட்டிலும் இது சரியான நடைமுறையாக இருக்க முடியும் என்று எனக்குத் தோன்றவில்லை.

என் அன்புப் பாட்டியிடமிருந்து அவ்வப்போது தகவல்கள் வந்துகொண்டு இருந்தன. அவரால் எழுதமுடியாவிட்டாலும் யாரையாவது வைத்து எனக்கு எழுதச் சொல்லிவிடுவார். அவர் கடைசி யாக எனக்கு எழுதியிருந்த கடிதங்களில் ஒன்றின் சுருக்கத்தை இங்கே தருகிறேன்:

"அன்பு மகளே: இந்த உலகத்தில் உன்னை மீண்டும் பார்ப்பேன் என்ற நம்பிக்கை எனக்கு இல்லை. ஆனால் மேலுலகில் நாம் ஒன்றுசேர வேண்டுமென நான் ஆண்டவரிடம் வேண்டுவேன். அங்கு இந்த நலிந்த உடம்பை வலிகள் வருத்தாது;

குழந்தைகளைப் பிரிந்திருப்பது போன்ற துன்பங்களும் அங்கு இருக்காது. சாகும்வரை நாம் உண்மையானவர்களாய் இருந்தால் ஆண்டவர் நமக்கு இதைச் சாத்தியப்படுத்துவார். என் நலிந்த உடம்பும் வயதும் காரணமாக நான் இப்போது தேவாலயத்திற்குப் போவதில்லை. ஆனால் கடவுள் என்னோடு வீட்டில் இருக்கிறார். உன் தம்பி உன்னிடம் காட்டும் அன்புக்கு நன்றிகூறு. அவனிடம் பாசமாக இரு. அவனது இளம்பருவத்தி லேயே அவன் தன்னைப் படைத்தவரை நினைவுகூர வேண்டுமென அவனிடம் சொல்; அதன் மூலம் என்னை தேவப்பிதாவின் ராஜ்ஜியத்தில் சந்திக்கப் பாடுபடச் சொல். எல்லென்னுக்கும் பெஞ்சமினுக்கும் என் அன்பு. பெஞ்சமினை விட்டுவிடாதே. அவன் நல்ல பையனாக இருக்க வேண்டு மென்று நான் சொன்னதாகச் சொல். என் அருமைப் பெண்ணே! அவர்களைக் கடவுளின் குழந்தைகளாக வளர்ப்பதற்குப் பாடுபடு. அவர் உன்னைப் பாதுகாத்து அருள வேண்டும் என்பது தான் உன்னுடைய இந்த வயதான அன்புத் தாயின் வேண்டுதல்"

இந்தக் கடிதங்கள் எனக்கு மகிழ்ச்சியையும் வேதனையை யும் சேர்த்தே தந்தன. என்னுடைய சோதனையான காலத்தில் எனக்கு உற்ற துணையாகவும் பாசமாகவும் இருந்த பாட்டியிட மிருந்து வரும் கடிதங்களால் நான் எப்போதும் மகிழ்ச்சி யடைந்தேன்; அவருடைய அந்தப் பாசமிக்க கடிதங்கள் அவர் இறந்துபோவதற்கு முன்பு அவரை ஒரு முறையாவது பார்த்து விட வேண்டுமென்ற ஆவலை என் இதயத்தில் தூண்டின. ஆனால் அது நடக்காது என்ற எண்ணம் என்னைத் துன்புறுத்தியது. நியூ இங்கிலாந்திற்குத் தப்பியோடிவிட்டுத் திரும்பிவந்த சில மாதங்களில் பாட்டியிடமிருந்து மீண்டும் கடிதம் வந்தது. அதில், “டாக்டர் ஃப்ளின்ட் இறந்துவிட்டான். அவன் தனது குடும்பத்தை நலிந்த நிலையில் விட்டுவிட்டுப் போய்விட்டான். பாவம் அந்தக் கிழவன்! கடவுளுடன் அவன் சமாதானமாகி யிருப்பான் என நம்புகிறேன்” என அவர் எழுதியிருந்தார்.

பாட்டி தன் கடின உழைப்பால் சம்பாதித்துக் கடனாய்க் கொடுத்திருந்த பணத்தை எப்படி மோசம் செய்தான் என்பதும் பாட்டியின் எஜமானி அவருக்கு உறுதிப்படுத்தியிருந்த விடுதலையை வழங்காமல் எப்படி ஏமாற்றினான் என்பதும் பாட்டியின் குழந்தைகளை அவன் எவ்வளவு கொடூரமாக நடத்தினான் என்பதும் என் நினைவுக்கு வந்தன. பாட்டியால் அவனை முற்றிலும் மன்னிக்க முடியுமானால் அவர் என்னை விட நல்ல கிறிஸ்துவர் என்று நான் எனக்குள் நினைத்துக் கொண்டேன். என்னுடைய கிழ எஜமானனின் இறப்பு குறித்த செய்தி அவன் மீது என்னை இரக்கம் கொள்ளவைத்துவிட்டது

என்று என்னால் மனதாரச் சொல்லமுடியாது. சிலர் நமக்கு இழைத்த தீங்குகளை மரணத்திலும் மறக்கமுடியாது. அவன் உயிரோடிருந்தபோதும் அவனை நான் வெறுத்தேன், இப்போதும் அவனைப் பற்றிய நினைவுகள் எனக்கு வெறுப்பையே தருகின்றன.

அவன் இந்த உலகத்தைவிட்டுப் போன பின்பும் அவனால் உண்டாகும் ஆபத்து குறைந்துவிடவில்லை. அவன் தான் இறந்த பின்பும் அவனுடைய வாரிசுகள் என்னை அடிமைப்படுத்திக் கொள்வார்கள் என்று என் பாட்டியைப் பயமுறுத்தியிருந்தான். அவனது வாரிசு உயிரோடிருக்கும் வரை எனது விடுதலை எனக்குச் சாத்தியமாகாது. திருமதி ஃப்ளின்டைப் பொறுத்தவரை அவள் ஏற்கெனவே பல குழந்தைகளைப் பறிகொடுத்திருந்தாள்; தன் கணவனது மறைவு அவளுக்கு நான் நினைப்பதைவிடவும் பெருந்துயரத்தைத் தரக்கூடும். ஆனாலும் அவள் மனதில் இரக்கம் ஏற்பட்டதற்கான அறிகுறிகள் எதுவும் இருப்பதாக எனக்குத் தோன்றவில்லை. அந்த டாக்டர் தான் சாகும்பொழுது தனது செல்வத்தில் பெரும்பகுதியை இழந்திருந்தான். அவனுக்கு முழு உரிமையில்லாத சொத்துக் களைத் தவிர மிகக் குறைந்த அளவு சொத்துகளையே அவன் தனது வாரிசுகளுக்கு எழுதிவைக்க முடிந்தது. தற்போது டாக்டர் ஃப்ளின்ட்டின் குடும்பத்தினரிடம் இருந்து நான் எதை எதிர்பார்க்க முடியும் என்பது எனக்கு நன்றாகவே தெரிந்து விட்டது. தென்மாகாணத்திலிருக்கும் நண்பர்களிடமிருந்து வந்த கடிதமும் அந்த அச்சத்தை உறுதிப்படுத்தியது. அதில் திருமதி ஃப்ளின்ட் என்னைப்போன்ற விலைமதிப்பு அதிகமாக இருக்கும் அடிமையைத் தன் மகளால் இழந்துவிட முடியாது என்று வெளிப்படையாகப் பேசிவருவதால் நான் மிகவும் எச்சரிக்கையாக இருக்க வேண்டும் என்று அக்கடிதத்தில் அவர்கள் எழுதியிருந்தார்கள்.

நான் தினமும் செய்தித்தாள்களில் நியூயார்க்கிற்கு வருகை புரிந்தவர்களின் பட்டியலைக் கவனமாகப் பார்த்துவந்தேன். ஆனால் ஒரு சனிக்கிழமையன்று நான் வேறு வேலைகளில் மூழ்கிப்போயிருந்ததால் அன்று மாலை வந்த செய்தித்தாளைப் பார்க்க மறந்துவிட்டேன். நான் அதே நாளிதழுக்காக மறுநாள் விடியற்காலை வராந்தாவிற்குப் போனபோது ஒரு சிறுவன் அதை எடுத்துத் தீப்பற்ற வைக்க முயற்சி செய்துகொண்டிருந்தான். நான் அவனிடமிருந்து அதை வாங்கி அன்று அந்த ஊருக்கு வந்து சேர்ந்தவர்களின் பெயர்ப் பட்டியலைப் பார்த்தேன். வாசகர்களே! கோர்ட்லேண்ட் தெருவில் உள்ள ஒரு ஹோட்டலில் திருமதி மற்றும் திரு. டாட்ஜ் தங்கியிருக்கிறார்கள் என்பதைப்

படித்தபோது என் நெஞ்சில் ஏற்பட்டுவிட்ட பதற்றத்தை நீங்கள் அடிமையாக இல்லாமல் இருந்திருந்தால் ஒருபோதும் உணரவே மாட்டீர்கள். அது ஒரு மூன்றாந்தர விடுதி. அதைப் பற்றித் தெரிந்தவுடன் நான் முன்பே கேள்விப்பட்டதைப் போலத் தற்சமயம் அவர்களுக்குப் பணவசதி இல்லை என்பது எனக்குத் தெளிவாகிவிட்டது. அவர்கள் எனக்குரிய மதிப்பை டாலர்களில் கணக்கிட்டு வைத்திருந்தார்கள்; எனவே என்னை விற்றுத் தங்கள் நெருக்கடியைச் சமாளித்துக்கொள்ள வேண்டிய அவசியம் அவர்களுக்கு இருக்கிறது என்பதை நான் புரிந்துகொண்டேன். நான் அந்தச் செய்தித்தாளுடன் திருமதி ப்ரூஸிடம் விரைந்தேன். அவருடைய இதயமும் கரங்களும் உதவி வேண்டுபவர்களுக்காக எப்போதும் விரிந்தே இருக்கும்; என் மீது அவருக்குப் பரிவு கலந்த அனுதாபம் எப்போதும் உண்டு. என் எதிரி இப்போது எவ்வளவு அருகில் வந்திருக்கிறான் என்பதை அனுமானிப்பது மிகவும் கடினம். நாங்கள் தூங்கும்போது இந்த வீட்டைக் குறுக்கும் நெடுக்குமாகச் சில தடவைகளாவது அவர்கள் கடந்துபோயிருக்கலாம். நான் எப்போதாவது வெளியில் கிளம்பினால் என்னைத் தாவிப் பிடித்துக்கொண்டு விடலாம். என் இளம் எஜமானியின் கணவனை நான் பார்த்ததே யில்லை; அதனால் வேற்று மனிதர்களுக்கிடையில் அவனை என்னால் அடையாளம் கண்டுபிடிக்க முடியாது. முழுமையாகத் திரையிடப்பட்ட வண்டி ஒன்று உடனடியாக ஏற்பாடு செய்யப் பட்டது. நான் கைக்குழந்தையோடு திருமதி ப்ரூஸைப் பின்தொடர்ந்து அதில் வெளியேறிவிட்டேன். பல திருப்பங் களுக்குப் பின் எங்கள் வண்டி திருமதி ப்ரூஸின் நண்பர் ஒருவர் வீட்டின் முன் நின்றது; அவர் எங்களை அன்புடன் வரவேற்றார். என்னைப் பற்றி விசாரிக்க வருபவர்களிடம் எப்படிப் பேச வேண்டும் என வீட்டுப்பணியாளர்களுக்கு அறிவுறுத்துவதற் காகத் திருமதி ப்ரூஸ் உடனடியாக வீட்டுக்குத் திரும்பிவிட்டார்.

நல்லவேளையாக அந்த மாலை நேரச் செய்தித்தாள் எரிக்கப்படுவதற்கு முன்பு அதை வாங்கி அந்த ஊருக்குப் புதிதாக வந்தவர்களின் பட்டியலை நான் பார்த்தேன். திருமதி ப்ரூஸ் அவரது வீட்டிற்குத் திரும்பி வெகு நேரமாகிவிட வில்லை; அதற்குள்ளாகவே என்னைப் பற்றி விசாரிக்கச் சிலர் திருமதி ப்ரூஸின் வீட்டிற்கு வந்துவிட்டிருந்தார்கள். ஒருவன் என்னைப் பற்றியும் வேறொருவன் என் மகள் எல்லென் பற்றியும் மற்றொருவன் என் பாட்டியிடமிருந்து வந்த கடிதத்தை லிண்டாவிடம் நேரில் தர வேண்டும் என்று கூறிக்கொண்டும் விசாரிக்க வந்துவிட்டார்கள்.

அவர்களிடம் எல்லாம், “அவள் இங்குதான் இருந்தாள்; ஆனால் இப்போது போய்விட்டாள்” என்றே சொல்லப்பட்டது.

"எவ்வளவு நாள் ஆச்சு?"

"எனக்குத் தெரியாது ஐயா."

"அவள் எங்கே போனாள் என்று உனக்குத் தெரியுமா?"

"எனக்குத் தெரியாது ஐயா" கதவு மூடப்பட்டது.

என் மீது உரிமை கொண்டாடும் இந்தத் திரு. டாட்ஜ் தொடக்கத்தில் தென்மாகாணத்தைச் சேர்ந்த ஓர் ஆள்கடத்தல் பேர்வழி; பின்னர் அவன் வணிகனாகவும் அதன் பின் அடிமை உடைமையாளனாகவும் ஆனான். அவன் எப்படியோ முதல் தரக் குடிமக்கள் எனக் கருதப்படுபவர்களோடு அறிமுகம் செய்துகொண்டு செல்வி எமிலி ஃப்ளின்ட்டைத் திருமணம் செய்துகொண்டுவிட்டான். அவனுக்கும் எமிலியின் சகோதரனுக்கும் இடையில் பூசல் வந்தது. அந்தச் சகோதரன் இவனைக் கசையால் விளாசிவிட்டான். இதனால் அவர்களுடைய குடும்பத்திற்குள் ஓயாமல் சச்சரவுகள் தொடர்ந்ததால் அவன் வர்ஜீனியாவுக்குப் போய்விடலாமென முடிவுசெய்தான். டாக்டர் ஃப்ளின்ட் அவனுக்குச் சொத்து எதுவும் வைத்துவிட்டுப் போகவில்லை; அவனுடைய மனைவி மக்கள் அவனையே முழுவதும் சார்ந்திருந்த நிலையில் அவனுக்குச் சொந்தப் பணமும் இல்லாமல் போய்விட்டது. இத்தகைய சூழலில் அவன் என்னை விற்றுக் கிடைக்கும் பணத்தைத் தன் பைக்குள் போட்டுக்கொள்ள விரும்பியது இயற்கைதான்.

எனது சொந்த ஊரைச் சேர்ந்த, முற்றிலும் என் நம்பிக்கைக் குரியவரான கறுப்பின நண்பர் ஒருவர் இருந்தார். நான் அவருக்குச் சொல்லியனுப்பினேன்; அவரிடம் திருமதி மற்றும் திரு டாட்ஜ் நியூயார்க்கிற்கு வந்திருப்பதைப் பற்றிச் சொன்னேன். அவர்கள் இருவரையும் அந்த நண்பர் நேரில் சந்தித்து டாக்டர் ஃப்ளின்ட்டுக்குப் பழக்கமான தென் மாகாணத்து நண்பர்கள்பற்றி அவர்களிடம் விசாரிக்கும்படிக் கேட்டுக்கொண்டேன். இதில் தவறேதும் இல்லை என்று அவரும் அதற்கு ஒப்புக்கொண்டு அந்த ஹோட்டலுக்குப் போனார்; திரு. டாட்ஜ் தங்கியிருந்த அறையின் கதவைத் தட்டினார்; திரு. டாட்ஜே கதவைத் திறந்து, "ஏன் இங்கே வந்தீர்கள்? நான் இந்த நகரத்தில் இருக்கிறேன் என்று உங்களுக்கு எப்படித் தெரிந்தது?" என்று கோபமாகக் கேட்டிருக்கிறான்.

"உங்கள் வருகை மாலைச் செய்தித்தாளில் வெளியாகி யிருந்தது ஐயா. நான் நம் ஊரில் உள்ள நண்பர்களைப் பற்றி விசாரிக்கத் திருமதி டாட்ஜைப் பார்க்க வந்தேன். அதனால் எத்தகைய கெடுதலும் வந்துவிடாது என்று நினைக்கிறேன்."

ஓர் அடிமைச் சிறுமியின் வாழ்க்கை நிகழ்வுகள்

“என் மனைவியின் உடைமையான அந்த நீக்ரோப் பெண் எங்கே?”

“எந்தப் பெண் ஐயா?”

“உனக்கு நன்றாகத் தெரியும். அந்த லிண்டாவைத்தான் கேட்கிறேன். சில வருடங்களுக்கு முன் டாக்டர் ஃப்ளின்ட்டின் பண்ணையிலிருந்து ஓடிப்போனாளே அவளைத்தான் கேட்கிறேன். நீ அவளைப் பார்த்திருக்கிறாய், அவள் எங்கே இருக்கிறாள் என்று உனக்குத் தெரியும் என்று நான் நிச்சயமாய்ச் சொல்வேன்.”

“ஆமாம், ஐயா. அவளை நான் பார்த்தேன், அவள் எங்கே இருக்கிறாள் என்பதும் எனக்குத் தெரியும். ஆனால் அவள் நீங்கள் போகமுடியாத இடத்தில் இருக்கிறாள் ஐயா.”

“அவள் எங்கே இருக்கிறாள் என்று என்னிடம் சொல் அல்லது அவளை இங்கே அழைத்து வா. அவள் தனது விடுதலையை வாங்கிக்கொள்ளட்டும்.”

“அதில் எந்தப் பயனும் இல்லை என்றுதான் நான் நினைக்கிறேன் ஐயா. தனது விடுதலைக்காக எந்த ஒரு ஆணுக்கோ அல்லது பெண்ணுக்கோ பணம் கொடுப்பதைவிட உலகின் எந்த மூலைக்கும் போகத் தயாராக இருப்பதாக அவள் சொல்லிக்கொண்டிருப்பதாக நான் கேள்விப்பட்டேன்; ஏனென்றால் தனது விடுதலை தனது பிறப்புரிமை என்பது அவள் கருத்து. அதோடு அவள் தனது சம்பாத்தியத்தை எல்லாம் தனது குழந்தைகளின் படிப்புக்காகச் செலவு செய்துவிட்டதால் உங்களுக்குக் கொடுக்க வேண்டுமென்று நினைத்தால்கூட அவளால் பணம் கொடுக்க முடியாது.”

இது திரு. டாட்ஜை மிகவும் ஆத்திரப்படவைத்தது. அவர்களுக்கிடையே பேச்சுவார்த்தை முற்றியது. என் நண்பனுக்கு நான் இருக்கும் இடத்திற்கு வர அச்சமாக இருந்தது. ஆனால் அன்றைய தினமே அவனிடமிருந்து எனக்குத் தகவல் வந்தது. அவர்கள் இந்தக் குளிர்காலத்தில் தென்மாகாணத்திலிருந்து இன்பச் சுற்றுலாவுக்காக வந்திருக்கமாட்டார்கள்; அவர்களுடைய நோக்கம் தெளிவாகிவிட்டது.

என்னைப் பார்க்க வந்த திருமதி ப்ரூஸ் மறுநாள் காலையிலேயே நகரை விட்டுப் புறப்பட்டுவிடும்படி என்னைக் கேட்டுக்கொண்டார். அவருடைய வீடு கண்காணிக்கப்படுவதாகவும் என்னைப் பற்றிய தகவல்கள் அவர்களுக்குக் கிடைத்துவிடலாம் என்றும் அவர் சொன்னார். நான் அவருடைய அறிவுரையை ஏற்க மறுத்துவிட்டேன். அவர் மிகுந்த பரிவுடன்

என்னிடம் கோரிக்கை வைத்த போதாவது அது என்னை இளகச்செய்திருக்க வேண்டும். ஆனால் நான் ஏமாற்றமடைந்த மனநிலையில் மிகவும் கோபமாக இருந்தேன். நான் அங்கு மிங்குமாக ஓடிக் களைத்துவிட்டேன். என் வாழ்க்கையில் பாதி நாட்கள் நான் துரத்தப்பட்டுக்கொண்டே இருந்திருக்கிறேன்; அதற்கு முடிவேயில்லை என்றும் உணர்ந்தேன். நான் அந்த நகரத்தில் எந்தக் குற்றமும் செய்யாதவளாய் இருந்தாலும் எந்தக் கடவுளையும் எந்தத் தேவாலயத்திலும் போய் வழிபட முடியாமல் உட்கார்ந்திருந்தேன். மதிய வழிபாட்டிற்காகத் தேவாலய மணி ஒலித்ததை நான் கேட்டேன். அந்தப் போதகர்கள் பைபிளிலிருந்து "பிடிபட்டவர்களுக்கு விடுதலையைப் பிரகடனப்படுத்துங்கள். அடைத்து வைத்திருப்பவர்களை விடுவிக்க சிறைக்கதவுகளைத் திறந்து விடுங்கள்" என்ற வாசகங்களைப் படிப்பார்களா என்றும், அல்லது "மற்றவர்கள் உனக்கு என்ன செய்ய வேண்டும் என்று நீ விரும்புகிறாயோ அதையே நீ மற்றவர்களுக்குச் செய்" போன்ற வாசகங்களைப் படித்துப் பிரசங்கம் செய்ய மாட்டார்களா?" என்றும், விரக்தியோடு கூடிய கேலிக்குரலில் எனக்குள் சொல்லிக்கொண்டேன். ஒடுக்கப்பட்ட போலந்து நாட்டவர்களும், ஹங்கேரி நாட்டவர்களும் இந்த நகரத்தில் வந்து பாதுகாப்பான அடைக்கலம் தேடிக்கொள்ள முடியும்; இந்த நகரின் சதுக்கத்தில் ஜான் மிட்செல் அடிமைகள் நிறைந்த பண்ணை வீட்டின் உடைமையாளராக வேண்டும் என்ற தன்னுடைய ஆவலை உரிமையுடன் பறைசாற்றிக்கொள்ள முடியும்; ஆனால் ஒடுக்கப்பட்ட ஓர் அமெரிக்கக் குடிமகளாகிய நான் என் முகத்தைக்கூட வெளியில் காட்ட முடியாமல் அங்கே உட்கார்ந்திருந்தேன். அந்தப் புனித ஓய்வுத் திருநாளன்று என் மனதில் தோன்றிய இருளடைந்த கசப்பான எண்ணங்களில் நான் திளைத்திருந்ததற்கு இறைவன் என்னை மன்னித்து அருளட்டும். "விவேகமுள்ள மனிதனையும் ஒடுக்குமுறை பித்தனாக்கிவிடுகிறது" என்றுதானே புனித நூல்களும் கூறுகின்றன. நானோ விவேகம் இல்லாதவள்.

திரு. டாட்ஜ், என் குழந்தைகளின் மீது தனக்கு உரிமை யில்லை என்று தன் மனைவி ஒருநாளும் கையொப்பமிட்டுத் தந்ததில்லை என்றும் என்னைப் பிடிக்க முடியவில்லை என்றால் என் குழந்தைகளைத் தூக்கிச் சென்றுவிடப்போவதாகவும் கூறி வருவதாக என்னிடம் சொன்னார்கள். மற்ற செய்திகள் எல்லாவற்றையும்விட இது ஒன்றே என் மனதில் புயலை உருவாக்கிவிட்டது. பெஞ்சமின் தன் மாமா வில்லியத்துடன் கலிஃபோர்னியாவில் இருந்தான்; ஒரு பாவமும் அறியாத என் மகள் விடுமுறைக்காக என்னிடம் வந்திருந்தாள். அவள்

வயதில் நான் அடிமையாக இருந்து அனுபவித்த துன்பங்கள் என் நினைவுக்கு வந்ததால் தனது குட்டியைப் பிடிக்க வரும் வேட்டைக்காரர்களுடன் போராடும் புலியாக மாறிவிட்டேன்.

என் அன்பான திருமதி ப்ரூஸ்! என்னுடைய பிடிவாத மான மனநிலை அவரை உற்சாகமிழக்கச் செய்ததை அவருடைய முகபாவத்திலிருந்து அறிந்தேன். அவருடைய கனிவான பரிந்துரைகளுக்கு நான் செவிமடுக்காததால் அவர் எல்லென்னை அனுப்பி என்னுடன் இதைப் பற்றிப் பேசச் சொன்னார். இரவு பத்துமணி ஆகியும் எல்லென் வீடு திரும்பாததால் சாதாரணமாக மனந்தளராத என் நண்பர்கூடக் கவலை அடைந்துவிட்டார். அவர் உடனே ஒரு வண்டி பிடித்து என்னுடைய பயணத்திற்குத் தேவையான பொருட்கள் நிரம்பிய பெட்டியையும் எடுத்துக்கொண்டு இந்த முறையாவது அவர் சொற்படி நான் நடப்பேன் என்ற நம்பிக்கையுடன். வந்து விட்டார்; சொல்லப்போனால் நான் முன்பே அவர் சொன்னபடி செய்திருக்கவேண்டும்.

மறுநாள் நானும் குழந்தையும் பலத்த பனிப்பொழிவுக்கு நடுவில் நியூ இங்கிலாந்துக்கு மீண்டும் பயணமானோம். அந்தச் சமத்துவமற்ற நகரிலிருந்து பொய்யான பெயரில் என் பெயருக்குக் கடிதங்கள் வந்தன. சில நாட்களில் என்னுடைய புது எஜமானர் என்னை இன்னமும் தேடிக்கொண்டிருப்ப தாகவும் அதனால் எனக்கு விடுதலை வாங்கித்தந்து இத்தகைய நடவடிக்கைகளுக்கு முற்றுப்புள்ளி வைத்துவிட இருப்பதாகவும் திருமதி ப்ரூஸிடமிருந்து எனக்குக் கடிதம் வந்தது. என் மேல் உள்ள அன்பின் காரணமாக அவர் எனக்கு வழங்க இருக்கும் விடுதலைக்கு நான் கடமைப்பட்டவள்தான் என்றாலும் அவர் எதிர்பார்ப்பதைப் போல் இந்த யோசனை எனக்கு மகிழ்ச்சி தருவதாக இருக்கவில்லை. எனது அறிவு ஓரளவு தெளிவடைந்து விட்டதால் 'இவள் ஓர் உடைமைப்பொருள்தான்' என்று என்னைப் பிறர் கருதுவதை என்னால் ஏற்றுக்கொள்ளவே முடியாது; என்னை மிக மோசமாக ஒடுக்கிவைத்தவர்களுக்குப் பணம் கொடுத்து என் விடுதலையைப் பெற்றால் நான் இதுவரை பட்ட துன்பங்கள் எல்லாம் பொருளற்றதாகி நானும் எனது வெற்றிப் பெருமிதத்தை இழந்துவிடுவேன். திருமதி ப்ரூஸுக்கு நன்றி தெரிவித்ததோடு ஒரு உடைமையாளரிட மிருந்து மற்றொரு உடைமையாளருக்கு விற்கப்படுவது வேறொரு வகையான அடிமைத்தனம் என்றே எனக்குத் தோன்றுகிறது என்று பதில் எழுதினேன்; அந்தக் கடன்பாடு எளிதில் தீர்க்க முடியாதது என்பதால் கலிஃபோர்னியாவுக்கு என் தம்பியிடம் நான் போய்விடப்போவதாகவும் அதில் குறிப்பிட்டிருந்தேன்.

திருமதி ப்ரூஸ் என்னிடம் சொல்லாமலேயே நியூயார்க்கிலுள்ள ஒரு பெரிய மனிதரை திரு. டாட்ஜுடன் பேரம்பேச ஏற்பாடு செய்துவிட்டார். அவர் திரு. டாட்ஜ் என்னை விற்பதாக இருந்தால் முந்நூறு டாலர்களை உடனடியாகத் தந்துவிடுவதாகவும் அதற்குப் பின் என் மீதும் என் குழந்தைகள் மீதும் உள்ள உரிமைகள் அனைத்தையும் துறந்துவிட வேண்டுமென்றும் பேசினார். தன்னை எனது எஜமானன் எனக் கூறிக்கொண்ட அந்த மனிதன் அவ்வளவு விலைமதிப்பு உடைய பணியாளுக்கு இவ்வளவு குறைவான விலையா என்று முறைத்திருக்கிறான். ஆனால் அந்த மனிதரோ, “உங்கள் விருப்பப்படி செய்து கொள்ளுங்கள், ஐயா. நீங்கள் இந்த விலைக்கு ஒப்புக்கொள்ளாவிட்டால் உங்களுக்கு எதுவும் கிடைக்காது. அந்தப் பெண்ணின் நண்பர்கள் இதை அவளிடம் சொல்லி அவளையும் அவள் குழந்தைகளையும் நாட்டைவிட்டே அனுப்பிவிடுவார்கள்” என்றார்.

திரு. டாட்ஜ் கிடைத்த வரையில் லாபம் என்ற மனநிலையில் இந்த உடன்படிக்கைகளை ஏற்றுக்கொண்டான். “உன் விடுதலைக்கான பணம் திரு. டாட்ஜிடம் கொடுக்கப்பட்டுவிட்டது என்பதைச் சொல்லிக்கொள்வதில் பெருமகிழ்ச்சி அடைகிறேன். நாளையே வீட்டிற்கு வந்து விடப்போகும் உன்னையும் என் அன்புக் குழந்தையையும் பார்க்க ஆவலாக இருக்கிறேன்” என்ற ஒரு சுருக்கமான கடிதம் திருமதி ப்ரூஸிடமிருந்து அடுத்த தபாலிலேயே எனக்கு வந்துவிட்டது.

இந்த வரிகளைப் படித்தபோது என் மனம் கலங்கிவிட்டது. என் அருகில் இருந்த பெரிய மனிதர், “இது உண்மைதான். நான் விற்பனைப் பத்திரத்தைப் பார்த்தேன்” என்றார். “விற்பனைப் பத்திரம்” என்ற வார்த்தை என்னைப் பேரிடியாகத் தாக்கியது. சுதந்திர நகரமென்று தன்னைத்தானே பிரகடனப்படுத்திக் கொள்ளும் நியூயார்க்கில் ஒரு மனிதப்பிறவி விற்கப்பட்டுவிட்டது! அந்த விற்பனைப் பத்திரம், நியூயார்க் நகரில் கிறிஸ்துவ மதத்தின் பத்தொன்பதாம் நூற்றாண்டின் இறுதியில் பெண்கள் ஒரு சந்தைப்பொருளாகவே கருதப்பட்டார்கள் என்பதை எதிர்காலத் தலைமுறையினர் அறிந்துகொள்வதற்கான ஆவணமாகிவிடும். அமெரிக்க ஐக்கிய நாடுகளின் நாகரிக வளர்ச்சியின் வரலாற்று ஆய்வாளருக்கு இது ஓர் இன்றியமையாத ஆவணமாக இருக்கும். அந்தக் காகிதத்துண்டின் மதிப்பு நான் நன்கு அறிந்திருந்ததுதான்; ஆனாலும் நான் எவ்வளவுக்கெவ்வளவு என் விடுதலையை நேசிக்கிறேனோ அவ்வளவுக்கவ்வளவு அந்தக்காகிதத்தைப் பார்ப்பதற்கே வெறுத்தேன். அதை எனக்கு வாங்கித்தந்த பரந்த மனப்பான்மை கொண்ட என் நண்பருக்கு

நான் மிகவும் கடமைப்பட்டிருக்கிறேன். ஆனால் தனக்கோ தன்னைச் சேர்ந்தவர்களுக்கோ எப்போதுமே உரிமையாக இருந்திராத என் விடுதலைக்காகப் பணத்தைக் கேட்டுப் பெற்றுக்கொண்ட அந்தக் கயவர்களை நான் மிகவும் வெறுத்தேன்.

என்னுடைய விடுதலை, பணம் கொடுத்து வாங்கப்படுவதை நான் எதிர்த்தேன்; ஆனாலும் அது நடந்து முடிந்தவுடன் என் களைத்த தோள்களிலிருந்த பெரும் சுமை இறக்கப்பட்டு விட்டதாக உணர்ந்தேன் என்பதை நான் இங்கே ஒப்புக் கொள்கிறேன். நான் வண்டியில் வீட்டிற்குத் திரும்பும்போது என் முகத்தை மறைத்துக்கொள்ளாமல் என்னைக் கடந்துபோகும் மனிதர்களை அச்சமில்லாமல் பார்த்துக்கொண்டே போனேன். எனக்கு டேனியல் டாட்ஜை நேரில் பார்க்க ஆசை. அவன் என்னைப் பார்க்க வேண்டும்; என்னைப் பற்றித் தெரிந்து கொள்ள வேண்டும்; என்னை முந்நூறு டாலர்களுக்கு விற்க நேர்ந்த தனது அவல நிலைக்காக அவன் அழுது புலம்புவதை நான் நேரில் பார்க்க வேண்டும்.

நான் வீட்டிற்குப் போனவுடன் என் நல விரும்பி என்னைத் தன் விரிந்த கரங்களால் கட்டியணைத்துக்கொண்டார்; எங்கள் கண்ணீர் கலந்தது. அவர் பேசத் தொடங்கிய உடனேயே, "ஏய் லிண்டா, எல்லாம் நல்லபடியாக முடிந்ததில் எனக்கு மிகவும் மகிழ்ச்சி. ஏதோ ஓர் உடைமையாளரிடமிருந்து மற்றொரு உடைமையாளருக்கு, மாற்றப்பட்டுவிட்டதுபோல எனக்கு நீ எழுதியிருந்தாய். ஆனால் உன்னைப் பணியாளாக ஆக்கிக் கொள்வதற்காக நான் வாங்கவில்லை. நாளைக்கே நீ கலிஃபோர்னியாவுக்குப் பயணப்படுவதாய் இருந்தால்கூட நான் உனக்கு இதைத்தான் செய்திருப்பேன். நீ ஒரு விடுதலை பெற்ற பெண்ணாகத்தான் என்னைவிட்டுப் பிரிந்தாய் என்ற மனத்திருப்தி எனக்குக் கிடைத்திருக்கும்" என்றார்.

என் நெஞ்சு நிறைந்து வழிந்தது. நான் சிறு குழந்தையாக இருந்த போதே என் ஏழைத் தந்தை என்னை வாங்க எவ்வளவோ முயற்சி செய்தார்! ஆனால் அவர் எப்படி ஏமாற்றப்பட்டார் என்பது என் நினைவுக்கு வந்தது. அவருடைய ஆவி என் விடுதலையால் இப்போது மகிழ்ச்சி அடைந்துவிடும் என்று நம்பினேன். வயது முதிர்ந்த என் அன்பான பாட்டி, கடின உழைப்பால் தான் சேர்த்து வைத்திருந்த பணத்தை என் விடுதலைக்காக ஒதுக்கிவைத்தார்; ஆனால் அவரது முயற்சிகள் தொடர்ந்து தோல்வியடைந்ததையும் நான் நினைத்துப் பார்த்தேன். நானும் என் குழந்தைகளும் விடுதலை அடைந்து விட்டதைக் கேட்டால் விசுவாசமிக்க பேரன்பு கொண்ட அந்தப் பாட்டியின் இதயம் மகிழ்ச்சியில் எப்படித் துள்ளிக்குதிக்கும்!

என் உறவினர்கள்கூட என் விடுதலைக்கான தங்கள் முயற்சிகள் அனைத்திலும் தோற்கடிக்கப்பட்டார்கள். ஆனால் கடவுளோ என்னுடைய நீண்டகால ஏக்கமான விலைமதிப்பற்ற விடுதலை வரத்தை முற்றிலும் புதிய மனிதர்கள் நடுவில் எனக்காக ஒரு நண்பரை அனுப்பி அவர் மூலமாக எனக்கு அளித்து அருளியிருக்கிறார். 'நண்பர்! இது ஆழமில்லாமல் அடிக்கடிப் பயன்படுத்தப்பட்டுத் தேய்ந்துபோன ஒரு சொல். பல நல்ல அழகிய பொருட்களைப் போலவே இந்தச் சொல்லும் பொறுப்பில்லாமல் பயன்படுத்தப்பட்டுப் பொருளற்றுப் போயிருக்கலாம். ஆனால் நான் திருமதி ப்ரூஸை என் நண்பர் எனக் குறிப்பிடும்போது அந்தச் சொல் மிகவும் புனிதமானதாக ஆகிவிடுகிறது.

பாட்டி என்விடுதலையைக் கொண்டாடி மகிழ உயிரோடு இருந்தார். ஆனால் சில நாட்களிலேயே கறுப்பு முத்திரையிடப பட்ட ஒரு கடிதம் வந்தது. "எங்கே தீயவர்கள் தங்கள் கொடுஞ் செயல்களை நிறுத்திக்கொள்கிறார்களோ எங்கே களைத்தவர்கள் ஓய்வெடுக்கிறார்களோ அங்கேயே என் பாட்டி போய்விட்டார்."

காலம் பறந்தோடியது. தென்மாகாணத்திலிருந்து என் ஃபிலிப் மாமாவின் இறப்பு குறித்த இரங்கல் செய்தி வெளியாகி யிருந்த செய்தித்தாள் எனக்கு வந்தது. எனக்குத் தெரிந்து ஒரு கறுப்பின மனிதனுக்கு இப்படிப்பட்ட ஒரு மரியாதை அளிக்கப்பட்டது இதுதான் முதல் தடவை. அவருடைய நண்பர்களில் ஒருவர் அதனை எழுதியிருந்தார். அந்த இரங்கல் செய்தியில் "தற்போது மரணம் அவரைப் பூமியில் கிடத்தியிருக்கிறது. அவர்கள் எல்லோரும் அவரை நல்ல மனிதன் என்றும் பயனுள்ள குடிமகன் என்றும் சொன்னார்கள். உலகம் அவன் கண்ணிலிருந்து மறைந்த பிறகு அந்தக் கறுப்பு மனிதனுக்காக நிகழ்த்தப்படும் புகழுரைகளால் அவனுக்கு என்ன பயன்? கடவுளின் இராஜ்ஜியத்தில் ஓய்வெடுப்பதற்கு மனிதர்களின் புகழுரைகள் தேவைப்படாது." என்று எழுதப்பட்டிருந்தது. ஆக அவர்கள் இறுதியாக ஒரு கறுப்பினத்தவனையும் குடிமகன் எனக் குறிப்பிட்டுவிட்டார்கள். அந்த ஊரில் அது அசாதாரணமான வார்த்தை.

வாசகர்களே, என் கதை, வழக்கமாகத் திருமணத்தில் முடிவதுபோல் இல்லாமல் விடுதலையில் முடிகிறது. நானும் என் குழந்தைகளும் இப்போது விடுதலையாகிவிட்டோம். நாங்களும் அடிமைஉடைமையாளர்களிடமிருந்து விடுதலை பெற்று வடமாகாணங்களில் வசிக்கும் வெள்ளையர்களைப் போலவே சுதந்திரமானவர்களாக ஆகிவிட்டோம். அது ஒன்றும் பெரிய விஷயமாகச் சொல்லிக்கொள்ளக்கூடியதல்ல

என்றாலும் என் நிலைமையில் அது ஆகப்பெரிய முன்னேற்றம் தான். ஆனால் என் வாழ்வைப் பற்றிய என் கனவு இன்னும் ஈடேறவில்லை. நான் என் குழந்தைகளோடு என் சொந்த வீட்டில் வசிக்கவில்லை. நான் எனக்கான அடுப்பங்கரையை அது எவ்வளவு எளிமையானதாக இருந்தாலும் உருவாக்கிக்கொள்ள ஏங்குகிறேன். எனக்காக இல்லாவிட்டாலும் என் குழந்தைகளுக் காகவாவது அதனை உண்டாக்கிக்கொள்ள நான் விரும்புகிறேன். ஆனால் என் நண்பர் திருமதி ப்ரூஸின் அன்பு, அவருக்கு ஆற்றவேண்டிய கடமை, காட்ட வேண்டிய நன்றி ஆகியவை என்னை அவரோடு பிணைத்து வைத்திருக்கின்றன; கடவுள் அவரோடு இணைந்து இருக்கும்படியான இத்தகைய சந்தர்ப்பங் களை எனக்கு உருவாக்கி வைத்திருக்கிறார். ஒடுக்கப்பட்ட எங்கள் மக்களிடம் இரக்கம் காட்டுகின்றவரும் விலை மதிப்பற்ற வரமாகிய விடுதலையை எனக்கும் என் குழந்தைகளுக்கும் பெற்றுத் தந்தவருமாகிய அவரிடம் பணியாற்றுவது எனக்கு வாய்த்த நற்பேறு.

பல வழிகளிலும் என்னுடைய அடிமை வாழ்க்கையில் நான் கடந்து வந்த துன்பமயமான ஆண்டுகளை நினைத்துப் பார்ப்பது எனக்குப் பெரும் வலியைத் தருகிறது. என்னால் முடிந்தால் அவற்றை மகிழ்ச்சியாக மறந்துவிடுவேன். சோக மயமான நினைவுகள் நிறைந்த என் இறந்த காலத்தைப் பின்னோக்கிப் பார்க்கும்போதெல்லாம் கொந்தளித்துக்கொண் டிருக்கும் கருத்த கடலலைகளுக்கு மேலே மென்மையாக ஊர்ந்து செல்லும் வெண்மேகங்களைப் போல என் வயது முதிர்ந்த அன்பான பாட்டியைப் பற்றிய இனிய நினைவுகள் ஆறுதல் தராமல் இருப்பதில்லை.

பின்னிணைப்பு

நியூயார்க் மாகாணத்தில் உள்ள நண்பர்கள் கூட்டமைப்பின் உறுப்பினர்; ஏழைகளுக்கும் ஒடுக்கப்பட்டவர்களுக்கும் நண்பர்களாக இருப்பவர்களுக்கிடையே நன்கு அறிமுகமானவர் பெருமதிப்பிற்குரிய ஆமிபோஸ்ட். சென்ற பக்கங்களில் குறிப்பிட்டு இருந்ததைப் போல் இப்புத்தகத்தின் ஆசிரியர் இவர் வீட்டில் விருந்தினராகத் தங்கி இருந்திருக்கிறார் அவருடைய கூற்று இது.

எல். மரியா சைல்ட்

இந்தப் புத்தகத்தின் ஆசிரியர் என் பெருமதிப்பிற்குரிய நண்பர். இந்தப் புத்தகத்தின் வாசகர்கள் அவரை என்னளவுக்கு அறிந்திருந்தால் அவருடைய கதையில் ஆழமான ஈடுபாடு காட்டாமல் இருக்கமாட்டார்கள். அவர் 1849ஆம் ஆண்டுவாக்கில் கிட்டத்தட்ட ஓராண்டுக் காலம் எங்களுடன் தங்கியிருந்தபோது என்னுடைய குடும்பத்தினர் அனைவராலும் மிகவும் நேசிக்கப் பட்டார். அவரது பாசமும் மனசாட்சியும் கொண்ட தம்பியால் இந்த ஆசிரியர் எங்களுக்கு அறிமுக மானார். அந்தத் தம்பி தன்னுடைய சகோதரியின் வாழ்க்கையில் நடந்த நம்பவே முடியாத அசாதாரண நிகழ்ச்சிகளை எல்லாம் முன்பே எங்களிடம் சொல்லியிருந்தார். கண்ணியமான தோற்றமும் மென்மையான உணர்வும் தூய்மை யான எண்ணங்களும் நிறைந்த அவரது ஆளுமையும்

என்னை ஈர்த்ததால் நான் லிண்டாவின் வாழ்வில் உடனடியாக மிகுந்த ஈடுபாடு காட்டத் தொடங்கிவிட்டேன்.

எங்கள் இருவருக்கும் பரிச்சயம் ஏற்பட்ட பின்பு ஓர் அடிமைப்பெண்ணாக வாழ்க்கையில் தனக்கு ஏற்பட்ட கசப்பான அனுபவங்களை அவ்வப்போது அவர் என்னிடம் சொல்லி வந்திருக்கிறார். தனது சோகத்தைப் பிறரோடு பகிர்ந்து கொண்டு அவர்களது அனுதாபத்தைப் பெற நினைக்கும் இயல்பான மனித விருப்பம் அவருக்கு இருந்தாலும் என்னிடம் தனிப்பட்ட முறையில் பேசும்போதுகூட வாழ்வில் தனக்கு ஏற்பட்ட துன்பங்களை நினைக்கும்போது அவர் சோகக்கடலில் மூழ்கிவிடுவார். இயல்பாகவே நல்லொழுக்கமும் நற்பண்புகளும் பொருந்திய அவருக்கு நேர்ந்த துன்பங்கள் அவருடைய ஆத்மாவைப் பெருஞ்சுமையாக அழுத்திக்கொண்டிருந்தன. தற்போதும் இதயத்தைப் பிழியும் சோகமயமான சூழலில் லட்சக்கணக்கான மக்கள் உழன்றுகொண்டிருக்கிறார்கள்; அந்த மக்களின் துயரத்தை லிண்டாவாலும் தாங்கிக்கொள்ள இயலாது. அதனால் அத்தகையவர்களின் விடுதலைக்காகப் பாடுபடும் மனிதர்களின் உற்சாகத்தைத் தூண்டுவதற்கு லிண்டாவின் அனுபவங்கள் மேலும் பயன்படும் என்பதால் அவரது இந்தக் கதையாடலைப் பதிப்பிக்க ஒப்புதல் தருமாறு அவரைத் தொடர்ந்து வற்புறுத்தி வந்தேன். ஆனால் அவருடைய மென்மையான பண்பின் காரணமாக அவர் தன்னை விளம்பரப்படுத்திக்கொள்வதைத் தவிர்த்து வந்தார். அவர் என்னிடம், "ஒரு பெண் தனக்கிழைக்கப்பட்ட கொடுமைகளை உலகினர் அறியும்படி எழுதி ஆவணப்படுத்துவதைவிடத் தனது அருமை நண்பரின் காதோடு காதாகச் சொல்லுவது எளிதாக இருக்கும் என்பது உங்களுக்கே தெரிந்திருக்கும்" என்றார். என்னோடு பேசும்பொழுதெல்லாம் அவர் மிகவும் அழுதிருக்கிறார்; தாங்க முடியாத மன அழுத்தத்திற்கு ஆளாகியிருக்கிறார். அவருடைய அந்தரங்கம் புனிதமானது; அதைக் கேள்விகளால் துளைத்தெடுத்துத் தெரிந்துகொள்ள முயலக்கூடாது. அதனால் அதை முழுவதுமாகச் சொல்வதோ அல்லது குறைத்துச் சொல்வதோ அவருடைய விருப்பம் என்று நான் விட்டுவிடுவேன். இருப்பினும் நான் அவருடைய அனுபவங்களால் ஏற்படப் போகும் நன்மைகளுக்காகவேனும் அவற்றைப் பதிப்பிக்க வேண்டுமென்று அவரை வற்புறுத்தினேன்; கடைசியில் அவரும் அந்தப் பணியை ஏற்றுக்கொண்டார்.

தன் வாழ்வின் பெரும்பகுதியை அடிமையாகவே கழித்ததால் அவரால் கல்வி கற்க முடியவில்லை. அவர் தன் வாழ்க்கைக்குத் தேவையான பொருளீட்டுவதற்குத் தானே

உழைத்தாக வேண்டியிருந்தது. தன் பிள்ளைகளின் படிப்புக் காக அவர் ஓய்வின்றி உழைத்தார். சில நேரங்களில் அவர் நம் நாட்டின் ஆண் வேட்டைக்காரர்களிடமிருந்தும் பெண் வேட்டைக்காரர்களிடமிருந்தும் தப்பிப்பதற்காகத் தனது வேலையை விட்டுவிட்டு ஓட வேண்டியிருந்தது. இத்தகைய தடைகளின் அழுத்தங்கள் அத்தனையையும் அவர் கடந்துவந்தார். ஒவ்வொரு நாளும் தனது கடும் உழைப்பு முடிந்த பின்னர் சோர்வுற்றிருந்த நிலையிலும் நடுஇரவு நேரத்தில் ரகசியமாக பரபரப்பான நிகழ்வுகள் நிறைந்த தன் வாழ்க்கையை உண்மை யாகப் பதிவு செய்தார்.

நியூயார்க் நகரம் அகதிகளுக்கும் ஒடுக்கப்பட்டவர் களுக்கும் மிகவும் மோசமான இடமாகும். ஆனால், கவலைகள், மனக்குழப்பங்கள், நம்பிக்கைத் தளர்வு ஆகியவற்றிற்கிடையில் இங்குதான் பரந்த இதயமுள்ள ஒரு நண்பரின் தீவிர முயற்சி யால் லிண்டாவுக்கும் அவர் குழந்தைகளுக்கும் விடுதலை சாத்தியமாயிற்று. லிண்டா எப்போதும் அதற்கு நன்றியுடைய வராகவே இருந்தார்; தான் ஒரு விற்பனைப் பண்டம் என்பதை எப்போதுமே ஏற்றுக்கொள்ளாத ஓர் ஆத்மாவிற்குத் தனது விடுதலை விலை கொடுத்து வாங்கப்பட்டது என்ற எண்ணமே பெரும் சீற்றத்தைத் தந்தது. அந்த நிகழ்வுக்குப் பின்னர் அவர் எங்களுக்கு இவ்வாறு எழுதியிருந்தார்:

"என்னுடைய விடுதலை பற்றிய உங்களுடைய அன்பான கருத்துக்களுக்கு நான் நன்றி தெரிவித்துக்கொள்கிறேன். ஆனால் கொடுக்கப்பட்ட பணத்தைவிட எனது விடுதலை எனக்கு மிகவும் மதிப்பு வாய்ந்தது. கடவுள் எனக்கு அருளியிருந்த விடுதலையை அந்த மனிதன் அற்பமான முந்நூறு டாலர்களுக்கு நிகரானது என்று விலை வைத்துவிட்டான். ரேச்சலை அடைவதற்காக ஜேகப் உழைத்ததைப் போலவே நானும் என் விடுதலைக்காக உண்மையாக உழைத்தேன். இறுதியில் ஜேகப்புக்கு எல்லாம் கிடைத்தன; ஆனால் என் வெற்றியோ களவாடப்பட்டு விட்டது; அந்த சர்வாதிகாரியிடமிருந்து விடுபடுவதற்காக நான் என்னுடைய கௌரவத்தைத் துறக்க வேண்டியதாயிற்று."

அவரே எழுதியிருக்கும் அவருடைய கதை வாசகர்களை ஈர்க்கத் தவறாது. அது இந்த நாட்டைப் பற்றிய சோகமானதொரு விவரணை. தன்னுடைய பண்பாட்டைப் பற்றிப் பெருமை பேசிக்கொண்டிருக்கும் ஒரு நாடு அதற்கு முரணாகத் தற்காலத்தில் இயற்றியிருக்கும் சட்டங்களும் நடைமுறைகளும் கடந்த காலத்தில் எழுதப்பட்ட புனைகதைகளை விடவும் விசித்திரமானவை.

ஆமி போஸ்ட்

ராச்செஸ்டர், நியூயார்க், அக்டோபர் 30, 1859

பின்வரும் சான்றிதழ் தற்போது பாஸ்டனில் வசிக்கும் பெருமதிப்பிற்குரிய கறுப்பின மனிதர் ஒருவரால் வழங்கப் பட்டது.

எல். மரியா சைல்ட்

இக்கதையாடலில் இடம்பெற்றுள்ள சில நிகழ்வுகள் மிகவும் அசாதாரணமானவை. வேண்டுமென்றே சில தனிப்பட்ட நோக்கங்களுக்காக மிகைப்படுத்திக் கூறப்பட்டுள்ள கதையாடல் என அதைப் படிக்க நேரும் நம்பிக்கையற்ற மனிதர்கள் பலர் சந்தேகப்படலாம். ஆனால் அவர்கள் என்ன நினைத்தாலும் இதில் இடம்பெற்றுள்ள நிகழ்வுகள் யாவும் வாழும் உண்மைகள் என்பதை நான் நன்கறிவேன். அவர் தன்னுடைய வரலாற்றில் குறிப்பிட்டிருக்கும் சூழல்கள் எனக்கும் மிகவும் பழக்கமானவைதான். அவருடைய எஜமானர் அவரை நடத்திய முறை, அவருடைய குழந்தைகள் சிறை செய்யப்பட்டது, குழந்தைகள் விற்கப்பட்டது, பின்னர் அவர்கள் மீட்கப்பட்டது, அவருடைய ஏழாண்டுகால மறைவு வாழ்க்கை, அதைத் தொடர்ந்து அவர் வடமாகாணத்திற்கு தப்பிச் சென்றது ஆகிய அனைத்தையும் நான் அறிவேன். நான் தற்போது பாஸ்டனில் வசித்து வருகிறேன். அவருடைய இந்த விறுவிறுப்பான உண்மைக் கதையாடலுக்கு நான் வாழும் சாட்சி.

ஜார்ஜ். டபிள்யூ. லூத்தர்.

ஹேரியட் ஜேகப்ஸும்
ரகசிய ரயில் பாதையும்

ஓர் அடிமைச் சிறுமியின் வாழ்க்கை நிகழ்வுகள் புத்தகம் வெளிவந்து எட்டே ஆண்டுகளுக்குப் பின் எழுதப்படிக்கத் தெரியாதவரான ஹேரியட் டப்மேன் (Harriat Tubman) என்பவர் 'ஹேரியட் டப்மேனின் வாழ்க்கைக் காட்சிகள் (Scenes in the Life of Harriet Tubman)' என்ற தன்வரலாற்றுப் புத்தகத்தை இவர் வாயால் சொல்லச்சொல்ல மற்றவர் எழுதினர். அந்தப் புத்தகத்தின் பெரும் பகுதி அமெரிக்காவின் வட மாகாணங்களுக்கும் கனடாவிற்கும் விடுதலை தேடித் தப்பியோடிவரும் அடிமைகளுக்குப் பாதுகாப்பளித்ததைப் பற்றிப் பேசுகிறது. இவ்வாறு அடிமைகள் தப்பி வரும் வழிகள் ரகசிய ரயில்பாதை (Underground Railroad) என்றும், வழியில் இருக்கும் பாதுகாப்பான தங்கும் வீடுகள் நிறுத்தங்கள் (Stations) என்றும் அழைக்கப்பட்டன. ஆண்களும் பெண்களும் குழந்தைகளுமாகக் கிட்டத்தட்ட 300 அடிமைகள் விடுதலை அடையத் தாம் உதவியதாகவும், அதனால் தாம் 'மோசஸ்' என்று புனைபெயரில் குறிக்கப்பட்டதாகவும், ஒரு சமயத்தில் தன்னைப் பிடித்துத் தருபவர்களுக்கு 40, 000 டாலர்கள் சன்மானம் அறிவிக்கப்பட்டிருந்த தாகவும் தனது புத்தகத்தில் இவர் பதிவிட்டிருக்கிறார். ஹேரியட் ஜேகப்ஸும் இந்த ரகசிய ரயில் பாதையைப் பயன்படுத்தியே வட அமெரிக்க மாகாணத்திற்குத் தப்பினார்.

அடிக்குறிப்புகள்

படைப்பாளின் முன்னுரை

1. (ப. 32)டேனியல் பிஷப் பெய்னே (1811–1893): இவர் தேவாலாய குருக்கள், இறையியலாளர், கவிஞர், வரலாற்றாசிரியர், கல்வியாளர் எனப் பல்துறை அறிஞர். இவர் தெற்குக்கரோலினா மாகாணத்திலுள்ள சார்லஸ்டனில் சுதந்திரமான பெற்றோர்களுக்குப் பிறந்தவர். அங்கு கறுப்பினத்தவர்களுக்கான ஒரு பள்ளியை நிறுவினார். கறுப்பினத்தவருக்குக் கல்வி கற்பிப்பதைத் தெற்குக் கரோலினா மாகாண அரசு தடை செய்தவுடன் இவர் வடமாகாணத்திற்குக் குடிபெயர்ந்தார். அங்கு அவர் ஆப்பிரிக்க மெத்தாடிஸ்ட் எபிஸ்கோபல் தேவாலயத்தில் பேராயராகப் பதவி வகித்தார். பின்னர் ஒஹையோவில் வில்பர்ஃபோர்ஸ் பல்கலைக்கழகத்தை நிறுவி அதன் தலைவராகவும் ஆனார். பல்கலைக்கழகத் தலைவர் பதவியை வகித்த முதல் கறுப்பினத்தவர் இவரே. கவிதைகள், தன் வரலாறு, வரலாற்று நூல்கள் அதிகமாக எழுதிய இவர் 'ஆப்பிரிக்க மெத்தாடிஸ்ட் எபிஸ்கோபல் தேவாலய வரலாறு' (History of the African Methodist Church) என்ற தனது நூலின் இரண்டு தொகுதிகளையும் 1891ஆம் ஆண்டில் பதிப்பித்தார். அடிமை முறை ஒழிப்புப் போராட்டத்தில் தனது ஈடுபாடு, தேவாலயங்கள் மற்றும் ஆப்பிரிக்க அமெரிக்க இனத்தைச் சேர்ந்த விடுதலைப் போராட்ட செயல்பாட்டாளர்கள் பற்றி தகவல்களை இவர் இந்தத் தன்வரலாற்று நூலில் பதிவு செய்துள்ளார். தப்பியோடி வந்த

ஆப்பிரிக்க அமெரிக்கர்களுக்கு உதவும் ஃபிலடெல்ஃபியா கண்காணிப்புக்குழுவில் *(Philadelphia Vigilance committee)* தீவிர உறுப்பினராகவும் (1838–1844) இருந்தார்.

பதிப்புரை

1. (ப. 33) ஜேகப்ஸின் தன்வரலாற்று நூலைப் பதிப்பித்தவரான லிடியா மரியா சைல்ட் *(Lidia Maria Child 1802-1880)*: அடிமைத்தன ஒழிப்புப் போராளியும், படைப்பாளியும், பதிப்பாளரும் ஆவார். இவர் அடிமைமுறையை உடனடியாக ஒழிக்கக் கோரும் 'அமெரிக்கர்களின் ஒரு பிரிவினரான ஆப்பிரிக்கர்களின் ஆதரவாக ஒரு கோரிக்கை' *(An Appeal in Favor of Class of Americans Called Africans)* என்ற நூலை 1833ஆம் ஆண்டு பதிப்பித்தார். இவர் நாவல்கள், சிறுகதைகள், வாழ்க்கை வரலாறுகள் மற்றும் செய்தித்தாள் கட்டுரைகள் எனப் பல்வேறு எழுத்துப்பணிகளைச் செய்துள்ளார். பாஸ்டனில் வசித்த வில்லியம் சி. நெல் *(William C. Nell)* என்ற அடிமைமுறை ஒழிப்புப் போராளி 1860ஆம் ஆண்டு ஜேகப்ஸை இவருக்கு அறிமுகம் செய்து வைத்தார். மரியா சைல்ட், ஜேகப்ஸின் கையெழுத்துப் பிரதியில் திருத்தங்கள் செய்து தந்ததோடு இறுதி வடிவம் பெற்ற அந்த நூலுக்கு முன்னுரையும் வழங்க முன்வந்தார்.

2. (ப. 33) ஜேகப்ஸ் நியூயார்க் வந்தடைந்தபோது மேரி ஸ்டேஸ் வில்லிஸ் என்பவரின் குழந்தைக்குத் தாதியாகப் பணியாற்றினார். இவர் புகழ்பெற்ற கவிஞரும் கட்டுரையாளருமான நாதென்னியல் பார்க் வில்லிஸ் என்பவரின் முதல் மனைவியாவார். மேரி இறந்த பின்னர் நாதென்னியல் வில்லிஸுடனும் அவரது மகள் இமோஜியுடனும் 1845ஆம் ஆண்டு இங்கிலாந்து சென்று திரும்பினார். வில்லிஸ், கார்னிலியா என்பவரை மறுமணம் செய்துகொண்டபோது அப்புது மனைவியும் ஜேகப்ஸிடம் நட்பு பாராட்டியதோடு அவரது விடுதலையையும் விலை கொடுத்து வாங்கித் தந்தார்.

இயல் 1

1. (ப. 38) ஜேகப்ஸின் பாட்டி மோலி ஹார்னிப்ளோ *(Moli Horniblow)* (1771–1853): 'மஞ்சள்' மோலி ஹார்னிப்ளோ என்று அறியப்பட்டிருந்தார். அவருக்கு மாற்கு *(Mark)*, ஜோ *(Joe)*, பெக்கி *(Becky)*, பெட்டி *(Betty)*, ஹேரியட்டின் தாயான டெலைலா *(Delilah)* என்று ஐந்து பிள்ளைகள். ஜேகப்ஸின் தாய் டெலைலா, எலிஜா ஜேகப்ஸ் *(Elijah Jacobs)* என்ற தச்சுவேலை செய்பவரை மணந்தார். இவர்களுக்கு ஜான் எஸ். ஹேரியட் என்று இரு பிள்ளைகள். மோலி ஹார்னிப்ளோ, ஜான் *(John Horniblow)*, அவரது மனைவி எலிசபெத் ப்ரிசெர்ட் ஹார்னிப்ளோ *(Elizabeth Pritchard Horniblow)*

என்பவர்களின் அடிமை. அடிமைகள் தங்கள் எஜமானர்களின் பெயரைத் தங்கள் பெயரோடு இணைத்துக்கொள்வார்கள்.

2. (ப. 42) ‘உன்னைப் போலவே உன் அண்டைவீட்டாரையும் நேசி இவற்றைவிட மேலான கட்டளைகள் எதுவும் இல்லை. *(பரிசுத்த வேதாகமம், மாற்கு, 12:31)*

மற்றவர்கள் உங்களுக்கு எதைச் செய்ய வேண்டுமென்று நீங்கள் விரும்புகிறீர்களே அதையே மற்றவர்களுக்கு நீங்கள் செய்யுங்கள். இதுவே மோசேயின் கட்டளையும் தீர்க்கதரிசிகளின் போதனையுமாகும். *(பரிசுத்த வேதாகமம், மத்தேயு 7:12)*

3. (ப. 42) ஜேகப்ஸின் எஜமானி மார்க்கெட் ஹார்னிப்ளோ அவருக்கு எழுதப்படிக்கக் கற்று தந்தார். இதைப்போலவே முன்னாள் அடிமையும் எழுத்தாளருமான ஃப்ரெடெரிக்டக்ளஸ் தனது எஜமானரிடமிருந்து எழுதப்படிக்கக் கற்றுக்கொண்டார். பின்னாளில் தென்பகுதியில் இருந்த மாகாணங்களில் எல்லாம் அடிமைகளுக்குக் கல்வி கற்பிப்பது தடைசெய்யப்பட்டது.

இயல் 4

1. (ப. 59) ‘நீ உன் கண்ணில் இருக்கிற உத்திரத்தை உணராமல் உன் சகோதரனை நோக்கி: சகோதரனே, நான் உன் கண்ணிலிருக்கிற துரும்பை எடுத்துப்போடட்டும் என்று நீ சொல்வதெப்படி? மாயக்காரனே! முன்பு உன் கண்ணிலிருக்கிற உத்திரத்தை எடுத்துப்போடு, பின்பு உன் சகோதரன் கண்ணிலிருக்கிற துரும்பை எடுத்துப் போட வகை பார்ப்பாய். *(பரிசுத்த வேதாகமம், லூக்கா 6:42)* (உன்னிடமுள்ள பெரிய தவறுகளைக் கண்டுகொள்ளாமல் அடுத்தவர்களின் சிறிய தவறுகளைப் பற்றிப் பேசுவது சரியா என்பது கருத்து.)

இயல் 5

1. (ப. 73) ஜேகப்ஸின் வாழ்க்கை வரலாற்றை எழுதியவரான ஜீன் ஃபேகன் யெல்லின் *(Jean Fagan Yellin)* ஜேகப்ஸின் எஜமானன் நார்காம் ஹேரியட்டைவிடக் கிட்டத்தட்ட முப்பத்தைந்து ஆண்டுகள் மூத்தவன் என்று தமது நூலில் குறிப்பிடுகிறார்.

இயல் 6

1. (ப. 79) அமெரிக்காவில் இருந்த அடிமை ஒழிப்பாளர்கள் அயர்லாந்தில் உருளைக்கிழங்கு பஞ்சத்தினால் பாதிக்கப்பட்ட மக்களுடன் அமெரிக்கக் கறுப்பின அடிமைகளை அடிக்கடி ஒப்பிட்டுப் பேசுவது வழக்கம்.

2. (ப. 87) வேதபாரகர்களே! பரிசேயர்களே! உங்களுக்குக் கேடு வரும். நீங்கள் மாயமானவர்கள். நீங்கள் வெள்ளையடிக்கப்பட்ட

கல்லறைகளைப் போன்றவர்கள். அக்கல்லறைகளின் வெளிப்புறம் நன்றாக இருக்கிறது. ஆனால், உள்ளே முழுவதும், இறந்தவர்களின் எலும்புகளும், அசுத்தங்கள் பலவும் இருக்கின்றன. *(பரிசுத்த வேதாகமம், மத்தேயு 23:27)*

இயல் 7

1. (ப. 89) 'சற்று அப்புறம் போய், முகங்குப்புறவிழுந்து: என் பிதாவே, இந்தப் பாத்திரம் என்னைவிட்டு நீங்கக் கூடுமானால் நீங்கும்படிச் செய்யும்; ஆகிலும் என் சித்தத்தின் படியல்ல, உம்முடைய சித்தத்தின்படியே ஆகக் கடவது என்று ஜெபம் பண்ணினார். *(பரிசுத்த வேதாகமம், மத்தேயு 26:39)*

இயல் 8

1. (ப. 103) ஒரு மனிதனை உருவாக்குவதிலிருந்து தேவன் ஆரம்பித்தார். அவனிடமிருந்து தேவன் வெவ்வேறான மக்களை உருவாக்கினார். தேவன் அவர்களை உலகின் எல்லாப் பகுதிகளிலும் வசிக்கச் செய்தார். எப்போது, எங்கு அவர்கள் வசிக்க வேண்டுமென்பதை தேவன் மிகச் சரியாகத் தீர்மானித்தார். *(பரிசுத்த வேதாகமம், அப்போஸ்தலர் 17:26)*

இயல் 9

1. (ப. 106) களவு செய்யாதிருப்பாயாக! *(பரிசுத்த வேதாகமம், எட்டாவது கட்டளை, 20:15)*

2. (ப. 116) 'அவன் பலத்த சத்தமிட்டு: மகா பாபிலோன் விழுந்தது! விழுந்தது! அது பேய்களுடைய குடியிருப்பும், அசுத்த ஆவிகளுடைய காவல் வீடும், அசுத்தமும் அருவருப்புமுள்ள சகலவித பறவைகளுடைய கூடுமாயிற்று': *(பரிசுத்த வேதாகமம், வெளிப்படுத்திய விசேஷம் 18:2)*

இயல் 11

1. (ப. 130) நீ உன் வாலிபப் பிராயத்திலே உன் சிருஷ்டிகரை நினை; தீங்கு நாட்கள் வராததற்கு முன்னும், எனக்குப் பிரியமானவைக ளல்ல என்று நீ சொல்லும் வருஷங்கள் சேராததற்கு முன்னும், *(பரிசுத்த வேதாகமம், பிரசங்கிகள் 12:1)*

இயல் 12

1. (ப. 134) நேட் டர்னர் – *1831*ஆம் ஆண்டு ஆகஸ்ட் *22* முதல் *23* வரை தெற்குக் கரோலினாவில் நேட் டர்னர் *(1800–1831)* என்பவர் அமெரிக்க வரலாற்றிலேயே கறுப்பின மக்களின் தீவிரமான கலகத்திற்குத் தலைமை தாங்கினார். தான் பிடிபடுவதற்கு முன் கிட்டத்தட்ட ஐம்பத்தேழு வெள்ளையர்களைக் கொன்று தீர்த்தார்.

இந்தக் கலகத்தின் போதும் அதன் பின்னரும் நூற்றுக்கணக்கான கறுப்பினத்தவர்கள் கொல்லப்பட்டனர். நாட் டர்னர் பிடிபட்டு. 1831, நவம்பர் 11இல் தூக்கிலிடப்பட்டார். இவரது கலகம் காரணமாகக் கறுப்பின மக்களுக்கு எதிராகக் கடுமையான சட்டங்கள் நடைமுறைப்படுத்தப்பட்டன. அது அடிமை முறை ஒழிப்புப் போராளிகளின் தீவிர செயல்பாடுகளுக்கு ஊக்கம் அளித்தது.

இயல் 13

1. (ப. 144) ஈடன் டன்னில் இருந்த புனித பால் எபிஸ்கோபல் தேவாலயத்தின் மத குருவான திரு. பைக் *(Pike)* (இயற்பெயர் ஜான் ஆவ்ரே) மேற்கு ஆப்பிரிக்காவில் நிலவிய சில மதச்சடங்குகள் அமெரிக்கக் கறுப்பின அடிமைகளிடமும் செல்வாக்கு செலுத்தி வந்ததை இங்குக் குறிப்பிட்டுள்ளார். இதைப் பற்றிய புத்தகங்கள்:

> Albert Raboteau's 'Slave Religion: 'Invisible Institution' in the Antibellum South', New york; Oxford Univercity Press, 1978.

> Sterling Stuckey's 'Slave Culture: Nationalist Theory and the Foundation of Black America', New York: Oxford Press 1987.

> Robert F. Thompson's 'Flash of the Spirit: African and Afro-American Art and Philosophy', New York; Vintage Books, 1984.

இயல் 21

1. (ப. 218) ஜேகப்ஸ் தான் ஒளிந்துகொண்டிருக்கும் இடத்தைப் பற்றி விவரிப்பதற்கு வில்லியம் கூப்பர் (1731-1800) என்ற ஆங்கிலக் கவிஞர் எழுதிய *'The Task'* என்ற கவிதைப் புத்தகத் தொகுப்புகளில் நான்காவது புத்தகத்தில் உள்ள

> என் தனிமையின் இடுக்கு வழியே
> இந்த உலகத்தை எட்டிப்பார்ப்பது
> மகிழ்ச்சியாகவே இருக்கிறது
> பெருமைமிகு பேபல் மக்களின் குழப்பத்தை
> விலகி நின்று வேடிக்கை பார்ப்பது போல

என்ற கவிதை வரிகளைப் பயன்படுத்திக்கொண்டார்.

கவிதை வரியிலிருந்து இந்த அத்தியாயத்தின் தலைப்பைப் பயன்படுத்திக்கொண்டார்.

இயல் 22

1. (ப. 225) முகமூடி அணிந்த கறுப்பினத்தவரின் குழுக்கள், ஜான் கூனாஸ், ஜான் கோனுவா, ஜான் கோனோ எனப் பல பெயர்களில் அழைக்கப்பட்டன. இவர்கள் கிறிஸ்மஸ் பண்டிகைக்காலத்தில் பாடியும் ஆடியும் தங்கள் எஜமானர்களிடம்

இனாம் பெற்றுக்கொள்வார்கள். மேற்கு ஆப்பிரிக்காவிலிருந்து வந்ததாகக் கருதப்படும் இக் கொண்டாட்டங்கள் கரிபியாவிலும் அமெரிக்காவின் தென்மாகாணங்களிலும் நடைபெற்றன.

இயல் 31

1. (ப. 293) புனித ஜெரிமியா துர்ஹம் *(Rev. Jeremiah Durham)* பெத்தேல் ஆப்பிரிக்கன் மெத்தாடிஸ்ட் தேவாலயத்தின் மதகுரு. இது அமெரிக்காவில் முதல் முதலாகத் தோற்றுவிக்கப்பட்ட ஆப்பிரிக்க அமெரிக்க தேவாலயம் ஆகும். ஒழிப்புப் போராளிகளின் செயல்பாடுகளின் கூடாரமாக ஃபிலடெல்ஃபியா விளங்கியது. அந்நகரத்திலிருந்த கறுப்பின மக்களுக்கான தேவாலயங்கள் அடிமை முறை ஒழிப்பிற்கான போராட்டங்களில் தீவிரமாகப் பங்கெடுத்துக்கொண்டன.

2. (ப. 296) ஃபிலடெல்ஃபியாவில் 1833ல் தோற்றுவிக்கப்பட்ட அடிமை முறை ஒழிப்புக் கூட்டமைப்பு பல்வேறு இனத்தவர்களும் பங்குபெற்ற அடிமை முறை ஒழிப்பு இயக்கமாகும். இவ்வியக்கம் இனம் சார்ந்தும் பால் சார்ந்தும் நிலவும் வேறுபாடுகளைக் களைந்து சமத்துவத்தை நிறுவும் முயற்சியை முன்னெடுத்தது. ஆப்பிரிக்க அமெரிக்கப் பெண்மணிகள் இவ்வியக்கத்தில் தீவிரமாகப் பங்கேற்றார்கள். கறுப்பின உறுப்பினர்கள் ஃபிலடெல்ஃபியா கண்காணிப்புக்குழுவை நிறுவி தப்பியோடி வந்த அடிமைகளைப் பாதுகாத்தார்கள்.

இயல் 32

1. (ப. 303) உள்ளூர்ப் பள்ளிகளில் ஆப்பிரிக்க அமெரிக்கர்கள் சேர்த்துக்கொள்ளப்படாததால் கறுப்பின மக்கள் தங்களுக்கான கல்விக்கூடங்களை ஆப்பிரிக்க இலவசப் பள்ளிகள் என்ற பெயரில் வட அமெரிக்கா முழுவதிலும் தாங்களே நிறுவிக்கொண்டார்கள். ப்ரூக்ளின்னில் 1840ஆம் ஆண்டுவாக்கில் இத்தகைய இரண்டு பள்ளிகளாவது இயங்கிவந்தன.

இயல் 35

1. (ப. 319) தாமஸ் டார்ட்மௌத் *(Thomas Dartmouth)* என்ற வெள்ளைக்காரர் ஜிம் க்ரோ *(Jim Crow)* என்ற புனைபெயரில் கறுப்பினத்தவரைக் கேலியாகச் சித்திரிக்கும் மினிஸ்ட்ரல் நிகழ்ச்சிகளில் *(Ministrel Show)* நடித்து வந்தார். அப்படிப்பட்ட ஒரு நாடகத்தில் க்ரோ என்பவரின் அடிமையாகக் கறுப்பினத்தவரைப் போல முகமூடி தரித்துக்கொண்டு நடித்தார். 1830களில் அமெரிக்கப் போக்குவரத்துக் கழகங்கள் கறுப்பினத்தவருக்காகத் தனி இருக்கைகளை ஏற்படுத்தி அவற்றை ஜிம் க்ரோ கார் *(Jim Crow Car)* என்று பெயரிட்டன. அமெரிக்க உள்நாட்டுப்போரைத் தொடர்ந்து

பள்ளிகள், அரங்கங்கள் மற்றும் பல பொது இடங்களிலும் இப்படிப்பட்ட ஜிம் க்ரோ இருக்கைகள் ஏற்பாடு செய்யப்பட்டுக் கறுப்பின மக்களைத் தனிமைப்படுத்துதல் தொடர்ந்தது.

இயல் 37

1. (ப. 332) அடிமைத்தன ஆதாரவாளர்களில் சிலர் இங்கிலாந்தில் உள்ள உழைக்கும் மக்களின் வாழ்க்கைத்தரம் அமெரிக்க அடிமைகளின் வாழ்வோடு ஒப்பிடும்போது மிகவும் மோசமான நிலையிலேயே இருப்பதாக வாதிடுவர். அமெலியா மெட்டில்டா முர்ரே (Amelia Matild Murra) (1795–1884) என்பவர் 1856ஆம் ஆண்டு பதிப்பித்த ஐக்கிய அமெரிக்க நாடுகள், கியூபா, கனடா ஆகிய நாடுகளிலிருந்து எழுதிய கடிதங்கள் (Letters from the United States of America, Cuba and Canada) என்ற தமது நூலில் இப்படிப்பட்ட வாதத்தையே முன்வைத்தார்.

இயல் 40

1. (ப. 343) ஜேகப்ஸ், இங்கு

முன்னேறியவர்கள் எவரும் இவர்தம்
அத்பயனுள்ள உழைப்பையும் பாசாங்கற்ற சந்தோஷங்களையும்
வெளிச்சம்படாத வாழ்வையும் பரிகசிக்க வேண்டாம்
எளிமையான சொல்வதற்கு அதிகமில்லாத
இவ்வேழை மக்களின் கதையைக் கேட்டு
சாதனையாளர்கள் எவரும்
ஏளனமாகப் புன்னகைக்க வேண்டாம்

என்ற தாமஸ் க்ரே (Thomas Gray 1716—1771)வின் இரங்கற்பாவிலிருக்கும் (Elegy Written in a Country Churchyard) வரிகளைப் பயன்படுத்தியுள்ளார்.

பார்வை நூற்பட்டியல்

1. Project gutenberg *மின்நூலகத்தில் வெளியான* 'Incidents in the Life of a Slave Girl', Written by Harriet A Jacobs.

2. 'Incidents In The Life of a Slave Girl' Written by Herself: Published in 2005 Barnes&Noble Classics, Newyork

3. 'Incidents ....' Edited by Frances Smith Foster and Richard Yarborough, Norten Critical Editions, second Edition, W. w. Norten &Company. Newyork. Londen

4. Narrative of The Life of Fredrick Doughlass, 'An American Slave& Incidents in the Life of a Slave Girl', Published by The Modern Library Newyork

5. 'Harriat Jacobs and Incidents In The Life Of A Slave Girl', New Critical Essays: Edited by Deborah M. Garfield and Rafia Zafar: Cambridge University Press, U. S. A

6. Fagan Yellin, Jean. 'Text and Contexts of Harriet Jacobs', Cambridge: Harvard University Press, 1987

காலச்சுவடு பப்ளிகேஷன்ஸ் (பி) லிட்.
Published by Kalachuvadu Publications (Pvt. Ltd.),
669, K.P. Road, Nagercoil 629001, India
Phone: 91-4652-278525
e-mail: publications@kalachuvadu.com

12/2023/S.No. 1117, kcp 4858, 18.6 (2) uss